अभिप्राय

विख्यात साहित्यिक डॉ. आनंद यादव यांच्या आत्मचरित्रात्मक लेखनाचा 'काचवेल' हा चौथा खंड आहे. झोंबी, नांगरणी, घरभिंती आणि काचवेल या चार साहित्यकृतींतून आनंद यादवांच्या साठ वर्षांच्या जीवनाचा पट उलगडलेला आहे. पहिल्या तीन खंडांत यादवांच्या जन्मापासून १९७५ पर्यंतच्या कालखंडाचे चित्रण येते. या चौथ्या खंडाने १९७५ ते १९९५ हा सुमारे वीस वर्षांचा कालखंड व्यापलेला आहे.

आनंद यादवांच्या व्यक्तिमत्त्वाचा शोध घेतला, तर त्यांच्या साहित्यावर चांगला प्रकाश पडू शकतो. लौकिक आणि साहित्यिक व्यक्तिमत्त्वांत एकरूपता आढळून येते. यादवांच्या जवळ उपजत प्रतिभा आहे. या प्रतिभेच्या प्रकाशात आपल्याला साठ वर्षांच्या प्रदीर्घ जीवनात आलेल्या अनुभवांचा अर्थ ते लावीत आलेले आहेत. समान अनुभवाचा इतरांनी लावलेला अर्थ परिचित असूनही त्याचा प्रभाव असा यादवांवर पडत नाही. यादव कोणत्याही इझम' खाली वावरत नाहीत. परिणामी त्यांची दृष्टी घाऊक (होलसेल) नसून किरकोळ (रीटेल) अशी राहिलेली आहे. घाऊक नजरेतून सूक्ष्म उदाहरणे निसटतात. यादवांच्या नजरेतून सूक्ष्म गोष्टी निसटत नाहीत.

असे हे मूलगामी आणि ताजे व्यक्तिमत्त्व घेऊन यादव जीवनाला सामोरे जातात. आलेले अनुभव शब्दांत बांधतात. प्रचलित फॅशनमध्ये बसविण्यासाठी त्या अनगड अनुभवांची मोडतोड करीत नाहीत. 'काचवेल' वाचताना हाच अनुभव येतो आणि मन प्रसन्न होऊन जाते. प्रापंचिक आणि सामाजिक जीवनात तोल साधणे म्हणजे तारेवरचा नाच असतो. आपल्या उपजत समतोल वृत्तीची काठी करून यादव ही तारेवरची कसरत कशी करतात, हे वाचकाला 'काचवेल' मध्ये बघायला मिळते. या खंडातील एकूण पंचवीस प्रकरणांतून यादवांनी आपल्या प्रापंचिक आणि साहित्यिक जीवनाचे चित्र काढलेले आहे. या दुपेडी

जीवनात कितीतरी भल्याबुऱ्या व्यक्ती त्यांच्या अनुभवाला आल्या. भल्या माणसांची भलामण करताना यादव स्वत:कडे नम्रतेची भूमिका घेतात. काही व्यक्तींशी यादवांचे मतभेद झाले. काहींनी मुद्दाम गैरसमज करून घेतले, काही जणांशी संघर्ष करावा लागला. अशा सगळ्या लोकांबद्दल लिहिताना यादवांच्या थोर मनाचा प्रत्यय येतो.

आपल्या पूर्वायुष्याबद्दल यादवांच्या पोटात एक सहज जिव्हाळा आहे. खेड्यांतील विद्यार्थ्यांची शिकताना होणारी परवड आणि तरुण लेखकांचा होणारा कोंडमारा याचा अनुभव असल्यामुळे या संदर्भात आपण स्वत: कर्तव्य म्हणून काही केले पाहिजे, या एकाच भावनेनं यादवांनी ग्रामीण साहित्य चळवळ चालविली.याविषयी यादवांनी केलेले विवेचन खेड्यातील प्रत्येक होतकरू आणि सुस्थापित लेखकाने वाचण्याजोगे आहे. यादव चांगल्याला वाईट आणि वाईटाला चांगले कधीही म्हणत नाहीत. हा विवेक दुर्लभ असतो.

यादवांना १९९२ मध्ये युरोपचा प्रवास घडला. या प्रवासाची डायरी त्यांनी ठेवलेली होती, असे दिसते. एका स्वतंत्र प्रकरणात युरोपीय काचांचा एक तागोरा या काचवेलीत समाविष्ट आहे. सर्वांत महत्त्वाचे वैशिष्ट्य म्हणजे आपल्या आत्मचरित्रात्मक लेखनात यादवांनी आपल जीवनातील व्यामिश्र अनुभवांना आकृती दिलेली असली, तरी आपापत:च बहुजन समाजाच्या सांस्कृतिक उत्थानाचा तो एक अस्सल दस्तऐवज बनलेला आहे. स्वातंत्र्योत्तर महाराष्ट्राचा सांस्कृतिक इतिहास लिहिला जाईल, तेव्हा या चतुर्खंडी दस्तऐवजाचा पहिल्या दर्जाचा पुरावा म्हणून उपयोग होऊ शकेल. महाराष्ट्रातील नागरी आणि ग्रामीण भागात राहाणाऱ्या प्रत्येक जिज्ञासू स्त्रीपुरुषाने आवर्जून वाचून जो संग्रही ठेवावा. अशा दर्जाचा तो उतरलेला आहे. कारण यादवांनी तो साक्षीभावाने काही एक मूल्यविवेक बाळगून लिहिलेला आहे.

काचवेल

आनंद यादव

मेहता पब्लिशिंग हाऊस

KACHVEL by ANAND YADAV

काचवेल : आनंद यादव / आत्मचरित्र

© स्वाती आनंद यादव
'भूमी', ५ कलानगर, धनकवडी, पुणे-सातारा रोड, पुणे - ४११०४३.

प्रकाशक : सुनील अनिल मेहता, मेहता पब्लिशिंग हाऊस,
१९४१, सदाशिव पेठ, माडीवाले कॉलनी, पुणे – ४११०३०.

मुखपृष्ठ : मेहता पब्लिशिंग हाऊस

प्रकाशनकाल : ऑगस्ट, १९९७ / ऑगस्ट, २००२ / ऑक्टोबर, २००६ / नोव्हेंबर, २००९ / डिसेंबर, २०१२ / पुनर्मुद्रण : जानेवारी, २०१७

P Book ISBN 9788177662887
E Book ISBN 9789386454362

E Books available on : play.google.com/store/books
m.dailyhunt.in/Ebooks/marathi
www.amazon.in

श्री ज्ञानदेवांच्या पवित्र चरणी...

...सांगून झाल्यावर तू स्वतःलाही पूर्णविराम दिलास!
त्या पूर्णविरामातील महाकाव्याचा अर्थ,
हे सर्जनशीलांच्या अधिनायका,
मी सतत समजून घेतो आहे...

प्रस्तुत आत्मचरित्र –
'झोंबी', 'नांगरणी',
'घरभिंती' आणि 'काचवेल'
अशा चार खंडांत
प्रसिद्ध झालेले आहे.

चौथा चरण

'काचवेल' हा माझ्या आत्मचरित्राचा शेवटचा (चौथा) भाग. 'झोंबी', 'नांगरणी', 'घरभिंती' या तीन भागांतून माझी जीवनरेखा १९७८पर्यंत मी रेखाटली. उर्वरित १९९५ अखेरपर्यंतचा काळ 'काचवेल'मध्ये आलेला आहे. सामान्यत: १९७५ ते १९९५ या काळात जे काही माझ्या प्रापंचिक आणि लौकिक जीवनात अर्थपूर्ण घडलं त्याचं रेखाटन इथं आहे. माझ्या वाङ्मयीन प्रेरणांचा व लेखनाचा आलेख मी पहिल्या तीन भागांत रेखाटलेला नव्हता, तोही तीस-बत्तीस वर्षांचा काल 'काचवेल'मध्ये रेखाटण्याचा प्रयत्न केलेला आहे.

१९७८च्या आसपास गावाकडच्या घराविषयीची माझी कौटुंबिक जबाबदारी संपुष्टात आली. सगळी भावंडं मार्गी लागल्यावर मी माझ्या पुण्याच्या घराकडं आणि स्वत:कडं पूर्णपणे वळलो. त्यासाठी गृहस्थ आणि माणूस म्हणून काही करणं प्राप्तच होतं. त्याबरोबरच ज्या समाजात मी जन्मलो, ज्या समाजानं माझं संगोपन आणि शिक्षण केलं, नोकरी-भाकरी दिली, माझ्या जीवनाला प्रतिष्ठा दिली त्या समाजाचं ऋणही आपल्या कुवतीनुसार आणि कृतीनुसार फेडणं मी माझं कर्तव्य समजत होतो. त्या हेतूनंच काहीएक वैचारिक, सांस्कृतिक, सामाजिक भूमिका घेऊन दहा वर्षं ग्रामीण साहित्याची चळवळ चालवली. ग्रामीण तरुण पिढीसाठी काही करू पाहिलं. अजूनही यथाशक्ती करतोच आहे. याच काळात विद्यापीठात अध्यापन केलं. माझ्या सुदैवानं मिळालेला शिक्षकाचा पेशाही मी सामाजिक भावनेनं जागवला.

तरुण पिढीसाठी तिथंही काही करता आलं. परदेशाटन करण्याची संधीही मिळाली.

हे सर्व करताना जे-जे अनुभवलं, मनाची जी आंदोलनं झाली, व्यक्तिमत्त्वाची जी जडणघडण झाली, परिस्थितीनं जी लहान-मोठी आव्हानं उभी केली, त्या सगळ्यांचा परिपाक 'काचवेल'मध्ये आहे.

हा काळ माझ्या वैयक्तिक जीवनात प्राथमिक गरजांच्या दृष्टीनं स्थैर्याचा होता. अन्न, वस्त्र, निवारा यांच्यासाठी करावी लागणारी वणवण थांबली होती. त्यामुळं १९७८नंतरच्या काळात माझं बहुतेक लक्ष माझ्या आणि माझ्या मुलांच्या व्यक्तिमत्त्वविकासाकडे लागलं. त्यातूनही काही मानसिक, वैचारिक, सांस्कृतिक संघर्ष घडत गेले. त्यांचंही रेखाटन इथं आहे.

'घरभिंती' उभारल्या की घर सिद्ध होतं. वर छप्पर घालून कुटुंब राहायला येण्याची तयारी करतं. येण्यापूर्वी प्रथम भुई करावी लागते. सोप्याच्या भुईवर ग्रामीण भागात 'काचवेल' काढण्याची लोकप्रथा आहे. काकणांच्या काच-तुकड्यांनी ही वेल रेखलेली असते.

या काचवेलीत लोकसंस्कृती दडलेली आहे. काचवेल सोप्याला प्रसन्नता आणते. येणाऱ्या अतिथींच्या पायांखाली हा सोपा काचवेलीचा अंगभूत गालिचा पसरतो. काचेच्या कशिद्याची पायघडी घालतो.

ही वेल वंशवेलीचंही प्रतीक असते. त्या घराची गृहिणी नकळत स्वत:ला वंशवेल मानते. तिची मुलं ही त्या वेलीवरच्या कळ्या, फुलं असतात. जेवढी मुलं तेवढे तागोरे ती काढते. प्रत्येक मूल आगळ्या स्वभावाचं, वेगळ्या गुणांचं असतं. म्हणून ती कळ्या-फुलंही आगळ्यावेगळ्या आकारांची, अनेक रंगांची, नानाविध

पान-पाकळ्यांची काढते.

काचवेल काढण्यासाठी काच-तुकडे गोळा करावे लागतात. काही गृहिणी ते तुकडे कासाराकडून आणतात. साठवून ठेवलेल्या आपल्या जवळच्याही काचा त्यात घालतात आणि काचवेल काढतात.

...मी ग्रामीण भागातून आणि त्याच समाजातून आलो. साठ वर्षांच्या आयुष्यात खूप काचा तुकड्या-तुकड्यांनी गोळा केल्या. मला आकर्षक वाटणारे रंगीत तुकडे जपून ठेवले. जागोजागी भेटलेल्या अनेक कसबी कासारांनीही मला ते प्रेमानं देऊ केले. हे तुकडेच माझे स्वभावगुण, स्वभावरंग झाले. त्या तुकड्यांनी माझ्या व्यक्तिमत्त्वाची वेल सिद्ध झाली. माझ्या जीवनभूमीच्या अंगावर ती रेखली गेली... अंतिमत: ही भूमी, ही वेल मराठी समाजाचं आणि संस्कृतीचं प्रतिबिंब आणि प्रतीकही आहे. मी फक्त भारवाही!

माझी कन्या सौ. कीर्ती मुळीक, माझे घनिष्ठ स्नेही श्री. अनिल किणीकर आणि जिवलग मित्र डॉ. अरविंद वामन कुलकर्णी, डॉ. आनंद घाटुगडे यांनी अतिशय आपुलकीच्या भावनेने हस्तलिखिताचे वाचन करून संस्करण, संपादन आणि पुनर्लेखन करण्यास खूपच मदत केली. त्यांनी या बाबतीत इतकी आत्मीयता दाखवली की, तिने मी संकोचून गेलो. सुरेश नाईक (निवृत्त जिल्हा न्यायाधीश) यांनी आत्मचरित्र संकल्पनेविषयी मोलाची चर्चा केली. काचवेल रेखीव करण्यात या सर्वांचा सिंहाचा वाटा आहे.

'झोंबी', 'नांगरणी', 'घरभिंती' या तीन भागांना वाचकांनी प्रचंड प्रतिसाद दिला. शेकडो पत्रे पाठवून स्नेह आणि जिव्हाळा व्यक्त केला. त्यांची पत्रे मला लाखलाख

मोलाची वाटली. त्या पत्रांनी मला जगण्याला बळ आणि लेखनाला प्रेरणा दिली. जगाच्या पाठीवर जिथं-जिथं मराठी माणूस आहे तिथून पत्रं आली. या मराठी रसिकतेचं ऋण या जन्मी फिटणं शक्य नाही.

आत्मचरित्राचं लेखन मी १९८० साली सुरू केलं. तेव्हापासून तो १९९६पर्यंत अनेक संपादक मित्रांनी या आत्मचरित्राच्या चारही भागांतील उताऱ्यांना ग्रंथपूर्वकाळात मोठ्या प्रेमानं प्रसिद्धी दिली. त्यांचे मी मन:पूर्वक आभार मानतो. आत्मचरित्राचं हे लेखन पंधरा-सोळा वर्षं सतत चाललं होतं. या काळात डॉ. गं. ना. जोगळेकरांसारख्या अनेक सुहृदांनी संदर्भासाठी फार तत्परतेनं मदत केली. त्यांचीही दाट आठवण हे लेखन पूर्ण करताना होते आहे. या सर्वांमुळे लेखनासाठी मनोबल मिळत गेलं. या सर्वांचा मी उपकृत आहे.

– आनंद यादव

अनुक्रमणिका

मुलींच्या शिक्षणाची फरपट

पुण्यात शिवाजीनगरमध्ये राहत होतो. जवळच असलेल्या धनकवडीत १९७५च्या जूनला कलानगरमध्ये राहायला आलो. शिवाजीनगरमधील 'चिल्ड्रेन्स ॲकॅडमी' कॉन्व्हेंट स्कूलमधून स्वाती-कीर्तीची नावं काढली. मुलींची नावं या स्कूलमधून काढताना बरं वाटलं.

मुलींना त्या स्कूलमध्ये घालताना मी पाच-सहा वर्षांपूर्वी वेगळाच विचार केला होता. 'मुलींना इंग्रजी भाषा नीटपणे आली पाहिजे; त्यासाठी त्यांना कॉन्व्हेंट स्कूलमध्येच घालू. लहानपणापासून त्यांच्यावर इंग्रजी भाषेचे संस्कार होतील. उच्चार नीटपणे करण्याचं वळण लागेल. न अडखळता इंग्रजी बोलतील. इंग्रजी लिहायला अडचण पडणार नाही. इथून पुढे इंग्रजी भाषेलाच लिहिण्या-बोलण्याची भाषा म्हणून महत्त्व येणार. युरोप-अमेरिकेत आधुनिकतेच्या दिशेनं घोडदौड सुरू आहे. निरनिराळी संशोधनं तिकडं चालली आहेत. नवेनवे शोध तिकडंच लागतात. आपला देश विकसनशील आहे. इथं संशोधन, शोध, त्यांचं नवं तंत्र आणायचं असेल, तर इंग्रजी भाषा जिभेवर असली पाहिजे. मनाला इंग्रजीतून विचार करायची सवय लागली पाहिजे. तरच नव्या पिढीचा या देशात निभाव लागेल. देशात लोकसंख्या प्रचंड वाढत आहे. केवळ जगण्यासाठी इथून पुढच्या काळात निरनिराळ्या क्षेत्रांत स्पर्धा होतील. अशा वेळी इंग्रजीच तारू शकेल. इथं नाहीच जमलं तर जगावर कुठेही नोकरीधंद्यासाठी मुलं जाऊ शकतील. घरात मराठी भाषा आहेच. मुलींना ती बोलता येतेच. शिवाय आपण त्यांना मराठीतून लिहायला, वाचायलाही शिकवू.' असे विचार ऐन तिशी-पस्तिशीत असताना मनात आले होते. मी मुलींना भरपूर पैसे खर्च करण्याची तयारी ठेवून कॉन्व्हेंटमध्ये घातलं होतं... माझी इंग्रजी शिक्षणविषयक झालेली फरपटही त्याला कारणीभूत झाली असावी.

पण त्यातून वेगळे प्रश्न निर्माण झाले. मुली इंग्रजी तिसरी-चौथीला जाईपर्यंत त्यांचं इंग्रजी मी करून घेण्याचा प्रयत्न करत होतो. इंग्रजी शब्दांचे मराठी अर्थ

त्यांच्या लक्षात काही राहत आणि काही राहत नव्हते. ते पाठ करायला सांगून मी उद्योगाला लागे. उद्योगाला लागलो की, त्या दोघी नकळत एकमेकींशी बोलायला लागत. नकळतच खेळायला लागत. शिवाजीनगरला ज्या वाड्यात आम्ही राहत होतो, तिथं त्यांच्या वयांची मुलं-मुली भरपूर होती. ती खेळण्यासाठी बोलवायला येत. बहुधा या वाड्यातल्या मुलांचा खेळ आमच्या गच्चीतच सुरू असे. पण मी त्यांना 'आता इथं खेळू नका. स्वाती-कीर्ती अभ्यास करताहेत,' असं सांगे.

मुलं निघून जात. स्वाती-कीर्तीचे चेहरे केविलवाणे होत. त्यांच्या मनात खेळायला जाण्याची तीव्र इच्छा असे. त्यांना मी दरडावून अभ्यास करण्यास सांगे. अभ्यासाचं गांभीर्य कळण्याइतकं वय नसल्यामुळं त्या खेळासाठी आणखी केविलवाण्या होत. तरीही मी दडपून अभ्यासाला बसवी. नाइलाजानं त्या पाठांतराला बसत. मी सांगितलेले इंग्रजी शब्द सात-सात वेळा स्पेलिंगसह लिहून त्यांचा मराठी शब्दार्थ लिहीत. असं लिहायला सांगितल्यावर त्यांच्या चित्ताची एकाग्रता होईल आणि स्पेलिंग-अर्थासह पाठांतर होईल, असा माझा होरा होता.

त्यांच्या पाठांतरच्या प्रश्नांची उत्तरंही पाठ करून घेत असे. हे काम रोजच्या रोज झालं तर मुलींवर अभ्यासाचं ओझं फार पडणार नाही, नंतर त्या अति अभ्यासानं गोंधळून जाणार नाहीत किंवा आत्मविश्वास गमावणार नाहीत, म्हणून रोज अपेक्षित अभ्यास झाल्याशिवाय त्यांना सोडत नसे.

त्याच वेळी वाड्यातली मुलं गच्चीत नसली तरी खालच्या जागेत, त्यांच्या जिन्यात, इकडं-तिकडं करत, एकमेकांना शोधून काढत, गमती-जमती करत खेळत असत. अभ्यास करताना दोघींचा एक कान तिकडं नि दुसरा कान माझ्याकडं असे. त्यांची ही द्विधा अवस्था माझ्या लक्षात येई. कधी मग मी कनवाळू होई नि त्यांना सुटी देऊन टाके. 'खेळायला जा' म्हणून सांगे. लगेच त्यांचे चेहरे मोगऱ्यासारखे फुलून येत.

हे नेहमी करणं मला शक्य नसे. त्यांच्या अभ्यासाची माझ्याच मनावर टांगती तलवार असे. मी बाहेरून कामावरून घराकडं येत असताना गच्चीच्या दारात आलो रे आलो की, गच्चीत खेळणारी उत्साही मुलं एकदम थंड पडत. स्वाती-कीर्तीचे चेहरे गंभीर होत. माझे डोळे त्यांच्यावर खिळत. त्या घरात जाऊ लागत. मुलं आपापल्या घरी जाऊ लागत. मला याचं पुष्कळ वेळा अतिशय वाईट वाटे. पण दुसरा इलाजही दिसत नव्हता.

हळूहळू लक्षात आलं की, मी घरी येणं मुलींना नकोसं वाटतं आहे. बाबा घराबाहेरच आपल्या कामासाठी असावेत असं त्यांना मनोमन वाटे. आतून मुलींवर जिवापाड प्रेम करणाऱ्या मला त्याच्या वेदना होत. माझं ते प्रेम त्यांना दाखवणंही मला गैरसोईचं होतं. तशात माझा स्वभाव तापट. घरच्या माणसांना त्याची फळं

भोगावी लागत होती. त्या स्वभावावर मी संस्कार करण्याचा, नियंत्रण ठेवण्याचा सतत प्रयत्न करत होतो. पण तो 'मूळ स्वभाव' फारसा जात नव्हता. त्यामुळं मी कुचंबत होतो. त्याही कुचंबत होत्या.

अधूनमधून कसले तरी सण येत. वाड्यातली मुलं रंगीत पोशाखात नटत. काही मुलांना पाचवीपासून एकसारखा शालेय पोशाख असे. त्याखालची मुलं नटूनथटून वेगवेगळ्या पोशाखात जात. स्वाती-कीर्तीला पहिलीपासून शालेय पोशाख होता. त्या दोघींनाही निरनिराळ्या पोशाखात नटूनथटून जावं असं वाटे. पण तसं त्यांना करता येत नसल्यानं त्या नाराज होत. मुली निरनिराळ्या सणाला रंगीत रंगीत बांगड्या भरत. रंगीत रिबिनी केसांना बांधत. वेण्या घालत. स्वाती-कीर्तीच्या शाळेत बांगड्या घालायला मनाई असे. काळ्या रंगाच्या रिबिनी वापरायची सक्ती असे. वेण्या घालायला मनाई असे. बॉबकट करावे लागत. कुंकवाच्या टिकल्या लावायला मनाई असे. शाळेत तीळगूळ वाटायला बंदी असे. तिथं कोणताही हिंदू सण साजरा केला जात नसे... मुली त्यामुळं नाराज व्हायच्या. रंगीत कुंकू, रंगीत बांगड्या, रंगीत रिबिनी काढून ठेवून शाळेला जायच्या... त्यांचा आनंद, उत्साह शाळेला जाताना कुठच्या कुठं निघून जात होता.

शाळेला जाताना नाराज होण्याचं आणखी एक कारण असे. तिथं येणाऱ्या मुलांत मोठी संख्या असे ती बिगरमराठी मुलांची. श्रीमंतीच्या निरंकुश लाडात वाढलेली ही मुलं बरीचशी हिंस्र वागत. बारीकसारीक गोष्टींवरून ती मारामाऱ्या करत. एकमेकांचे चावे घेत, एकमेकांना ओरबाडून, कोचून, ढकलून देऊन पळून जात... त्यामुळं स्वाती-कीर्तीच्या सतत तक्रारी येत. जिवाच्या करारावर त्या शाळेला जात. शाळा संपल्यावर परत येताना त्यांचे चेहरे शिळे, रडवेले झालेले असत.

...मराठी शाळेतली मुलं छान छान बालगीतं, बडबड गीतं म्हणत. स्वाती-कीर्तीला ती ऐकताना गंमत वाटे. पण त्यांच्या शाळेत तसं काही नसे... शाळेतल्या 'मॅडम' त्यांना आई, मावशीसारख्या, आपल्या गल्लीतल्या 'बाई'सारख्या वाटत नसत. तिथल्या इंग्रजी प्रार्थना, तिथले सण-उत्सव आणि विशेष कार्यक्रमांना तेथील मॅडम्स विचित्रपणे नटून आलेल्या दिसत... त्यामुळं मुली तिथं उपऱ्यासारख्या मनोमन राहत. आपल्या घरादारात नसलेल्या त्या वातावरणात त्यांना विचित्र असुरक्षितता वाटे.

...कॉन्व्हेंटमध्ये आरंभी घालताना या सगळ्यांचा विचार माझ्या मनात येणं शक्य नव्हतं. हे मला अनपेक्षित होतं. मुली पाणी नसलेल्या वेलीसारख्या मनानं कोळपून चालल्या होत्या. ...आता त्यांना निदान सातवीपर्यंत तरी याच शाळेत ठेवलं पाहिजे, मध्येच काढून कुठल्या तरी मराठी शाळेत घातलं तर तिथंही त्यांना

सगळं जड जाईल म्हणून मी सचिंत होतो. परीक्षेत त्या ऐंशी टक्क्यांच्या आसपास गुण मिळवत असूनही मला त्यांची अशी चिंता वाटू लागली.

१९७५ च्या जूनमध्ये त्यांना तेथून काढण्याची परिस्थितीनंच सक्ती केली. कलानगरमधून 'चिल्ड्रेन्स ॲकॅडमी'मध्ये बसने जाण्याची सोय नव्हती. स्वारगेटला बस बदलावी लागणार होती. शाळा तर सकाळी असे. त्यामुळं मुलींचे हाल होणार होते. दुसरी चांगली सोय अनायासे होणार होती. गुलटेकडी भागात (मराठी माणसांनी चालवलेली) इंग्रजी माध्यमाची शाळा होती. तिथलं वातावरण मराठी होतं. फक्त इंग्रजीतून शिकायचं, बाकीची भाषा मराठी. माणसं आणि संस्कृती मराठी.

मी या शाळेत मुलींना प्रवेश मिळवण्यासाठी प्रयत्न करू लागलो. पण तिथं प्रवेश मिळेना. 'असा चौथी-पाचवीत मुलींना एकदम प्रवेश मिळणार नाही. आरंभापासून जी मुलं इथं आहेत, त्यांनीच आमचे वर्ग पूर्ण भरलेले असतात,' असं सांगून मुख्याध्यापकांनी प्रवेश नाकारला. त्यांचंही बरोबर वाटलं. कारण प्रत्येक वर्गात किती मुलं असावीत यावर सरकारी शाळाखात्याची बंधनं होती.

मला कुणीतरी सांगितलं की, शाळाखात्यात जाऊन शिक्षण-संचालकांना तुमची अडचण सांगता येते. मग त्यांच्या सहीनं मुलींना प्रवेश मिळू शकतो.

मी जिल्हा परिषदेत जाऊन प्रयत्न करून मुलींना प्रवेश मिळवला. पण इथंही वेगळे प्रश्न निर्माण होऊ लागले. या प्रश्नांचं स्वरूप व्यापक होतं.

महाराष्ट्र राज्याच्या स्थापनेपासून म्हणजे १९६० पासून पुण्याच्या एकूण भौगोलिक, सामाजिक, आर्थिक, सांस्कृतिक, शैक्षणिक रचनेत हळूहळू बदल होऊ लागले. ६२ सालातील पानशेतच्या पुरामुळं पुण्यातील मुठा नदीच्या दोन्ही काठांवर जी दाटकिर्र घरं आणि लोकवस्ती होती; ती तिथून उठून पुणे शहराच्या आसपास नवी घरं बांधू लागली. घरांची बांधकामं करणाऱ्या व्यावसायिकांचा व्यवसाय नव्यानं जोरात सुरू झाला. सहकारी गृहरचना संस्था स्थापन होऊ लागल्या. त्यांना सहकार क्षेत्रातून झपाझप कर्जे मिळू लागली. लोक नव्या नव्या पद्धतीची घरं, ब्लॉक्स, बंगले, फ्लॅट्स बांधू लागले. जुन्या घरांपेक्षा ही नव्या रचनेची घरं लोकांना आवडू लागली. पुण्याची जी जुनी वस्ती जातीनिहाय वसलेली होती, तिच्यात झपाट्यानं बदल होऊ लागला. नारायण, शनिवार, सदाशिव इत्यादी पेठांतील बुद्धिजीवी मंडळी आणि त्यांची तरुण पिढी पानशेत-पुराच्या निमित्तानं या पेठा सोडून बाहेर घरं बांधू लागली. त्यामुळं जातीनिहाय वस्त्या एकमेकांत मिसळू लागल्या. त्या वर्गनिहाय, समान आर्थिक परिस्थितीतील लोकांच्या होऊ लागल्या. नव्या वस्त्यांत आपल्या शेजारी कोण येऊ शकेल हे सांगता येईनासं होऊ लागलं.

एम.आय.डी.सी.ची कल्पना प्रत्यक्षात येऊ लागली. मुंबईत उद्योगसमूहांची

आणि विविध उद्योगांची अतिरिक्त गर्दी होऊ लागल्यानं आणि मुंबईच्या खालोखाल औद्योगिकदृष्ट्या पुण्याचा विकास इतर अनेक कारणांनी होण्याची शक्यता असल्यामुळं उद्योगधंदे आणि कारखाने पुण्याच्या आसपास वाढू लागले. त्यांचा कामगार वर्ग, अधिकारी वर्ग वाढला. तोही आपल्या सोईनं, जागा मिळतील तिथं घरं बांधू लागला. फ्लॅट्स विकत घेऊ लागला. हा नवा वर्ग पुण्यातून तसाच महाराष्ट्राच्या विविध प्रदेशांतून येत होता.

या काळात म्हणजे १९६५ ते ७५ च्या दरम्यान महाराष्ट्रात दुष्काळ पडत होते. अन्नधान्याची टंचाई निर्माण झालेली. लोकसंख्या झपाट्यानं वाढू लागल्यानं ग्रामीण भागातील मजूरवर्गात प्रचंड बेकारी निर्माण झालेली. त्यांच्या झुंडीच्या झुंडी शहराकडं येत. पुण्या-मुंबईत त्या जास्त येत. औद्योगिकदृष्ट्या विकास पावत असलेल्या पुण्यात त्या अनुषंगानंही अनेक ताण निर्माण होत होते. बाहेरून येणाऱ्या खालच्या स्तरातील मजूरवर्ग पुण्यात आपोआप रिचवला जात होता. हा वर्ग जिथं जागा मिळेल तिथं राही. हळूहळू स्वत:साठी घरकुलं घेई. त्यातून नवं पुणं आकाराला येत होतं. या सर्वांचा एकत्रित परिणाम होऊन निरनिराळ्या शाळांतून निरनिराळ्या जाती-जमातींची मुलं प्रवेशासाठी दारं ठोठावू लागली होती. शाळांवर त्यांचा प्रचंड रेटा पडत होता.

सरकारी शैक्षणिक धोरणात बदल झाले होते. त्यामुळे संपूर्ण खाजगी शाळांची आर्थिक रचना, व्यवस्थापनाची रचना बदलू लागली होती. पूर्वी खाजगी शाळा स्वत:च स्वत:चा खर्च चालवीत. त्यांना सरकार फारच अल्प प्रमाणात अनुदान देत होतं. त्यामुळं शाळा संपूर्ण स्वायत्त होत्या. त्या कुणाला प्रवेश द्यायचा आणि कुणाला द्यावयाचा नाही हे ठरवीत होत्या.

पुण्यातील बहुतेक शिक्षणसंस्था उच्चवर्णीय व्यक्तींनी स्थापन केल्या होत्या. स्वातंत्र्यपूर्व काळात आणि स्वातंत्र्यानंतरच्या दहा-पंधरा वर्षांत त्या ध्येयवादानं प्रेरित होऊन चालवल्या जात. या शाळांत बहुतेक संस्थाचालक, शिक्षक उच्चवर्णीय असत. ते हुशार मुलांना प्रवेश देत आणि त्यांच्यावर शिक्षणाचे उत्तम संस्कार करून सुशिक्षित पिढी तयार करत. जुन्या पुण्यात सुसंस्कृत, सुशिक्षित, नोकर-पेशात असलेला जो मध्यमवर्ग होता तो प्रामुख्यानं उच्चवर्णीय समाजातील होता. त्यामुळं इथल्या चांगल्या शाळांतूनही प्रामुख्यानं त्या वर्णातीलच मुलं शिकत असत.

स्वातंत्र्यपूर्व काळात हे सगळं ठीकच होतं. कारण इतर जाती-जमातींमध्ये शिक्षणप्रसार झालेला नव्हता. शिक्षण घ्यावं असं इतर जातींना आपापल्या व्यवसायांमुळं वाटतही नव्हतं. शिक्षणामुळं मिळाल्या तर फक्त सरकारी किरकोळ नोकऱ्याच मिळत. समाज गतानुगतिक आणि स्थितिवादी होता. लोकसंख्याही कमी होती. या काळात अखिल भारतीय मराठा शिक्षण परिषद किंवा शिवाजी मराठा शिक्षणसंस्थेसारख्या

काही शैक्षणिक संस्था बहुजन समाजाच्या होत्या. सरकारी आणि महानगरपालिकेच्याही शाळा होत्या. पण शैक्षणिक क्षेत्रात त्यांना फारशी प्रतिष्ठा नव्हती. ती नसणंही स्वाभाविक होतं.

स्वातंत्र्योत्तर काळात मात्र महाराष्ट्र राज्याच्या बदलत्या शैक्षणिक धोरणाचा परिणाम होऊन शाळांची अनुदानं वाढत गेली. अनुदानं जसजशी वाढत जातील तसतसे सरकारी आदेश वाढत गेले. नवेनवे नियम येऊ लागले. जिल्हा परिषदा, शिक्षण-अधिकारी यांच्या ध्येयधोरणानुसार ज्या त्या भौगोलिक विभागात राहणाऱ्या कोणत्याही जाती-जमातीच्या विद्यार्थ्यांना त्या त्या विभागातील शाळांत प्रवेश दिला पाहिजे असे हुकूम निघू लागले. याचा परिणाम होऊन केवळ गुणवत्तेचा विचार न करता कोणत्याही जातीच्या विद्यार्थ्यांना कोणत्याही शिक्षणसंस्थेच्या शाळेत प्रवेश मिळू लागला.

या प्रवेशामुळं ध्येयवादी आणि हुशार मुलांनाच प्रवेश देऊन त्यांच्यावर उत्तम संस्कार करणाऱ्या शिक्षणसंस्थांवर सामान्य दर्जाच्या विद्यार्थ्यांचा रेटा वाढला. त्यामुळं परंपरावादी, मानसिक पातळीवर नकळत वर्णश्रेष्ठत्ववादी असलेल्या मंडळींच्या शाळांतील चालकवर्ग अस्वस्थ झाला. शिक्षकवर्गात, कर्मचारी वर्गात मागासवर्गीय जाती-जमातींना स्थान देण्याच्या सरकारी धोरणामुळं तो आतून आणखी अस्वस्थ झाला. याचे पर्यवसान आरंभीच्या काळात कडक परंपरावादी शाळांतील जनजातींच्या मुलांकडं उपेक्षेनं, तुच्छतेनं, पूर्वग्रहानं पाहण्यात होऊ लागलं. बहुजन समाजातील हुशार मुलांवरही त्याचा परिणाम होऊ लागला.

याची फळं माझ्या मुलींना भोगावी लागली. जिल्हा परिषदेकडनं मी प्रवेश देण्याविषयी परवानगी आणली. रीतसर असतील ते पैसे भरले आणि प्रवेश घेतला.

शाळा सुरू झाल्या होत्या.

स्वाती-कीर्तीला पहिल्या दिवशी घेऊन गेलो. त्यांना कसं जायचं ते सविस्तर सांगितलं. शाळा दाखवली. ऑफीस दाखवलं. त्या वर्गात बसल्यावर मी परतलो.

जाता जाता वाटलं, आपण प्राध्यापक आहोत. शिक्षणक्षेत्रातच काम करत आहोत. तेव्हा मुख्याध्यापकांना भेटावं. त्यांचा परिचय करून घ्यावा. मुलींकडं लक्ष ठेवण्यासाठी विनंती करावी. इथं कोणत्या परिस्थितीत यावं लागलं तेही त्यांना सांगावं. परिचय होईल. तसा झाला तर बरं असतं. मी परवानगी घेऊन भेटायला गेलो.

''नमस्कार, सर. मी प्राध्यापक आनंद यादव.''

''नमस्कार. तुम्ही भेटला होता ना यापूर्वी?'' त्यांनी अनपेक्षितपणे एकदम नाराजी व्यक्त केली. चमत्कारिक वाटलं.

''होय सर. त्या वेळी प्रवेश मिळावा म्हणून मी आपणास विनंती करण्यासाठी

आलो होतो.'' मी सरळपणे बोललो.

''त्या वेळी तुम्हाला मी प्रवेशासंबंधी सांगितलंच होतं.''

''हो. पण सर, आपल्याच शाळेत प्रवेश मिळावा म्हणून मी जिल्हा परिषदेकडं विनंती केली होती. ती त्यांनी मानली. त्यामुळं मुलींना आपल्याच शाळेत घातलंय.''

''असं?'' ते थोडे आश्चर्यचकित होऊन उद्गारले. त्यांनी प्रथम प्रवेश नाकारल्यावरही जिल्हा परिषदेकडं जाऊन मी तो मिळवला यात त्यांना कुठंतरी सूक्ष्म अपमान झाल्यासारखं वाटलेलं दिसलं.

मी त्यांना सगळी वस्तुस्थिती समजून सांगितली. शेवटी विनंती केली. ''अशा चमत्कारिक परिस्थितीत मुलींना आपल्या शाळेत घालावं लागलं आहे. आपण मुलींकडं लक्ष ठेवावं, ही विनंती.''

''ठीक आहे. पण वस्तुस्थिती म्हणून मीही एक सांगतो. अशा रीतीनं जिल्हा परिषदेकडून आलेली मुलं बहुधा कच्ची असतात. त्यांच्यावर इथल्या शिकवण्याचा फारसा परिणाम होईल की नाही हे सांगता येत नाही. तेव्हा तुमच्या मुलींवर तुमचंच विशेष लक्ष असू द्या. घरात त्यांचा अभ्यास वेळेवर करून घेतला जाईल याची काळजी घ्या. त्यांच्या प्रगतीला आमच्यापेक्षा तुम्हीच जास्त जबाबदार आहात हे लक्षात असू द्या.''

मुख्याध्यापक स्पष्टवक्ते दिसले. मुलींविषयी आस्थेनं चौकशी करणं, पालकांना आश्वासक धीर देणं हे बाजूलाच राहिलं. उलट मुलांची या शाळेत प्रगती झाली नाही, म्हणजे स्पष्टच ती जर नापास झाली तर त्याची जबाबदारी शाळेवर नाही; उलट पालकावरच असते असं सुचवून मोकळे झाले. वास्तविक दोन्ही मुली हुशार होत्या. त्यांना उत्तम मार्क्स होते. पण त्याची चौकशी न करता एकदम त्यांनी 'कच्ची मुलं' म्हणून निष्कर्ष काढावा याचं आश्चर्य वाटलं.

मनोमन वकिलीबाण्याच्या मुख्याध्यापकांनाच सांभाळून घेत शांतपणे उठलो. पुन्हा एकदा नमस्कार करून बाहेर पडलो. मुलींचं भवितव्य इथं सुरक्षित नाही अशी पाल आत कुठंतरी चुकचुकली.

वर्षभर अनुभव येत गेला. त्या शाळेत त्या नवीन असल्यामुळं मुली एकट्या पडत गेल्या. त्यांची तिथल्या वर्गात कुणा मुला-मुलींशी ओळख नव्हती. शिक्षकही अनोळखी होते. त्यामुळं त्या धरून आणलेल्या मुलींसारख्या कुठं जागा मिळेल तिथं जाऊन बसत. 'जादाच्या विद्यार्थिनी' म्हणून त्यांच्याकडं त्यांच्या वर्गातल्या मुली पाहत. त्यात ''यादव' म्हणजे मराठा ना?' असा हलवून खुंटा गच्च करणारा प्रश्न त्यांना वर्गातल्या मुलींनी विचारला. मी चमकलो. त्या आणखी एकट्या पडत गेल्या. त्यांना वर्षभर कुणी विचारलं नाही. स्पर्धांत भाग घेता आला नाही की कुठल्या खेळात त्यांना कुणी 'या' म्हणालं नाही. वर्गातल्या इतर मुलींची मैत्री

जुन्यांशी होती. काहीसं ते स्वाभाविकही असलं तरी स्वाती-कीर्ती एखाद्या आश्रितासारख्या त्या शाळेत जात होत्या. शाळा आपली म्हणावी असं त्यांना तिथं काहीही वाटत नव्हतं. त्या दोघी या शाळेतही अधिकच कोमेजून गेल्या.

दु:खाची गोष्ट म्हणजे त्यांच्या वह्या आणि परीक्षेचे पेपर्सही नीटपणे तपासले जात नव्हते. उत्तरं बरोबर असूनही गुण मात्र पूर्ण न देता कमी दिलेले असत. मी आश्चर्यानं थक्क होत होतो. ही द्वेषमूलक वृत्ती अजूनही टिकून आहे याचं अतिशय वाईट वाटलं. पक्षपात होतो आहे याची मला स्पष्ट कल्पना येत होती पण मी काही करू शकत नव्हतो. तपासलेले वह्या, पेपर्स घेऊन जावं आणि स्पष्ट जाब विचारावा तर मुलींवर अधिकच दात ठेवला जाईल, त्यांना हिडीसफिडीस केलं जाईल अशी काळजी वाटत होती.

वर्षभर मी काही करू शकलो नाही. मुलींना मानसिक धीर देत त्यांना खूश ठेवत होतो. एवढं वर्ष पार पाडायचं आणि काही झालं तरी मुलींना त्या शाळेतून काढायचं असा मनाशी निर्णय घेऊन चूपचाप बसलो.

आणखी एक गोष्ट हळूहळू स्पष्ट होत गेली. स्वाती-कीर्ती इंग्रजी माध्यमामुळं कुचंबत असल्यासारख्या दिसत होत्या. माझे व्याप वाढतील तसे माझं त्यांच्या अभ्यासाकडचं लक्ष उडालं होतं. त्या आपापल्या बसून जो काही अभ्यास करतील तेवढाच. त्यांनी अधूनमधून काही विचारलं तरच मी त्यांना सांगत होतो. त्यातही अडथळे येत होते ते शास्त्राच्या शंका, अडचणी विचारताना. माझा आणि स्मिताचा विषय कला शाखेचा म्हणजे मराठी साहित्य हाच होता. भौतिकशास्त्रांचा आमचा दोघांचाही संपर्क तुटला होता. त्यातून पुन्हा आम्ही ती शास्त्रं एस.एस.सी.पर्यंत मराठी माध्यमातून शिकलो होतो. त्यामुळं शास्त्रातील इंग्रजी पारिभाषिक शब्दांचे आम्हास अर्थही कळत नसत. मराठी-इंग्रजी डिक्शनरीत त्यांचे अर्थ पुष्कळ वेळा नसत किंवा स्थूल मराठीत असत. त्यावरून काही बोध होत नसे. त्यामुळं मुलींच्या शंका तशाच राहत.

'मुलींना सतत विचित्र झगडा करावा लागतो आहे हे माझ्या लक्षात आलं. केलेल्या अभ्यासातून जे काही ज्ञान होत आहे, ते त्यांना नीटपणे लक्षात ठेवायचं, त्यातला काटेकोरपणा समजून घेण्यासाठी सतत धडपड करायची आणि ते ज्ञान नीटपणे व्हावं म्हणून ते ज्या भाषेत लिहिलं आहे ती इंग्रजी भाषाही नीटपणे लक्षात ठेवायची. यापेक्षा त्यांची भाषेची अडचण काढून टाकली तर त्यांचा एक फार मोठा अडथळा कमी होईल आणि मातृभाषेतून त्यांना भराभर ज्ञान आत्मसात करता येईल, भाषा-स्मरणाची वेगळी अडचण येणार नाही. अनायासे त्यांना 'मराठी' हा एक विषय आहेच. उन्हाळ्याच्या सुटीत त्यांचं मराठीचं ज्ञान थोडं वाढवावं लागेल. आवडीनं वाचण्यासाठी त्यांना गोष्टींची विनोदी पुस्तकं मराठीतून वाचायला द्यावीत

आणि मराठी वाचन-लेखनाचा सराव करून घ्यावा. नंतर मराठी माध्यमाच्या हायस्कूलमध्ये घालावं.'

मी हा विचार स्मिताला बोलून दाखवला. स्मितालाही तो पटला.

कसंबसं इंग्रजी माध्यमाच्या शाळेतलं वर्ष पार पडल्यावर दोघींनाही तिथून काढलं आणि स्मिताच्या शाळेतच १९७६ च्या जूनमध्ये दोघींची नावं घातली.

स्मिताच्या हायस्कूलमधील दोघींची ती दोन वर्षं अतिशय आनंदात गेली. स्मिताबरोबर त्या शाळेला जात होत्या नि तिच्याबरोबर परतही येत होत्या. त्यामुळं बसप्रवासाचा आणि त्यांच्या प्रवासाविषयी मला वाटणाऱ्या काळजीचा काही प्रश्नही नव्हता. माझी ही काळजी इंग्रजी माध्यमाच्या शाळेत त्यांची नावं घातल्यापासून सुरू झाली होती. दोघीही स्वारगेटपर्यंत बसनं जात होत्या आणि तिथून पुढं तीनचार फर्लांग चालत जात होत्या. त्या रस्त्यानं संध्याकाळी दारुडे येत-जात असत. एकदा तर थंडीच्या ऋतूतल्या एके दिवशी कीर्तीनं आपला स्वेटर काढून खांद्यावर टाकला होता आणि ती शाळा सुटल्यावर स्वारगेटला येत होती; तेव्हा तिचा स्वेटर एका सायकलस्वारानं अलगद वरच्या वर काढून घेतला नि तो भरधाव वेगानं निघून गेला. कीर्ती रडत-भेकत घरी येऊन सांगू लागली.

स्वेटर जाणं महत्त्वाचं नव्हतं पण त्यांचा तो प्रवास मला संध्याकाळच्या वेळी अतिशय असुरक्षित वाटत होता आणि स्वारगेटहून कात्रजला अर्ध्या अर्ध्या तासानं जाणारी बसही त्यांना संध्याकाळच्या गर्दीत पकडणं फार कठीण जात होतं. कधी कधी खूप उशीर करून यायच्या. अकरा-बारा वर्षांची स्वाती आणि साडेनऊ-दहा वर्षांची कीर्ती एकमेकीला आधार देत हा पोरका प्रवास करताना मला फारच काळजी लागून राहत होती.

आता त्यांची ही चिंता आईची संगत असल्यामुळं मिटली. पहिल्या पाचसहा महिन्यांत त्या एकदम उल्हसित झाल्या. अनेक वर्षं पाणी नसलेल्या झुडपांना अवचित खतपाणी मिळून ती फुलू लागावीत, तशी त्यांची अवस्था झाली. त्यांचा स्वभाव एकदम बदलल्यासारखा झाला. शाळेला जायला त्यांना उत्साह वाटू लागला. अभ्यासात त्या मनापासून रमू लागल्या... त्यांची हुशारी दिसून येण्यासाठी परक्या भाषेचा जो अडथळा होता तो दूर झाला होता.

वर्षं मजेत चालली. अभ्यासाचं त्यांना ओझं वाटेनासं झालं. कलानगरमध्ये त्यांच्या वयाची अनेक मुलं-मुली होत्या. त्यांच्याशी त्यांची चांगली गट्टी जमली. कलानगरचे तीस-पस्तीस बंगलेच तेवढे ऐन माळवस्तीवर होते. मागं पद्मावतीपर्यंत नि पुढं कात्रज गावापर्यंत निवांत माळरान पसरलेलं. त्यामुळं कलानगरमधली मुलं एकत्र जमायची, एकत्रच खेळायची. आमची वस्तीही नवीन असल्यामुळं दसरा, संक्रांत, दिवाळी, हळदीकुंकू, गणपती, गौरी यांसारखे अनेक सण-उत्सव उत्साहानं

आणि एकत्र साजरे होऊ लागले. त्यात मुली आवडीनं, नटूनथटून भाग घेऊ लागल्या. अनेक उपक्रम करू लागल्या. त्या माणसांत आल्यासारख्या वाटू लागल्या. अभ्यासाविषयीही आता त्यांना एक प्रकारचा आत्मविश्वास आला.

१९७८ चा मे महिना उजाडला. कीर्ती सहावीची परीक्षा आणि स्वाती सातवीची परीक्षा प्रथम क्रमांकानं पास झाल्या. दोन्ही वर्षं त्यांनी प्रथम क्रमांक सोडला नव्हता. खूप समाधान वाटलं.

आपापला रिझल्ट घेऊन आल्या; त्या दिवशी तो आनंद साजरा करता करताच त्यांना एक गोष्ट विचारली,

''अगं, तुम्हा दोघींनाही इंग्रजीत चांगल्यापैकी गुण आहेत.''

''हो.''

''इंग्रजीचा पेपर सोपा गेलेला दिसतो.''

''हो.''

''इंग्रजीचा सोडला तर सगळेच पेपर्स मराठीत आहेत.''

''होऽ!''

''समजा; तुम्हाला फक्त आणखी दोन पेपर्स म्हणजे एक शास्त्राचा आणि दुसरा गणिताचा इंग्रजीत लिहायला सांगितलं तर लिहू शकाल का?'' मी हळूच त्या भाबड्या मनासमोर माझा डाव टाकला.

''हो ऽ ऽ!'' दोघींनीही सरळ होकार भरला. विशेषत: स्वातीला पहिल्या क्रमांकामुळं प्रचंड आत्मविश्वास आलेला दिसला. कीर्ती तिच्याकडं बघत तिच्याबरोबर म्हणायचं म्हणून 'हो ऽ' म्हणाली.

माझ्या मनात सतत एक विचार अजूनही घोटाळत होता. काही झालं तरी इंग्रजी हे आपल्या देशात आज घडीला तरी अपरिहार्य आहे. जपान, फ्रान्स या राष्ट्रांसारखी अस्मिता जागी होऊन स्वभाषेत जगातलं बहुतेक महत्त्वाचं ज्ञान आणायची कुवत गोंधळाची स्थिती असलेल्या आपल्या देशात यायला अजून चार-पाच पिढ्या तरी अशाच जातील. निदान ते ज्ञान आणण्यासाठी तरी तूर्त इंग्रजीच शिकलं पाहिजे. अनेक चांगल्या हायस्कूलमधून शास्त्र आणि गणित इंग्रजीतून शिकवतात, त्यामागं हीच दूरदृष्टी असली पाहिजे. स्वाती-कीर्तीनं हे दोन पेपर्स तरी आठवीपासून इंग्रजीतून घ्यावेत, असं सतत वाटत होतं. त्यांना विचारण्यासाठी मी त्यांच्या रिझल्टची आणि त्यातल्या इंग्रजी पेपरात किती गुण पडतात याची मनोमन वाट पाहत होतो. गुण चांगले पडले होते. मुलींनी मान्यताही दिली. त्या अजाण जीवांची आज्ञा प्रमाण मानून मी स्मिताचाही विचार रात्री घेतला. मुलींनी दोन पेपर्स इंग्रजीत दिले तर पुढं त्यांना सायन्स, इंजिनीअरिंग, मेडिकल इकडं जायचं असेल तर ते कसं फायद्याचं होईल हेही स्मिताला सांगितलं.

स्मितानं मान्यता दिली.

पुणे विद्यापीठात मराठी विभागात आठवड्यातून एखादा तास घेण्यासाठी डॉ. प्र. ल. गावडे येत असत. पुष्कळ वेळा त्यांची भेट महाराष्ट्र साहित्य परिषदेत होत असे. त्यातून त्यांचा माझा परिचय वाढला होता. ते गरवारे हायस्कूलचे मुख्याध्यापक होते. हाडाचे शिक्षक होते. शिक्षण आणि गुणी विद्यार्थी यांच्याविषयी मनापासून त्यांना प्रेम आणि आस्था होती. ज्ञानाची सतत ओढ होती. त्या ओढीतून त्यांनी स्वातंत्र्यवीर वि. दा. सावरकर यांच्या वाङ्मयावर व्याप सांभाळून डॉक्टरेट मिळवली होती. त्यांच्या हायस्कूलची अनेक मुलं एस.एस.सी.च्या प्रत्येक वर्षाच्या रिझल्टमध्ये पहिल्या पन्नास विद्यार्थ्यांत हमखास असत. त्या हायस्कूलनं आणि तिथल्या अध्यापक वर्गानं शिक्षणक्षेत्रात खूपच लौकिक मिळवला होता. हायस्कूलमध्ये मुलांची गुणवत्ता खास अभ्यास घेऊन वाढवली जात होती. त्याचा पडताळा एस.एस.सी.च्या रिझल्टमध्ये प्रत्येक वर्षी येत होता. हे हायस्कूल गावडेसरांच्या कारकिर्दीत पुण्यातलं एक आदर्श हायस्कूल होऊन राहिलं होतं.

त्या हायस्कूलमध्ये आठवीपासून इंग्रजी माध्यमातून शास्त्र आणि गणित शिकवण्याची व्यवस्था होती. दोन्हीही मुलींची अभ्यासात बऱ्यापैकी गती आहे हे अनुभवाला आलं होतं.

मी डॉ. गावडे यांना सगळी वस्तुस्थिती सांगितली. माझं शिक्षणप्रेम, उत्तम ज्ञानाविषयी मला असलेली ओढही त्यांना सांगितली. दोन्हीही मुली पहिल्या क्रमांकानं दोन्ही वर्षी उत्तीर्ण झाल्याचंही बोललो.

त्यांनी योग्य त्या रीतीनं प्रवेश मिळवण्यासाठी काही सूचना केल्या. त्या सूचनांनुसार मी पुन्हा प्रयत्न केले. शेवटी दोघीही मुलींना त्यांनी रीतसर प्रवेश दिला. त्यांच्या शेवटपर्यंतच्या शिक्षणाची माझी काळजी मिटली. पालक म्हणून मला एक नैतिक जबाबदारीतून पार पडल्यासारखं झालं. मुलींच्या शिक्षणाचा किती मोठा प्रश्न होऊन राहिला होता. गावडे सरांनी अतिशय सौजन्यानं तो सोडवला. मुलींनीही आपली गुणवत्ता अखेरपर्यंत टिकवली. चांगल्या गुणांनी उत्तीर्ण होत गेल्या.

स्मिता आणि मी दोघंही नोकरीमध्ये चांगले रुळलो होतो. मुली हायस्कूलला आपापली अंघोळ, वेणीफणी, अभ्यास आणि खाणं उरकून जात होत्या. बसला गर्दी असली की स्वाती कीर्तीला पुढं घालून चढवत होती. तिला संरक्षण देत आपण मागून चढत होती. स्वातीची वडील वृत्ती आपसूक दिसत होती. तेरा-चौदा वर्षांची असूनही पोरगी किती शहाणी झाली आहे हे एकदा बसमध्ये चढताना दुरून अनुभवलं होतं. काहीसा गहिवरल्यासारखा झालो होतो. दोघीही एकमेकींत मनापासून रमत होत्या. विनासायास यश मिळवीत पुढं चालल्या होत्या.

स्वाती व्यवहारात, खेळण्यात जास्त रमत होती. आपल्या हक्कांविषयी विशेष

जागरूक होती. मांजरासारख्या पाळीव प्राण्यावर मनापासून प्रेम करीत होती. मांजरीच्या पिलांना कुरवाळून खाऊपिऊ घालत होती. बागेत भान हरपून रमत होती. झाडांना पाणी घालणं, त्यांची निगा करणं तिला मनापासून आवडत होतं. विशेष बोलकी आणि दिसायला गोड असल्यामुळं शेजारीपाजारी तिनं मैत्रिणी जोडल्या होत्या.

कीर्तीचं स्वातीसारखं नव्हतं. स्वातीबरोबर ती मैत्रिणीमध्ये रमत असली तरी, दीड-दोन वर्षाच्या आशूमध्ये जास्त रमत असे. त्याला घेण्यात, आसपास मिरवण्यात, त्याच्याशी वत्सल बडबड करण्यात ती विशेष रमत होती. बाग आणि प्राणी यांच्यापेक्षा तिला गोष्टींच्या पुस्तकांचं वाचन अधिक आवडत होतं. स्वातीच्या तुलनेत भोळीभाबडी वाटत होती. लहान बहीण असल्यामुळं असेल कदाचित पण स्वत:च्या हक्कांविषयी स्वातीइतकी जागरूक नव्हती. त्यामुळं तिची आई तिला चटकन काही काम सांगे आणि कीर्ती ते मनापासून करून पटकन मोकळीही होई. वयाच्या मानानं जास्त समंजस वाटत होती.

मला आणि स्मिताला पहाटे पाच वाजताचा गजर लावून उठावं लागे. स्मिताचं हायस्कूल सकाळी सात-सव्वासातला सुरू होई. त्यामुळं तिला 'सहावीसची बस' पकडावी लागे. पावणेसहा वाजेपर्यंत ती पोळ्या करून मोकळी होई. मला भाजी कोणती करायची ते सांगे. कुकरमध्ये काय काय लावायचं तेही सांगे. सहानंतर ती पटकन वेणी-फणी, अंघोळ वगैरे आटपून सव्वासहाला बाहेरही पडे. तिच्या झटपटपणाचं मला कौतुक वाटे. इतर स्त्रिया एवढ्याच कामासाठी तासतासभर लावतात हे मी कथा-कादंबऱ्यांतून वाचलेलं. स्मिताचा अनुभव मला नेमका उलट येई. खरं तर मलाही अंघोळ करायला आणि कपडे करायला वेळ लागतो, म्हणूनही तिचं कौतुक वाटे.

स्मिता गेली की कुकरमध्ये उकडत घातलेले बटाटे, मटार, मूग इत्यादी काढून मी भाजीला फोडणी देई. आलेलं दूध तापवी. नंतर उठलेल्या स्वाती-कीर्तींना ते देई. डब्यातूनही त्या पोळीभाजी नेत. त्या शाळेला गेल्या की मला खालून वर आणून पाणी भरावं लागे. त्यात एक तास जाई. त्यानंतर माझी दाढी, अंघोळ, न्याहारी होई... आशुतोषला सांभाळण्यासाठी मुलगी येई. ती आली आणि आशू झोपलेला असेल तर मग एखाद्या वेळेस ती घर झाडून घेई.

वेळ मिळाला तर तासभर माझं वाचन किंवा लेखन होई. जेवण करून मी अर्धा तास एक डुलकी काढी. पाच वाजता उठल्यामुळं आणि शारीरिक श्रम झाल्यामुळं शिवाय दिवसभर विद्यापीठात जायचं असल्यामुळं डोळ्यांवर आलेली जडपणाची झापड काढून टाकावी लागे. तेवढ्या वेळात डुलकी झाल्यावर जरा ताजं वाटे. मग साडेअकराच्या सुमारास लूनावरून विद्यापीठात जाई. एक ते सव्वाच्या सुमारास

स्मिता शाळेतून परत येई. मधल्या तासाभरात आशूला सांभाळणाऱ्या मुलीवर घरदार सोपवावं लागे.

स्मिता घरी आली की आशूमध्ये रमून जाई. दुपारी आशू बराच वेळ झोपे. त्यामुळं स्मितालाही विश्रांती मिळे. साडेतीन-चारच्या सुमाराला ती घरकामात गढून जाई. भाजी आणणं, स्वयंपाकासाठी किराणाभुसार आणणं, निवड-पाखड, दळण या गोष्टी ती आशूला सांभाळणाऱ्या मुलीच्या मदतीनं करी.

विद्यापीठातून मी सहा-साडेसहा वाजता घरी परत येई. कधी पुण्यात काही सांस्कृतिक, वाङ्मयीन कार्यक्रम असला तर किंवा प्रकाशकाकडं जाऊन रात्री आठ-साडेआठ वाजता परत येई. मग मात्र तीन मुलं आणि आम्ही दोघं अशी आमची पंचकडी घरात असे.

आशूच्या जन्मानंतर दीड-दोन वर्षांनी घरात टीव्ही आणला होता. तो पाहण्यात रात्रीचा साडेनऊ-दहापर्यंतचा वेळ मजेत जाई. गप्पाटप्पा करत सर्वांची जेवणं झाली की, दहा-साडेदहापर्यंत सर्व जणं झोपून जात असू. सकाळी सर्वांनाच लवकर उठावं लागे.

कमी-अधिक फरकानं ही चाकोरी चालू होती. दिवाळीची किंवा उन्हाळ्याची सुटी पडली की कार्यक्रमात थोडा बदल होई. या दोन्ही सुट्यांत आम्ही मुलांना घेऊन कागलला जात असू. मुलांना दोन्ही घरच्या आजोळांत आनंद लुटता येई. दोन्हीकडंही त्यांचं भरपूर कौतुक होई. स्वाती-कीर्ती यांना पुणे शहराच्या पार्श्वभूमीवर कागलची ग्रामीण माणसांची राहणी, त्यांची दिनचर्या यांच्यात रस निर्माण होई. स्मिताच्या घरचा गोतावळा मोठा असल्यानं त्यात त्या आणि स्मिता रमून जात असत. पुण्याचे पाहुणे, पुण्याची माणसं, पुण्याची राहणी याविषयी गावच्या लोकांना उत्सुकता असे. त्यांची तृप्ती आमच्याशी त्यांच्या होणाऱ्या गप्पांतून होत असे.

कागलच्या माझ्या घरातील माणसं मार्गी लागली होती. माझी आई थकल्यामुळं कुठं कामाला वगैरे जात नसे. तिचे विश्रांतीचे दिवस सुरू झाले होते. आईच्या सांगण्यावरून मग आम्ही दोन-तीन वर्षांच्या आशूला घेऊन कागल पंचक्रोशीतील कुलदैवतांना भाड्याची टॅक्सी घेऊन जाऊन आलो. मुलांना प्रवासाचा आनंद मिळावा, त्यांना निरनिराळे देव पाहता यावेत, त्यांच्या कुलदैवतांचा परिचय व्हावा, आमच्या चाकोरीतील जीवनालाही चाकोरीबाहेर जाऊन थोडा विरंगुळा, थोडा उत्साह मिळावा असे विविध हेतू त्यामागं होते... या देव-देवतांच्या गाठीभेटीमुळं श्रद्धाळू स्मितालाही बरं वाटणार होतं. हलसिद्ध आप्पाची वाडी, जोतिबा, कराड भागातील औंधची यमाई, कोल्हापूरची अंबाबाई, भवानीमाता, कागलचा गैबीपीर, काडाप्पाचा मठ असा प्रवास या काळात केला... प्रवासात निसर्ग परिसर पाहताना स्वाती-कीर्ती हरखून जात होत्या. स्मिताच्या बहिणींचे नवरे आणि तिचे भाऊ निरनिराळ्या गावी

नोकऱ्या करत. त्या त्या गावीही स्वाती-कीर्ती जाऊन मावश्यांचा आणि मामांचा पाहुणचार सुट्यांमध्ये वेळोवेळी भरपूर घेऊन येत.

अनेक वर्षांनी जन्माला आलेल्या आशूमुळं हळूहळू स्मिताच्या स्वभावात फरक पडत गेला. तिच्यात जगण्याचा नवा उत्साह निर्माण झाला. माझं वय वाढत जाईल तसा मी अधिकाधिक प्रमाणात माझ्या लेखनाकडं आणि ग्रामीण साहित्याच्या चळवळीकडं खेचला गेलो. तिकडचं माझं चित्त एकाग्र होत गेलं. इतर गोष्टींत मला रस कमी वाटू लागला. विशेषत: दोघं मिळून किंवा मुलांना घेऊन नाटक-सिनेमाला जाणं, कपडे, प्रपंच-वस्तू, इतर काही यांच्या खरेदीसाठी जोडीनं जाणं, हॉटेलात मुलांना घेऊन जाणं, प्रदर्शन पाहणं, कुणाच्या घरी दोघांनी मिळून जाणं, लग्नादी समारंभांना नटूनथटून जोडीनं उपस्थित राहणं, यात्रा-जत्रा, उत्सव यांना जाणं मला नकोसं वाटे. ही माझ्या स्वभावाची मर्यादा होती. स्मिता मात्र यात रस घेई. स्त्रिया स्त्रिया मिळून अशा कार्यक्रमांना ती जाई. मुली जसजशा मोठ्या होत गेल्या तसतशी स्मिता त्यांना घेऊन आता स्वतंत्रपणेही जात राहिली. मुलींना अशा गोष्टींत त्यांच्या वयानुसार रुची वाटे. आईबरोबर जाऊन त्या आपल्या पसंतीचे कपडे व वस्तू आणत.

चांगले, गाजलेले हिंदी, मराठी, इंग्रजी चित्रपट किंवा प्रयोगशील मराठी नाटकं मी पाहिली. पण मला लोकप्रिय, मनोरंजक चित्रपट पाहण्यात रुची वाटत नाही. डोक्याला ताण देणारे बोलपट स्मिताला नको वाटत. तिचं ते खरंही असे. नोकरी आणि प्रापंचिक जबाबदाऱ्या यांची तीच ती चाकोरी आणि तीच ती कामं रोज रोज करणं यामुळं ती निश्चितपणे कंटाळून जात असे. परिणामी तिला विरंगुळ्याची गरज वाटे. नाना निमित्तांनी बदल हवासा वाटे. चाकोरीबाहेर जाण्यासाठी ती यात रमत असे. माझं तसं नव्हतं. मी अध्यापनात, विद्यार्थ्यांच्या तरुण पिढीत, वाचनात, लेखनात, वाङ्मयीन चर्चांत, बाहेरगावी जाऊन व्याख्यानं देण्यात रमत असे. यातून मला विरंगुळा मिळे. स्मिता अशा गोष्टींत रस घेऊ शकत नव्हती. ललित साहित्याचं किंवा वैचारिक ग्रंथांचं तिचं वाचन कमी. त्यामुळं त्यांच्याशी संबंधित कोणत्याही गोष्टीत तिला रस कमी. ती माझ्या व्याख्यानांनाही कधी येऊ शकली नाही. तिला तिची अवधानं होती आणि तिला यात रसही नव्हता.

दोघांच्या या स्वभाव-भिन्नतेमुळं आणि रुचि-भिन्नतेमुळं स्मितानं नकळत आपली अशी एक वाट काढली. मुळात तिचा स्वभाव कुटुंबवत्सल. भरपूर असलेल्या भावंडांच्या भरल्या घरात तो घडलेला. तिचा कोणताही गुण एकारलेला किंवा एका टोकाचा नाही. एकूण स्वभावगुणात संतुलितपणा असलेला. घरातल्या सर्वांना समजून घेणं, तसंच त्यांना प्रसंगी समजून सांगणं ती सहजपणे करते. त्यामुळं आमच्या संसारात टोकाचे संघर्ष, टोकाच्या समस्या कधी निर्माण झाल्या नाहीत.

सगळी वाटचाल आश्चर्य वाटावं इतकी सुरळीत, सुलभ आणि सुसंवादी झाली. म्हणून स्वाती-कीर्ती मोठ्या होतील तशा स्मिताची गट्टी त्यांच्याशीही जमली. त्या तिघी मिळून निरनिराळे बेत आखत. एकमेकी आपापल्या अडचणी, प्रश्न, समस्या, त्यांवरील उपाय, चर्चा यांत रमत. लहान आशू अर्थातच त्यांच्याबरोबर असे.

मला वाचन, चिंतन, लेखन यात विशेष आनंद मिळत होता. माझ्या या स्वभावामुळं मी हळूहळू घरात माझा मी होत गेलो. एकटा एकटा माझ्या व्यवधानात रमत गेलो.

◆

साहित्यिक-घडणीचे दिवस

१९६० मध्ये पुणे आकाशवाणीवर नोकरीला लागलो होतो. संध्याकाळी आकाशवाणीचं कार्यालय सुटलं की बापू कुंभोजकर यांच्याबरोबर मी पुष्कळ वेळा संपादक ग. वा. बेहेरे यांच्या कार्यालयात जाई. तिथं पुण्यातील तरुण साहित्यिकांचा राबता असे. श्री. बेहेरे तीन मासिकं प्रसिद्ध करत होते. ते स्वत: गप्पिष्ट होते. लेखन करत होते. शामराव ओक, बा. भ. पाटील, पद्माकर गोवईकर, क. दि. सोनटक्के, अनिल रानडे, बाळ गाडगीळ, वि. शं. पारगावकर, विद्याधर पुंडलीक, सुरेश भट इत्यादींना मी प्रथम तिथंच पाहिलं. त्या अड्ड्यावर त्यांच्याशिवाय इतरही मुंबईचे किंवा बाहेरगावचे साहित्यिक मला प्रथमच भेटले. वाचलेल्या ताज्या साहित्यावर तिथं उत्साहानं चर्चा झडत असत.

पुण्या-मुंबईत कितीतरी मासिकं त्या वेळी निघत होती. त्यांत काही धंदेवाईक, काही वाङ्मयीन, तर काही दोहोंचा मेळ घालून प्रतिष्ठा, आब राखून साहित्य प्रसिद्ध करणारी व्यावसायिक मासिकंही होती. ललित साहित्य भरपूर प्रसिद्ध होत होतं. त्यात कथा-कादंबऱ्यांचा भरणा जास्त असे. त्या खालोखाल कविता, वाङ्मयाची परीक्षणं असत. या मासिकांना वाचकवर्गही मोठा होता. मासिकांशिवाय वाचनाला, मनोरंजनाला दुसरा सांस्कृतिक पर्याय नव्हता. त्यामुळं साहित्यिकांना समाजात प्रतिष्ठा आणि प्रसिद्धी असे. वाचकांना त्यांच्याविषयी जिज्ञासा असे. त्यांच्याशी बोलण्यात सुख वाटत असे. या सुखासाठीच मी बापू कुंभोजकरबरोबर श्री. बेहेरे यांच्या कार्यालयात जात होतो. त्या वेळी माझी एकही ओळ प्रसिद्ध झालेली नव्हती. रेडिओवरती फक्त श्रुतिका लिहीत होतो. म्हणजे मी कुणीच नव्हतो. फक्त एक तरुण रसिक, जिज्ञासू होतो.

महिन्याचा पहिला आठवडा मला साहित्य-वाचनाची पर्वणी वाटे. चातकासारखी या आठवड्याची मी वाट पाहत असे. मासिकांतील साहित्य वाचून झालं की, समस्वभावी मित्रांना भेटावं, वाचलेल्या साहित्यावर त्यांच्याशी भरपूर चर्चा करावी,

चर्चेच्या नादात चहा-भाजी, मिसळ-चिवडा तोंडी लावावा आणि चर्चेला चमचमीतपणा आणावा अशी इच्छा होई. ग. वा. बेहेरे यांच्या दरबारातही असाच चर्चेबरोबर चहा-भजी, बटाटेवडे यांचा समाचार घेतला जाई. दरबार खळखळत्या प्रवाहासारखा जिवंत वाटे. साहित्यिकांना जवळून पाहायला, त्यांची चर्चा ऐकायला, प्रत्येकाचे विचार समजून घ्यायला प्रत्यक्ष स्वरूपात तिथं मिळत होतं. मनात शिगोशीग उत्सुकता घेऊन मी तिथं जात होतो. अंग चोरून बसून ऐकत होतो. या दरबारातील माझं स्थान श्री. बापू कुंभोजकर यांच्या कार्यालयातील त्यांचा एक तरुण पोरेला वाङ्मयप्रेमी मित्र एवढंच होतं.

पुष्कळ वेळा तिथं ताज्या 'सत्यकथा' मासिकातील साहित्य हा चर्चेचा प्रमुख विषय असे. त्याच्यावर उलटसुलट मनमुराद चर्चा होई. बहुधा ती उलट अंगांनी होई. विद्याधर पुंडलीक, वि. शं. पारगावकर, शंकर पाटील हे 'सत्यकथे'चे लेखक अधूनमधून तिथं आलेले असत. पाटील क्वचितच येत. पारगावकर हे दोन्हीकडं लिहीत. तरी 'पैंजण', 'बुवा', 'सोबत'मध्ये विशेष लिहीत. पुंडलीक फक्त गप्पा मारायला दरबारात येत आणि साहित्य मात्र 'सत्यकथे'कडे पाठवीत असं ग. वा. बेहेरे अधूनमधून सतत म्हणत असत. मग त्यावरच गप्पा रंगत. पुंडलीक आणि श्री. पु. भागवत यांचा काल्पनिक संवाद मजेशीरपणे रंगवला जाई. पुंडलीक यांच्या काटेकोर कलात्मक दृष्टीची नकलेसह खेळकर टिंगल होई.

गप्पा पुष्कळ वेळा एकांगी, केवळ मनोरंजनासाठी होत. अनेकदा त्यांच्यातून बरंच काही मिळत असे. लेखकांलेखकांमधील ईर्ष्या, स्पर्धा दिसून येत. 'सत्यकथे'तील अभिजात नवसाहित्याचं आकर्षण मनातून असलं तरी प्रत्यक्षात तसं निर्माण करता येत नाही, कसून लिहून 'सत्यकथे'कडं पाठवलं तरी स्वीकारलं जात नाही याची खंत आणि डंखही पुष्कळदा या गप्पांतून जाणवे.

साहित्य अनेक प्रकारांनी लिहिलं जाऊ शकतं. तसं आस्वादलंही जाऊ शकतं, केवळ नवसाहित्य हेच काही एकमेव अभिजात साहित्य नव्हे, साहित्याच्या अनेक परी आहेत, त्या तितक्याच महत्त्वाच्या आहेत याची जाणीव या ग्रुपमधील साहित्यिकांची चर्चा ऐकत असताना मला विशेष झाली. मी तोपर्यंत नवसाहित्याचा विशेषत: सत्यकथा-साहित्याचा एकनिष्ठ उपासक आणि आस्वादक होतो. परिणामी मी 'सत्यकथे'च्या बाहेरचं साहित्यही मनापासून वाचू लागलो. तसं साहित्य लिहिणारे साहित्यिक पुढे माझे मित्र झाले.

१९६० च्या जुलैपासून माझी दिनचर्या बदलली. 'आकाशवाणी'ची नोकरी होतीच. पण माझं सीनिअर एम.ए.चं वर्ष चालू झालं. सकाळी बारा वाजेपर्यंत पुणे विद्यापीठात तास असत. ते करून 'आकाशवाणी'वर जात असे. बहुधा शेवटचा तास चुकवावा लागे. कधी तो वेळापत्रकात नसे. विद्यापीठाच्या वसतिगृहात प्रवेश

मिळाल्यामुळं राहण्याची जागाही बदलली. सीनिअरचं वर्ष असल्यामुळं गंभीरपणे अभ्यासाकडं वळलो. दरबारात जाणं आपोआपच कमी झालं. कधी सायंकाळी तशाच एखाद्या महत्त्वाच्या साहित्यिकाचं किंवा विचारवंताचं कुठं व्याख्यान असेल तरच वेळात वेळ काढून जाऊ लागलो. त्याच वेळी दरबारात डोकावून येऊ लागलो.

वर्गातील प्राध्यापकांच्या अध्यापनात रस घेऊ लागलो. जयकर ग्रंथालय बघून मन वेडं होत होतं. तिथली पुस्तकं आणि नियतकालिकं बघून तिथून बाहेर पडू नये असं वाटत होतं. पण बाहेर पडावं लागे. मला नोकरीमुळं फारसा वेळ नसे. दुसरा चौथा शनिवार मिळे तेव्हा जाई. कधी 'आकाशवाणी'वर काही काम नसेल तर तिथंच ग्रंथालयातून आणलेली पुस्तकं वाचत बसे. तिथंच टिपणं काढी... टिपणं काढता काढता तोच मजकूर नव्यानं कळत होता. त्यातील विचार मनात पक्का ठसत होता. माझ्या वाङ्मयीन व्यक्तिमत्त्वाची घडण आणि बैठक अशा रीतीनं सिद्ध होत चालली होती. या घडणीतून माझ्यातील साहित्यिक आणि प्राध्यापक यांना एकरूप आकार येत होता.

एम.ए. मराठीची परीक्षा १९६१ च्या एप्रिलमध्ये दिली आणि मे १९६१ मध्ये कागलला परतलो. आकाशवाणीची नोकरी माझ्या वाङ्मयीन प्रकृतीला मानवणारी न वाटल्यामुळं १९६१ च्या फेब्रुवारीमध्ये कधीतरी सोडली होती. एम.ए. झालो. पंढरपूरला प्राध्यापक म्हणून दोन वर्षं नोकरी केली. याच काळात लग्न केलं आणि १९६३ जूनमध्ये मराठीचा प्राध्यापक म्हणून पुन्हा पुण्याला आलो.

महाविद्यालयीन शिक्षणाच्या काळात म्हणजे १९५५ ते ६१ मध्ये माझं व्यक्तिमत्त्व लक्षात येण्याइतकं झपाट्यानं बदललं होतं. भरपूर वाचन, चांगल्या प्राध्यापकांचा वैचारिक सहवास, बुद्धिमान आणि वाङ्मयप्रेमी मित्रांची घनिष्ठ संगत, रत्नागिरी, कोल्हापूर, पुणे या शहरांतील वास्तव्य, चांगल्या साहित्यिकांचा सांस्कृतिक सहवास आणि १९६१ च्या जूनमध्ये मिळालेली मराठी प्राध्यापकाची नोकरी, तसंच 'हिरवे जग' या पहिल्याच कविता-संग्रहाला मिळालेला राज्य पुरस्कार यांसारख्या अनेक कारणांमुळे माझा जीवनाविषयीचा आत्मविश्वास वाढला. वाङ्मयीन क्षेत्रात आपण काहीतरी करू शकू असं वाटू लागलं. या पाच-सहा वर्षांच्या काळात माझं प्रयोगशील वृत्तीच्या 'सत्यकथा' मासिकाचं आकर्षण विशेष वाढलं होतं... ग्रामीण जीवनावर निर्माण होणाऱ्या या काळातील कथा-साहित्यात मला माझ्या परीनं काही त्रुटी दिसत होत्या. ग्रामीण जीवनाचा वेध अधिक भेदकपणे, अधिक खोलवर घेता येण्यासारखा आहे, कथा-साहित्यातील मांडणीविषयक व माध्यमविषयक त्रुटी काढून टाकून आपण नव्या वळणाची प्रयोगशील ग्रामीण कथा लिहून पाहू या, असं वाटून मी १९६१ च्या ऑगस्ट-सप्टेंबरमध्ये काही कथा लिहिल्या. तसंच नव्या वळणानं काही ग्रामीण कविताही मी हाताळू लागलो होतो. हे सगळं साहित्य

'सत्यकथे'च्या प्रा. श्री. पु. भागवतांच्याकडं पाठवलं. त्यांनी त्याचा आस्थेनं विचार केला आणि १९६१ च्या 'सत्यकथा', 'मौज' दिवाळी अंकांतून माझ्या नव्या वळणाच्या ग्रामीण कथा-कविता प्रसिद्ध झाल्या. नंतर मी झपाट्यानं कथा लिहू लागलो. याशिवाय साहित्यविषयक विचार करणाऱ्या ग्रंथांचं वाचन अध्यापनासाठी करत होतो. त्याचाही परिणाम माझ्या साहित्यनिर्मितीवर होत होता. आता मी 'सत्यकथे'चा लेखक झालो होतो. वाङ्मयक्षेत्रात ही प्रतिष्ठेची बाब मानली जात होती.

या पार्श्वभूमीवर पुण्यात आल्यावर पुन्हा जुने संबंध चालू झाले. पुन्हा ग. वा. बेहेरे यांच्या दरबारात जाऊन बसू लागलो. 'मेनका, माहेर, जत्रा' मासिकांचे संपादक पु. वि. बेहेरे यांचाही एक ग्रुप होता. त्यांनाही जाऊन मिळालो. काँग्रेस भुवनच्या मागे शिवाजीनगरमध्ये राहत होतो. तेथून पु. वि. बेहेरे यांचा हा ग्रुप जवळच नदीच्या पलीकडे नारायण पेठेत होता. त्याहून जवळ 'साधना' साप्ताहिकाचं कार्यालय होतं. तिथंही जाऊ लागलो. दोन्ही बेहेऱ्यांची मासिकं व्यावसायिक स्वरूपाची होती. या दोन्ही ग्रुपकडं येणारे साहित्यिक प्रामुख्यानं आपापल्या ग्रुपकडं आपलं साहित्य प्रसिद्ध करत. काही दोन्हीकडेही प्रसिद्ध करत. हे दोन्ही ग्रुप काही एकमेकांच्या विरोधात नव्हते. आपापला व्यवसाय सांभाळून राहत होते. त्यामुळे अनेक साहित्यिक आपल्या वकुबानुसार दोन्हीकडच्या मागण्या पुरवीत होते.

या दोन्ही ग्रुपचे पुण्यातील बहुतेक साहित्यिक हे नोकरीपेशातील मध्यमवर्गीय होते. साहित्यनिर्मितीकडं ते एक निष्ठा, एक जीवन-मूल्याशी संबंधित बाब म्हणून पाहत नव्हते. त्याविषयी गंभीर नव्हते. पुरेसं गांभीर्य नसणं हा काहींच्या व्यक्तिमत्त्वाचा भाग होता आणि काहींच्या व्यवसायाचा भाग होता. व्यवसायाचा भाग अशा अर्थानं की या मासिकांमधून जे लेखन प्रसिद्ध होत होतं ते व्यावसायिक नीतीला धरून प्रसिद्ध केलं जात होतं. अशा प्रकारचं लेखन करून आपण आपल्या संसाराला आर्थिक हातभार लावू शकतो, तो अधिक सुखाचा करू शकतो, हे करण्याबरोबरच आपल्याला प्रसिद्धी, प्रतिष्ठा हेही मिळतात; हे काही कमी नाही असा हिशेब मनाशी घालून हे साहित्यिक लेखन करत असत. या हिशेबातही व्यावसायिक गोम असे.

असा व्यवसाय जाणीवपूर्वक करणारे लेखक आपण तो व्यवसाय म्हणूनच करतो आहोत हे चार जणांत मान्य करत नसत. 'आपण मनःपूर्वक चांगल्याच साहित्याची निर्मिती करतो. पैशासाठी लेखन कधीच करीत नाही,' असं ते ठणकावून सांगत असत. असं सांगणं हाही व्यवसायाचाच भाग आहे असं मला वाटे. 'आपली-निर्मिती दुय्यम दर्जाची आहे, ती व्यावसायिक स्वरूपाची आहे असं मान्य केलं तर आपण साहित्यनिर्मितीशी प्रतारणा करतो, याची जाणीव लोकांना होईल आणि आपला व्यवसाय नीट चालणार नाही,' असं भय त्यांच्या पोटात असावं असा

माझा अंदाज असे. कदाचित तो त्यांच्या वाङ्मयनिर्मितीचा किंवा व्यक्तिमत्त्वातील अहंकाराचाही भाग असावा.

संपादक-प्रकाशकांची स्थितीही तीच होती. सर्वसामान्य मध्यमवर्गीय शहरी वाचक या संपादक-प्रकाशकांच्या समोर होता. त्यांच्या मासिकांच्या अर्ध्याअधिक प्रती पुणे-मुंबई पट्ट्यात खपत होत्या. उरलेल्या अर्ध्या प्रती सबंध उर्वरित महाराष्ट्रात खपत होत्या. सर्वसामान्य शिक्षित माणसाच्या सर्वसामान्य शृंगार, कारुण्य, हास्य, धैर्य-धाडस यांसारख्या स्वाभाविक प्रवृत्तींशी निगडित भावना-वासना गोंजारल्या जातील अशा स्वरूपाचं मनोरंजनपर लेखन या मासिकांतून प्रसिद्ध होत होतं. नाना प्रकारच्या शैलीत नाना प्रकारच्या जीवनक्षेत्रांतील अनुभव, कल्पना घेऊन मनोरंजक साहित्य लिहिणारे साहित्यिक या संपादक-प्रकाशकांना लागत होते. त्यामुळं त्यांची मासिकं चालत होती. खप वाढत होता, आर्थिक उलाढाल बरी होऊन हा व्यवसाय चालत होता.

या संपादक-प्रकाशकांना लेखकांचा दरबार भरवावा असं वाटत असे. त्यात व्यावसायिक तसं स्वाभाविक प्रेमही होतं. आपल्याकडं अमुकतमुक साहित्यिक येतात, आपल्यासाठी लिहितात याचा त्यांना अभिमानही होता. या साहित्यिक-संपादक-प्रकाशकांना आपण वाङ्मयसेवा करतो, असंही मनापासून वाटत होतं. आपणाला सामाजिक, सांस्कृतिक, वाङ्मयीन क्षेत्रात प्रतिष्ठा आहे अशी त्यांची धारणा होती. मध्यमवर्गीयांच्या कक्षेतील हा पांढरपेशा व्यवसाय बरा चाले. थोडक्या भांडवलात उलाढाल करता येई. त्यामुळं मासिकं चालवणारे, तशाच प्रकारची पुस्तकं प्रसिद्ध करणारेही अनेक संपादक-प्रकाशक पुण्यात होते.

ग. वा. बेहेरे, पु. वि. बेहेरे हे दोघंही संपादक मूळचे लेखक. त्यामुळं त्यांच्या डोक्यात साहित्यकृतींच्या अनेक विषय-कल्पना असत. अनेक साहित्यिक रंगलेल्या बैठकीत आपल्याही काही कल्पना सांगत. त्या ऐकून हे संपादक साहित्यिकांना प्रोत्साहन देत. 'कल्पना उत्तम आहे. लिहून काढा. मस्त कथा होईल, कादंबरी उत्तम होईल. माझ्या अमुकतमुक अंकासाठी द्या. पुढच्या अंकातच मी जाहिरात देतो.' अशा अर्थाचं बोलणं होई.

अशा प्रकारच्या उद्गारांनी त्या विशिष्ट लेखकाचा चार जणांसमोर अहंकारही गोंजारला जाई. मनातून तो लेखनाला उद्युक्त होई. मानधनाचं आर्थिक प्रोत्साहन त्यात गृहीत असे.

या मासिकांतून प्रसिद्ध होणारं सर्वच लेखन काही व्यावसायिक, मनोरंजनवादी, लोकप्रिय स्वरूपाचं असे असं नाही. वाङ्मयीन दर्जा असणाऱ्या अनेक कथा, कादंबऱ्या, कविताही यांतून प्रसिद्ध होत असत. पण त्यांची संख्या अल्प असे. व्यावसायिक लेखनाच्या विपुलतेत ते मिसळून गेल्यानं नगण्य ठरे. त्या मासिकांच्या

वाचकांच्या सामान्य अभिरुचीलाही ते मानवत नसावं आणि दर्जेदार साहित्याचा वाचकवर्ग तिकडं वळत नसावा म्हणून त्याची उपेक्षाही होई.

पुण्यात दुसऱ्यांदा आल्यावर या मासिकांशी मी जाणीवपूर्वक संबंध ठेवला. तुटपुंजे आर्थिक उत्पन्न देणारी नोकरी असलेल्या मला साहित्य हा आर्थिक गरजा भागवणारा जोडव्यवसाय करून घ्यावा लागला. या काळात माझ्यावर मोठ्या आर्थिक जबाबदाऱ्या होत्या. त्यातून बाहेर पडण्यासाठी मला हा जवळचा मार्ग दिसत होता. यातूनच मी १९६४ मध्ये 'बुवा' मासिकासाठी 'प्लॅस्टिकची संस्कृती' ही गंभीर प्रकृतीची ललित-लेख-मालिका वर्षभर चालवली. तत्कालीन पुण्याच्या संस्कृतीचं बहुअंगी प्रतिबिंब तिच्यात पडलेलं होतं. १९६५ ते १९६८ पर्यंत प्रामुख्यानं ग्रामीण विनोदी कथांचं लेखन मी या मासिकांसाठी केलं. 'घरजावई', 'माळावरची मैना' या संग्रहांतून ते पुढं प्रसिद्ध झालं.

पुढं पगारवाढ झाल्यावर आणि सौ. स्मिताचं शिक्षण पूर्ण होऊन ती १९६८ साली नोकरीत स्थिर झाल्यावर असल्या प्रकारचं लेखन मी थांबवलं.

वास्तविक ग. वा. बेहेरे, माधव कानिटकर यांनी मला अमुकतमुक विषय असलेली कथा लिहा असा कधीही आग्रह केला नाही. 'मेनका, माहेर, जत्रा' या मासिकांचे संपादक पु. वि. बेहेरे यांचा व्यवसाय मात्र ठरावीक उद्दिष्ट मनासमोर ठेवून चालत असे. अनुक्रमे शृंगार कथा, कौटुंबिक कथा, विनोदी कथा असं वळण या तिन्ही मासिकांचं होतं. ते मानधन बऱ्यापैकी देत असत पण कथेच्या विषयांसंबंधी त्यांचा आग्रह असे. मी त्या प्रकारचं हुकमी लेखन करण्याचा काही काळ प्रयत्न केला आणि नंतर म्हणजे १९६८ सालच्या आसपास तो सोडून दिला.

व्यवसाय आणि चांगलं वाङ्मय यांचा मेळ घालणारे अनेक संपादक-प्रकाशक पुण्यात होते. 'हंस, मोहिनी, नवल'चे अनंत अंतरकर, 'किर्लोस्कर, स्त्री, मनोहर'चे मुकुंदराव किर्लोस्कर, 'प्रपंच'चे माधव कानिटकर, 'रसिक'चे राजेंद्र बनहट्टी, 'गुलमोहर'चे अनिल किणीकर, 'विशाखा'चे ह. ल. निपुणगे इत्यादींची नावं ठळकपणे आठवतात. यांपैकी मी प्रपंच, किर्लोस्कर, स्त्री, मनोहर, रसिक, विशाखा, गुलमोहर यांमध्ये अधूनमधून किंवा दिवाळी अंकांसाठी लिहिलं. या मंडळींचा लेखकवर्ग असला तरी त्यांचे दरबार नव्हते. या नियतकालिकांतून माझ्या अनेक चांगल्या कथा, ललित लेख प्रसिद्ध झाले आहेत. माझी आर्थिक गरजही यांनी भागवली आहे.

पण सर्जनशील लेखक म्हणून घडत जाणं, वरीलपैकी कोणत्याही मासिकातून किंवा संपादकाकडून माझ्या वाट्याला आलं नाही. त्या मासिक-संपादकांची ती प्रकृतीही नव्हती. संपादकात जी वाङ्मयीन जाणकारी किंवा कुवत असावयास पाहिजे होती ती काही प्रमाणात या मासिकात, संपादकात होती पण तिचा त्यांनी फक्त आलेलं साहित्य निवडण्यापुरताच व्यावसायिक उपयोग केला. लेखकाचं

लेखन घडवण्यासाठी वाचनात जो एक अव्वल दर्जाचा सुजाण बारकावा असावा लागतो तो आणि संपादकाविषयी निर्विवाद स्वरूपाचा गाढ वाङ्मयीन विश्वास लेखकाच्या मनात अनुभवानं निर्माण व्हावा लागतो तो उभय पक्षांत कधी निर्माण होत नव्हता असा माझा अनुभव आहे.

या विश्वासाचा अनुभव मला 'सत्यकथा-मौज'च्या श्री. पु. भागवत यांच्या ठिकाणी आला. म्हणून या काळात सत्यकथा-मौजचा ओढा मला विशेष होता. माझ्या मनात अव्वल दर्जाचं प्रयोगशील साहित्य निर्माण करावं, अशी वाङ्मयीन महत्त्वाकांक्षा होती. प्रा. श्री. पु. भागवतांनी मौज प्रकाशनाच्या द्वारा उत्तम कलात्मक साहित्याची एक परंपरा निर्माण केली होती. मौज साप्ताहिक नुकतंच वार्षिक केलं होतं. त्याच्या दिवाळी अंकात मान्यवरांचं विविध साहित्य प्रसिद्ध होत होतं. मला सत्यकथा-मौजेचं साहित्य मोहवत होतं.

१९६१ च्या दिवाळी अंकापासून माझ्या कथा-कविता सत्यकथा-मौजमधून येऊ लागल्या. माझं साहित्य वाचून श्री. पु. भागवत ज्या प्रतिक्रिया कळवत त्या मला फार महत्त्वाच्या वाटत. कथा वाचल्यावर एखादं वाक्य, एखादा शब्द किंवा एखादं विरामचिन्ह जरी त्यांच्या जाणकार नजरेला खटकलं तरी ते त्वरित सविस्तर पत्र पाठवत. या पत्रात कथेचा एखादा भाषिक ओघ कसा आहे, त्या ओघात ते वाक्य किंवा तो शब्द कसा बसत नाही, याची सहृदय मीमांसा अतिशय हळुवारपणे करत असत. एवढं करूनही लेखकाला ते विचार पटले तरच व त्यानं परवानगी दिली तरच ते वाक्य किंवा तो शब्द ते काढून टाकत. अन्यथा ते तसंच ठेवत. लेखनाच्या तरुण उत्साहात एखादी कथा संपूर्ण फसलेली असे. तिचं अपयशही ते त्याच आत्मीय भावनेनं कळवत असत. कथेच्या अंतरंगात किंवा भाषिक अंगात नितळपणा, रेखीवपणा येण्यासाठी किती प्रकारांनी दक्षता घ्यावी लागते याचा अनुभव मला 'खळाळ' कथासंग्रहाच्या हस्तलिखिताच्या प्रसिद्धीपूर्व काळात आला. श्री.पुं.चं वाचन झाल्यावर आम्ही दोघं दिवसभर एकत्र बसून त्यांच्या घरी चर्चा केली होती. 'गोतावळा'च्या हस्तलिखितासंबंधीही असंच दिवसभर बसून संस्करणासंबंधी चर्चा केल्याचं मला आठवतं. दोघंही 'गोतावळा'मय होऊन गेल्याचं मला त्या वेळी अनुभवाला आलं होतं. कादंबरीतील एखादी घटना केवळ लेखकाची इच्छा म्हणून घडते आणि पुढं सर्व कादंबरीभर प्रभाव पाडते.

अशा घटना कथानकाचा एक भाग होऊन स्वाभाविकपणे येण्यासाठी त्या घटनांची बीजे आरंभापासून पेरण्याची किंवा ध्वनित करत किंवा कथानकाशी एकजीव करण्याची कशी गरज असते, त्यामुळं कलाकृतीला लयात्मता, सहज विकसनशीलता कशी लाभते याचा प्रत्यय मला आला होता. 'नटरंग' कादंबरीच्या हस्तलिखितात तर अनेक त्रुटी राहिल्या होत्या. कादंबरीसारखा व्यापक पट असलेल्या

लेखनासाठी तृतीयपुरुषी निवेदन-पद्धती मी प्रथमच स्वीकारत होतो. ती स्वीकारल्यामुळं माझं 'नटरंग'चं लेखन कसं बहिर्मुख, विस्तारशील झालं आहे, काही ठिकाणी थोडक्यात सांगून पुढं जायचं असल्यानं केलेला संक्षेप कसा कादंबरीला ठोकळेबाजपणा आणतो, घटना साक्षात करण्याच्या नादात वर्णनात गडदपणा, क्वचित भडकपणा कसा येतो, पट व्यापक असल्यामुळं एखादं गौण पात्र सुटून मागं कसं पडतं, मग पुढं गरज वाटल्यावर अचानक कसं उपटतं, याच व्यापक पटामुळं व कादंबरीची गती वाढवण्यासाठी प्रसंगी घटनांचं केवळ निवेदन करून पुढं जाण्याचा मोह कसा होतो, त्यामुळं कादंबरीत 'रिपोर्ट' वृत्तीचं लेखन कसं येऊ लागतं व तिचं 'अनुभवन' कसं कमी होतं, केवळ सवय अंगवळणी पडल्यानं ठरावीक विरामचिन्हं, ठरावीक वाक्यं, ठरावीक लकबी कशा येतात इत्यादीविषयी मला पुष्कळ शिकता आलं. या ज्ञानानंतर 'नटरंग'चं मला संपूर्ण पुनर्लेखन करवं लागलं. कलाकृतीचा 'आकार' साधणं म्हणजे नेमकं काय ते या दोन्ही कादंबऱ्यांच्या संस्करण-क्रियेच्या वेळी मला अनुभवता आलं. संपादकांच्या जाणकार सहवासात साहित्यकृतीवर कलात्मकतेच्या अंगांनी होणारी चर्चा किती महत्त्वाची असते हे मला वरील तिन्ही पुस्तकांच्या वेळी कळून आलं. यातून मिळालेल्या ज्ञानाचा उपयोग मला पुढच्या अनेक साहित्यकृतींच्या निर्मितीच्या वेळी झाला. ते संस्कार पुढं माझ्या वाङ्मयीन व्यक्तिमत्त्वाचं एक अंग बनून गेले... एक वास्तव म्हणून नोंद करावीशी वाटते की मराठी कलात्मक साहित्यनिर्मितीच्या संपादकीय क्षेत्रात श्री. पु. भागवत एक चमत्कार वाटावा अशा योग्यतेचे संपादक आहेत.

श्री. पु. भागवत यांची संपादक म्हणून येणारी पत्रं मला महत्त्वाची वाटत. त्यांच्यात जाता जाता अनुषंगानं एखादा वाङ्मयविचार सहजपणे डोकावलेला असे. तो माझ्या विचारांना चालना देई.

अगदी आरंभीच्या काळात मी चाचपडतच लेखन करत होतो. एखादी कथा प्रसिद्ध झाल्यावर तिच्यात 'हे राहिलं, ते राहिलं, हे उगीच जादा आलं, इथं पसारा जादा झाला आहे' असे प्रतिक्रियात्मक विचार माझ्या मनात येत. तेव्हा अशा एकदा 'प्रसिद्ध झालेल्या कथेवर संस्कार करावेत का? हो कथा तर 'सत्यकथे'तून प्रसिद्ध झाली आहे; तिच्यात बदल कसे करायचे?' असे काहीसे विचार माझ्या अननुभवी मनात येत.

...बा. भ. बोरकर मला एकदा मी रेडिओवर असताना म्हणाले होते की, 'स्फूर्तीच्या भरात एकदा जे काही लिहून होईल तेच खरं. त्याला प्रतिभेचा स्पर्श असतो. सुप्त-अर्धसुप्त मनातील सर्व काही ढवळून निघून अशा वेळी लेखन झालेलं असतं. एरवी त्याचा अर्थ लागत नसला, संबंध लावता येत नसला तरी त्याचा एक गूढ संबंध मूळ अनुभवाशी असतो म्हणून त्या लेखनात बदल करू नये.

अशा वेळी ज्या मनाला ते बदल करावेसे वाटत असतात, ते मन प्रतिभेचा स्पर्श नसलेलं आणि व्यावहारिक पातळीवरचं असतं. ते केवळ जागृत मन असतं. सुप्त-अर्धसुप्त मनाशी त्याचा संबंध तुटलेला असतो. अशा मनाच्या आधारे बदल केल्यानं कवितेतील गूढ चैतन्य नष्ट होतं.'

बोरकरांचं हे मत माझ्या मनावर प्रभाव गाजवत होतं. म्हणून मी बदल किंवा संस्कार यांच्या बाबतीत श्री.पुं.ना. विचारलं होतं.

१० एप्रिल १९६६ च्या पत्रात त्यांनी मला लिहिलं, 'मला स्वत:ला कलाकृतीच्या उत्स्फूर्त रूपाचे महत्त्व समजते, तरीही उत्स्फूर्त जाणवलेले हे रूप लेखनात सम्यक यावे यासाठीच लेखकाला अवश्य वाटणारे सर्व संस्कार त्याने लेखनावर करावे असे मला वाटते. निदान पुस्तकात, स्थिर व चिरस्थायी असे जीवन त्या लेखनाला लाभेतो तरी ते करायला मला हरकत दिसत नाही. जगातले कित्येक श्रेष्ठ लेखक व कवीही असे संस्कार करीत असतात. लेखकाला जाणवलेले अनुभवाचे रूप शब्दांत सिद्ध झाल्याचे पूर्ण समाधान हे खरे महत्त्वाचे...'

विचार साधा आहे; संस्करणाला निर्मितीत स्थान देणारा असला तरी लेखकाची निर्मितीविषयक आत्मनिष्ठाही नकळत जोपासणारा आहे. उमेदवारीच्या वयात या विचारानं माझी लेखन-संस्करणाची वाट नि:शंक मोकळी करून टाकली.

'गोतावळा' कादंबरीच्या संस्करणावर ते खूप कष्ट घेत होते. 'गोतावळा'चं मी पुनर्लेखन केलं होतं. ते लेखन पुन्हा ते ताज्या हस्तलिखिताप्रमाणं तपशीलवार पाहत होते. जुनं हस्तलिखित अधूनमधून संदर्भासाठी वापरत होते. 'गोतावळा'च्या 'शेवटा'विषयी पुन्हा त्यांच्या मनात शंका उद्भवल्याच. सविस्तर चर्चा झाल्यावर मी त्यांच्या घरीच निवांतपणे एक दिवस राहून पुन्हा तो शेवट लिहून काढला. पुन्हा त्यांनी तो वाचला. आपल्याला वाटणाऱ्या त्रुटींचं निराकरण झाल्यावर मग त्यांनी हस्तलिखित प्रसिद्ध करण्यास योग्य झाल्याचं मान्य केलं.

...माझ्यापेक्षा त्यांची दमणूक जास्त होत होती. खरं तर त्यांची अस्वस्थता, त्यांच्या मनावरचा ताण पाहून मी अस्वस्थ झालो होतो. दिवसभर वेड्यासारखं घरात बसून काम करत होतो. हस्तलिखिताचं अंतिम स्वरूप सिद्ध झाल्यावर मी पुण्याला परतलो. पुण्याहून त्यांच्या संस्करणश्रमाविषयी लिहिलं. त्या वेळी त्यांनी ८ ऑगस्ट १९७० च्या पत्रात लिहिलं, '...तुम्ही पत्रात जे लिहिले त्याबद्दल काय लिहावे? हस्तलिखिते वाचण्याचे, त्यांची लेखकांबरोबर चर्चा करण्याचे, उत्तम स्वरूपात ती प्रकाशित करण्याचे हे काम मला फार प्रिय आहे. बाकी कसला विचार राहू नये इतके मोलाचे व आनंदाचे काहीतरी मला त्यात मिळते. लेखकाइतकाच त्याच्या लेखनात मीही गुंतून जातो आणि कित्येकदा असा अनुभव येतो की याचा लेखकाला त्रास होतो. मला त्याचे भान उरत नाही. तुमच्याशी चर्चा करताना मीही हे समाधान खूप

मिळवले आहे. तेव्हा मला याचा त्रास झाला असेल याची शंकाही तुम्ही मनात आणू नये. माझी घरची माणसेही सुदैवाने माझा हा आनंद आपला मानतात. तेव्हा त्यांना तुमच्या येण्याने त्रास कसलाच नाही. तुम्ही सर्वांनी असेच स्नेहभावाने आणि हक्काने यावे. तुमच्याकडे येण्या-राहण्याचा हक्क तर मी केव्हाच बजावू लागलो आहे...'

आपल्या ताज्या साहित्याविषयी लेखक लिप्त असतो. त्याच्या मनात जे काही कलानुभव-रूपानं खदखदत असतं ते सर्व काही आपल्या लेखनात आलेलं आहे असं त्याला वाटत असतं. माझ्या ताज्या लेखनाचं मी जेव्हा पहिलं वाचन माझ्याशीच करत असे तेव्हा माझ्या मनात शिल्लक राहिलेलं पण लेखनात न आलेलं असं सर्व काही प्रत्यक्ष पहिल्या लेखनाचं पहिलं वाचन करताना त्या वाचनात मिसळून जाई. म्हणजे प्रत्यक्ष लेखन आगि मनातील अवशिष्ट दोन्ही एकत्र करून माझं पहिलं वाचन होई आणि आपलं हे लेखन परिपूर्ण झालं आहे, असं वाटू लागे. त्यात नवी भर वगैरे घालण्याची, काही दुरुस्त्या वगैरे करण्याची आवश्यकता नाही, अशी मनोमन माझी खात्री झालेली असे. त्या मन:स्थितीतच मी श्री.पुं.कडं माझं लेखन फेअर करून आरंभीच्या काळात पाठवत असे. या काळात श्री. पु. वस्तुनिष्ठतेनं त्यातील अनेक त्रुटी दाखवून देत. माझ्या लक्षात सर्व प्रकार येई. हळूहळू माझी ही लिप्त होऊन वाचन करण्याचो सवय कमी कमी होत गेली. नंतरच्या काळात मी माझ्या साहित्यकृतीकडं तटस्थपणे अ-लिप्तपणे पाहू लागलो. श्री.पु.च त्याला अप्रत्यक्षपणे कारणीभूत ठरले.

साहित्यनिर्मितीचा आनंद हा खरोखर ब्रह्मानंद-सहोदर असतो. मला तो आनंद हळूहळू मिळत गेला आहे. त्याची चव कळत गेली आहे. म्हणून कष्टसाध्य भौतिकापासून मी काहीसा विरक्त, काहीसा उदास, अलिप्त राहिलो आहे. चरितार्थासाठी आपसूक जे मिळत गेलं तेवढ्यावरच समाधान मानायची मनाला सवय झाली आहे.

हस्तलिखितावर संस्करण करण्याच्या श्री.पुं.च्या कामाचं स्वरूप सहसर्जनाचं होतं म्हणून हे काम करताना त्यांच्या मनाला 'बाकी कसला विचार राहू नये इतकं मोलाचं व आनंदाचं काहीतरी मिळतं आहे.' असं वाटत गेलं असावं, अशी माझी धारणा आहे. नाहीतरी साहित्यिकाच्या पहिल्या लेखनात इतकं गुंतून जाण्याचं दुसरं काय कारण असू शकतं? निश्चितपणे त्याच्यामागं व्यावसायिक बुद्धी नसते, याचा मला अनेक वेळा पडताळा आला आहे.

निर्मितीतील आनंदाची 'चटक' श्री.पुं.नी मला अशी वाङ्मयीन उमेदवारीच्या काळात लावली. माझ्या आनंदाचं हे भरण-पोषण व्यावहारिक धबडग्याच्या आणि पोटापाण्याच्या कामांचा सदैव रेटा असल्याच्या स्पर्धात्मक जगात संपादक श्री. पु. भागवतांनी फडफडणारा तेलदिवा वाऱ्यात सांभाळावा तसं सांभाळलं आणि माझ्या मानसिक वाङ्मयीन जीवनात मला सुखी केलं. पुढं आयुष्यभर मी हे सुख चाखत

राहिलो.

या सुखाला रेशमाची आणखी एक धडी होती. कधीतरी बोलण्याच्या भरात किंवा पत्र लिहिण्याच्या भरात मी माझ्या लेखनसंकल्पाविषयी बोलून किंवा लिहून जाई. पुष्कळ वेळा पुढं ते मी विसरूनही जाई. पण श्री. पु. ते कायमचं लक्षात ठेवत आणि अतिशय आस्थेनं वडील भावाच्या उत्कट स्नेहानं त्याची चौकशी करत. 'वाचायला उत्सुक आहे, ती कल्पना प्रत्यक्ष लेखनात उतरलेली पाहण्याची मला जिज्ञासा लागून राहिली आहे' अशा आशयाची त्यांची पत्रं येत.

...मी सुखावून जाई. माझा वाङ्मयीन अहंकार जोपासला जाई. माझ्या लेखनसंकल्पाविषयी श्री.पु.सारखं एक अतिशय मार्मिक साहित्य-जाणकारी असलेलं संपादक-व्यक्तिमत्त्व उत्सुक आहे, आपल्या लेखनाविषयी त्यांना इतकी आस्था आहे, हे वाचून मी उत्साहित होई. आता आपणाला ते लेखन केलंच पाहिजे, असं वाटून अधीर होई आणि त्या संकल्पित लेखनाविषयी गंभीरपणे उद्योगाला लागे.

मला वाटतं, 'आपल्या लेखनाविषयी एका जाणकार संपादक-व्यक्तीला प्रेम, आस्था, जिज्ञासा भरपूर आहे' ही भावना लेखकाला लिहायला, साहित्यावर मनापासून प्रेम करायला प्रवृत्त करते. निदान मी तसा झालो. पुढच्या काळात मला लेखनाच्या संस्काराविषयी नव्हे पण साहित्यकृतीविषयी असे प्रेम, आस्था, जिज्ञासा माझ्या स्नेह्यांनी, समीक्षकांनी आणि रसिक-वाचकांनी दिली. त्यामुळं मी सातत्यानं लेखनात मनापासून रमत गेलो.

श्री.पुं.नी माझ्या घरची माणसं तितकीच जवळची मानली. त्यांची वत्सल नजर माझ्या मुलांवर वडीलधारेपणानं असे. त्यामुळं मुलं खूश असत. सौ. स्मिताला त्यांचं आगतस्वागत तिच्या बालबोध स्वभावानुसार करायला नेहमी आनंद वाटे. श्री. पु. घरी आलेल्या दिवशी घर वाङ्मयीन होऊन जाई.

माझ्या घरी अनेक संपादक मैत्रीच्या नात्यानं आणि स्नेहसंबंध वाढवण्याच्या सद्भावानं येत. त्यांचं येणं-जाणं मला मनापासून आवडत असे. कारण त्यांच्या सहवासात वाङ्मयीन गप्पांना बहर येई. 'सत्यकथे'चे राम पटवर्धन, ग. वा. बेहेरे, 'माणूस'चे श्री. ग. माजगावकर, 'प्रपंच', 'मानिनी'चे माधवराव कानिटकर, 'साधने'चे सर्व काही पाहणारे प्रभाकर सिद्ध, 'गुलमोहर'चे अनिल किणीकर त्यांत प्रमुख असत. माझ्या साहित्याविषयी त्यांना प्रेम, कौतुक, आदर असे. ते प्रसिद्ध करण्याविषयी ते उत्सुक असत... पण माझ्या साहित्यात माझं अनुभवविश्व घेऊन येणारं माझं गाव, गावचा मळा, माळ, रानं, ओढे, झाडी, निसर्ग यांच्यापर्यंत प्रत्यक्ष येऊन पोचलेले, ते प्रसन्न नेत्रांनी पाहिलेले, घरच्याच माणसांपैकी एक होऊन गेलेले, माझ्या वाङ्मयीन व्यक्तिमत्त्वाचं सर्जनाच्या अंगानं अतिशय आपुलकीनं भरण-पोषण करणारे, माझी साहित्यविषयक मानसिक पाठराखण करणारे आणि माझ्या

साहित्यावर वात्सल्याची हळुवार नजर मायेचा हात फिरावा तशी फिरवणारे एकमेव संपादक-प्रकाशक श्री. पु. भागवत भेटले. ते माझे भाग्य आहे असे मी मानतो. मला जे काही थोडंबहुत वाङ्मयीन यश मिळालं त्या यशाचे वेळोवेळीचे वाटेकरी इतरही संपादक-प्रकाशक आहेत; नाहीत असं नाही. पण त्यांचा वाटा थोडा आहे आणि श्री. पु. भागवतांचा वाटा फार मोठा आहे.

संपादक श्री.पुं.नी लेखक म्हणून मला घडवलं. वेळोवेळी माझं सत्त्व जोपासण्यास मला प्रोत्साहन दिलं. लेखकाला घडवणं एका मर्यादेपर्यंतच शक्य असतं, तिथून पुढं त्याचं त्यानंच घडत जायचं असतं, हे त्यांनी ओळखलं होतं. ही सीमा त्यांनी कधीही ओलांडली नाही. मला अमुक एका विषयावर लिहा असं कधीही सांगितलं नाही. मी माझ्या स्वतंत्र प्रेरणेनं जे काही लेखन करीत असे तेच त्यांनी घडवण्याची, अधिक रेखीव, अधिक घाटदार आणि अधिक समृद्ध करण्याची शिस्त दाखवली.

आजची सगळी जीवनशैली बदलून गेली आहे. एक तर वाङ्मयीन मासिकांचे दिवस संपुष्टात आले आहेत. जी मासिकं, साप्ताहिकं आहेत त्यांच्या संपादक-प्रकाशकांचे ललित वाङ्मयाकडं पाहण्याचे दृष्टिकोन बदलत गेले आहेत. काही संपादक जे येईल ते, मिळेल ते लेखन नाइलाजानं प्रसिद्ध करताना दिसतात. ते केवळ मुद्रक-प्रकाशक झाले आहेत.

श्री. पु. भागवतांसारखे संपादक पुढच्या पिढीला भेटतील की नाही, या शंकेनं मन उदास होतं.

◆

गावची भाकरी

श्री. पु. भागवत यांनी हस्तलिखित वाचून सूचना केल्यावर मे १९७० मध्ये 'गोतावळा' कादंबरीचं लेखन पुन्हा केलं. माझ्या दृष्टीनं ते निर्दोष झालं होतं. अंतिम स्वरूपाचं लेखन झालेलं हस्तलिखित छपाईला देण्यापूर्वी आपल्या मित्राकडं त्याचं वाचन करावं असं वाटू लागलं. एखाद्या वेळेस आणखी काही सूचना आल्या आणि आपल्याला त्या पटल्या तर आपणाला त्यात पुन्हा दुरुस्त्या करता येतील, असं वाटल्यामुळं मी हे हस्तलिखित प्रा. स. शि. भावे यास वाचून दाखवण्याचा निर्णय घेतला.

तसं ते वाचून दाखवलं.

सदाशिव आणि सुमित्रा भावे यांना 'गोतावळा' खूप आवडली. दोघांनीही काही त्रुटी सांगून शेवटी सदाशिव म्हणाला, '''ओल्ड मॅन अँड द सी'ची मला तीव्रतेनं आठवण होते. जागतिक पातळीवर गाजणाऱ्या कादंबरीची पातळी याच तोडीची असते.''

त्याच्या बोलण्यानं मी आकाशात उडालो.

सदाशिव आपला मित्र आहे. साहित्यातील सगळी हृद्गतं तो माझ्याजवळ बोलतो नि मी त्याच्याजवळ बोलतो. कितीतरी दीर्घ संध्याकाळी आमच्या एकमेकांपाशी, दोघांतच जात असत. कदाचित या स्नेहापोटी, आत्मीयतेपोटी तो असं म्हणाला तर नसेल?... त्याचं हे म्हणणं गौरवार्थानंच स्वीकारलेलं बरं असं मनाला समजावलं.

नंतर तो प्रभाकर पाध्यांच्याकडं असंच काहीतरी या कादंबरीविषयी बोलला. तीन-चार दिवसांतच पाध्ये मला म्हणाले, ''यादव, तुमची 'गोतावळा' मला वाचून दाखवा. मला ती तुमच्या तोंडून ऐकायची आहे. सदाशिव तुमच्या कादंबरीविषयी बोलत होता.''

मी कबूल केलं.

...आतून काहीसा घाबरून गेलो. कारण पाध्यांविषयी माझ्या मनात एक वचक

होता. नुकतेच पुण्यात येऊन त्यांनी 'सेंटर फॉर इंडियन रायटर्स'ची १९६७ मध्ये स्थापना केली होती. त्या संस्थेच्या कार्यक्रमांना मी अधूनमधून जात होतो. तिथं पाध्यांचा वादपटू अवतार मी पाहिला होता. त्या काळात पुण्यात राष्ट्रीय पातळीवरचे साहित्यविचारविषयक अनेक कार्यक्रम त्यांनी घेतले होते. मोठमोठे साहित्यिक-समीक्षक भारताच्या निरनिराळ्या ठिकाणांहून या कार्यक्रमांना येत. सूक्ष्मात जाऊन सखोलपणे चर्चा करत. त्यात पाध्ये हिरिरीनं भाग घेऊन जाणकारीनं बोलत. अनेकांच्या मनातील त्रुटी दाखवून देत. भराभर इंग्रजी ग्रंथांतील तत्त्वज्ञान, मानसशास्त्र, सौंदर्यशास्त्र, साहित्यशास्त्र यांतील संदर्भ ग्रंथक रांच्या नावांसह सहजासहजी देत. त्यांतील अनेक पाश्चात्त्य ग्रंथकारांना ते प्रत्यक्ष भेटलेले आणि त्यांच्याशी त्यांच्या चर्चा झडलेल्या होत्या. ते जगभर फिरून आलेले. महाराष्ट्रातील मे. पुं. रेगे, दि. के. बेडेकर, माधव आचवल, रा. भा. पाटणकर यांच्या विचारांविषयी, मतांविषयी आणि विद्वत्तेविषयी मला नितांत आदर होता. त्यांच्याशीही ते सेंटरमध्ये वाद घालत आणि त्यांच्या त्रुटी, विसंगती दाखवून देण्याचा प्रयत्न करीत. ज्या बा. सी. मर्ढेकरांना मी पूजनीय मानत होतो त्यांना त्यांनी साधार निकालात काढलं होतं. रा. श्री. जोग, रा. शं. वाळिंबे, पु. ग. सहस्रबुद्धे, श्री. के. क्षीरसागर यांच्यासारख्या आधुनिक साहित्याच्या समीक्षकांच्या सावलीत पुण्याचं साहित्यविचारांचं उद्यान फुलत होतं. त्या समीक्षकांची समीक्षा त्यांनी कालबाह्य आणि जुजबी ठरवली होती. यांपैकी कुणीही त्यांच्या कार्यक्रमांना येत नसत. पाध्यांच्या सेंटरच्या निमंत्रणपत्रिका त्यांना जात नसाव्यात. यांतील अनेकांचे संस्कार प्रत्यक्षाप्रत्यक्ष स्वरूपात माझ्यावर झालेले. रायटर सेंटरमध्ये ललित कलांचा बऱ्यापैकी अभ्यास ज्यांचा आहे असेच निवडक विद्वान आणि नव-वाङ्मयीन प्रवृत्तींचे विशेष साहित्यिक येत असत. तेवढ्यांनाच कार्यक्रमांची निमंत्रणं जात असावीत. बहुतेक जण आवर्जून येत असत. हे निमंत्रण हा त्यांना सन्मान वाटे.

पाध्ये कार्यक्रमांना स्वतःच्या गाडीतून येत. बूट, सूट, कोट, टाय असा पाश्चात्त्य वळणाचा कडक आधुनिक पोशाख. कार्यक्रम सादर करण्याची रीतही तितकीच शिस्तबद्ध आणि सुसंस्कृत. पारिभाषिक संज्ञांचा अचूक, संयमित पण सहज वापर. कार्यक्रमात सतत गंभीर वातावरण.

या कार्यक्रमांना मी सातत्यानं जाई आणि नीट लक्ष देऊन ते ऐकत राही. प्रत्येकाची विचार सादर करण्याची रीत आणि ऐटही टक लावून पाही. या सगळ्यातून माझी साहित्यकलेची आणि साहित्यविचारांची जडणघडण होत गेली. तिला विविध पैलू पडत गेले... कधी कधी तेथील रथी-महारथींची वैचारिक झुंज बघून दडपूनही जात होतो... पाध्ये त्यांतील एक होते... मी त्यांना पाध्येसाहेब म्हणत असे.

त्यांनी मला 'गोतावळा'च्या वाचनाविषयी विचारल्यावर मी नाही म्हणणं शक्य नव्हतं. मला ती आज्ञा वाटत होती. तिला नकार देण्याचं बळ माझ्याजवळ अल्पांशानंही नव्हतं.

तीन दिवस त्यांच्या घरी 'गोतावळा'चं वाचन चाललं. पाध्ये, कमलाताई आणि मी असे तिघंच. कादंबरी वाचताना पहिल्या दिवशी आरंभी आरंभी मनावर खूप दडपण होतं. पण तासाभरानं ते कमी झालं. घरगुती, पांढऱ्याशुभ्र कौटुंबिक, देशी पोशाखात पाध्ये ऐकायला बसले होते. त्यामुळंच अर्धअधिक दडपण कमी झालं.

दडपण कमी होण्याचं मुख्य कारण म्हणजे माझ्या कादंबरीला जागोजागी मिळणारी त्यांची उत्स्फूर्त सर्जनशील दाद. माझं वाचन भावमग्न होऊन चाललेलं. ते ऐकता ऐकता पाध्यांना जुने, कोकणातले दिवस आठवत. त्या दिवसांतील अनेक घटना, प्रसंग, व्यक्ती यांची त्यांना आठवण होई. या घटना, प्रसंग, व्यक्ती यांच्यावरच त्यांनी एके काळी लिहिलेल्या कोकणच्या पार्श्वभूमीवरील कथा त्यांना आठवत. या कथांमध्ये वास्तव आणि कल्पनीय यांचा त्यांनी कसा आणि का मेळ घातला, याविषयी त्यांचं उघड चिंतन हे सगळं एकमेकांत मिसळून त्यांचं मन कारंजून उसळे. 'गोतावळा'तील ग्रामीण पात्रं, प्रसंग, प्राणी, निसर्ग यांची त्यांच्या कथांतील पात्र-प्रसंगादींशी समांतर तुलना केवळ रसग्रहणासाठी होई. मात्र 'गोतावळा'च्या त्या वाचनानं पाध्ये यांच्या जुन्या कथांच्या स्मृती उजळून निघाल्या.

कमलताईही दाद देत मला भरपूर खाऊ घालत होत्या.

तिसऱ्या दिवशी रात्री घरी परतलो.

वाटेवरच्या प्रवासात कळून आलं की प्रभाकर पाध्ये हे 'साहेब' नाहीत; ते आपल्या कोकणातले एक मराठमोळे गृहस्थ आहेत. त्यांच्या धमणीत एका कोकण्याचं रक्त वाहतं आहे.

'गोतावळा'च्या निमित्तानं त्यांच्यातला कोकणी माणूस उठून बसला. त्यांच्या मनावरची आवरणं बाजूला सारून जुना झळझळीत भूतकाळ त्यांच्यात अतिशय ताजातवाना होऊन जागा झाला.

इतरांचं ग्रामीण साहित्य वाचताना माझंही असंच व्हायचं... पाध्यांची फक्त प्रवासवर्णनं आपण मोठ्या आवडीनं वाचली आहेत. 'मैत्रीण' ही कादंबरीही वाचली आहे. पण त्यांच्या कथा आपण वाचल्या नाहीत. त्या वाचल्या पाहिजेत. निदान त्यांच्या कोकणच्या पार्श्वभूमीवरील कथा तरी वाचल्याच पाहिजेत. पाध्यांच्या या मनाचा पत्ता आपणाला कधीच लागला नव्हता...

हळूहळू या घराशी माझी घनिष्ठ जवळीक निर्माण झाली. मी त्यांच्याकडं एकटा एकटा जाऊ लागलो. एकटाच त्यांच्याशी गप्पा मारू लागलो.

दरम्यान, पोएट्री क्लबची स्थापना झाली होती. ती पाध्यांनीच पुढाकार घेऊन केलेली. या क्लबमध्ये जे दहा-बारा लोक होते त्यांत माझाही समावेश होता. या क्लबच्या बैठकी आलटून-पालटून अनेकांच्या घरी होत. प्रभाकर पाध्ये, कमल पाध्ये, संजीवनी मराठे, पद्मा गोळे, अनुराधा पोतदार, सुमित्रा भावे, सदाशिव भावे, अशोक केळकर, दि. के. बेडेकर, मी असे दहा-बारा जणं तरी नक्की होतो. मराठीतील मान्यवर कवींच्या कविता निवडून त्यांच्याविषयी सखोल चर्चा करत होतो... या क्लबनं कवितेच्या कलास्वादाची माझी जाण वाढवली. माधव आचवल यांच्या 'जास्वंद'नं ती समृद्ध केली.

या क्लबमुळं परस्परात जवळीक निर्माण झालीच पण पाध्यांच्याशीही अधिक जवळीक निर्माण व्हायला मदत झाली. तरीही 'गोतावळा वाचनाच्या वेळची' जवळीक ही खास होती. तिच्यामुळं एकमेकांना आम्ही खूप समजून घेतलं. आजचे हे 'पाध्येसाहेब' कोकणात तरुणपणी पंचा नेसून वावरत असत हे कळलं. 'सेंटर फॉर इंडियन रायटर्स' या भारतीय पातळीवरील संस्थेचे डायरेक्टर ते हेच का?- असाही नाट्यपूर्ण प्रश्न मला त्याच वेळी पडला.

जिज्ञासेनं मी त्यांच्या कथांचं वाचन केलं. त्यांच्या कथाकार व्यक्तिमत्त्वाचा एक अन्वयार्थ लागत गेला आणि त्यातूनच त्यांच्या कथांविषयीचं दीर्घ लेखन मी केलं. त्याची परिणती पुढं त्यांच्या 'निळे दिवस' या निवडक कथांचं मी संपादन करण्यात झाली. त्यांच्या वाङ्मयविषयक प्रेमाची मला खरी कल्पना आली. नंतर गाठीभेटी वाढत गेल्या.

...कलावंत म्हणून मला पडणारे निर्मितीविषयक अनेक प्रश्न मी त्यांना विचारत गेलो. या काळात ते सौंदर्यशास्त्रविषयक वाचन-चिंतन-लेखन करीत होते. त्यावरही चर्चा होत असत. मी कलेच्या निर्मितीच्या अंगांनी प्रश्न विचारून त्यांचा सौंदर्यशास्त्रीय संबंध स्पष्ट करून घेत असे. युरोपीय सौंदर्यशास्त्राचे अनेक संदर्भ पाध्यांच्याकडून मला कळत गेले. कलाविषयक अनेक प्रश्नांचा उलगडा या गाठीभेटींतून झाला.

त्याही अगोदरपासून वाङ्मयविषयक प्रश्नांचा उलगडा करून घ्यायला, एकमेकांचे विचार, मते घासून-पुसून घ्यायला मी, प्रा. स. शि. भावे आणि प्रा. अरविंद वामन कुलकर्णी वारंवार एकत्र जमत होतो. कधी दोघं, तर कधी तिघंही एकत्र गप्पागोष्टी करत असू. सदाशिव आम्हा तिघांत काहीसा सीनिअर. शिवाय विचारात तार्किकता, अचूकता आणि सूक्ष्मत: विशेष असलेला. विरोधी मतं हिरिरीनं मांडण्याइतका धीटपणा त्याच्याजवळ होता. त्यामुळं त्याची मतं मला चिंतनक्षम वाटत. कित्येक वेळा ती विलक्षण वाटत. त्यामुळं पटत नसत. पण मतभेद हा भाग सर्वांच्याच बाबतीत प्रामाणिक होता. त्यामुळं मैत्रीत कधीही दुरावा निर्माण झाला नाही.

एकमेकांचं स्वातंत्र्य तिघं जणही मानत होतो. माझ्या समीक्षा-विचारांना त्याच्या संगतीत स्पष्टपणा आला. आजवर अपरिचित राहिलेल्या दिशांनी विचार करण्याची मला चालना मिळत गेली.

अरविंदची गोष्ट काहीशी वेगळी होती. मूलत: तो कविप्रकृतीचा सर्जनशील कलावंत. त्याच्या या प्रकृतीचा परिणाम त्याच्या साहित्य-विचारांवर झालेला. एखाद्या साहित्यकृतीचा तो जाणकारीनं, बारकाव्यानिशी आस्वाद घेई. त्याची मतं सरळ, ठोस, बुद्धीची चमक दाखवणारी आणि सामान्यत: पटणारी असत. आंतरिक आत्मविश्वासानं तो आपली मतं मांडत असे. सदाशिवबरोबर तो वादही घालत असे. गप्प राहून मी त्या वादाचं सार काढत असे नि त्याचा फायदा करून घेत असे. साहित्याला अनेक अंगं व अनेक शक्यता एकाच वेळी असतात, हे त्या वेळी मला साधार प्रात्यक्षिकासह कळत असे.

'सत्यकथे'चा अंक आला की मी तो वाचून आठ-दहा दिवसांनी अरविंदकडं आवर्जून जाई. 'सत्यकथे'तल्या साहित्याचं त्यानंही वाचन केलेलं असे. त्यामुळं त्याच्याशी त्या साहित्यावर चर्चा करताना माझ्या नजरेतून चुकलेली सौंदर्यस्थळं त्याच्या बोलण्यात आपसूक येत नि माझ्या आस्वाद-जाणिवेतील त्रुटी मला जाणवू लागत. साहित्यकृतीचा आस्वाद घेताना आपण कुठं कुठं कमी पडतो याचं भान येई. माझी साहित्यविषयक आणि समीक्षाविषयक मतं जी कच्ची, स्थूल, आग्रही, अभिनिवेशी असायची त्यांना मुरड पडे. मतात मग 'शक्यतेची भाषा' मिसळू लागे... अरविंदचं साहित्यप्रेम हे जाणकार आस्वादकाचं होतं. त्याला वेडेवाकडे कंगोरे, काटे नव्हते. तो मनानं कोणत्याही साहित्यिक गटात नव्हता. 'सत्यकथा', 'मौज' यांच्याबाहेरही जन्माला येणाऱ्या चांगल्या साहित्याविषयी तो तेवढ्याच आत्मीयतेनं बोलत होता. त्यात त्याचं निखळ वाङ्मयप्रेम प्रत्ययाला येत होतं. ही गोष्ट मला फार महत्त्वाची वाटत होती. कारण मलाही साहित्याची विविध रूपं मनापासून आवडत असत. रूपसंपन्न साहित्य जसं आवडे तसं अस्ताव्यस्त प्रकृतीचं, केवळ जोरदार आशयाची संपन्नता असलेलं साहित्यही आवडे.

मला जशी अरविंदकडं जाण्याची ओढ असे तशीच त्यालाही माझ्याकडं येण्याची ओढ असे. ही ओढ सुप्त मनाच्या तळातील होती. महाराष्ट्र-कर्नाटकाच्या सीमाप्रदेशात आम्हा दोघांचेही पिंड घडलेले. दोघंही खेड्यात आणि शेतीभातीच्या मातीत घडलेलो. मळ्यावरच्या हिरव्या पिकांनी, ऊन-पावसांनी, ऋतू-हंगामांनी, मळण्या-पेरण्यांनी दोघंही आतून गजबजून गेलेलो. दोघांनीही खेडं समृद्धपणे भोगलेलं. शहरात येऊन काहीसे उपरे झालेलो. दोघांनाही ग्रामीण आणि नागरी सामाजिकतेची जाणीव असलेली. दोघंही पिंडधर्मानं मूळचे कवी आणि वाङ्मयप्रेमी. दोघांचाही गोतावळा गावाकडं प्रचंड पसरलेला... त्यामुळं आपलीच दोन रूपं

एकमेकांना भेटल्यासारखं वाटे. गावाकडच्या गप्पांत आणि प्रश्नांत नकळत दोघंही रमून जात होतो. गावाकडं जावंसं वाटू लागलं की एकमेकांकडं जाऊन येत होतो. त्याच्याकडं जाऊन आलो की मला तृप्त वाटे. आनंदाची अंघोळ करून आल्यासारखं होई... प्रसंगी त्याच्याकडून खूप मानसिक बळ मिळत असे.

पण सदाशिव पुण्याहून फर्ग्युसन कॉलेजमधून बदली होऊन सांगलीला विलिंग्डन कॉलेजला गेला नि अरविंद पुण्याच्या बी.एम.सी. कॉलेजची नोकरी सोडून अलिबागच्या कॉलेजमध्ये नोकरीला गेला. एकाच वर्षात ते दोन्ं मित्र बाहेरगावी गेल्यामुळं काही काळ मी पुण्यात निरुत्साही होऊनच वावरत होतो. त्यातूनच पाध्यांच्या संगतीत मी अधिकाधिक रमत गेलो.

'सत्यकथा' वाचून ज्यांच्याकडं जावंसं वाटायचं ते दुसरे साहित्यिक विद्याधर पुंडलीक होते. ते माझ्या अगोदरच्या साहित्यिक पिढीचे. माझ्यापेक्षा दहा-बारा वर्षांनी तरी मोठे होते. एवढे वयानं मोठे असले तरी अगदी बरोबरीच्या नात्यानं माझ्याशी वागत. 'सत्यकथे'त त्यांची कथा वाचली की मी आवर्जून त्यांना भेटायला जाई. त्यांच्या कथेचं रूप अतिशय देखणं, नक्षीदार आणि रेखीव असे. त्यांच्या कथेविषयी चर्चा करताना माझ्या नजरेतून हुकलेली अनेक सूक्ष्म, अतिसूक्ष्म सौंदर्यस्थळं ते मला दाखवून देत. अनेक ठिकाणची सूक्ष्म सूचकता किंवा ध्वन्यर्थ ते माझ्या नजरेस आणून देत. कथेत खूप हृद्य बारकावे अर्थपूर्णतेनं, काव्यात्मतेनं, प्रतिमा-प्रतीकांच्या अभिजात वापरानं भरलेले असत... मला एवढे बारकावे का जाणवू नयेत असा प्रश्न पडे. माझी सौंदर्यदृष्टी स्थूल आहे, ती अधिकाधिक सूक्ष्म झाली पाहिजे याची तीव्र जाणीव होई.

कधी कधी प्रश्न पडे की एवढी सूक्ष्मता, एवढे अतिबारीक बारकावे काय कामाचे? ते लक्षात येण्यासाठी वाक्यावाक्यावर कितीतरी वेळ खोळंबावं लागतं नि त्याच्या अर्थाच्या सर्व लक्षणा-व्यंजना-शक्ती तपासाव्या लागतात. कवितेत जे शक्य असतं ते गद्यात कित्येक वेळा अप्रस्तुत असतं. गद्याची ताकद वाच्यार्थ, लक्ष्यार्थ यात जास्त स्वाभाविक वाटते. क्वचितच ध्वन्यर्थात ती शोभते... मग आपण हा हव्यास करावा का? मी दुग्ध्यात पडे. कारण पुंडलिकांची कथा खास अभिजात सौंदर्यानं नटलेली, कलासंपन्न कथा म्हणून तिचं 'सत्यकथे'च्या वर्तुळात कौतुक असे. त्या सूक्ष्मताजीवी कौतुकाचं मूल्य मला मात्र कळेनासं होई. गद्य हे काव्यात्म असावं पण कविता-गुणांनी समृद्ध झालेलं नसावं, गद्याचा म्हणून एक पिंडधर्म असतो, तो हरवता कामा नये असं मला वाटे.

मात्र पुंडलिकांशी होणारी चर्चा मला नेहमी आवडे. अगदी आरंभीच्या काळात म्हणजे १९६३ साली पुण्यात दुसऱ्यांदा आलो तेव्हा शंकर पाटलांशी होणाऱ्या चर्चांमुळं माझं कथालेखन जसं अधिक कलात्मक होऊ लागलं, तसं पुंडलिकांशी

होणाऱ्या चर्चांचाही परिणाम माझ्या लेखनविषयक जाणिवांवर होत असे. शिवाय पुंडलिकांशी होणाऱ्या चर्चेतून मध्यमवर्गीय जीवनातील विविध सूक्ष्म संबंध, त्यांतील नाट्य-काव्य, बुद्धिजीवी नागर माणसाची मनोरचना, जगण्याविषयीचे अग्रक्रम, ब्राह्मणी संस्कृतीचे कौटुंबिक बारकावे मला कळत. ते जीवन समजून घेतल्यानं तशा प्रकारचं साहित्य वाचून आस्वादायला मला मदत होत असे.

शिवाय मी समाजाच्या आर्थिकदृष्ट्या अधस्तरातून आणि खेड्यातून आलेला तरुण. तशात पुण्यात 'प्राध्यापक' म्हणून येणं. म्हणजे खास मध्यमवर्गीयांचा अर्क असलेला बुद्धिजीवी पेशा पत्करलेला. माझ्याकडं येणारे-जाणारे सगळेच बुद्धिजीवी, मध्यमवर्गीय, पांढरपेशे स्नेही. ते पुणेरी असतील तर आणखी दक्षता घेण्याची गरज वाटे. कारण या सर्वांशी स्नेहसंबंध असणं आवश्यक होतं. ते ठेवायचे तर आपण त्यांचे शिष्टाचार, त्यांची मनोरचना समजून घेतली पाहिजे याची न्यूनगंडात्मक जाणीव होत असे.

...'सत्यकथे'तलं पान नि पान आपणाला पूर्णपणे कळलं पाहिजे, साहित्यकलेचं आकलन आणि अभ्यास आपण कसून करण्यास शिकलं पाहिजे; नाहीतर आपलं बौद्धिक पातळीवरचं गावठी पितळ या खास पुणेरी संस्कृतीत उघडं पडेल अशी मनोमन भीती वाटे. मी उत्तम साहित्य आणि बुद्धिजीवी, पांढरपेशी संस्कृतीचा अभिजात गाभा मनापासून समजून घेत होतो. तो आत्मसात करण्याचा, घरात आणण्याचा प्रयत्न करीत होतो. मला ती माझ्या प्रगतीची दिशा वाटे. माझा आणि पुण्यात जन्माला येणाऱ्या माझ्या मुलाबाळांचा त्यात विकास आहे असं जाणवे.

विचारात गढून फारच गंभीर झालो की दोन व्यक्तींची आठवण तीव्रतेनं होई. मानवी जीवनविषयक आणि समाज-जीवनविषयक पडणाऱ्या प्रश्नांची चर्चा दि. के. बेडेकर आणि प्रा. गं. बा. सरदार यांच्याशी करावीशी वाटे. नवसाहित्यात वास्तववादी माणूस दाखविण्याच्या नववाङ्मयीन प्रवृत्तींतून झालेलं काही लेखन वाचून मी अस्वस्थ होत होतो... इतकी भेसूर, हिडीस, बीभत्स माणसं आपणाला वास्तवात कधी भेटली कशी नाहीत? निदान दिसलीही नाहीत, हे कसं? आपल्या मनातही असली विचारांची दलदल कधी निर्माण झाली नाही... विचारांना इतक्या अतिरेकी, एकांतिक वृत्तीनं आपण कधी पिंजतही बसत नाही. मग या साहित्यात ही पात्रं अशी कोठून येतात? या साहित्याला 'सत्यकथे'त एवढ्या प्रतिष्ठेचं स्थान कसं लाभतं?... का आपणच मानवी जीवन समजून घ्यायला कमी पडत आहोत? जगात एवढे विचारवंत आणि त्यांचे वैचारिक ग्रंथ निर्माण होऊनही मानवी जीवनात प्रगती का होत नाही? माणसांची मनं का सुधारत नाहीत? असे काहीतरी तरुण वयाला साजेसे प्रश्न पडत असत.

अशा वेळी दि. के. बेडेकरांची आठवण मला तीव्रतेनं होई. 'खळाळ' या

कथासंग्रहाचं पुणे आकाशवाणीवरून त्यांनी परीक्षण केलं होतं. तत्पूर्वी त्यांचे मी लेखही वाचत होतो. तरीही ते परीक्षण ऐकताना मला सारखं जाणवत होतं की बेडेकर माणसांच्या मनात खोलवर उतरून ते समजून देतात. किती समजूतदार सरळ भाषा आहे त्यांची... मला त्यांचं आकर्षण वाटू लागलं.

जंगली महाराज रस्त्यावर असलेल्या त्यांच्या प्रशस्त घरी मी संध्याकाळी फिरत फिरत जाई. त्यांचा बैठकीचा हॉल विलक्षण कलावस्तूंनी भरलेला होता. बेडेकर काही कामात असले आणि थोडा वेळ तिथं एकटंच बसण्याचा प्रसंग आला तर मी त्या चित्र-विचित्र कलावस्तू न्याहाळण्यात रमून जाई. बेडेकरांनी त्यांना 'वि-चित्रे' असं नाव दिलं होतं. त्यांनी स्वत: टाकाऊ वस्तूंतून त्या आकाराला आणल्या होत्या. त्यांची कलेविषयीची मूलभूत, वेगळी, तरल आणि सर्जनशील जाण त्यातून प्रकट होत असे.

हसऱ्या स्वागतानं सहजपणे गप्पा सुरू होत. त्यांना पाहण्यापूर्वी माझ्या मनात त्यांच्याविषयी दरारा होता. पण भेटीगाठी इतक्या सहज होऊ लागल्या की मला ते जुने जुने ओळखीचे वाटू लागले. हाडाचे सौजन्यमूर्ती. विचार विदग्ध असले तरी अभिव्यक्ती सहज, घरगुती असे. विचारांचं ओझं वाटत नसे. सहज पचून जात. मानवानं केलेल्या विचारांचा व्यापक आलेख, त्याचं ऐतिहासिक कर्तृत्व, पराक्रम, उदात्त धर्मजीवन, संतत्व, सैतानत्व यासंबंधी चर्चा होत. मानवी गुणावगुणांच्या परस्पर संबंधांविषयी, सापेक्षतेविषयी ते खोलात जाऊन बोलत. ते ऐकून मराठीतील नववाङ्मयीन प्रवृत्तींना कळलेला माणूस कसा उथळ, एकांगी, भडक रंगात बरबटलेला आहे हे कळून येई... आपणाला काहीच कळत नाही असा एक न्यूनगंड काही नवसाहित्यकृती वाचून माझ्या मनात निर्माण झाला होता, तो नष्ट होऊन बेडेकरांच्यामुळं मनाला धीर आला. स्वत:विषयी पुन्हा विश्वास वाटू लागला.

बेडेकर आणि सरदार यांना विचारायचे प्रश्न वेगवेगळे असले तरी त्यांचं जन्मस्थान एकच होतं. 'सत्यकथे'तून कलावादी साहित्यिकांची जी दुसरी पिढी १९६० नंतर लेखन करत होती तिचं साहित्य वाचून हे प्रश्न पडत होते. या साहित्यातील माणूस माझ्यासारख्या देशी, मराठी माणसाला अनोळखी वाटत होता.

... हे साहित्य फार फार खाजगी, वैयक्तिक, एरवी अतिशय नगण्य अनुभवांना बहिर्गोल भिंगाखाली घालून पाहतं आहे, त्यातच धन्यता मानतं आहे. अशा साहित्याचा गौरव होतो आहे. असंच काही साहित्यात रंगवलं तर ते कलावादी होणार आहे की काय? मग समाजवास्तवाशी, समाजमनाशी या साहित्याचा काही संबंध राहणार आहे की नाही? ...सामाजिक मन किंवा आमचं सर्वसाधारण मन हे स्थूल, ढोबळ, बटबटीत असतं; साहित्यात सुप्त, अर्धसुप्त मनाला महत्त्व असतं.

त्याचे विविध कोपरे-कंगोरे दाखवण्यातच या साहित्याला धन्यता वाटते. मग आजवरच्या साहित्याला निखालस बाद करायचं की काय? कलावादाचा आणि माणसांनी गजबजलेल्या समाजजीवनाचा मेळ कसा घालायचा? साहित्यिकानं समाजजीवनापासून स्वत:ला तोडून घ्यायचं, एकांतात सतत राहायचं, कुणाला भेटू द्यायचं नाही, कुणाला दर्शन द्यायचं नाही, सामाजिक जाणीव, बांधिलकी वगैरे सब झूट मानायचं... मग माझी वाट चुकली की काय, असं वाटे.

एखाद्या संध्याकाळी असाच एखादा प्रश्न मनात येऊन प्रा. सरदारांच्याकडं जाऊन बसे. त्यांना हे सगळं विचारी. पुष्कळ वेळा साहित्य-सौंदर्याची, रूपाची, लयतत्त्वाची, कलानुभवाच्या स्वरूपाची कल्पना नम्रपणे मांडी. या विचारांना साहित्यात काहीच स्थान नाही काय असं विचारी. सामाजिक परिस्थितीसंबंधीही विचारी. तिच्याविषयी माझ्या मनानं लावलेला अन्वय योग्य आहे की नाही हे तपासून घेई... यातून साहित्याच्या गाभ्याचं रूप, समाज आणि साहित्य यांचं नातं एका वेगळ्या रीतीनं समजत गेल्यासारखं होई.

दि. के. बेडेकर, प्रा. गं. बा. सरदार यांना विचारायच्या प्रश्नांची उत्तरं मला अन्य कुणाकडून नीटपणे मिळतील असं वाटत नसे. या दोघांचं साहित्य वाचून माझ्या मनात त्यांच्याविषयी विश्वास निर्माण झाला होता. जुन्या-नव्याचे नुसते विरोधक किंवा पुरस्कर्ते-प्रवर्तक हे नेहमीच एकांगी भूमिका घेतात, याचा मला हळूहळू अनुभव येत गेला होता. त्यातून आपणच आपली वाट शोधली पाहिजे असं वाटू लागलं होतं. त्यातूनच मी या सर्वांना भेटत असे. सर्वांना समजून घेत असे. यथाशक्ति विचार करून नवा मेळ घालता येतो का ते पाहत असे.

मी कलानगरमध्ये राहायला आल्यावर दोन वर्षांच्या अंतरानं प्रा. गो. म. कुलकर्णी हे निवृत्त होऊन कलानगरमध्येच राहायला आले. त्यांचे समीक्षाविषयक लेख मी वाचले होते. एक-दोन ग्रंथही वाचले होते.

त्यांनी वाङ्मय-क्षेत्रातील तीन-चार पिढ्या डोळसपणे पाहिल्या होत्या. ना. सी. फडके पूर्वकाळातील सामाजिक जाणीव असलेला जीवनवाद, फडक्यांचा मनोरंजनवाद किंवा तंत्रवाद, मर्ढेकर युगातील कलावाद आणि त्यानंतरचा प्रखर जीवनवादी दलित साहित्य चळवळीचा काळ ते पाहत होते. त्यावर ऐतिहासिक दृष्टिकोनातून जाणकारीनं लिहीत होते. बरेच चढ-उतार झालेल्या १८७० ते १९७५ या मोठ्या कालपटावरचं वाङ्मयीन दृश्य त्यांच्या मनासमोर होतं. त्याच्या प्रकृतीची नाडी त्यांच्या हाताला लागलेली. वाङ्मयीन मूल्यांच्या बदलत्या रंगांकडं आणि लाटांकडं ते अलिप्तपणे पाहत होते. त्या मूल्यांचं कमी-अधिक महत्त्व आणि तात्कालिक अभिनिवेशातून आलेलं चंद्रबळ ते ओळखून होते. साहित्य-मूल्यांचा शाश्वत गाभा या सर्व जाणकारीत त्यांनी केंद्रस्थानी पक्का ठेवलेला होता. १९७५ ते ९५ अशी

गेली वीस वर्षं आम्ही दोघं एकमेकांच्या अखंड वाङ्मयीन सहवासात आहोत.

या काळात गो.मं.नी मला काय आणि किती दिलं याला गणती नाही. आठवड्यातून निदान दोन तरी भेटी आणि दीर्घ वाङ्मयीन चर्चा होतातच. या वीस वर्षांत माझ्या मनात येणारा कोणताही वाङ्मयीन विचार मी गो.मं.च्या समीक्षादृष्टीच्या निकषांवर तपासून, निका करून घेतला नाही असं झालं नाही. ज्येष्ठ मित्र आणि गुरू अशा दुहेरी नात्यांनी ते मला लाभल्यासारखे झाले आहेत. त्यांचा अनौपचारिक स्नेह मला वाङ्मयक्षेत्रात मोठा मानसिक आधार देणारा ठरला आहे. ग्रामीण साहित्याच्या चळवळीच्या काळात ते मला आधारवडासारखे झाले. कोणतीही शंका किंवा प्रश्न आला की मी त्यांच्यापाशी जातो. मोकळ्या मनानं त्यांना विचारतो. भरपूर आणि सर्वांगांनी सहज प्रेरणेनं अगदी अनौपचारिक चर्चा होते. मनाशी काही निर्णय घेऊन मी त्या प्रश्नातून मोकळा होतो.

गो. म. वाचण्यासाठी भरपूर संदर्भ देतात आणि बहुधा ते वाचण्यासाठी ग्रंथही आणून देतात. मी त्यांच्या या सुजनतेनं संकोचून जातो. त्यांच्यामुळं निरनिराळ्या कितीतरी वैचारिक लेखांचं आणि ग्रंथांचं माझं वाचन झालं. त्यावर झडझडून चर्चा झाल्या. माझी दोलायमान वाङ्मयीन मतं स्थिरपद होत गेली.

गो.मं.नी दलित साहित्याचा सर्वांगांनी आणि बारकाईनं अभ्यास करून त्यावर एक स्वतंत्र ग्रंथ लिहिला. या अभ्यासकाळात आमच्या चर्चा होत गेल्या. या काळात साहित्य आणि समाज यांचे परस्पर विविध संबंध पुन्हा एकदा मला नीटपणे पारखून घेता आले. ग्रामीण साहित्याविषयीचे माझे विचार धीटपणे माझ्या ग्रंथात मांडायला मला त्यांचा फार मोठा मानसिक आधार मिळाला.

गो.मं.चा वडीलधारा परिपक्व सहवास मला ऐन चाळिशीत लाभला. आम्ही दोघंही ग्रामीण विभागाची पार्श्वभूमी असलेले आणि वाङ्मयप्रेमी. माझ्या वाङ्मयीन दृष्टीला त्यांनी जीवनवादाच्या अंगानं खूपच खतपाणी घातलं आणि ती विकसित केली. गुरू आणि शिक्षक यांतील फरक मला या काळात कळला. विद्यार्थ्याला आपल्या विषयासंबंधी वेळोवेळी प्रश्न पडत असतात. वाचन, अध्ययन करताना वेळोवेळी शंका निर्माण होतात. त्या विद्यार्थ्याचा स्वभाव लक्षात घेऊन गुरू त्याचं त्या त्या वेळी निरसन करत असतो. तो त्याच्या सतत बारा वर्षं सहवासात असेल तर गुरू आपलं सर्वस्व त्याच्या ठिकाणी ओतून समाजाला हवं असलेलं ज्ञानाचं सातत्य टिकवतो, त्याचा वारसा विद्यार्थ्याकडं देऊन मोकळा होतो. शिक्षक हा व्यायसायिक, ज्ञानदानाच्या आधारानं पोटापाण्याचे प्रश्न सोडवणारा असतो. ज्ञानाविषयी त्याला आस्था असेलच असं नाही, सामाजिक ज्ञानाचा वारसा सांभाळण्यासाठी आपण ज्ञानदान करतो ही कर्तव्याची उदात्त भावना त्याच्याजवळ असेलच असंही नाही. या अर्थानं गो. म. मला गुरुस्थानी वाटतात. १९७५ नंतरच्या माझ्या

वाङ्मयविषयक विचार-विकासात त्यांचं अशा प्रकारचं दुहेरी स्थान आहे.

मी कलानगरमध्ये आलो तेव्हा पुण्याच्या मध्यवर्ती वस्तीत असलेल्या वाङ्मयीन व्यक्तींचा आणि वातावरणाचा माझा संबंध विरळ विरळ होत गेला.

कालौघात अनेक व्यक्ती कालवश झाल्या. पुण्यातील शिवाजीनगरच्या घरात असताना माझ्या मनात सतत वाङ्मयीन वातावरण खेळतं, सळसळतं असे. त्या वयात माझ्याजवळ स्वत:त रमत, पुस्तकं वाचत, उत्साहानं लेखन करत राहण्याची फार मोठी ऊर्मी होती. अनेक वाङ्मयीन मित्र भेटत असल्यामुळं, चर्चा होत असल्यामुळं मनातल्या या वातावरणाला खतपाणी भरपूर मिळत असे. त्यामुळं ते आपोआप जतन होत होतं.

पण वयाची पन्नाशी ओलांडल्यानंतर आणि आयुष्यात सततची दगदग भोगल्यानंतर एकट्यानं, एकाकी, कुणाशी न बोलता-चालता मला ललित साहित्याची किंवा वैचारिक साहित्याची निर्मिती करणं कठीण गेलं असतं. आयुष्य सगळं संघर्षातच गेल्यामुळं मानसिक दृष्टीनंही थकल्यासारखं होत होतं. अशा काळात प्रा. गो. म. कुलकर्णी माझ्या आयुष्यात आपसूक आले. त्यामुळं एकमेकांशी चर्चा होणं शक्य झालं. आम्हा दोघांनाही एकमेकांचा सहवास आवडू लागला. दोघांच्याही मनात त्यामुळं वाङ्मयीन वातावरण पोसलं जाऊ लागलं. लेखनही नव्या जोमानं होऊ लागलं.

१९७८ नंतरच्या माझ्या साहित्यनिर्मितीचं आणि विचारांचं बरंचसं वाङ्मयीन श्रेय गो. म. कुलकर्णी यांच्याकडं जातं. ते कलानगरात नसते तर माझ्या १९७८ नंतरच्या साहित्यकृती काही प्रमाणात तरी उणावल्या असत्या. माझे वाङ्मय-विचार आजच्यासारखे दिसले नसते. माझ्या विविध प्रेरणा कोमेजून शिळ्या झाल्या असत्या. ...एकाच व्यक्तीच्या ठिकाणी गुरू-मित्राचं दुहेरी नातं असण्याचा असा दुर्मीळ आणि मूल्यवान योग एखाद्याच भाग्यवान साहित्यिकाच्या वाट्याला येत असावा.

खरं तर पुण्यात आल्यापासून अनेक साहित्यिक आणि समीक्षक माझे मित्र झाले. या सर्वांपासून मी काही ना काही घेत गेलो किंवा मला मिळत गेलं. पण वरील सर्व व्यक्तींचं ऋण मला संस्मरणीय वाटतं. या अनेकांनी माझं वाङ्मयीन व्यक्तिमत्त्व त्यांच्या कळत किंवा नकळत घडवलं आहे. मला साहित्यिक म्हणून संतुलित केलं आहे. यांच्याकडून मी खूप काही घेत गेलो.

...माझ्या घरी ज्ञानाचा वारसा नव्हता. त्या अभावी ही 'घेत जाण्या'ची वृत्ती माझ्यामध्ये जन्माला आली असावी. ...प्रत्येकाकडं जायचं आणि त्याच्याकडून मिळेल ते अधाशीपणे गोळा करायचं. ते आपलंसं करून अधिक सकस व्हायचं.

खेडेगावात एक प्रथा आहे. घरच्या भाकरीवर पोरं जगत नसली तर 'गावची

भाकरी' त्याला करून घातली जाते. ही 'गावची भाकरी' म्हणजे नवस केलेल्या पोराच्या आईनं गावात रोज पाच घरं हिंडून काही दिवस थोडं थोडं धान्य गोळा करायचं. त्याची भाकरी करून त्या पोराला घालायची. घराचा वारसदार म्हणून आपल्या घरासाठी पोरगं जगत नसेल, तशी देवाचीच इच्छा असेल तर हे पोरगं गावाचा वारसदार म्हणून गावासाठी, गावाच्या भाकरीवर वाढवण्याची जुनी समजूत किंवा रूढी होती... गावाचं अन्न खाऊन जगलेल्या त्या पोरावर गावाचा नैतिक अधिकार असे. या पोरानं केवळ आपल्यापुरतं जगू नये, गावासाठी जगावं अशी अपेक्षा गृहीत धरली जात असे. गावासाठी त्यानं काही ना काही केलं की तो गावऋणातून मुक्त झाला असं मानलं जातं.

शिक्षक, प्राध्यापक, स्नेही, साहित्यिक, समीक्षक या सगळ्यांनी दिलेली गावची भाकरी खाऊन आज मी विश्वासानं उभा आहे. हे जनऋण परत करण्यातच मला सार्थकता वाटावी अशी आत्मशक्तीकडं माझी प्रार्थना असते.

◆

ना. सी. फडके यांच्याशी न झालेला वाद

१९७६ मार्चचा म. सा. पत्रिकेचा वि. स. खांडेकर विशेषांक होता. खांडेकरांना ज्ञानपीठ पुरस्कार मिळाल्यानं पुण्याच्या महाराष्ट्र साहित्य परिषदेनं तो काढायचा ठरवला होता. संपादक होते डॉ. भालचंद्र फडके. या अंकासाठी मी 'मराठी लघुनिबंधाचे जनक : वि. स. खांडेकर : का आणि कसे?' हा लेख लिहिला होता.

वास्तविक हा लेख वि. स. खांडेकरांवर होता. त्यांच्या लघुनिबंधांच्या आधारे त्यांचे लघुनिबंधाचे 'मराठी' जनकत्व सिद्ध करण्यासाठी त्याचा प्रपंच केला होता. ना. सी. फडके यांच्या लघुनिबंधांचा केवळ अनुषंगाने त्यात उल्लेख येत होता. त्यामुळं फडक्यांच्या लघुनिबंधाच्या जनकत्वाविषयी मी त्यात पुरेशा विस्तृतपणे परामर्श घेऊ शकलो नव्हतो. माझ्या पीएच.डी.च्या प्रबंधात त्याविषयी मी भरपूर विस्तृत विवेचन केलेलं आहे.

वि. स. खांडेकरांच्यावरचा माझा लेख वाचून ना. सी. फडके अस्वस्थ झाले. माझ्यावर ते संतापले. त्यांनी मला १५ मे १९७६ रोजी पत्र लिहिलं. त्याला मी उत्तर दिलं. त्याला त्यांचं प्रत्युत्तर आलं. त्यालाही मी उत्तर दिलं. नंतर त्यांनी 'स्वत:च कसे मराठी लघुनिबंधाचे जनक आहोत' हे सांगणारे तीन लेख 'जत्रा' साप्ताहिकात २७ जून १९७६ पासून सलग लिहिले. पुढे त्याचंच त्यांनी 'परिशिष्टं' वगैरे घालून 'मराठी लघुनिबंधाचा जनक कोण?' हे पुस्तक सप्टेंबर १९७६ मध्ये प्रसिद्ध केलं. त्या पुस्तकात त्यांना मी लिहिलेली पत्रंही त्यांनी छापली आहेत.

ना. सी. फडके आपल्या जनकत्वाच्या लेखात मला एक आग्रह पुन:पुन्हा करत होते, 'तुम्ही (म्हणजे मी) वि. स. खांडेकरांना विचारा की तुम्हाला हे जनकत्व मान्य आहे काय?'

भेटीत पूर्वीच वि. स. खांडेकर यांनी मला मूकसंमती दिली होती. त्याचे साक्षीदार कोल्हापूरचे माझे मित्र प्रा. कमलाकर दीक्षित आहेतच. असं असूनही मी खांडेकरांना जाहीरपणे विचारण्याचं साफ नाकारलं.

ना. सी. फडके आणि वि. स. खांडेकर यांच्या लघुनिबंधांचा मी कालक्रमनिष्ठेनं, ऐतिहासिक पद्धतीनं अभ्यास करून निष्कर्ष काढले होते. त्या पाठीमागं माझी कार्यकारण विचार-संगती होती. त्यामुळं खांडेकर मला जनक वाटत होते; फडके वाटत नव्हते. या सर्व संशोधनाला मी जबाबदार होतो; वि. स. खांडेकर नव्हते. त्यामुळं खांडेकरांना विचारण्यात मला औचित्य वाटत नव्हतं. म्हणून मी ना. सी. फडके यांना पत्रातून लिहिलं होतं की, 'वि. स. खांडेकरांना अभिप्राय विचारून माझा लेख 'पास' करून घेण्याचं मला काहीच कारण अजूनही वाटत नाही. ते काही माझे हेडमास्तर नव्हेत.'

पत्र लिहिताना मी ना. सी. फडके यांनी माझ्याविषयी वापरलेल्या भाषेमुळं तिखट झालो होतो. काहीसा संतापलोही होतो.

ना. सी. फडके यांचा आणि माझा प्रथम प्रत्यक्ष परिचय झाला तो १९७० मध्ये. माझी 'गोतावळा' कादंबरी अजून प्रसिद्ध व्हायची होती. नियतकालिकातून माझ्या फक्त ग्रामीण कथा प्रसिद्ध होत होत्या. माझी तोपर्यंत प्रमुख अशी तीन पुस्तकं प्रसिद्ध झालेली. त्यात 'खळाळ' हा एकच कथासंग्रह होता.

अशा परिस्थितीत 'अंजली' वार्षिकाच्या १९७० च्या अंकासाठी मी एक कथा द्यावी अशी विनंती करणारं ना. सी. फडक्यांचं मला पत्र आलं.

हे पत्र अनपेक्षित होतं. मी काही प्रेमकथा लिहिणारा लोकप्रिय लेखक नव्हतो. माझ्या कथेमुळं 'अंजली'च्या दिवाळी अंकात 'मोलाची भर' पडेल अशा योग्यतेचा कथाकारही नव्हतो. माझ्या कथेचं वळण फडक्यांच्या कथांपेक्षा किंवा 'अंजली'च्या अंकात व. पु. काळे इत्यादींच्या येणाऱ्या कथांपेक्षा वेगळं होतं. ...मग हे पत्र मला कसं आलं?

पुण्यात येऊन मला सहा-सात वर्षं झाली होती. अनेक साहित्यिकांचा माझा प्रत्यक्ष परिचय झाला होता. त्यांच्या घरी जात-येत होतो. एवढ्या सहा-सात वर्षांच्या काळात मी ना. सी. फडके यांच्याकडं कधी गेलो नव्हतो. वास्तविक ते कॉलेजला जाण्या-येण्याच्या माझ्या वाटेवर होते. त्यांच्या शेजारी डॉ. सरोजिनी बाबर, कवयित्री अंजली ठकार ही मंडळी राहत होती. त्यांच्याकडं मी पुष्कळ वेळा जात होतो. पण शेजारीच स्वतंत्र बैठ्या 'दौलत' बंगल्यात राहणाऱ्या फडक्यांच्याकडं आजवर कधी गेलो नव्हतो.

त्यांच्या-माझ्यामध्ये दोन पिढ्यांचं अंतर होतं. वास्तविक अशा वडीलधाऱ्या साहित्यिक मंडळींकडं जाण्यात मला आनंद मिळत असे. वि. स. खांडेकर यांच्याकडं मी कोल्हापुरास असताना नेहमी जात असे. पुण्यातही वि. द. घाटे, श्री. बा. रानडे, ग. ह. पाटील, ग. ल. ठोकळ, प्रभाकर पाध्ये, पु. ल. देशपांडे यांच्याकडं मी जात असे. या साहित्यिकांकडून मिळणारं जीवनातील अनुभवाचं धन

मला फार मोलाचं वाटे. ते पुस्तकातून मिळण्यासारखं नसतं याविषयी माझी खात्री असे.

सायकलवरून मी कॉलेजला सकाळी जाताना ना. सी. फडके खिडकीतून पाठमोरे बसलेले दिसत. त्यांच्यासमोर त्यांचा लेखनिक बसलेला दिसे. कधी सायंकाळी कॉलेजवर कार्यक्रमासाठी जाऊन परतत असताना ते बंगल्यासमोरच्या चौफाळ्यावर सिगरेट ओढत एकटेच विरंगुळ्याचा आनंद घेत बसलेले दिसत. त्यांची तीन-चार व्याख्यानंही मी ऐकलेली होती. पण त्यांच्याकडं जावं असं मात्र कधी वाटलं नाही. ते शिस्तीचे मोठे भोक्ते होते. त्यांच्याकडं जायचं तर वेळ ठरवून मगच जावं लागतं, वेळ संपली की उठावं लागतं, असं त्यांच्या लेखनिकाकडून ऐकलं होतं. हा लेखनिक फर्ग्युसन कॉलेजमध्ये काही काळ विद्यार्थी होता. 'साहित्य-सहकार'च्या एका कार्यक्रमात तो मला भेटला होता. त्यानं मला सांगितलं होतं.

अशा शिस्तशीर माणसाविषयी मला काही म्हणायचं नसतं. पण अशा व्यक्तीकडं आपलं तसंच काही काम नसेल तर आपण जाऊ नये, त्यांचा कामाचा वेळ खाऊ नये असं मात्र मला वाटे.

ज्याचा त्याचा वैयक्तिक जीवनाविषयीचा दृष्टिकोन मानणाऱ्यांपैकी मी एक होतो. फडके यांच्यापेक्षा अर्थातच माझा दृष्टिकोन वेगळा होता... माणूस म्हणून माणसाचं उपयुक्ततेच्या पलीकडं काही एक मोल असतं. कुणीही माणूस आपल्या घरी भेटण्यासाठी येतो तेव्हा त्याचं निदान शाब्दिक आगतस्वागत करावं, त्याच्याशी दोन मिनिटं गप्पा मारल्यानं आपलंही मन फुलून येतं, त्याचंही मन फुलतं अशी मनाची प्रफुल्लता जाता-येता एखाद-दुसऱ्या मिनिटात देता येत असेल तर ती माणसानं माणसाला द्यावी, अशी माझी कळत नकळत धारणा झालेली होती.

मराठीचा प्राध्यापक असल्यामुळं फडक्यांचं बरंचसं साहित्य मी वाचलेलं होतं. त्या साहित्यात मला कधी मनापासून रस वाटला नाही. लहानपणी मात्र त्यांची तीन-चार कथा-कादंबऱ्यांची पुस्तकं मी आवडीनं वाचली होती. प्रौढ वयात वाचताना मात्र त्यांचं साहित्य प्रसन्न असलं तरी त्याला गांभीर्याची खोली न जाणवल्यामुळं माझ्या प्रकृतीला ते फारसं रुचत नव्हतं. माझ्यासारख्याच्या जीवनातील प्रश्नांनाही त्यात कुठं हात घातला आहे याचा पडताळाही मला येत नव्हता.

१९६८ साली मी माझ्या पीएच.डी. पदवीसाठी 'मराठी लघुनिबंध' हा विषय घेतला होता. त्यात एकूणच आधुनिक मराठी वाङ्मयातील लघुनिबंधाशी प्रत्यक्ष-अप्रत्यक्ष संबंधित अशा लेखनाचा अभ्यास मी करत होतो. अगदी १८४० पासूनचं मराठी साहित्य निरनिराळ्या ग्रंथांतून, नियतकालिकांतून मी धुंडाळत होतो. कालक्रमानं लेखन लक्षात घेऊन लघुनिबंधात नंतर दिसणाऱ्या प्रेरणा-प्रवृत्ती बीजरूपात, मांडणीरूपात,

शैलीरूपात आणि एकूणच लेखनप्रकाराच्या रूपात कसकशा विकसित होत गेल्या हे पाहत होतो.

मी 'मराठी लघुनिबंधावर' संशोधन करतो आहे हे पुण्यातल्या साहित्य-वर्तुळात बहुतेकांना माहीत झालं होतं. लघुनिबंधावरचं ते मराठीतील पहिलंच संशोधन होतं. संशोधनाच्या निमित्तानं पुण्यातली मोठी, जुनी ग्रंथालयं तपासून मी मला आवश्यक ते संदर्भ गोळा करत होतो... अशा काळात ना. सी. फडके यांचं 'अंजली'च्या दिवाळी अंकासाठी मला पत्र आलं.

ना. सी. फडके यांचं मला विनंतीपत्र यावं य त माझा सन्मान मी मानत होतो. त्यांची वाङ्मयीन योग्यता माझ्या दृष्टीनं काहीही असली तरी ते नामांकित ज्येष्ठ साहित्यिक होते. त्यांनी मराठी साहित्यात एक युग निर्माण केलं होतं. त्यांचा मान राखण्याची संधी आपणास मिळत आहे असं वाटून मी त्यांना कथा आनंदानं देत असल्याचं पत्र लिहिलं.

१९७० च्या 'अंजली'च्या दिवाळी अंकात माझी 'ऊन' ही कथा अशा पार्श्वभूमीवर प्रसिद्ध झाली. पुण्यातल्या पुण्यात पोस्टानं पाठवण्यापेक्षा प्रत्यक्ष नेऊन द्यावी या हेतूनं त्यांना मी कॉलेजमधून फोन केला. त्यांनी संध्याकाळचा वेळ दिला. त्या वेळी मी कथा घेऊन त्यांच्या घरी गेलो.

या भेटीत गप्पा छान झाल्या. त्यांनी घरची चौकशी केली. त्यांच्या लेखन करायच्या खोलीतच आम्ही दोघं बसलो होतो. तिथंच चहा घेतला.

बोलता बोलता ते म्हणाले, ''सध्या लेखन काय काय चाललं आहे?''

मी त्यांना सांगितलं. ओघातच प्रबंधाच्या अभ्यासात गुंतल्याचं सांगितलं. ''लघुनिबंधावर मी संशोधन करतो आहे.''

''हो! ते मला कुणीतरी सांगितलं. कसे काय वाटले माझे लघुनिबंध तुम्हाला?''

''अजून ते वाचायचे आहेत. येत्या उन्हाळ्याची सुटी पडली की ते मी सगळे वाचीन.'' मी म्हणालो.

इकडचंतिकडचं बोलून मी थोड्या वेळानं उठलो.

नंतर दिवाळी अंक प्रसिद्ध झाला. तो आणण्यासाठी त्यांच्या पत्रानुसार प्रत्यक्ष गेलो. त्या वेळीही गप्पा झाल्या. दुसऱ्या भेटीत ते मला 'आनंद' म्हणू लागले. एकेरी वचनात संबोधू लागले. या भेटीत कमलाताई फडक्यांचाही परिचय झाला.

नंतर अशाच भेटी झाल्या. फडक्यांच्या वाढदिवसानिमित्तानं त्यांनी सौ. सुचेता चापेकरांचा एक नृत्याचा कार्यक्रम आयोजित केला होता; त्याचं मला निमंत्रण होतं. मोजक्याच लोकांना ते होतं. त्याला मी जाऊन आलो. कमलाताईंचं लघुनिबंधाचं पुस्तक मला कुठं मिळत नव्हतं. ते त्यांनी मला दिलं. त्या भेटीत कमलाताईंशी खूप छान गप्पा झाल्या. म्हणजे आम्ही इतरांच्या साहित्यावरही बोललो.

नंतर एकदा इंदिरा संत त्यांच्याकडं उतरल्या होत्या. त्यांना भेटण्यासाठी म्हणून गेलो होतो.

नंतरच्या काळात मी 'अंजली'साठी पुन्हा दोन कथा लिहिल्या. या भेटींतच कधीतरी मला फडके यांनी विचारलं, ''वाचले की नाही माझे लघुनिबंध?''

''हो वाचले तर. सध्या तुमच्या लघुनिबंधांवरच लिहितो आहे.''

''कसे वाटले?''

''चांगले वाटले.''

''काही अडलं तर सांग. संदर्भ पाहिजे असतील तर विचार.''

''हो.''

''माझ्यावरचं लेखन पुरं झालं की मला दाखव. म्हणजे काही त्रुटी राहिल्या असतील तर मी सांगेन; काय?''

''हो.''

मी हो म्हणालो खरा. पण त्यांच्यावरचं माझं लेखन या भेटीच्याही अगोदर पूर्ण झालं होतं आणि मला ते त्यांना दाखवणं शक्य नव्हतं. एकूणच संशोधन करताना मला त्यांच्या लघुनिबंधांच्या अनेक मर्यादा जाणवल्या होत्या. त्यात अनेक त्रुटी होत्या; त्या माझ्या निदर्शनास आल्या होत्या. त्या सगळ्या त्यांना दाखवणं म्हणजे त्यांचा रोष ओढवून घेणं होतं. म्हणून मी त्यांना माझं लेखन दाखवायचं मनोमन नाकारत होतो.

नंतरच्या काळात त्यांचं मला 'अंजली'च्या दिवाळी अंकाचं नेहमीप्रमाणं पत्र आलं.

पण आता 'मी प्रबंध संशोधनात गढून गेलो आहे. तो तातडीनं सादर करायचा आहे. त्यामुळं अवांतर लेखन करू शकत नसल्यानं कथा पाठवू शकत नाही. क्षमा असावी.' म्हणून कळवलं.

असं कळवल्यानं माझी-त्यांची भेट टळली. ती टळल्यामुळं त्यांच्या लघुनिबंधावरचं माझं लेखन त्यांना दाखवणं टळलं... माझ्याजवळ दुसरा पर्याय नव्हता.

त्यानंतर त्यांचं दिवाळी अंकासाठी लेखन करण्याची विनंती करणारं पत्र मला कधी आलं नाही.

फडक्यांच्या लघुनिबंधावर माझ्या प्रबंधात मी जसं विस्तृत लिहिलं आहे तसं वि. स. खांडेकरांच्या लघुनिबंधावरही मी विस्तृत लिहिलं आहे. १९७३ मध्ये मी कोल्हापुरास गेलो असताना कोल्हापूरच्या कॉमर्स कॉलेजचे इंग्रजीचे प्राध्यापक आणि माझे मित्र असलेले श्री. कमलाकर दीक्षित यांना घेऊन मी वि. स. खांडेकरांना भेटण्यासाठी गेलो होतो. त्या वेळी त्यांच्यावरचं माझं लेखन मी बरोबर नेलं होतं. त्याचे निष्कर्ष त्यांना मी वाचून दाखवले होते. ते वाचल्यावर सविस्तर चर्चाही

झाली होती. या चर्चेत खांडेकर मला म्हणाले, ''भिडस्तपणापोटी काही गोष्टी मी मान्य करत गेलो हे खरं आहे. शिरोड्यासारख्या कोकणातल्या लहानशा खेड्यात मी त्या वेळी लेखन करत होतो. लघुनिबंधसदृश, माझ्या लघुलेखांची प्रसिद्धीही त्या वेळी 'वैनतेय'सारख्या अगदी छोट्या आणि किरकोळ नियतकालिकातून होत होती. हे नियतकालिक तालुक्याच्या बाहेरही कुठं जात नव्हतं; एवढं ते छोटं होतं. त्यामुळं तुम्ही ज्याला लघुनिबंध म्हणता ते माझे लघुलेख मराठी वाचकांसमोर जाऊ शकले नाहीत; ही त्यातली शोकांतिका आहे... पग तुम्ही ते चांगल्या रीतीनं शोधून काढलं आहे. माझी एक तुम्हाला विनंती आहे की, तुम्ही माझ्या लघुनिबंधाचं एक संपादन करावं आणि त्याला विस्तृत प्रस्तावना लिहावी.''

खांडेकरांच्या या उद्गारांनी मी उत्साहित झालो होतो. मला स्वर्ग दोन बोटं उरल्यासारखं वाटलं. प्रा. कमलाकर दीक्षित मझ्याकडं डोळे विस्फारून पाहत होते.

माझा ओसंडणारा आनंद सावरत मी खांडेकरांना म्हणालो, ''तुमचे प्रकाशक रा. ज. देशमुख यांनी मला सांगितलं तरी मी जरूर करीन. देशमुख प्रकाशनतर्फेच ते प्रसिद्ध करता येईल.''

खांडेकरांनी मान हलवली.

वि. स. खांडेकरांच्या साहित्याविषयी मला विद्यार्थिदशेपासून ओढ होती. त्या ओढीतूनच मी त्यांना कोल्हापुरात असताना अधूननधून भेटलो होतो. त्यांचं साहित्य हे मला खास मराठी साहित्य वाटत होतं. त्याला हरिभाऊ आपटे, वा. म. जोशी, शिवरामपंत परांजपे, श्रीपाद कृष्ण कोल्हटकर यांचा वारसा होता. मराठी समाज, संस्कृती यातून ते जन्माला येत होतं. मराठी समाजाच्या विविध प्रश्नांना, सुधारणांना खांडेकर आपल्या परीनं सामोरे जात होते. या मराठी वारशातूनच त्यांचे आरंभीचे लघुलेख म्हणजे नंतरचे लघुनिबंध आकाराला येत होते. म्हणून ते मला 'मराठी' वाटत होते. ना. सी. फडक्यांचे अगदी आरंभीचे लघुनिबंध मात्र मला अमराठी, उसने वाटत होते. हे मी खांडेकरांना मोकळेपणानं सांगितलं होतं.

नंतरच्या काळात खांडेकर खूप आजारी पडले. ते देशमुखांना बोलले की नाहीत ते मला माहीत नाही. पण पुढे देशमुखही खांडेकरांच्या आजारपणात सेवा करण्यात गुंतून गेले. मीही नंतर देशमुखांचं पत्र आलं तरच संपादन करायचं, असं ठरवून गप्प बसलो. देशमुखांचा स्वभाव मला माहीत होता म्हणून मी हा निर्णय घेतला होता.

१९७४ मध्ये मला पीएच.डी. मिळाली.

त्यानंतर मी माझ्या उद्योगात मग्न होतो. डॉ. भालचंद्र फडके यांच्या विनंतीवरून १९७६ मार्चच्या म. सा. पत्रिकेत मी 'मराठी लघुनिबंधाचे जनक वि. स. खांडेकर'

हा लेख लिहिला. त्यावर ना. सी. फडके यांनी 'जत्रा'मध्ये 'आपणच जनक' कसे आहोत हे सांगणारे तीन लेख लिहिले.

त्यांच्या तीनही लेखांचा विस्तृत परामर्श घेणारे तीन लेख आपण लिहावेत असं मला वाटत होतं. त्यासाठी लागणारं मूलद्रव्य म्हणजे रॉ-मटेरिअल माझ्याकडं भरपूर होतं. त्याशिवाय फडक्यांची चातुर्यानं केलेली इंग्रजी लघुनिबंधांची उसनेगिरी सांगावी, त्यांनी आपल्याच लघुनिबंधातील उतारे नंतरच्या आपल्याच नव्या लघुनिबंधांत उचलून कसे घातले आहेत हे सांगावं, निरनिराळ्या शीर्षकांखाली त्यांचे तेच लघुनिबंध पुन्हा कसे प्रसिद्ध झाले आहेत हे सांगावं, 'गुजगोष्ट' हे नावही मॅक्स ओ-रेलच्या 'बिट्‌वीन अवरसेल्व्ह्‌स' या पुस्तकाच्या शीर्षकाचं चतुर भाषांतर कसं आहे, एवढंच नव्हे तर त्याच पुस्तकातील चार-पाच लघुनिबंधांचे वाचन करून तेच विषय घेऊन 'गुजगोष्टी'मधील चार-पाच लघुनिबंध कसे लिहिले आहेत हे दाखवून द्यावं असं वाटत होतं. ना. सी. फडक्यांच्याही कितीतरी अगोदर विष्णुशास्त्री चिपळूणकर, गो. ना. माडगावकर, रेव्हरंड ना. वा. टिळक इत्यादी अनेकांनी 'गुजगोष्ट' किंवा 'लघुनिबंध' हे नाव न घेता कसे उत्तम लघुनिबंध लिहिले आहेत हे सांगावं, वि. बा. अंबेकरांनी १४ ऑगस्ट १९३३ सालच्या 'प्रतिभेच्या' अंकातील 'गुजगोष्टी'वरील खरमरीत परीक्षणाची आठवण ना. सी. फडके यांना करून द्यावी, एवढंच नव्हे तर लघुनिबंध हा प्रकार फडक्यांनी भ्रष्ट स्वरूपात कसा आणला आहे, हेही साधार दाखवून द्यावं असं मला तीव्रतेनं वाटत होतं. त्यांच्याविषयी सांगण्यासारखं पुष्कळच बरं-वाईट माझ्याजवळ होतं.

हे सगळं 'सोबत' साप्ताहिकामधून लिहावं म्हणून मी श्री. ग. वा. बेहेरे यांच्याकडं गेलो. त्यांची माझी मैत्री होती. शिवाय ते ना. सी. फडके यांच्याशी काही कारणांनी १९७२-७३ पासून अबोला धरून होते. मीही ना. सी. फडके यांच्या तिन्ही लेखांतील शिवराळ भाषेमुळं चिडून गेलो होतो.

पण श्री. बेहेरे यांच्याकडं गेल्यावर त्यांनी माझी समजूत काढली. दरम्यानच्या काळात त्यांचा आणि फडक्यांचा कधीतरी समेट झालेला होता, हे मला माहीत असायचं काहीच कारण नव्हतं. बेहेरे मला म्हणाले, "यादव, फडके आता खूप वृद्ध झालेले आहेत. थकलेले आहेत. त्यांच्यावर नववाङ्‌मयाच्या काळात गंगाधर गाडगीळांपासून अनेकांनी हल्ले केलेले आहेत. मध्ये 'युगप्रवर्तक फडके' लिहिणाऱ्या शि. न. कोल्हटकरांनीही नंतर भरपूर ठोकून काढलं आहे. त्यांचं सर्व वाङ्‌मयीन श्रेय काढून घेण्याचा हा काळ आहे. त्यांच्याकडं फक्त आता 'लघुनिबंधाचं जनकत्व' शिल्लक राहिलेलं आहे अशी त्यांची समजूत आहे. त्यांच्या त्याही श्रेयाला तुम्ही आता आव्हान देऊन हात घालू नका. 'प्रतिभासाधन'च्या वेळी झालेल्या वादातूनच त्यांचं इंग्रजी वाङ्‌मयाविषयीचं हस्तलाघव उघड झालं आहे.

आता सगळ्यांना माहीत झालं आहे की, फडके आपलं बहुतेक साहित्य इंग्रजी वाङ्मयाचं वाचन करून आवडलेल्या साहित्यकृतीवर आपली नवी मराठी साहित्यकृती बेतत असतात. असं पुष्कळच मराठी लेखक करत असतात. अशा वेळी तुम्ही आणखी फडके यांना कशाला डिवचत बसता? तुमचा प्रबंध जेव्हा ग्रंथरूपानं प्रसिद्ध कराल तेव्हा त्यात हे सगळंच येणार आहे ना? मग कशाला आता घाई करता? प्रबंधातलंच पुन्हा लिहून काढण्यात वेळ घालवण्यापेक्षा दोन-तीन नव्या चांगल्या कथा लिहा. फडक्यांचे हे शेवटचे दिवस आहेत. निदान या दिवसांत तरी त्यांना मन:शांती लाभू द्या. तेवढं पुण्य तुम्ही घ्या.''

बेहेरे यांनी असं सांगितल्यावर मी थंडच झालो. लेख लिहिण्याचा माझा उत्साह मावळला. फडके थकले होते ही गोष्ट खरी होती. या अवस्थेत त्यांना अधिक त्रास देण्यात, त्यांचे आहे तेही श्रेय काढून घेण्यात काही अर्थ नाही असं मला वाटू लागलं. 'वि. स. खांडेकर' यांना 'ज्ञानपीठ पुरस्कार' मिळाल्यावर फडके अतिशय निराश झाले असावेत. 'त्या पुरस्कारावर प्रथम माझा हक्क होता' असं त्यांना वाटत असावं. त्यामुळं ते मानसिकदृष्ट्या ढासळले आहेत, असंही बेहेरे यांनी मला सांगितलं होतं. हे ऐकून मी मुकाट झालो. नाही तरी वि. स. खांडेकरांच्यावरील आपला लेख अभ्यासू वाचकांसमोर आहेच. त्या लेखात आपण जे काही म्हणालो आहे, तेच पुन्हा विस्तारानं ना. सी. फडक्यांचा विस्तृत परामर्श घेत आपण सांगणार आहोत; तेव्हा तेच ते पुन्हा कशाला लिहीत बसायचं?... असा विचार करून मी शांतपणे परत फिरलो.

◆

प्रपाठकपद-नाट्य

वर्तमानपत्रात आलेल्या जाहिरातीनुसार १९७७ फेब्रुवारीच्या १४ तारखेला पुणे विद्यापीठाच्या मराठी विभागातील प्रपाठकाच्या जागेसाठी मी अर्ज केला. दोन जागा भरायच्या होत्या.

१९६३ जूनपासून मी पुण्याच्या श्री. शाहू मंदिर महाविद्यालयात मराठीचा प्राध्यापक होतो. १९७२ नंतरची चार-पाच वर्षं मराठी विभागप्रमुख म्हणूनही महाविद्यालयात काम पाहत होतो.

पण आता महाविद्यालयाच्या वातावरणात मन रमत नव्हतं. कॉलेजचा विकास खुंटल्यासारखा झाला होता. कॉलेज स्थापनेच्या वेळी घेतलेला चांगला प्राध्यापक-वर्ग कॉलेज सोडून गेला होता. नंतरचा नवा प्राध्यापक-वर्ग वेगळ्या निकषांवर नोकरीत येऊ लागला होता. विद्यार्थ्यांची संख्या रोडावत गेली होती. ती रोडावत गेल्यामुळं पदवी पातळीवरचे काही वर्ग बंद झाले होते. काही बंद होण्याच्या मार्गावर होते. त्याचा परिणाम होऊन काही पूर्णवेळ काम करणाऱ्या प्राध्यापकांना 'पार्टटाइम लेक्चरर' करावं लागलं होतं. असे काही प्राध्यापक कॉलेजविरुद्ध कोर्टात गेले होते. मराठी विषयाचे पदवी-वर्गही जून १९७७ पासून बंद होतात की काय अशी परिस्थिती निर्माण झाली होती. त्यामुळं माझ्यासारख्या पंधरा-सोळा वर्षं अध्यापनाचं काम करणाऱ्या पूर्णवेळच्या प्राध्यापकालाही संस्था पार्टटाइम करील की काय अशी भीती वाटत होती. कदाचित पूर्णवेळ प्राध्यापक म्हणून राहिलोच तर फक्त खालच्या वर्गांनाच शिकवत बसावं लागणार होतं.

कॉलेज आर्थिकदृष्ट्याही डबघाईला आलं होतं. शैक्षणिक दृष्टिकोनाला महत्त्व न राहता आर्थिक आणि व्यावहारिक फायदे-तोटे अधिक लक्षात घेतले जात होते. ही स्थिती गेल्या आठ-नऊ वर्षांत विशेष वाढीला लागली होती.

मी या महाविद्यालयाविषयी आणि संस्थेविषयी काही विशेष अपेक्षा मनात धरून नोकरी स्वीकारली होती. इथं आल्यापासून एक साहित्यिक म्हणून पुण्यात

माझा विकास झाला असला तरी पुण्यातील बहुजन समाजाच्या कॉलेजात आपणास काही करण्यासाठी विशेष संधी मिळेल; ग्रामीण विभागातून पुण्यात शिक्षणासाठी येणाऱ्या मुलांसाठी अनेक उपक्रम योजून त्यांना घडवता येईल, पुण्यातल्या बहुजन समाजाचं शैक्षणिक, सांस्कृतिक विकासाचं केंद्र म्हणून कॉलेजला वेगवेगळे पैलू पाडायला मदत करता येईल, वेगवेगळ्या शैक्षणिक शाखा काढून, ग्रामीण विभागांची विविध प्रकारची गरज ओळखून वेगवेगळे कोर्सेस सुरू करता येतील, इंजिनीअर, मेडिकल, सायन्स या शाखा चालू होतील नि हे कॉलेज आसपासच्या ग्रामीण विभागाचं शक्तिस्थान होईल असं काहीतरी वाटत होतं. पण यांपैकी काही होऊ शकत नव्हतं.

पुण्यातल्या एस. पी., फर्ग्युसन, गरवारे, मॉडर्न इत्यादी कॉलेजेसमध्ये अनेक कार्यक्रम, उपक्रम होत होते. मॉडर्न कॉलेज तर 'शाहू'नंतर स्थापन होऊन अनेक उपक्रम योजत होतं. त्यानं आपला विकास झपाट्यानं करून घेतला होता. पुण्यात शिक्षणक्षेत्रात प्रतिष्ठा मिळवली होती.

ग्रामीण विभागातील मुलं काही महत्त्वाकांक्षेनं या विद्येच्या माहेरघरी शिक्षणासाठी येत होती. ती प्रथम एस.पी., फर्ग्युसन, मॉडर्न, एम.ई.एस. म्हणजे गरवारे यांसारख्या प्रतिष्ठित कॉलेजेसमध्ये प्रवेश मिळवण्याचा प्रयत्न करीत होती. या कॉलेजेसच्या परंपरा वेगळ्या होत्या. मार्क्स किती टक्के मिळाले आहेत, त्यांत त्यांची गुणवत्ता काय आहे हे लक्षात घेऊनच विद्यार्थ्यांना प्रवेश द्यावयाचा की नाही, हे निश्चित केलं जात होतं. पुणे शहरात जन्मलेल्या, तिथंच लहानाचे मोठे झालेल्या, घरात शिक्षणाची परंपरा असलेल्या आणि शिक्षणासाठी अगोदरपासूनच इतर सुविधा असलेल्या विद्यार्थ्यांसाठी हे निकष ठीकच होते.

पण जिथं चौथीपर्यंत एकशिक्षकी शाळा आहे, जी मुलं गुराढोरांबरोबर रानावनात वाढलेली आहेत, घरात केवळ नांगरी परंपरा आहे आणि ग्रामीण विभागातल्या तुटपुंज्या शाळा-प्रशालांतून कशीबशी ढकलत ढकलत एस.एस.सी. झालेली आहेत, ती मुलं या निकषांपुढं शहरी मुलांच्या तुलनेत टिकणं शक्य नव्हतं. मनोमनीची त्यांची उत्कट इच्छा मात्र होती की पुण्याच्या चांगल्या कॉलेजात शिकावं नि मोठं व्हावं. पण पुण्याची खास, शैक्षणिक परंपरा त्यांना नाकारत होती. समाजाचं बदलतं रूप या परंपरेच्या लक्षात येत नव्हतं. बदलत्या समाजपरिस्थितीत ग्रामीण समाजाच्या दिशेनं शिक्षणाचं आपलं एक तरी पाऊल उचललं पाहिजे, असं या शहरात प्रस्थापित झालेल्या शिक्षणसंस्थांना स्वातंत्र्य मिळून तीस वर्षं झाली तरी वाटत नव्हतं.

ग्रामीण तरुणांना त्यांच्याकडून सांगितलं जात होतं. "इथं आम्ही वाट्टेल ते विद्यार्थी घेत नाही. त्यासाठी पर्वतीजवळ शाहू कॉलेज आहे पाहा. तिथं सगळ्या

ग्रामीण भागातल्या विद्यार्थ्यांना मुक्त प्रवेश आहे. तिकडं जा.''

कदाचित हा विनोद असेल, कदाचित उपहासही असेल. पण हे शब्द काही व्यक्ती माझ्या कानावर घालत असत. मी ते विनोदानं घेत होतो. पण मनात खजील होऊन जात होतो. कॉलेजची स्थापना होऊन पंधरा-सोळा वर्षं झाली तरी या शाहू कॉलेजला ही प्रतिष्ठा का प्राप्त होऊ नये याचं दु:ख होत होतं... शाहू कॉलेजनं चांगला प्राध्यापक-वर्ग बहुसंख्येनं गमावला होता. त्यातले बहुतेक सर्व प्राध्यापक विद्यापीठात किंवा प्रतिष्ठित कॉलेजात सन्मानानं घेतले गेले होते.

...स्वातंत्र्योत्तर काळात ब्राह्मणापासून भटक्यापर्यंत सर्व भारतीय समाज शिक्षणाच्याद्वारा एकजीव झाल्याशिवाय आपल्या संस्कृतीला जगाच्या पाठीवर तरणोपाय नाही, हे जसं पुण्याच्या उच्चवर्णीय हिंदूंच्या मनापासून सक्रिय पातळीवर लक्षात येत नव्हतं, तसंच काही चांगल्या शैक्षणिक परंपरा निर्माण केल्याशिवाय खऱ्या अर्थानं बहुजन समाज सुधारणार नाही, हे पुण्यातल्या बहुजन समाजाच्या संस्थांच्या अजूनही ध्यानीमनी येत नव्हतं. ग्रामीण विभागातील नवजागृत बहुसंख्य समाजातील मुलांनी प्रथम आपल्या संस्थेतच यावं, असा एकही उपक्रम या बहुजन समाजाच्या संस्था करत नव्हत्या. या संस्था तशा जुन्या होत्या. या संस्थांत शिक्षण घेणाऱ्या विद्यार्थ्यांची मान उंचावेल, त्यांना आयुष्याचं बळ मिळेल अशा प्रकारच्या निरनिराळ्या शाखोपशाखांच्या शिक्षणाची, ज्ञानयोजनांची आखणी केली पाहिजे, त्यासाठी उत्तम गुणवत्ता असलेला प्राध्यापक-वर्ग मिळेल तिथून, मिळेल त्या जातीतून गोळा केला पाहिजे यासारखा विचारही त्यांना कधी शिवत नव्हता.

वास्तविक पुण्यात बहुजन समाजात व्यापारी व उद्योगी वर्ग मोठा होता. त्याच्याजवळ धन होतं. बहुजन समाजाच्या हातात राजकीय, आर्थिक सत्ता आलेल्या होत्या. महानगरपालिका बहुजनांच्याच हातात होती. या सर्वांचा उपयोग कल्पकतेनं करता आला असता. ग्रामीणांसाठी, नवजागृत बहुसंख्य समाजासाठी एखादं नवं विद्यापीठ निर्माण करता आलं असतं. वास्तविक याच हेतूनं पर्वती रमण्याजवळ साठ एकर जमीन आमच्या संस्थेला महाराष्ट्र शासनाकडून मिळाली होती. त्या परिसरात विविध ज्ञानशाखांची नवीनवी महाविद्यालयं स्थापन करायची, समाजाला उपयुक्त अशा नवशिक्षणासाठी संशोधन-केंद्रं निर्माण करायची, विविध उपक्रम योजून विश्वविद्यालयसदृश नवा परिसर निर्माण करायचा अशी मूळ कल्पना होती... पण यापैकी तिथं आजतागायत आर्ट्स, कॉमर्स, विधिशिक्षण देणाऱ्या शाखांपलीकडे काही झालं नाही... पुण्यासारख्या ठिकाणी ही अवस्था; मग ग्रामीण विभागातील स्थानिक शिक्षणसंस्थांची स्थिती काय असू शकेल, याची कल्पनाच केलेली बरी. त्या तर पूर्णपणे राजकारणग्रस्त आणि भ्रष्टाचारांनी किडून गेलेल्या आहेत.

...मन आतून उदास होत होतं. संस्थेच्या धबडग्यात आणि स्थिति-गतीत मला

आणि माझ्या विचारांना कधी काळी काही स्थान मिळेल असं वाटत नव्हतं. तिथल्या आचारविचारांची सगळी दिशा व्यावहारिक फायद्या-तोट्याची होती. ती बदलेल असं वाटत नव्हतं. या सगळ्यांचा परिणाम संस्थेतून बाहेर पडावं असं वाटण्यात होत होता. म्हणून पुणे विद्यापीठातील प्रपाठकाच्या जागेसाठी अर्ज केला.

अर्ज करण्यासाठी डॉ. भालचंद्र फडके यांची मला खूपच मदत झाली. १९६९-७० मध्ये ते मराठी विभागात आधुनिक मराठी वाङ्मयाचे अधिव्याख्याता म्हणून नोकरीत आले होते. नोकरीत आल्यापासून त्यांच्याविषयी मला आदर वाटत होता. त्या काळात त्यांचे 'सत्यकथा', 'प्रतिष्ठान' या नियतकालिकांतून मराठी कथेवरचे लेख मी वाचले होते, नव्या कथाकारांच्या संग्रहांवरची त्यांची समीक्षणंही मी वाचत होतो. त्यांचा पीएच.डी.चा प्रबंधही मराठी कथेवरचा होता. आधुनिक मराठी कथा, कविता, कादंबरी, ललित गद्य आणि समीक्षा हे साहित्यप्रकार माझ्या आवडीचे होते. त्यामुळं त्यांच्याशी चर्चा करण्यात मला आनंद मिळत होता. आधुनिक मराठी वाङ्मयाच्या विविध प्रकारांवर तेही आवडीनं आणि रस घेऊन चर्चा करत होते.

त्या वेळी मी मराठी लघुनिबंधावर पीएच.डी.साठी संशोधन करत होतो. डॉ. रा. शं. वाळिंबे हे माझे मार्गदर्शक. ते मराठी विभागप्रमुख होते. त्यांच्याशी चर्चा करण्यासाठी आणि मराठी विभागात एम.ए.च्या विद्यार्थ्यांना शिकवण्यासाठी मी अधूनमधून जात होतो. विद्यापीठाच्या जयकर ग्रंथालयातील अनेक प्रबंध आणि संदर्भग्रंथ यांचाही मला उपयोग करावा लागत असल्यामुळं पुणे विद्यापीठात आणि मराठी विभागात माझ्या वरचेवर खेपा होत होत्या. डॉ. वाळिंबे यांचा एकूण संस्कृत साहित्याचा आणि संस्कृत काव्यशास्त्राचा, तसंच १९२०-२५ पर्यंतच्या मराठी साहित्याचा विशेष अभ्यास होता. त्यात नाटक आणि काव्य हे त्यांच्या खास आवडीचे प्रकार. माझं तर १९२५ नंतर मराठीत जन्मलेल्या लघुनिबंधावर संशोधन चाललेलं. त्यामुळं माझी त्याविषयीची चर्चा डॉ. फडके यांच्याशी विशेष होत असे. प्रा. वा. ल. कुलकर्ण्यांच्या मार्गदर्शनाखाली पीएच.डी.चं संशोधन केलेलं असल्यामुळं त्यांची समीक्षा-दृष्टी ही अद्ययावत वाटत होती. मला ती मानसिकदृष्ट्या जवळची होती. त्यामुळं मला पडणारे अनेक वाङ्मयीन आणि वाङ्मय-इतिहासातील प्रश्न मी त्यांना विचारत असे. त्यांच्यावर उलटसुलट चर्चा करीत असे.

केवळ एवढ्यामुळं त्यांची माझी मैत्री झाली असं नाही. त्यांचा स्वभाव उमदा होता. वय विसरून ते बरोबरीच्या नात्यानं वागत आणि बोलत. बोलण्यात सतत जाणवणारी आपुलकी असे. माझ्यापेक्षा वयानं ते दहा वर्षांनी मोठे असल्यानं आणि संशोधनाच्या शिस्तीतून ते पूर्वीच गेलेले असल्यानं माझ्या तुलनेत त्यांच्याजवळ

वाङ्मयविषयक तारतम्यबुद्धी अधिक होती. बरंच वाचन केलेलं असल्यामुळं संतुलित ऐतिहासिक दृष्टी तयार झाली होती.

वाङ्मयविषयक चर्चा झाल्या की ते इकडतिकडच्या गप्पांतही रंगून जात. अनेक ठिकाणी ते नोकरीच्या निमित्तानं फिरल्यामुळं आणि खडतर जीवनातून प्रवास केल्यामुळं त्यांच्या अनुभवात मनोरंजक विविधता होती. मला ती आकृष्ट करत होती. त्यांच्या संगतीत माझा वेळ किती गेला हे कळत नसे.

त्यांची दुसऱ्याच्या उपयोगी पडण्याची वृत्ती, तिच्यातील तत्परता मला अनेक अडचणींतून वर काढीत असे. विद्यापीठातील ग्रंथ मला त्यांच्या तत्परतेमुळं लगेच मिळत असत. स्मरणशक्ती चांगली असल्यामुळं कोणता संदर्भ कशात मिळेल हे ते चटकन सांगत असत. त्यांच्या गप्पिष्ट स्वभावामुळं, स्वागतशील वृत्तीमुळं पुष्कळ वेळा चहापान, खाणं एकत्र होई. मनमिळाऊ स्वभावामुळं त्यांच्याकडं अनेक जण येत आणि गप्पा छान रंगत.

हळूहळू त्यांची माझी मैत्री जिव्हाळ्याची होत गेली. ते आता पुण्यातच स्थायिक होणार होते. असा मित्र आपल्या शेजारी असावा या हेतूनं त्यांना मी कलानगर वसाहतीच्या कलानिकेतन सहकारी गृहरचना सोसायटीत सभासदाची एक जागा भरायची होती तिथं येण्यासाठी विनंती केली. पण ते नुकतेच पुण्यात आल्यामुळं त्यांना आर्थिक अडचणी होत्या. त्यातून मार्ग काढण्यासाठीही मी मदत करण्याचं आश्वासन दिलं. धडपड करून त्यांना सोसायटीचा सभासद करून घेतलं. त्यांच्या सहवासात आपलं वाङ्मयीन व्यक्तिमत्त्व घडायला मदत होईल असं वाटत होतं. या निमित्तानं त्यांचा माझा स्नेह अधिक घरगुती आणि दृढ होत गेला.

अशी सहा-सात वर्षं गेली. दरम्यान, मी पीएच.डी. झालो. पीएच.डी.चा नुकताच मार्गदर्शकही झालो. मराठी विभागात प्रपाठकाच्या दोन जागा भरायच्या आहेत ही बातमी प्रथम डॉ. फडके यांनीच मला सांगितली आणि अर्ज करण्यासही प्रवृत्त केलं.

"त्यातील मॉडर्न लिटरेचरच्या जागेसाठी तुम्ही अर्ज करणार असालच.'' मी डॉ. फडके यांना विचारलं.

"अर्थातच. ती एक जागा माझ्यासाठी आहे हे गृहीत धरा.''

"मग मी कशाला अर्ज करू?''

"तुम्ही दोन्ही जागांसाठी अर्ज करा. जरी अर्वाचीन आणि प्राचीनसाठी दोन वेगवेगळ्या जागा असल्या तरी ऐनवेळी प्राचीनसाठी कुणी माणूस नाही मिळाला तर तुम्हाला ती जरूर मिळू शकेल. इंटरव्ह्यू कमिटीच्या, विभागप्रमुखाच्या आणि कुलगुरूंच्या विचारविनिमयानं ऐनवेळी ती जागा कन्व्हर्ट करता येणं शक्य असतं. दोन जागा मराठी विभागात भरायच्या आहेत हे महत्त्वाचं आहे. डॉ. कानडे हे प्राचीन

वाङ्मय शिकवू शकतात, डॉ. भोसले हेही प्राचीन वाङ्मय शिकवू शकतात. मॉडर्नसाठी मी एकटाच आहे. मॉडर्नचा दुसरा माणूस मराठी विभागाला मिळाला तर हवाच आहे. त्यामुळं विभागात बॅलन्स निर्माण होणार आहे. तुम्हाला चान्सेस आहेत. तुम्ही करा अर्ज.'' डॉ. फडक्यांनी मला सगळं समजून सांगितलं.

डॉ. रा. शं. वाळिंबे नुकतेच निवृत्त झाले होते. डॉ मु. श्री. कानडे प्रपाठकपदावरून नुकतेच प्राध्यापक आणि विभागप्रमुख म्हणून रीतसर इंटरव्ह्यू होऊन नियुक्त झाले होते. त्यांची प्रपाठकाची जागा नुकतीच रिकामी झालेली. विभागात आता फक्त डॉ. कानडे, डॉ. फडके आणि डॉ. भोसले अशी तीनच मंडळी होती. माझी निवड झाली तर अर्वाचीनची दोन आणि प्राचीनची दोन असा समतोल निर्माण होणार होता, ही गोष्ट मला पटली नि मी रीतसर अर्ज केला.

अर्ज करताना मी एक दक्षता घेतली होतो. माझी निवड झाली तर 'पुणे विद्यापीठाच्या मराठी विभागाच्या संदर्भात मला करावेसे वाटणारे काही संकल्प' या शीर्षकाखाली मी चार फुलस्केप पानांचं एक टिपण जोडलं होतं. त्या मी निर्मितिप्रक्रियेविषयीचा, सौंदर्यशास्त्राविषयीचा, लोकसाहित्याविषयीचा, मराठीच्या प्रादेशिक बोलींविषयींचा तसेच पीएच.डी. करणाऱ्या विद्यार्थ्यांना नव्या दिशेने वाङ्मयीन मूल्यांचा विचार करण्याविषयी प्रवृत्त करण्याविषयीचा माझ्या मनातील काही वेगळा विचार मांडला होता. माझं हे टिपण मला महत्त्वाचं वाटत होतं. शिवाय अर्वाचीन आणि प्राचीन वाङ्मयाच्या दोन्ही जागांसाठीची माझी पात्रताही मी अर्जात नोंदवली होती. जाहिरातीत अपेक्षिलेली माझी इतर गुणवत्ताही नोंदवली होतीच. अशा रीतीनं दोन्ही जागांसाठी मी अर्ज सादर केला होता.

मुलाखतीच्या दिवशी एक गमतीचा प्रसंग घडला. मुलाखतीची तारीख कळवणारं मला जे पत्र आलं होतं त्यात असं कळवलं होतं की, 'मुलाखतीच्या उमेदवारांची संख्या जास्त असल्यामुळं मुलाखती दि. २ आणि ३ जून १९७७ या दोन्ही दिवशी होतील. ३ जून रोजी मुलाखतीसाठी किती वाजता यावयाचे ते २ जून रोजी मुलाखती घेण्याची वेळ संपल्यावर सांगण्यात येईल.'

या पत्रामुळं मी अशी समजूत करून घेतली की आपला क्रमांक यादव नावातील Y या मुळाक्षरानुसार इंग्रजी अक्षरक्रमात एकदम शेवटीच येणार. म्हणजे आपली मुलाखत दि. २ ऐवजी ३ जूनलाच होणार. तेव्हा सावकाश ४ वाजता आपण २ जून रोजी विद्यापीठात जावं आणि ३ जूनला किती वाजता यायचं याची माहिती घेऊन परतावं. मुलाखती २ जूनला दुपारी दीड वाजता सुरू होणार होत्या. नऊ-दहा उमेदवार होते.

म्हणून मी निवांतपणे तीनच्या सुमाराला सरळ रिक्षा करून जाण्याच्या तयारीत होतो तोवर अचानक पुणे विद्यापीठानं पाठवलेली गाडी दारात आली... ही गाडी

मला मराठी विभागात तास घ्यायला नेण्यासाठी त्या त्या वेळी येत असे.

एक सब-रजिस्ट्रार तिच्यातून उतरले नि बाहेर जाण्याच्या तयारीत असलेल्या मला म्हणाले, ''चला लवकर.''

''कुठं?''

''इंटरव्ह्यू देण्यासाठी.''

''माझ्या कल्पनेप्रमाणं माझा इंटरव्ह्यू उद्या असणार आहे. कारण माझा नंबर सर्वांत शेवटी असणार आहे.''

''तीच तर गडबड झाली आहे. इंटरव्ह्यूला आलेल्या सर्व उमेदवारांच्या मुलाखती संपत आलेल्या आहेत. फक्त एक-दोन उमेदवार बाकी आहेत. तेव्हा तुम्ही चटकन चला. व्हाइस चॅन्सलरनी तुम्हाला बोलावलं आहे.''

मी गडबडून गेलो. कशीबशी आवश्यक ती कागदपत्रं घेतली नि घाईनं गाडीत बसलो.

ज्या चेंबरमध्ये मुलाखती घेतल्या जात होत्या तिच्या दारात झपाट्यानं जाऊन उभा राहिलो. विद्यापीठाचे रजिस्ट्रार श्री. बाबूराव कुलकर्णी दारातच माझी वाट पाहत उभे होते. त्यांची प्रथम क्षमा मागितली. ''तीन तारखेलाच माझा इंटरव्ह्यू आहे असं पत्रावरून मला वाटलं नि बेसावध राहिलो. उद्या किती वाजता इंटरव्ह्यू आहे, हे समजून घेण्याच्या हेतूनं मी घरातून निघणारच होतो, तोवर गाडी आली नि तिच्यातूनच आलो.''

''त्या पत्राचा तुम्ही केलेला अर्थ बरोबर नाही. आज कँडिडेट शिल्लक राहिले तरच उद्या इंटरव्ह्यू घेतले जातील. असा त्याचा अर्थ होतो.'' ते थोडे घुम्या स्वरातच बोलले. माझ्यावर ते नाराज झाल्याचं स्पष्ट लक्षात आलं.

मी काही बोलायच्या आतच ते आत गेले नि मी आल्याचं त्यांनी आत जाऊन सांगितलं.

लगेच मला आत पाठवण्यात आलं.

हॉलमध्ये कुलगुरू प्रा. देवदत्त दाभोळकर, कुलपतींचे नियुक्त अधिकारी श्री. वाय. डी. खान, कलाशाखेचे डीन डॉ. ह. कि. तोडमल, मराठी विभागप्रमुख डॉ. मु. श्री. कानडे, मराठवाडा विद्यापीठाचे मराठी विभागप्रमुख डॉ. यु. म. पठाण आणि उस्मानिया विद्यापीठाचे मराठी विभागप्रमुख डॉ. श्री. रं. कुलकर्णी विषयतज्ज्ञ म्हणून बसलेले. नागपूर युनिव्हर्सिटीचे माजी कुलगुरू डॉ. वि. भि. कोलते हेही विषयतज्ज्ञ म्हणून आलेले. त्यांना मी प्रथमच पाहत होतो. त्यांचे डोळे माझ्यावर रोखलेले बघून जरासा घाबरलोच. त्यांच्या कडक स्वभावाविषयी खूप ऐकून होतो. नमस्कार करून सर्वांची क्षमा मागितली आणि पुन्हा एकदा माझा चुकीचा समज कसा झाला ते सांगून दिलगिरी व्यक्त केली.

पाऊण तास इंटरव्ह्यू झाला आणि मी बाहेर पडलो.

सगळं शांत झालं होतं.

साडेपाच वाजले होते.

बाहेर पडून विद्यापीठाच्या आवारात आलो तर तिथलीही गडबड थांबली होती.

इंटरव्ह्यू फारच चांगला झाला होता तरी मनात एक पाल सारखी चुकचुकत होती. आपल्यामुळं या सगळ्या प्रतिष्ठित मंडळींना तिष्ठत बसावं लागलं. वास्तविक आपली काहीच चूक नाही. 'यादव' या नावातील आद्याक्षरानुसार आपला इंटरव्ह्यू शेवटीच होणार असं पत्रावरून मला नक्की वाटलं, यात माझी काय चूक झाली? ...आता मुलाखत घेणारी मंडळी माझ्या या वर्तनमुळं मला शिष्ट मानून माझ्यावर नाराज होतील की काय नकळे. नाराज झाली तर आपली निवड होणं अशक्य आहे.

...नाही तरी आपली निवड होणं एरवीही कठीणच होतं. इंटरव्ह्यूला आलेली मंडळी माझ्यापेक्षा अधिक घनिष्ठपणे मराठी विभागाशी संबंधित आहेत. डॉ. सुधाकर भोसले, डॉ. भा. दि. फडके हे तर मराठी विभागातलेच आहेत. त्यांची निवड होणं अधिक शक्य आहे.

...काही का असेना पण आपला इंटरव्ह्यू चांगला झाला. गेले चारएक महिने या निमित्तानं खूप वाचन झालं. त्याचे संदर्भ आपणास भराभर देता आले. १९७० नंतरची इंग्रजीतील टीकाकारांची नावं देता आली. निर्मितिप्रक्रियेवर आत्मविश्वासपूर्वक बोलू शकलो. सौंदर्यशास्त्राच्या संदर्भात आपण प्रभाकर पाध्ये, रा. भा. पाटणकर यांचे अद्ययावत संदर्भ दिले. पाध्यांच्या रायटर सेंटरमध्ये जात असल्याचा फायदा हा असा झाला. डिसेंबरात मॉडर्न कॉलेजमध्ये पाच-सहा दिवस झालेल्या 'मराठी वाङ्मय समीक्षा' या चर्चासत्राचाही खूपच फायदा झाला. आपण त्याला नियमितपणे उपस्थित राहिलो हे किती बरं झालं.

...आपण आपलं काम केलंय. अभ्यासपूर्वक इंटरव्ह्यू दिलाय. निवड होणं न होणं काही आपल्या हातात नाही. आपण केलेला अभ्यास तर काही वाया जाणार नाही... पण आज दीड वाजताच आलो असतो तर फार बरं झालं असतं.

...विचारांच्या तंद्रीत खाली बसत सरळ पायी चाललो होतो. रस्ता निर्मनुष्य होता. विद्यापीठाचं प्रवेशद्वार जवळ आल्यावर चटकन एक गोष्ट लक्षात आली. ...डॉ. फडके यांच्याकडे जावं. ते विद्यापीठ गेटच्या बॉईज हॉस्टेलजवळच राहत होते. त्यांच्या घराकडं पाय वळवले. आपली काही चूक झाली का हे त्यांना विचारू. त्यांच्याशी चर्चा केल्यावर थोडं बरं वाटेल.

त्यांच्या घरी गेलो.

ते घरात नव्हते. इंटरव्ह्यू झाल्याबरोबर ते लगेच साडेपाचच्या ट्रेनने मुंबईला गेले होते. दुसऱ्या दिवशी त्यांची कसली तरी मीटिंग होती.

सौ. फडके वहिनी भेटल्या. त्यांनी चहा ठेवला. इंटरव्ह्यूसंबंधी मीच बोलणं काढलं. इंटरव्ह्यू कसा झाला ते सांगितलं. फडके यांच्या इंटरव्ह्यूविषयी चौकशी केली. चहा घेता घेता त्या म्हणाल्या, ''फडके यांना डॉ. कोलते यांनी काहीतरीच प्रश्न विचारले. हा माणूस आमच्यामागे असा का हात धुऊन लागलाय कुणास ठाऊक? नागपूरला प्रोफेसरच्या जागेसाठी इंटरव्ह्यू द्यायला फडके गेले तर त्या वेळीही असेच काहीतरी नकोत ते प्रश्न खवचटपणे विचारून छळले.''

मी अस्वस्थ झालो. डॉ. फडके भेटले असते तर बरं झालं असतं असं वाटू लागलं.

चहा पिऊन मी उठलो.

एकटं एकटं वाटत होतं म्हणून तीनएक किलोमीटर चालतच पुणे आकाशवाणी कार्यालयापर्यंत गेलो. तिथून डेक्कन जिमखान्याची बस पकडली. तिथून पुन्हा चालत म. सा. परिषदेपर्यंत गेलो. परिषदेत पंधरा-वीस मिनिटं गप्पा मारल्या नि स्वारगेटची बस पकडण्यासाठी परिषदेजवळच्या बसस्टॉपवर उभा राहिलो.

बस आली. ती पकडून आत शिरलो तर डॉ. यु. म. पठाण बसच्या दाराजवळ सीटवर बसलेले दिसले.

मी हसून नमस्कार केला तर त्यांनी हात पुढे केला. मी सहज हातात हात दिला.

''मन:पूर्वक अभिनंदन!''

''का बुवा?''

''तुमची निवड झाली आहे.''

''काय सांगता?''

''अगदी खरं सांगतो. पुन्हा एकदा मन:पूर्वक अभिनंदन.'' असं म्हणून त्यांनी अर्वाचीन वाङ्मयाच्या प्रपाठकाच्या जागेसाठी माझं पहिलं नाव आणि डॉ. भा. दि. फडके यांचं दुसरं नाव असल्याचं सांगितलं. प्राचीन वाङ्मयाच्या जागेसाठी कुणाचीच निवड न केल्याचंही त्यांनी सांगितलं.

का कुणास ठाऊक माझा त्या सांगण्यावर विश्वासच बसेना.

मी त्यांच्याकडं पुतळ्यासारखा नुसता बघतच उभा होतो. त्यांनी चटकन सरकासरकी करून मला टेकण्यापुरती जागा करून दिली. संध्याकाळची वेळ असल्यानं गर्दी खूप होती. मी टेकलो.

''तुमचा इंटरव्ह्यू उत्तम झाला. तुमची उत्तरं अचूक आणि नेटकी होती.'' आणखी बरेच काहीबाही बोलले.

स्वारगेट जवळ येऊ लागलं तसं मी विचारलं, ''सर, तुम्ही कुणीकडं चाललात?''

"शंकर पाटलांकडं चाललोय.''

साहित्यिक शंकर पाटील त्या भागात राहत होते हे मला माहीत होतं. ते माझेही मित्र होते.

"मी आलो तर चालेल का? पाटील माझेही मित्र आहेत. त्यांना ही बातमी सांगण्यात मला आनंद वाटेल. पंधराएक मिनिटं बसून मी निघेन. चालेल ना?''

"का नाही? जरूर चला.''

आम्ही दोघं बसमधून उतरलो.

"सर, आपण तोंड गोड करू. समोरच रसवंती आहे. थोडा रस घेऊ नि मग जाऊ.''

रस घेऊन आम्ही पाटलांच्याकडं गेलो. मला इतका आनंद झाला की शंकर पाटलांना मी ही बातमी सांगितली आणि चक्क खाली वाकून त्यांना आणि डॉ. पठाण यांना नमस्कार केला... अशा आनंदाच्या क्षणी कुणातरी वडीलधाऱ्यांना नमस्कार करावा आणि त्यांचे आशीर्वाद घ्यावेत असं वाटत होतं... हे सगळंच किती अनपेक्षित आणि सहज सुंदरतेनं घडत होतं.

थोडा वेळ बसून मी घरी परतलो. स्मिताला ही गोष्ट सांगण्याची मला घाई झाली होती. जाताना अर्धा किलो पेढे घेतले नि घरी जाऊन आनंदसोहळा साजरा केला.

दुसरे दिवशी अगदी सकाळी सात वाजता माझा मित्र प्रा. स. शि. भावे घरी आला. मी नुकताच उठलो होतो. दार उघडलं तर दारातच त्यानं माझे हात हातात घेऊन मनापासून अभिनंदन केलं.

प्रा. भावे, डॉ. मु. श्री. कानडे, डॉ. ह. कि. तोडमल हे तिघंही एकमेकांचे वर्गमित्र. त्याच रात्री भावे, कानडे आणि तोडमल तिघं एकत्र जेवणार होते नि गप्पा मारणार होते. हे त्यांचं अगोदरच ठरलं होतं. भावेनंच मला हे सांगितलं.

त्याप्रमाणं जेवून, गप्पा मारून तिघंही पांगले. अनेक दिवसांनी तिघं एकत्र आले होते. या गप्पांतच इंटरव्ह्यूविषयीही चर्चा झाली. सदाशिव भावे आणि डॉ. यु. म. पठाण यांच्या सांगण्यात खूपच साम्य दिसलं. त्यामुळं माझा इंटरव्ह्यू चांगला झाला याविषयी माझी आणखी खात्री झाली.

दि. ४, ५, ६ जून हे तीन दिवस पुणे विद्यापीठानं सेमिस्टर पद्धतीची माहिती देण्यासाठी एस.पी. कॉलेजमध्ये सेमिनार आयोजित केला होता. हा प्रकार पुणे विद्यापीठात प्रथमच सुरू होणार असल्यानं बाहेरगावचे अनेक प्राध्यापक आले होते. मीही या सेमिनारला तीन दिवस सलग उपस्थित राहिलो. त्यामुळं इतरत्र कुठं जाऊ शकलो नाही. ...मनात एक सल होती की मराठी विभागातील फडके आणि भोसले या दोघांपैकी एकाचीही निवड होऊ शकली नाही. त्या दोघांनाही भेटणं कर्तव्य

होतं. दोघंही जवळचे मित्र होते.

दि. ५ च्या दिवशी संध्याकाळी सेमिनारचे सेशन संपवून लूनावरून घरी चाललो होतो. वाटेवरच शाहू मंदिर कॉलेजच्या आमच्या प्राचार्य देशमुखांचं घर होतं. त्यांना भेटावं असं वाटलं. आदल्या दिवशीच ते घरी येऊन अभिनंदन करून गेले होते. पण त्या वेळी इतरही दोघं जण मित्र बसले होते म्हणून प्राचार्यांशी सविस्तर बोलणं होऊ शकलं नव्हतं. आता सविस्तर बोलावं म्हणून गेलो.

माझी निवड झाल्याची बातमी त्यांना डॉ. सुधाकर भोसले यांनी सांगितली होती. म्हणून वाटलं की सुधाकर भोसले यांनाही भेटून यावं. प्राचार्यांकडूनच त्यांना फोन लावला. ते नेहमीप्रमाणं 'हॅपी मूड'मध्ये होते. त्यांनी फोनवरूनच माझं अभिनंदन केलं. त्यामुळं मलाही थोडं बरं वाटलं. त्यांना भेटण्यासाठी येतो म्हणून सांगितलं.

जाण्यापूर्वी डॉ. फडके यांनाही फोन लावला. ते मुंबईहून आले होते. 'उद्या सेमिनार संपल्यावर भेटण्यासाठी येतो,' असं त्यांना म्हणालो तर ते म्हणाले, ''तूर्त पाच-सहा दिवस मी गडबडीत आहे, आपण नंतर भेटू या.''

त्यांचा आवाज काहीसा पडल्यासारखा वाटत होता. मला खूपच वाईट वाटलं. पण काय करावं काहीच सुचेनासं झालं.

मग मी आणि प्राचार्य उठून डॉ. भोसले यांच्याकडं गेलो. त्यांना डॉ. कानडे यांनी सविस्तर माहिती सांगितली होती. गप्पा झाल्या. डॉ. भोसले यांनी सविस्तर माहिती सांगितली. निवड कमिटीनं जो काही निर्णय घेतला होता तो त्यांनी हसतमुखानं आणि क्रीडावृत्तीनं स्वीकारला होता. ''जे झालं ते झालं. तुम्ही मराठी विभागात येणार याचा आनंदच आहे. तुमची निवड झाली यात तुमचंही कर्तृत्व आहे. त्याबद्दल तुमचं अभिनंदन हे केलंच पाहिजे.'' ते दिलदारपणे बोलले.

त्यांच्या या बोलण्यामुळं फार आनंद झाला. त्यांच्याकडं जाण्यापूर्वी त्यांच्याशी कसं बोलावं याचं ओझं वाटत होतं पण डॉ. भोसल्यांच्या स्वागतशील वृत्तीमुळं माझं ओझं प्रत्यक्ष भेटीत पार नाहीसं झालं. मी त्यांच्याशी नेहमीच्या सुरात गप्पा मारू लागलो.

पुढं कधीतरी दि. ११-१२ जूनला डॉ. फडके यांनाही भेटलो. पण ते निराश दिसले. त्यांना वाटत होतं की, डॉ. कोलते यांनी डॉ. फडके यांना घ्यायचे नाही, असा निर्णय ठामपणे मनोमन घेतलेला असावा; म्हणूनच त्यांची निवड होऊ शकली नाही.

त्यांची ही निराश मन:स्थिती बघून आणि माझ्याशी बोलण्याची अनिच्छा बघून मी फार वेळ तिथं बसलो नाही. त्यांना अशा विवश मन:स्थितीत बघून मला अतिशय वाईट वाटत होतं पण माझ्याविषयीही त्यांचा गैरसमज झाला असावा

अशी दाट शंका आल्यानं मी तिथं फार वेळ न थांबता निघून आलो.

डॉ. फडके यांची समजूत काढायला, चार सांत्वनाचे शब्द बोलायला मला संधीच मिळाली नाही, याचं वाईट वाटलं. ते खोलवर दुखावले गेले होते. ...आता ते बावन्न-त्रेपन्न वर्षांचे होते. डॉ. रा. शं. वाळिंबे यांना ते खूपच मदत करायचे. डॉ. वाळिंबे फारच थोडा वेळ मराठी विभागात असायचे. उरलेल्या सगळ्या वेळात डॉ. फडकेच वाळिंबे यांची विभागीय कामे पाहायचे. डॉ. वाळिंबे यांना प्रशासकीय अनुभव विशेष नसावा. डॉ. फडके तर या अनुभवात मुरलेले. त्यांना प्रशासकीय अनुभव विविध नोकऱ्यांमुळे भरपूर होता. त्याचा उपयोग डॉ. वाळिंबे सगळी प्रशासकीय कामे फडके यांच्यावर सोपवून करून घेत होते. फडके यांच्या कामसू आणि सरळ स्वभावामुळे ती कामे चटकन करून मोकळे होत असत हे मी पाहत होतो. कामाचाच एक भाग म्हणून विद्यापीठीय अनेक इंग्रजी पत्रांतील मजकुराची भाषांतरे मराठीत करून ते कुलगुरूंना देत होते. त्यामुळे डॉ. फडके यांच्याविषयी पुणे विद्यापीठात सद्भाव होता.

वयाची पन्नाशी ओलांडली तरी ते अधिव्याख्याताच होते. माझ्यापेक्षा ते दहा-अकरा वर्षांनी मोठे असल्यानं त्यांचा अध्यापनाचा अनुभव तितक्या वर्षांएवढा जास्त होता. अशा परिस्थितीत त्यांना प्रपाठकाची जागा विद्यापीठानं देणं न्याय्य झालं असतं.

पण विद्यापीठानं ही जागा त्यांना दिली नाही. वास्तविक निवड समितीत पुणे विद्यापीठाचे कुलगुरू अध्यक्षस्थानी होते. त्यांनी आग्रह धरला नसावा. विद्यापीठाच्या मराठी विभागाचे प्रमुख होते. त्यांनीही आग्रह धरला नसावा. विद्यापीठाचे कलाशाखेचे डीन होते. त्यांनीही आग्रह धरलेला दिसत नाही. डॉ. कोलते सोडले तरी बाकीच्या विषयतज्ज्ञ प्राध्यापकांनीही आग्रह धरलेला दिसत नाही. म्हणजे सातापैकी एक सोडले तर बाकीच्या सहा जणांनी तरी डॉ. फडके यांची योग्यता ओळखून त्यांच्या निवडीचा आग्रह धरला नाही... का आग्रह धरला नाही? त्यांना का टाळलं? डॉ. फडके यांची योग्यता त्यांना का दिसू नये?

...या मान्यवरांना ती दिसली असेल; कारण ती वस्तुस्थितीच होती. पण एवढी वस्तुस्थिती पुरेशी पडली नसावी. अभ्यासू वृत्ती, भेदक विचारशक्ती, जाणकारीनं केलेलं अद्ययावत वाचन, बौद्धिक ताकद यांची तपासणी केवळ सुसंस्कृत स्वभाव गुणांच्या आधारे खरोखर होत नसावी. त्यासाठीच मुलाखतीत प्रश्नोत्तरांची गरज वाटत असावी.

मला आणखीही अशी शंका आली की, प्रपाठकपदासाठी वयाच्या पंचेचाळिशीच्या आतील उमेदवार असावा, ही अट तर निवड समितीनं लक्षात घेतली नसेल? वयाच्या चाळीस-एक्केचाळीस वर्षांत मी चार-पाच पुस्तकं संपादित केली होती.

तात्त्विक समीक्षा-विचार मांडणारे दहा-बारा लेख, पंधरा-सोळा समीक्षण-लेख प्रसिद्ध केले होते. शिवाय पुष्कळ स्फुट लेखन, रेडिओसाठी लेखन, प्रमुख वाङ्मय-नियतकालिकांतून लेखन, पुष्कळ ठिकाणी व्याख्यानं हे चालूच होतं. मीही पीएच.डी. झालेलो होतो. पंधरा-सोळा वर्षं बी.ए. मराठीच्या विद्यार्थ्यांना शिकवत होतो. प्राध्यापक म्हणून मी कुठंच कमी पडत नव्हतो.

शिवाय एक मराठी साहित्यिक म्हणून माझी कामगिरी अधिकची आणि महत्त्वाची होती. ती प्राध्यापकीय व्यवसायास विशेष पूरक होती. माझी लहान-मोठी, विविध साहित्यप्रकार हाताळणारी अठराएक पुस्तकं प्रसिद्ध झाली होती. महाराष्ट्र राज्याचे मी सात वाङ्मयीन पुरस्कार मिळवले होते. माझ्या अनेक साहित्यकृती विविध विद्यापीठांत सन्मानानं अभ्यासल्या जात होत्या. माझ्या साहित्यकृतींची देशी-विदेशी भाषांत भाषांतरे होत होती, काही होऊ घातली होती. माझ्या साहित्यावर विद्यापीठांतून परिसंवाद झाले होते, त्यावर लेख लिहिले जात होते, मोठमोठ्या समीक्षकांनी माझ्या साहित्यगुणांचा लेखी गौरव केला होता. पीएच.डी. प्रबंधास सर्वोत्कृष्ट प्रबंध म्हणून पुणे विद्यापीठाने दोन पुरस्कार दिले होते. माझी लेखणी सर्जनक्षेत्रात नि समीक्षाक्षेत्रात तेवढ्याच ताकदीनं चालत होती, ही वस्तुस्थिती होती. तिचा कागदोपत्री स्पष्ट पुरावा होता. माझं हे वेगळेपण आणि त्याचा दर्जा मुलाखतीसाठी आलेल्या इतर कुणाही उमेदवारांपेक्षा निवड कमिटीच्या मनात अधिक भरला असावा.

हे सर्व विस्तारानं सांगण्याचं कारण असं की, ऑगस्ट महिन्याच्या पाच-सहा तारखांना विद्यापीठाच्या कार्यकारिणीची निवड-समित्यांच्या अहवालावर जेव्हा चर्चा सुरू झाली तेव्हा तिच्यात मराठी प्रपाठकाच्या जागेवर काहीही योग्यता नसताना 'एका होतकरू प्राध्यापकाची' निवड केलेली आहे, असा आरोप घेतला गेला. त्याच्या मला अतिशय वेदना झाल्या. या चर्चेचं वृत्त वर्तमानपत्रांतून प्रसिद्ध झालं होतं. त्यामुळं मी खोलवर दुखावलो गेलो.

हा आक्षेप ज्या कार्यकारिणी सदस्यांनी घेतला त्यांना मी नंतर आठ-दहा दिवसांनी प्रत्यक्ष जाऊन भेटलो. ते विद्यापीठातीलच राज्यशास्त्र विभागाचे प्रमुख प्राध्यापक होते. मराठी विषयाचे नसल्यामुळं त्यांनी माझं किंवा डॉ. फडके यांचं लेखन वाचलं नव्हतं. माझा किंवा डॉ. फडके यांचा कागदोपत्रीचा बायोडेटा पाहिला नव्हता. त्यांनीच मला हे प्रांजळपणे सांगितलं. मी त्यांना याच संदर्भातील प्रश्न अतिशय नम्रपणे विचारले. त्यांनी प्रांजळपणे नाही म्हणून सांगितल्यावर मी त्यांना माझी आणि डॉ. फडके यांची विद्यापीठाला सादर केलेली कागदपत्रातील माहिती तुलनेसाठी सविस्तर सांगितली. भेद लक्षात आणून दिला. एवढं सगळं सांगितल्यावर ते खाली पाहत म्हणाले की, 'एवढं सगळं असलं तरी मला असं मनापासून वाटतं

की डॉ. फडके यांच्यावर कुठंतरी अन्याय झालेला आहे...' असं म्हणून त्यांनी कुलगुरूंविषयीची नाराजी व्यक्त केली.

''सर, डॉ. फडके यांच्यावर विद्यापीठानं अन्याय केला किंवा काय ते तुम्ही जरूर शोधून पाहा. पण यामुळं माझ्यावर मात्र अकारण अन्याय होतो आहे हे लक्षात घ्या. डॉ. फडके यांच्यावरील अन्याय निवारण करण्याच्या भरात मराठीच्या निवड समितीच्या सगळ्या सदस्यांवरच तुम्ही अविश्वास दाखवून त्यांच्यावरही अन्याय करीत आहात, सोळा-सतरा वर्षं अध्यापन करणाऱ्या माझ्यावर 'होतकरू' प्राध्यापक म्हणून अन्याय करीत आहात, असं मला मनापासून वाटतं. तुम्ही या माझ्या वाटण्याचाही विचार करावा, अशी मी आपणास विनंती करतो. मला तुमच्याविषयी नितांत आदर आहे, म्हणून मी तुम्हाला भेटण्याचं धाडस केलं आहे.'' असं म्हणून मी निघून आलो.

कार्यकारिणीचे जे सदस्य माझ्या प्रत्यक्ष किंवा अप्रत्यक्ष परिचयाचे होते त्यांना मी भेटलो आणि कमी-अधिक प्रमाणात हेच सांगितलं.

याचा परिणाम नंतरच्या म्हणजे २५-२६ ऑगस्ट रोजी झालेल्या कार्यकारिणीच्या मीटिंगवर झाला असावा. कारण या मीटिंगमध्ये 'नराठी निवड समितीनं' घेतलेला निर्णय एकमतानं स्वीकारण्यात आला.

२७ ऑगस्टच्या वर्तमानपत्रातली अशा आशयाची बातमी वाचून मला आनंद झाला. सगळं येऊ घातलेलं संकट टळलं, असं वाटून मी माझ्या नेमणुकीच्या पत्राची वाट पाहत बसलो.

काही दिवस वाट पाहण्यात गेले. जून महिन्यात अनेक विषयांच्या निवड समित्यांनी अनेक जागांवरील अनेक प्राध्यापकांच्या निवडी केल्या होत्या. त्यांतील बहुतेकांना नेमणुकीची पत्रं मिळाली. मला मात्र पत्र येईना. म्हणून मी प्रत्यक्ष विद्यापीठात जाऊन संबंधित विभागाकडं चौकशी केली.

कुणीच काही नीटपणे सांगायला तयार न्व्हतं. पण फारच खनपटीला बसल्यावर मला असं सांगण्यात आलं की, 'डॉ. भालचंद्र फडके यांनी मराठी निवड समितीमधील एक तज्ज्ञ डॉ. यु. म. पठाण हे विद्यापीठाशी पूर्वीपासून संबंधित प्राध्यापक आहेत. पूर्वीपासून अशा रीतीनं संबंधित असलेल्या प्राध्यापकास नियमानुसार निवड समितीवर काम करता येत नाही. म्हणून असे प्राध्यापक ज्या निवड समितीत आहेत, त्या निवड समितीने घेतलेला निर्णय रद्द करावा आणि दुसरी निवड समिती नेमून नव्याने मराठीच्या प्रपाठक पदाचे इंटरव्ह्यू घ्यावेत असा अर्ज कुलपतींच्याकडे केला आहे. त्यामुळे प्रस्तुत संदर्भात कुलपतींचा आदेश येईपर्यंत स्थगिती आलेली आहे. म्हणून तुमचे नेमणूकपत्र पाठविता येत नाही.'

मी एकदम खचून गेलो. हा नवाच मुद्दा काढला गेला होता.

या काळात विद्यापीठीय कारभाराविषयी आणि कुलगुरूंच्या धोरणाविषयी वाद चालले होते. वर्तमानपत्रातून या वादांना प्रसिद्धी मिळत होती. अणीबाणी नुकतीच संपलेली होती. त्या नंतरचं हे वर्ष होतं. जनता पक्षाची राजवट भारतीय पातळीवर सुरू होती. समाजवादी दृष्टीचं नेतृत्व बहुमतात होतं. कुलगुरू हे समाजवादी मानसिकता असलेले होते. लोकशाही दृष्टीनं त्यांचा कारभार चालला होता. कार्यकारिणीत काँग्रेसची आणि समाजवादींची मानसिकता असलेले जसे सदस्य होते, तसेच जनसंघ आणि राष्ट्रीय स्वयंसेवक संघ यांची मानसिकता असलेलेही सदस्य होते. या सगळ्यांचा परिणाम विद्यापीठाच्या वातावरणावर होत होता. अणीबाणी संपल्यावर विद्यार्थ्यांचे मोर्चे काही ना काही कारणानं विद्यापीठावर येत होते. त्यामुळं विद्यापीठ वादळात सापडल्यासारखं झालं होतं. कुलगुरूंना कार्यकारिणीत काही ना काही कारणानं सतत विरोध होत होता... या सतत विरोधी धोरणाची परिणती कोणत्या ना कोणत्या प्रकारच्या घेतलेल्या निर्णयातील दोष काढून कुलगुरूंच्या धोरणावर ताशेरे ओढले जाण्यात होत होती.

या वादग्रस्त वातावरणात आता तर माझ्याविषयी दुसराच मुद्दा अनपेक्षितपणे उपस्थित झाला होता. निवड समितीच नियमबाह्य आहे असं ठरवून तीच रद्द करण्याचा तो प्रयत्न होता. ती नियमबाह्य ठरली की तिनं केलेली माझी निवडही आपोआपच रद्द ठरणार होती. विद्यापीठीय नियमांच्या कक्षेतला आणि तांत्रिक स्वरूपाचा हा प्रश्न होता. विद्यापीठाच्या नियमांचा आणि कायद्यांचा अर्थ लावणं हे माझं काम नव्हतं. विद्यापीठाशी संबंधित कायदा खात्याचं आणि कार्यकारिणीचं ते काम होतं. मी काहीच करू शकत नव्हतो. ... हे सर्व प्रकरण कुलपती असलेल्या राज्यपालांच्या कायदा खात्याकडं पाठवण्यात आलं होतं.

महिना होऊन गेला तरी मला नेमणुकीचं पत्र नाही. निवड समिती आणि तिचा निर्णय रद्द झाल्याचं पुणे विद्यापीठाच्या मराठी विभागप्रमुखांनाही कळवण्यात आलं नव्हतं. मी त्याची चौकशी विभागप्रमुख डॉ. मु. श्री. कानडे यांच्याकडं केली. ते म्हणाले, ''विद्यापीठाकडं राज्यपालांकडून तसं काही पत्र आलं असतं, तर त्यांनी विभागाला लगेच कळवलं असतं. यावरून तसं काही पत्र नाही असा त्याचा अर्थ होतो.''

मग मी नव्या उद्योगाला लागलो. कार्यकारिणीत एक महत्त्वाचे सदस्य होते. डॉ. सुधाकर भोसले यांनी मला त्यांची भेट घालून दिली. त्यांच्यासमोर माझं प्रकरण मी सविस्तर मांडलं. त्यांनी त्याचा पूर्ण अभ्यास करून कुलपतींना एक सविस्तर निवेदन पुणे विद्यापीठाच्या कार्यकारिणीचा सदस्य या नात्यानं पाठवलं. त्यांच्या मते या प्रकरणात विद्यापीठाच्या कार्यकारिणीनं मान्यता दिलेल्या निवड समितीचा संबंध असल्यानं कार्यकारिणीचा सदस्य म्हणून मी हे निवेदन पाठवू शकतो. त्यांनी यात

लक्ष घातल्यामुळं मला फार मदत झाली... डॉ. यु. म. पठाण हे पुणे विद्यापीठाशी 'कनेक्टेड' आहेत. अशी कनेक्टेड व्यक्ती 'इंटरव्ह्यू' घेणाऱ्या समितीवर नेमता येत नाही. त्यामुळं ही समिती रद्दबातल करावी असा आशय या तक्रार अर्जाचा होता. डॉ. भालचंद्र फडके यांनी हा तक्रार अर्ज दाखल केला होता असं सांगण्यात आलं. हा अर्ज लक्षात घेऊनच परिचित असलेल्या सदस्यांनी माझ्यावर होणारा संभाव्य अन्याय लक्षात घेऊन एक वस्तुनिष्ठ निवेदन तयार केलं. त्यात इतरही मुद्द्यांबरोबर काही महत्त्वाचे मुद्दे होते. (१) डॉ. यु. म. पठाण हे मुळात मराठवाडा विद्यापीठाचे मराठीचे विभागप्रमुख असलेले सन्मान्य प्राध्यापक होते. त्यांच्या हेतूविषयी शंका घेणं योग्य नव्हे. पुणे विद्यापीठ आपल्या कामासाठी सन्मानानं त्यांना बोलावत असे. पुणे विद्यापीठाच्या रेकग्निशन कमिटीवर ते एक मेंबर होते. वेळोवेळी अशी माणसं एकापेक्षा जास्त कमिट्यांवर तज्ज्ञ म्हणून त्यांच्या योग्यतेमुळं नेमल्याशिवाय पुणे विद्यापीठाचं कामच होऊ शकणार नाही. विद्यापीठीय कायद्यात 'कनेक्टेड' याचा अर्थ जो संदर्भाने घ्यावा लागतो तो अशा संबंधात गैरलागू असतो. (२) खरं तर डॉ. भालचंद्र फडके स्वत: ॲकॅडमिक कौन्सिलचे सदस्य होते. त्यांच्यासमोर मान्यता देण्यासाठी मराठीच्या निवड समितीचं पॅनेल गेलं होतं. त्याच वेळी त्यांनी आक्षेप घेतला नाही. त्यांची त्या पॅनेलला म्हणजे डॉ. यु. म. पठाणांनी निवड समितीवर काम करायला मूकसंमती होती असाच त्याचा अर्थ होतो. (३) कुलगुरू ज्या कार्यकारिणीचे अध्यक्ष असतात त्या कार्यकारिणीच्या कमिटीनंही या पॅनेलला मंजुरी दिलेली होती. याचा अर्थ कार्यकारिणीचीही त्याला मान्यता होती. (४) शिवाय मराठीच्या ज्या निवड समितीनं एकमतानं निर्णय घेतला त्या समितीचे डॉ. पठाण हे एक सदस्य होते; एकमेव सदस्य नव्हते. समजा ते त्या कमिटीत नसते तरी कमिटीनं तोच निर्णय घेतला असता; फार तर डॉ. पठाणांच्या ऐवजी दुसरी व्यक्ती तिथे असती; तर तिचा एकट्याचाच विरोध होण्याची शक्यता निर्माण झाली असती. तरीही बहुमताचा तोच निर्णय झाला असता. सारांश, निवड समितीचा निर्णय कोणत्याही कारणांनी बदलण्याची शक्यताच निर्माण होऊ शकत नाही.

त्यांनी पाठवलेल्या अशा आशयाच्या निवेदनामुळं मी निश्चिंत झालो.

वाट पाहण्यात दोन-अडीच महिने निघून गेले. कुठंच काही हालचाल दिसेना. वाटू लागलं आता हे सगळंच प्रकरण हळूहळू रद्दबातल ठरणार. कुलपतींकडं कागदपत्रं जाणं म्हणजे सरकारी यंत्रणा आलीच. या यंत्रणेत वर्षानुवर्षं कागदपत्रं तशीच पडलेली असतात. त्यांना कोणी वाली नसतो किंवा त्यांच्या अशा पडण्यामुळं त्यांचं कुणाचंच काही बिघडत नसतं...

मी मात्र कुणी मित्र भेटला की त्याच्याशी वेड्यासारखा चर्चा करीत होतो. चर्चा केल्यावर डोक्यात कीड पडल्यासारखी होत होती. रात्रभर झोप येत नव्हती.

आठवड्यात अशा दोन-तीन रात्री तरी जायच्या. डोळे टकटकीत उघडे ठेवून छताकडं अंधारातच बघत पडत होतो. सकाळी उठल्यावर डोकं अतिशय दुखे. जरा जरी रीडरशिपचा विचार मनात आला की डोकं ठणके.

सगळं वर्ष या रीडरशिपनं खाल्लं. जून उजाडेपर्यंत चार महिने अभ्यास केला. नंतर सहा महिने वाऱ्यावर गेले. एवढ्या काळात दुसऱ्या एखाद्या विषयाची माझी एम.ए. झाली असती. निदान या वर्षभरात एखादी कादंबरी तरी निश्चितच पूर्ण झाली असती. जूननंतरचे सहा महिने भ्रमिष्टासारखी अवस्था झाली होती. दुसरंतिसरं काहीच सुचत नव्हतं. उगीच याच्याकडं जा, त्याच्याकडं जा करून तोच तो रीडरशिपचा विषय चघळत बसत होतो. शेवटी शेवटी असं वाटू लागलं की, प्रपाठकपदाचा नाद सोडून द्यावा नि शांत बसावं. म्हणजे डोक्याला ताप तरी होणार नाही. मनाला शांतता मिळेल.

हळूहळू या प्रकारानं माझं मन विझत गेलं नि मी राखेसारखा निवत चाललो.

विद्यापीठात छंदशास्त्राचे तास घ्यायला आठवड्यातून तीन दिवस जात होतो. डॉ. फडके यांची नि माझी जाता-येता नजरानजर होत होती. पण बोलणं होत नव्हतं. मनोमन खूप वाईट वाटत होतं. पण मला दुसरा पर्यायही दिसत नव्हता. चहाच्या वेळी आम्ही सगळे प्राध्यापक एकत्र जमत होतो. पण डॉ. फडके चहाला यायचे बंद झाले होते. मीही तास संपल्यावर घरी निघून येत होतो.

१२ जानेवारी १९७८ ला असाच छंदशास्त्राचा तास घ्यायला मराठी विभागात गेलो. गेल्या गेल्या विभागाचे शिपाई श्री. जाबरे सामोरे आले नि म्हणाले, ''यादव सर, कानडे सर कामासाठी बाहेर गेले आहेत. त्यांनी तुम्हाला निरोप सांगायला सांगितलं आहे की तुमचं काम विद्यापीठात आलं आहे. तुम्हाला लवकरच ऑर्डर मिळेल.''

अनपेक्षितपणे हे ऐकून मला अतिशय आनंद झाला. डॉ. भोसले यांच्याशी तत्संबंधी चर्चा केली. कँटीनमध्ये जाऊन चहा घेऊन आलो. डॉ. भोसलेंचे पुन:पुन्हा आभार मानले. त्यांनी या कामात खूपच मदत केली होती. कार्यकारिणीतील अनेक व्यक्तींशी त्यांचा परिचय होता. त्यांच्यामुळंच सदस्यांच्या गाठीभेटी होऊ शकल्या होत्या.

एक-दोन दिवसांनी डॉ. कानडे यांना भेटून सविस्तर चौकशी केली. त्यांनी सुचवल्यावरूनच ॲकॅडेमिकचे रजिस्ट्रार श्री. बाबूराव कुलकर्णी यांना जाऊन भेटलो. ''तुमचं काम परत आलं आहे. सगळे अडथळे दूर झाले आहेत. आठ-दहा दिवसांत तुमची ऑर्डर सगळ्या प्रकारची पूर्तता होऊन निघेल. तुमचं अभिनंदन.'' रजिस्ट्रार श्री. बाबूराव कुलकर्णी म्हणाले.

भरल्या मनानं घरी परतलो. पण या वेळी पेढेबिढे काहीच घेतले नाहीत. अजून

हातात ऑर्डर नव्हती. मिळेल की नाही याची खात्री वाटत नव्हती. उद्या काहीही होऊ शकेल असं वाटत होतं... या प्रकरणानं माझी झोप उडवली होती. माझे पोटाचे आजार वाढवले होते. वर्षभर ललितलेखन काहीच झालं नव्हतं... मुष्टियुद्धाच्या दहाव्या राउंडमध्ये दोघंही योद्धे रक्तबंबाळ होऊन ढेपाळलेले असतात. त्यांतला एक आक्रमक असतो नि दुसरा कसाबसा तग धरून कोलमडत तोंड देत असतो. त्याला विजयाची खात्री नसतेच. पण काहीतरी चमत्कार होऊन आपल्याला विजय मिळेल अशा भरवशावर तो नुसतेच हात हलवत असतो तशी माझी अवस्था शेवटी शेवटी झाली होती.

शिपाई श्री. जाबरे यांनी १२ जानेवारी १९७८ ला बातमी सांगितली. त्याच्या चारच दिवसांनंतर म्हणजे १६ जानेवारी रोजी वडिलांचं कागल इथं निधन झालं. मनात फार होतं की नेमणुकीचं पत्र मिळाल्यावर वडिलांना सांगावं की 'मी पुणे विद्यापीठाच्या मराठी विभागात मोठ्या पदावरचा मास्तर झालो.' त्यांना हे सांगितल्यावर खूप खूप आनंद झाला असता.

वर्षभर ते दुखणेकरी होऊन जमिनीवर आडवे झाले होते. तरीही मी त्यांच्या अपेक्षेप्रमाणं त्यांना वरचेवर भेटायला जाऊ शकलो नव्हतो. प्रपाठकाच्या प्रकरणात भ्रमिष्ट होऊन अडकून पडलो होतो.

ही आनंदाची बातमी त्यांना सांगायच्या अगोदरच ते या जगातून निघून गेले.

शेवटी २८ जानेवारी १९७८ रोजी नेमणुकीचं पत्र माझ्या हातात पडलं. मी त्या पत्राकडं बराच वेळ नुसता बघतच बसलो.

◆

नव्या नोकरीचं पहिलं वर्ष

१ फेब्रुवारी १९७८ रोजी सकाळी अकरा वाजता पुणे विद्यापीठाच्या मराठी विभागात प्रपाठक म्हणून जाऊन दाखल झालो. आजचा दिवस वेगळा होता. विद्यापीठातील प्राध्यापक म्हणून मी विद्यापीठात आलो होतो... मनातल्या मनात अनेकांचे आभार मानत होतो. कुणी थोडाबहुत हातभार लावला होता, तर कुणी मनापासून भरपूर हातभार लावला होता. प्रसंगी आपली कामं बाजूला ठेवून माझ्या कामासाठी बाहेर पडले होते. श्री. पतंगराव कदम, श्री. आनंदराव पाटील, डॉ. शां. ब. मुजुमदार, डॉ. सुधाकर भोसले यांचा त्यात सिंहाचा वाटा होता.

मराठी विभागाचे प्रमुख डॉ. मु. श्री. कानडे यांनी आल्या आल्या माझं स्वागत केलं. हातात हात घेऊन उबदार अभिनंदन केलं. ''काही अडचणी असतील, काही हवं असेल तर सांगा.'' म्हणून आत्मीयतेनं सांगितलं.

मी होकारार्थी मान हलवली.

माझ्यासाठी कानडेसरांनी एक स्वतंत्र खोली तयार करून ठेवली होती. छोटेखानी खोली. खिडक्या उघडल्या की विद्यापीठाचा हिरवागार झाडांचा प्रदेश दिसे. पहिल्या मजल्यावर खोली असल्यानं झाडांचा फक्त वरचाच भाग दिसे. ते हिरवेगार, लहान-मोठ्या आकारांचे गुच्छ बघून दृष्टी त्यावरून लांबपर्यंत लहान मुलाच्या चपळाईनं लोळत जाई. त्यांच्यावर निळंभोर आकाश. ...झाडांच्या पानांचे आकार निरनिराळे, फांद्यांचे आकार निरनिराळे, त्यांचे विस्तार निरनिराळे, झाडांची उंची निरनिराळी; त्यामुळं हे गुच्छही निरनिराळ्या स्वरूपांचे दिसत. त्यांच्या हिरव्या रंगांच्या छटांतही खूपच विविधता होती. पिवळसर पोपटी, करडे पोपटी, फिकट हिरवे, गडद हिरवे, कंच हिरवे, तांबूस हिरवे... असे कितीतरी आत्ममग्न रंग. त्या झाडीच्या आत कार्यालयं होती, निरनिराळ्या शिक्षण शाखांच्या इमारती होत्या, उद्यानं होती, रस्ते होते, वाहनं ठेवण्याच्या छपऱ्या होत्या, माणसांची आणि त्यांच्या वाहनांची सारखी जा-ये होती पण या सर्वांशी खोलीतल्या माझा काहीही संबंध नसे.

माझा संबंध फक्त वरच्या गुच्छदार हिरव्या-निळ्या विश्वाशी आणि त्यातून फिरणाऱ्या पक्ष्यांच्या थव्यांशी.

त्या दिवशी अतिशय सुरक्षित आणि रम्य ठिकाणी येऊन बसल्यासारखं वाटलं. १९७७ हे वर्ष अतिशय दगदगीचं गेलं. प्रपाठकपदाच्या प्रकरणाचा ताण मनावर प्रचंड पडला होता. शरीर आणि मन खूप थकल्यासारखं झालेलं. सारखी धडपड, चिकाटी, अपेक्षाभंग, त्यातून निर्माण होणारी चीड, त्यातून आजवरच्या सरळ, साध्या विचारांना बसणारे धक्के; सारखे उलटसुलट विचार, विचार आणि विचार; यांनी अगदी मेटाकुटीला आलो होतो... ते सगळं त्या प्रपाठकपदाच्या खुर्चीत निवांत बसल्यावर मनातून बाहेरच्या पक्ष्यांसारखं थव्यानं उडून गेलं. मन पुन्हा खिडकीबाहेरच्या आभाळासारखं स्वच्छ झालं. माणूस स्वत:च्या अस्तित्वासाठी आणि हितासाठी प्रसंगी मिळेल त्या बऱ्या-वाईट साधनांचा आणि दिसेल त्या भल्या-बुऱ्या मार्गांचा आधार घेत असतो. एरवी त्याचा सामान्यत: त्याग करतो- हे ओळखूनच आपण सर्वांशी मोठ्या मनानं वागलं पाहिजे असं वाटून मी अगदी प्रफुल्ल होऊन त्या दिवशीचा छंदशास्त्राचा तास घेतला. ती शान काही वेगळी होती.

कॉलेजचं मनात निराशा निर्माण करणारं अस्थिर विश्व आता मागं पडलं होतं. २८ जानेवारी १९७८ ला पुणे विद्यापीठाच्या नेमणुकीचं पत्र हातात पडल्याबरोबर मी शाहू कॉलेजातील नोकरीच्या राजीनाम्याच्या विचाराला लागलो होतो. तो निवांतपणे घरी बसून लिहून काढला. तो कसा द्यायचा, त्यात काय मजकूर घालायचा याचा विचार जानेवारीच्या शेवटच्या आठवड्यातच बातमी कळल्यावर मी केला होता.

शासकीय नव्या निर्णयानुसार टी.वाय.बी.ए.च्या मराठी स्पेशल विषयासाठी किमान पंधरा विद्यार्थ्यांची येथून पुढे गरज लागणार होती. १९७८ जूनमध्ये तेवढे विद्यार्थी मराठीला नाही मिळाले तर शासकीय आणि विद्यापीठीय नियमांनुसार शाहू कॉलेजातील टी.वाय.बी.ए. मराठी स्पेशलचे वर्ग बंद करावे लागणार होते. नियमानुसार ते वर्ग बंद केले नाहीत तर ग्रँट मिळणार नव्हती. मागील तीन वर्षांतील टी.वाय.बी.ए. मराठी स्पेशलला शाहू कॉलेजातील विद्यार्थ्यांची संख्या खूपच कमी होती. १९७५-७६ साली एकही विद्यार्थी नव्हता. ७६-७७ साली फक्त तीन विद्यार्थी होते आणि चालू वर्षी म्हणजे ७७-७८ च्या शैक्षणिक वर्षांत फक्त दोनच विद्यार्थी होते. तीन वर्षं अशी स्थिती असल्यानं चौथ्या वर्षीही पंधरापेक्षा कमी विद्यार्थी आले, तर टी.वाय.बी.ए.चा तो वर्ग नियमाप्रमाणं बंदच करावा लागणार होता. एकूणच कला शाखेकडं विद्यार्थ्यांचा ओढा कमी झाला होता. कॉमर्सकडं विद्यार्थी वेगानं वळत होते.

अशा परिस्थितीत १९७८ च्या जूनपासून मराठी विषयाचे एकूण बारा तास आणि स्वाध्यायाचे एकूण चार तास असे एकंदर सोळा तास कमी होणार होते. म्हणजे मराठीच्या एका प्राध्यापकाचं काम कमी होणार होतं. एक प्राध्यापक पूर्णपणे अतिरिक्त ठरणार होता आणि एकाच प्राध्यापकावर पुढील वर्षी काम चालवता येणार होतं.

आता तर फेब्रुवारीचा महिना उजाडणार होता. शाहू कॉलेजातील बहुतेक वर्गांचे अभ्यासक्रम पूर्ण होऊ घातलेले होते. मला जर संस्थेनं लगेच म्हणजे १ फेब्रुवारीपासून मुक्त केलं तर मी सर्व वर्गांचा उरलेला अभ्यासक्रम कॉलेजवर रोज सकाळी येऊन, नियमितपणे तास घेऊन पूर्ण करून देण्याचं कबूल करणार होतो. १५ मार्चपासून कॉलेजला उन्हाळ्याची सुटी लागणार होती. त्यानंतर कॉलेजला माझी गरज भासणार नव्हती.

समजा, मला कॉलेजनं लगेच १ फेब्रुवारीपासून मुक्त करण्याचं नाकारलं तर मग मी कॉलेजला १६ मार्चपासून तीन महिन्यांची नोटीस नियमाप्रमाणं देणार होतो. म्हणजे कॉलेजनं मला सुटीतला तीन महिन्यांचा पगार देणं भाग होतं. वस्तुस्थिती अशी असल्यामुळं कॉलेजनं मला १ फेब्रुवारीपासून मुक्त करण्यात कॉलेजचा फायदा होता. माझा जून १५ अखेरचा साडेचार महिन्यांचा पगार कॉलेजच्या पदरात पडणार होता. मला तो कॉलेजनं देण्याची गरज नव्हती. त्यात माझंही नुकसान होणार नव्हतं आणि कॉलेजचाही फायदा होणार होता.

शिवाय आजवर संस्थेनं यापूर्वी अनेक प्राध्यापकांना त्यांच्या राजीनाम्यातील मागणीनुसार वेळोवेळी ताबडतोब मुक्त केलेलं होतं. मी काही खास वेगळी मागणी करणार नव्हतो. संस्थेलाही एखाद्या कायम झालेल्या प्राध्यापकास ताबडतोब मुक्त करण्याचा अधिकार असतो.

या सगळ्या गोष्टी संस्थेच्या निदर्शनास आणून द्यायच्या आणि आपण ताबडतोब संस्थेतून मुक्त व्हायचं आणि लगेच पुणे विद्यापीठाच्या मराठी विभागात रुजू व्हायचं असं मी ठरवलं होतं. अशी घाई करण्यात मी माझी सुरक्षितता शोधत होतो. लगेच रुजू झाल्यावर मग आणखी कुणी काहीच अडथळे आणणार नाही असं मला वाटत होतं. समजा, 'मी तीन महिन्यांनी रुजू होतो' असं विद्यापीठास कळवलं तर या दरम्यानच्या काळात कुणीतरी काहीतरी खुसपटं काढतील आणि माझी नेमणूक पुन्हा लांबणीवर पडेल किंवा रद्दही होऊ शकेल अशी भीती मनात होती.

या भीतीपोटी श्री. शाहू मंदिर महाविद्यालयाच्या प्राचार्यांना, कॉलेज-संस्थेच्या स्थानिक कमिटीच्या अध्यक्षांना आणि जॉइंट सेक्रेटरींना तातडीनं भेटून घेतलं. राजीनाम्याच्या तिघांकडं तीन प्रती दिल्या. मला ताबडतोब मुक्त करण्यात संस्थेचं कसं हित आहे हे पटवून देण्यात मला यश आलं. फक्त जॉइंट सेक्रेटरींचं म्हणणं

असं होतं की, 'लगेच मुक्त करतो पण एक महिन्याचा पगार संस्थेला द्या.' पण मी ते नाकारलं. मला माझ्या आर्थिक परिस्थितीत ते परवडणार नाही. त्यापेक्षा मी तीन महिन्यांची पूर्वसूचना देऊन राजीनामापत्र देतो, असं मी त्यांना सांगितलं. अध्यक्षांनी जॉइंट सेक्रेटरींची समजूत काढली आणि ३१ जानेवारी १९७८ अखेर माझा राजीनामा रीतसर मंजूर करून मला मुक्त करण्यात आलं.

निरोपाच्या दिवशी संस्थेचे आभार मानले. कृतज्ञता व्यक्त केली. प्राध्यापक-वर्गाचा प्रेमाचा निरोप घेतला. कर्मचाऱ्यांनाही व्यक्तिश: भेटून निरोप घेतला.

या शेवटच्या दिवशी इमारतीला पाठमोरा होऊन घरी जाताना मन भरून आलं. संस्थेची चौदा वर्षं सेवा केली... माझ्या डोळ्यांसमोरच ही इमारत उभी राहिली होती. उभी राहिली त्या वेळी ती गावापासून दूर, एका डोंगराच्या निर्मनुष्य कुशीत होती. तिच्यापर्यंत जायला सरळ रस्ताही नव्हता. अगदी माळरानावरची गाडीवाट असावी तसा तो रस्ता होता. त्यात पुन्हा मध्येच आडवा ओढा होता. नव्या इमारतीत पहिलाच कार्यक्रम कसला तरी योजला होता. त्या वेळी कॉमर्सचे प्राध्यापक भावे यांची गाडी ओढ्याच्या सखल पात्रात बंद पडली. पात्र कोरडे असले आणि त्यात थोडी भर टाकलेली असली तरी ते काही पूर्णपणे बुजवलं गेलं नव्हतं. त्यातूनच आडवी वाट गेलेली. त्यामुळं बंद पडलेली प्रा. भावेंची गाडी धड पुढेही ढकलता येईना आणि मागेही ढकलता येईना. सगळे बुद्धिमान प्राध्यापक ढकलून ढकलून घामाघूम होऊन गेले होते. उगीचच त्या पहिल्या दिवसाची आठवण झाली. हिंदीचे प्राध्यापक अशोक कामत नुकतेच कॉलेज सोडून गेले होते. आता मीही चाललो होतो. आम्ही दोघं काही ना काही तरी लेखन करत होतो. आमचं साहित्य प्रसिद्ध होत होतं. आम्ही दोघंही अनेक वाङ्मयीन आणि सांस्कृतिक कार्यक्रमांना उपस्थित राहत होतो. पुष्कळ वेळा परगावी कार्यक्रमांना जात होतो. त्यामुळं नव्यानं स्थापन झालेल्या शाहू कॉलेजचं नाव अनेकांना माहीत होत असे. कॉलेजात वाङ्मयीन किंवा सांस्कृतिक कार्यक्रम क्वचितच होत असत. पुण्याचे विविध सांस्कृतिक, सामाजिक, औद्योगिक क्षेत्रातील नागरिक क्वचितच शाहू कॉलेजकडं जाताना दिसत असत. नकळत या कॉलेजला एक राजकीय रंग चढत गेला.

या कॉलेजच्या विद्यार्थ्यांनी मला लळा लावला होता. पुणे जिल्ह्याच्या ग्रामीण विभागातली वेडीबागडी मुलं इथं शिक्षणासाठी येत होती. त्यांना शिकवताना मला मनापासून आनंद होत असे. त्यांच्या माध्यमातून मी माझ्या मराठी खेड्यापाड्याशी संबंध ठेवत होतो. आजची खेडी नि तेथील समाजस्थिती समजून घेत होतो. या विद्यार्थ्यांच्याद्वारा मी माझ्या बालपणापर्यंत जाऊन पोचत होतो. त्यांच्यापेक्षा चार पावसाळे जास्त काढल्यामुळं त्यांना धडे देत होतो. नकळत त्यांच्यात रमून, समरसून जात होतो.

एक आशा वाटत होती. पुणे विद्यापीठाच्या मराठी विभागात आता हळूहळू पुण्याबाहेरच्या ग्रामीण भागातूनही एम.ए. मराठीला मुलं येत होती. त्यांची संख्या मात्र नकळत वाढत चालली होती. ग्रामीण समाजातून येणाऱ्या या विद्यार्थ्यांना तिथं आपण मन लावून शिकवू, अशी मनाची समजूत काढली होती.

विद्यापीठात रुजू होऊन पंधरा दिवस झाले तरी डॉ. भा. दि. फडके माझ्याशी बोलत नव्हते. मला अतिशय वाईट वाटत होतं. माझे ते चांगले स्नेही होते. त्यांना समजून सांगावं की, 'या सबंध प्रकरणात माझा काहीच दोष नाही. मी काही तुमच्या विरोधातही नाही. अनेक जणांनी प्रपाठकपदासाठी अर्ज केले होते. ते काही परस्परांचे शत्रू किंवा विरोधक नव्हते. सगळेच आपण एकमेकांचे कमी-अधिक प्रमाणात मित्र होतो. माझी निवड तज्ज्ञांच्या समितीनं केली आहे. ती सगळीच समिती काही तुमची शत्रू नव्हती नि माझी फक्त मित्रच होती असंही नाही. तुमची निवड झाली नाही याचं मला अतिशय दुःख होतं. तुम्ही प्रपाठक व्हावं अशी माझी जरूर इच्छा आहे. पण त्या मोबदल्यात मी राजीनामा द्यावा किंवा प्रपाठकपदावरच येण्याचं नाकारावं हे मला अशक्य आहे. आतापर्यंत तुमचे तुम्ही स्वतंत्रपणे प्रयत्न केले, माझे मी स्वतंत्रपणे प्रयत्न केले. हे प्रयत्नही करणं मी वावगं मानत नाही. महाराष्ट्राच्या राज्यपालांनी आणि शासनाच्या लॉ आणि लीगल डिपार्टमेंटनं जो काही निर्णय दिला आहे तो आपण मानू या आणि झालं गेलं विसरून जाऊन आपण पूर्वीप्रमाणेच एकमेकांचे स्नेही राहू या. मी आता मराठी विभागात आलो आहे. मला पूर्वीपेक्षा जास्तच तुमची मदत लागणार आहे,' असं काहीतरी सांगण्याच्या इराद्यानं मी त्यांच्या खोलीत टेबलापाशी जाऊन त्यांच्यासमोर बसलो.

त्यांच्याशी खूप बोलण्याचा प्रयत्न केला. पण ते अजून त्या प्रकरणातून मनानं बाहेर पडलेले दिसत नव्हते. खूप खोलवर दुखावले गेले होते. त्यांना असं मनापासून वाटत होतं की, सर्वांनी मिळून जाणीवपूर्वक त्यांच्यावर अन्याय केलेला आहे, त्यापाठीमागं काहीतरी डाव आहे. मनाच्या त्या धारणेतच ते अजून होते. त्यांना वाटणाऱ्या या अन्यायाचा त्यांच्या मनात राग होता. त्या मन:स्थितीतून अजून ते बाहेर पडू शकत नव्हते. याचंही मला अतिशय वाईट वाटलं.

शेवटी काळ हाच याच्यावर उपाय आहे असं समजून मी माझ्या उद्योगाकडं वळलो.

मराठी विभागातील रिसर्च असिस्टंट मनीषा दीक्षितसह सगळीच मंडळी प्रौढ मनाची होती. त्यांच्याशी होणाऱ्या गप्पागोष्टींत आणि एखाद्या विषयावरच्या वाङ्मयीन वादातही निखळ बौद्धिक आनंद मिळत होता. ज्यानं त्यानं आपापल्या जबाबदारीनं वागावं अशी तिथली रीत होती. एकमेकाला मान देऊन सगळे एकमेकांशी वागत होते. जो तो आपापल्या कामात, लेखनात आणि वाचनात गुंतलेला असे. एम.ए.चे

विद्यार्थीही प्रौढ असल्यामुळं, कॉलेज-विद्यार्थ्यांच्या तुलनेत ते संख्येनं कमी असल्यामुळं कॉलेजचा गलबला तिथं नव्हता. त्यामुळं सतत वाचन, चिंतन, लेखन यात रस घेणाऱ्या माझ्या मनाला शांतता आणि शरीराला स्वास्थ्य मिळू लागलं. पगारही वेळेवर मिळत होता. ज्याची त्याची स्वतंत्र खोली असल्यामुळं अलिप्तपणा, खासगीपणा मिळत होता. मी नुकताच कॉलेजच्या गजबजलेल्या वातावरणातून या नव्या वातावरणात आल्यामुळं माझा कामाचा उत्साह वाढला.

माझा पोर्शन संपला होता. माझ्याकडं फक्त 'छंदशास्त्र'च होतं. पोर्शन संपवण्याचे हे दिवस असल्यामुळं माझ्याकडं नवीन काही शिकवायला दिलं गेलं नव्हतं. मी नवीन आल्यामुळं आणि वर्षअखेरीचे दिवस असल्यामुळं माझ्यावर वेगळी अशी काहीही जबाबदारी तूर्त नव्हती. त्यामुळं मार्चमध्ये मी मोकळा झालो होतो.

मी 'नटरंग'च्या अंतिम संस्करणाला हात घातला. ही कादंबरी गेली तीन-चार वर्षं माझा जीव खात होती. १९७४ मध्येच तिचं पहिलं लेखन मी पूर्ण केलं होतं. १९७५ हे वर्ष माझं कॉलेजमध्ये अतिशय चमत्कारिक परिस्थितीत गेलं. १९७६ मधली मे-जूनची सगळी सुटी ना. सी. फडके प्रकरणानं खाल्ली. १९७७ साल प्रपाठकपदामध्ये बुडून गेलं. या तीनही वर्षांत गावाकडं आणि माझ्या कौटुंबिक जीवनात खूपच घडामोडी झाल्या. त्यामुळं 'नटरंग'साठी जी मानसिक बुडी मारून त्या लेखनात बसावं लागतं त्यात व्यत्यय फार येत गेले. मार्च आणि एप्रिल १९७८ मध्ये बसून संस्करण पूर्ण करून अंतिम लेखन केलं आणि 'मे'च्या दुसऱ्या आठवड्यात ते श्री. पु. भागवत यांच्याकडं सुपुर्द करून आलो.

'मे'मध्ये आणखी एक गोष्ट घडली. मॅजेस्टिक प्रकाशनातर्फे प्रत्येक वर्षी 'मे'मध्ये ज्या 'मॅजेस्टिक-गप्पां'चा कार्यक्रम होतो; त्यात 'ग्रामीण साहित्यिकांची कोंडी' या विषयाचं सूत्र-संचालन करून आरंभी आणि शेवटी बोललो. गप्पांत भाग घेणाऱ्या अनेक मित्रांनाही बोलकं केलं. हा विषय मीच मॅजेस्टिकला सुचवला होता. या विषयावर विस्तृत लेख लिहावा असं वाटत होतं. पण लेखनाची दुसरी व्यवधानं होती.

मनात ग्रामीण साहित्याचा तात्त्विक विचार सतत घुमत होता. त्याच्या जोडीलाच 'निर्मितिप्रक्रिये'वरचे विचारही घुमत होते. या दोन्ही विषयांवरचे मनात येतील ते विचार टिपणं काढून नोंदवून ठेवत होतो. सवड मिळेल तेव्हा त्यांचे लेख लिहायचे असं ठरवलं होतं. दोन वर्षं फक्त वैचारिक लेखनच करावं असं वाटत होतं. लघुनिबंधाच्या संशोधनासाठी भरपूर मराठी आणि इंग्रजी टीकेचंही वाचन झालेलं होतं. खूप काही मनात साचून राहिलेलं. ग्रामीण साहित्य आणि त्या अनुषंगानं एकूण मराठी साहित्यसृष्टी याविषयी मनात अनेक प्रश्नांचं मोहळ उठलेलं होतं. नुकत्याच झालेल्या ग्रामीण साहित्यिकांच्या मेळाव्यामुळं नैतिक जबाबदारी खूप

वाढली होती. तिला स्मरून ग्रामीण साहित्याविषयी अनेक अंगांनी विचार सुचत चालले होते. लवकरात लवकर ग्रंथ प्रसिद्ध करावे लागणार होते. त्याचा मार्गदर्शनासाठी तरुण ग्रामीण साहित्यिकांना उपयोग होईल, त्यामुळं ग्रामीण साहित्याची चळवळ मूळ धरील, अनेक लेखक त्या विचारांच्या प्रकाशात स्वत: विचार करू लागतील नि लेखनही करू लागतील, निर्मितिप्रक्रियेवरचे विचारही त्यांना ललित साहित्य लिहायला मदत करतील असं वाटू लागलं होतं.

आपण आता फक्त एम.ए.ला शिकवणारे, पीएच.डी.च्या विद्यार्थ्यांना मार्गदर्शन करणारे प्राध्यापक आहोत. आपली वाङ्मय-विचारांची तात्त्विक बैठक स्पष्ट आणि भक्कम असली पाहिजे. तिची तयारी केली पाहिजे. या तयारीसाठी वाङ्मयविषयक चिंतन अधिक करणं, लिहीत राहणं आपल्याला सोईचं जाणार आहे. दोन वर्षांनी आपल्या 'कन्फर्मेशन'चा प्रश्नही येईल. त्यासाठीही हे लेख आणि प्रसिद्ध झाले तर एक-दोन वैचारिक ग्रंथ आपल्या नावावर चढतील. ते आपल्याला उपयुक्त ठरतील... आपण हे सगळं झपाट्यानं लिहिलं पाहिजे.

दिवस चालले होते. मराठी विभागातील जो तो आपापल्या अध्ययन, अध्यापन, मार्गदर्शन, लेखन यांत मग्न होता.

मी येऊन दाखल झाल्यानंतर एक वर्ष तीन महिन्यांनी म्हणजे एप्रिल १९७९ मध्ये डॉ. फडके यांचीही प्रपाठकपदावर निवड होऊन रीतसर नेमणूक झाली. मला त्याचा मनापासून आनंद झाला. आमच्या दोघांच्या स्नेहपूर्ण मैत्रीमध्ये दीड एक वर्ष निर्माण झालेलं धुकं आता विरून जाईल असं मला वाटू लागलं.

हळूहळू त्याचा प्रत्यय आला. आम्ही दोघं एकमेकांशी बोलू लागलो. एकमेकांच्या खोलीत जाऊन बसू लागलो... नंतरच्या एकाच वर्षात मधला दु:स्वप्नासारखा काळ होता तो पार विसरून गेलो.

◆

ग्रामीण साहित्य चळवळीची मुहूर्तमेढ

पुण्याच्या 'भारती विद्यापीठ' या शिक्षणसंस्थेत २१-२२ नोव्हेंबर १९७७ रोजी 'तरुण ग्रामीण लेखकांचा पहिला मेळावा' घेण्याचं श्री. पतंगराव कदम आणि त्यांचे सहकारी श्री. आनंदराव पाटील यांनी मान्य केलं. त्यांना ती कल्पना मनापासून आवडली.

या कल्पनेची पाळंमुळं १९७१-७२ पासूनच माझ्या मनात रुजत होती. श्री. शाहू मंदिर कॉलेजच्या वार्षिक नियतकालिकाचं संपादन १९७१ च्या जानेवारीपासून माझ्याकडं आलं. कॉलेजमध्ये प्रामुख्यानं ग्रामीण भागातील विद्यार्थ्यांचा भरणा. त्यांतील अनेक जण नियतकालिकासाठी लेखन करण्याचा प्रयत्न करीत होते. सगळे अनघड. छोट्या शेतकऱ्याच्या, रोजगाऱ्याच्या कुटुंबातून आलेले. घरादारात लेखनाविषयी काहीच मार्गदर्शन नाही. जे काही ओघाओघात, अपघातानं त्यांचं कथा-कादंबऱ्यांचं वाचन होई, त्या वाचनाच्या आधारे त्यांची साहित्याविषयी वेडीवाकडी समजूत होई. तिच्यानिशी ही मुलं लेखन करीत होती. त्यांना वैयक्तिक पातळीवर मी मार्गदर्शन करत होतो. पण नियतकालिकासाठी लेखन करू इच्छिणाऱ्यांची संख्या खूप असे. या सगळ्यांना मार्गदर्शन एकाच वेळी करण्यात मी कमी पडू लागलो. प्रत्येक वर्षी नियतकालिकाच्या वेळी हा प्रश्न मनात उपस्थित होई.

या काळात मराठवाड्यातून आणि पश्चिम महाराष्ट्रातून मला कॉलेजमधील विविध वाङ्मयीन कार्यक्रमांसाठी बोलावणी येत असत. मीही उत्साहानं जात असे. महाराष्ट्राच्या या भटकंतीत माझ्या लक्षात येऊ लाग्लं की ग्रामीण भागातील तरुण वर्ग ग्रामीण साहित्य आत्मीयतेनं वाचतो आहे. त्याला लिहिण्याची ऊर्मी अनावर आहे. हे तरुण माझा पत्ता लिहून घेत. नंतर आपल्या कथा, ललितलेख, कविता माझ्याकडं मार्गदर्शनासाठी पाठवीत. मी त्यांना मार्गदर्शन करत होतो. कोणती पुस्तकं वाचावीत, मराठीच्या प्राध्यापकांच्या संपर्कात कसं राहावं, कोणती नियतकालिकं वाचावीत, त्या त्या संपादकांकडं लेखन कोणतं पाठवावं हे सांगत होतो. शिवाय

त्यांनी पाठवलेली लेखनं जमेल तशी तपासून देत होतो.

ग्रामीण समाजाची शेतीविषयक, आर्थिक, शैक्षणिक, सामाजिक स्थिती जवळून प्रत्यक्ष पाहत होतो. तरुणांच्या घरची चौकशीही करत होतो. त्यांची घरंदारं, शेतीवाडी, कौटुंबिक संबंध आणि समाजस्थिती समजून घेत होतो. वर्तमानपत्रांना माहीत नसलेल्या, वाताहत झालेल्या, अज्ञानी, असंघटित, खेडूत जनसामान्यांच्या स्वप्नभंगाचा इतिहास ऐकत होतो आणि भकास डोळ्यांनी पाहतही होतो. एक युगस्वप्न स्वातंत्र्यानंतरच्या पहिल्या पंधरा वर्षांत ग्रामीण समाजाला पडलं होतं आणि नंतरच्या दहा-पंधरा वर्षांत ते हळूहळू आतून ढासळत होतं. १९७५ च्या आसपास तर ते पार उद्ध्वस्तच झालं होतं.

या स्वप्नभंगाचा साद्यंत आणि विस्तृत ताजा इतिहास या तरुण पिढीला समजून दिला पाहिजे, असं मला १९७५ नंतर तीव्रतेनं वाटू लागलं. १९७० पासूनच्या काळात लिहू लागणाऱ्या साहित्यिक तरुण पिढीला हा तिचाच घडणारा इतिहास नीटपणे पाहायला शिकवलं पाहिजे. तिच्या भोवतालीच तो घडत आहे. तो डोळसपणे अनुभवायला शिकवलं पाहिजे. उत्तम साहित्यनिर्मितीची जाण या पिढीला देतादेताच या नव्या, भीषण सामाजिक आशयाचं भानही तिला आणून दिलं पाहिजे. हे शिक्षण वैयक्तिक पातळीवर देऊन भागणार नाही. त्यासाठी तरुण पिढीला एकत्र बोलावण्याची गरज आहे. तिच्या साहित्यविषयक आणि निर्मितीविषयक अडचणी समजून घेताघेताच हे प्रबोधन करण्याची गरज आहे... त्यासाठी तरुण ग्रामीण साहित्यिकांचे मेळावे भरवावेत असं वाटू लागलं.

पहिला मेळावा कुठं नि कसा घ्यायचा, त्यासाठी पैसा कुठून आणायचा? हा पैसा उभा करण्यासाठी शहरात कुणीच मदत करणं शक्य नव्हतं. शहरांचे आणि तेथील समाजाचे प्रश्न वेगळे होते. शहरातील बहुजन समाजाला एवढी व्यापक दृष्टी किंवा जाणीव नव्हती याचाही मी अनुभव घेत होतो. हा समाज प्रामुख्यानं राजकारणात रमलेला किंवा स्वत:च्या पायापुरतंच पाहणारा अर्थवादी आहे हे माझ्या लक्षात येत होतं. मेळाव्यासाठी ग्रामीण समाजातूनच पैसा उभा केला पाहिजे, याची खात्री होत होती. पण ग्रामीण विभागात हिंडणं, लोकांना आपला दृष्टिकोन सभा-व्याख्यानं घेऊन पटवून देणं, त्यांच्याकडून फंड उभा करणं, हे सर्व करण्यासाठी संघटना उभी करणं, त्यासाठी मोकळा वेळ भरपूर काढणं मला शक्य नव्हतं.

... श्री. शाहू मंदिर कॉलेजातच मेळावा घ्यावा तर संस्थेची आर्थिक स्थिती दुबळी होती. म्हणून मी संस्थेला विचारलं नाही. महाराष्ट्र साहित्य परिषदही पारंपरिक विचारांच्या प्रभावाखाली होती. तिच्याकडूनही मदत होईल असं वाटत नव्हतं. तिच्याजवळ असे मेळावे घेण्याइतके फंड किंवा धनही नव्हतं.

पुण्यामध्ये माझे मित्र प्र. बा. भोसले हे 'बळीराजा' मासिक चालवत होते.

त्यांना ग्रामीण विभाग, तेथील शेतीविषयक प्रश्न, ग्रामीण समाजाचे राजकीय, सामाजिक प्रश्न यांची चांगली माहिती होती. वरचेवर आम्ही दोघं त्या प्रश्नांवर चर्चा करत होतो. 'बळीराजा'च्या जन्मापासूनचा सगळा प्रवास मी जवळून पाहत होतो. प्रा. बा. भोसले यांनी तो अतिशय खडतर आर्थिक परिस्थितीत, निराशेचे अनेक दणके खात केलेला होता. १९७५-७६ च्या आसपास ते मासिक बऱ्यापैकी चाललेलं दिसत होतं; तरी मेळावा घ्यावा आणि त्यावर खर्च करावा एवढी ताकद त्यांची नव्हती. पण त्यांनी आपल्या मासिकातून नव्या प्रकारच्या ग्रामीण साहित्याला शक्य तेवढ्या प्रमाणात प्रसिद्धी द्यायची मनापासून कबुली दिली होती. त्याप्रमाणं ते करतही होते. त्यांना मी त्याबाबतीत मदतही करत होतो. पण ते कार्य फार तोटकं आणि अपुरं होतं.

...जिथं शक्य आहे तिथं मी सतत चाचपणी करत होतो. परिचितांच्या गाठीभेटी घेऊन चर्चा करत होतो. काही वाट सापडते का पाहत होतो.

अशा परिस्थितीत माझं पुणे विद्यापीठातील प्रपाठकपदाच्या नेमणुकीचं प्रकरण सुरू झालं. या प्रकरणात माझा आणि श्री. पतंगराव कदम यांचा परिचय पूर्वीच होता तो दृढ झाला. त्यांच्याबरोबर त्यांचे ज्येष्ठ सहकारी आनंदराव पाटील यांचाही परिचय झाला. भारती विद्यापीठाचे हे दोघं आधारस्तंभ होते. १९६४ साली स्थापन झालेल्या भारती विद्यापीठाचे स्वरूप त्या वेळी फार छोटं होतं. पौड फाट्याच्या मोरे विद्यालयाच्या लहानशा जागेत ते सुरू झालेलं. त्या संस्थेचा पूर्वेतिहास ऐकून मी चकित झालो होतो. पतंगराव कदम, आनंदराव पाटील दोघंही मूळचे शिक्षक असल्यानं त्या दोघांनी शिक्षणाचं महत्त्व ओळखलं होतं. ग्रामीण समाजाच्या उत्कर्षाचा दोघांनाही ध्यास होता. सतत या समाजाविषयी काहीतरी नवीन करावं असं त्यांना वाटत होतं. त्यांच्या डोक्यात नवनव्या अनेक कल्पना येत होत्या.

त्यात पुन्हा पतंगराव अतिशय हुशार, चुणचुणीत बुद्धीचे आणि चतुरपणा असलेले ऐन तिशीतील तरुण होते. नवे काही सुचले की धडाडीनं त्याच्यासाठी धडपड करत राहायची त्यांची बुद्धी दिसली. तडफ, कामांचा प्रचंड उरक, बोलण्यात खुबीदार प्रसन्नता आणि उत्साह जाणवे. कर्मचारी वर्गावर दरारा, वचक राहील असं वर्तन होतं. कोणतंही काम यशस्वी करून दाखवण्याविषयी त्यांच्यात एक घनदाट आत्मविश्वास वसत होता. सदैव दुसऱ्याच्या उपयोगी पडण्याची जातिवंत कार्यकर्त्याजवळ जी तत्परता असते ती त्यांच्याजवळ दिसत होती... त्यांच्या व्यक्तिमत्त्वातील हे लोकविलक्षण गुण एकत्र पाहून मी भारून गेलो.

पतंगराव आणि आनंदराव यांच्याशी गप्पा मारताना त्यांना मी माझी ग्रामीण समाजाविषयीची अनेक निरीक्षणं सांगितली आणि त्यातूनच 'तरुण ग्रामीण साहित्यिकांचा मेळावा' घेण्याची निकड का आहे हेही या दोघांना सांगितलं.

त्या दोघांनी ही कल्पना उचलून धरली. ''भारती विद्यापीठाच्या वैचारिक व्यासपीठातर्फे आणि 'विचार भारती' या आमच्या मासिकातर्फे हा मेळावा घेऊन टाका; काय लागेल ती सर्व प्रकारची मदत केली जाईल याची खात्री ठेवा.'' पतंगराव एका दणक्यात बोलले.

मला अत्यानंद झाला.

आनंदराव पाटील आणि मी अशा आम्ही दोघांनी एकत्र बसून सर्व योजना आखली. ग्रामीण तरुण लेखकांना मार्गदर्शन करण्याच्या हेतूने पुण्यातील मोठमोठ्या साहित्यिकांना वक्ते म्हणून आणण्याची सर्व जबाबदारी मी घेतली. सर्व संबंधित व्यक्तींना पत्रं पाठवण्याचं कामही मी माझ्याकडंच घेतलं. पुणे विद्यापीठाचे कुलगुरू प्रा. देवदत्त दाभोळकर यांना उद्घाटक म्हणून आणण्याची जबाबदारी पतंगरावांनी स्वीकारली. आनंदराव पाटील यांनी बाकीची सर्वच जबाबदारी आपल्याकडं घेतली. स्टेजची, निवास-भोजनाची, नाश्ता-चहापान यांची, बसण्याची इत्यादी सर्व व्यवस्था त्यांनी उचलली.

मी आणि प्रा. गो. म. कुलकर्णी बसून सांगोपांग विचार करून कार्यक्रम-पत्रिकेची आखणी केली. १९७७ चा नोव्हेंबर उजाडला होता. या महिन्याच्या १८, १९, २० तारखांना पुण्यात पु. भा. भावे यांच्या अध्यक्षतेखाली बावन्नावं अखिल भारतीय मराठी साहित्य संमेलन होणार होतं. या संमेलनाला जोडूनच म्हणजे २१ आणि २२ नोव्हेंबरला तरुण ग्रामीण लेखकांचा पहिला मेळावा घेण्याचं निश्चित केलं. मेळाव्याच्या तयारीसाठी पुरेसा वेळ नव्हता. थोड्या दिवसांत ज्या प्रकारे आखणी करता येईल तशी करायची अशी मर्यादा घालून घेतली नि कार्याला आरंभ केला.

साहित्य संमेलनाला आलेले ग्रामीण विभागातील अनेक तरुण लेखक विनंती केल्यावर उपलब्ध होतील असं मनोमन वाटत होतं. पण अंदाज कशाचाच नव्हता. ग्रामीण विभागातील सर्वसामान्य तरुण होतकरू लेखकांना पुण्यापर्यंत यायला नि जायला प्रवासखर्चाचे पैसे जमवण्यापासून प्रयत्न करावा लागतो, हे मला ग्रामीण परिस्थितीवरून माहीत होतं. अशा वेळी त्यांना पुरेसं अगोदर कळवणं आवश्यक असतं. ती वेळ टळून गेली होती. माझी ही पहिली वेळ होती. सगळाच प्रयत्न फसण्याचीही शक्यता होती. पूर्वीचा अनुभव काहीच नसल्यामुळं माझी उडी पूर्ण अंधारात खडकावरही पडेल अशी भीती वाटत होती.

अशा परिस्थितीत जमतील तेवढ्या परिचित तरुण लेखकांना आणि अपेक्षित वक्त्यांना येण्याविषयी आपुलकीनं पत्रं लिहिली. वेळ कमी असल्यामुळं फार थोड्यांची उत्तरं येऊन पोचली. मलाही याच काळात म्हणजे नोव्हेंबरच्या पहिल्याच आठवड्यात तीन-चार दिवस गावी जाऊन यावं लागलं. वडील खूप आजारी होते.

जाऊन त्यांची व्यवस्था करावी लागली. तरीही मी मेळाव्याच्या कामात मन गुंतवत होतो.

ध्यास होता तो मेळावा यशस्वी करण्याचा. बघता बघता मराठी साहित्य संमेलन सुरू झालं. सामाजिक कार्यकर्त्यांची आवडती अशी एक शबनम बॅग विकत घेतली. ती काखोटीला अडकवून मराठी साहित्य संमेलनाच्या सभामंडपातील प्रेक्षकांच्या प्रचंड गर्दीतनं फिरू लागलो... आपली अवस्था थिएटरच्या किंवा जत्रेतल्या गर्दीतनं 'शेंगदाणे, फुटाणेऽऽ' म्हणत हिंडणाऱ्या विक्रेत्यासारखी झाली आहे असं वाटू लागलं. तरीही त्या वाटण्याकडं दुर्लक्ष करत होतो.

साहित्य संमेलनातले कार्यक्रम आपल्या गतीनं चाललेले. माझं तिकडं लक्ष नव्हतं. लक्ष लागण्यासाठी एका जागी निवांतपणे बसावं लागतं. ते माझ्याकडून होत नव्हतं. सगळं लक्ष येणाऱ्या-जाणाऱ्या व्यक्तींवर असायचं किंवा सभामंडपात बसलेल्या तरुणांचे चेहरे न्याहाळण्यात गुंतलेलं असायचं. पुण्यातले कोणते आणि ग्रामीण भागातून आलेले लोक कोणते हे कॉलेजमध्ये सरावलेल्या माझ्या नजरेतून चुकत नव्हतं... ग्रामीण तरुणांचे रापलेले चेहरे, एक-दोन दिवसांची वाढलेली दाढी, क्वचित तंबाखूची चिमूट आणि गुळणी ओठांनी गच्च धरलेली, अंगावरचे शिळे झालेले कपडे, चुकलेल्या वासरासारखी नजर आणि ग्रामीण ढंगांचे उच्चार असलेली मराठी भाषा लक्षात यायची.

''नमस्कार. मी आनंद यादव. तुम्ही कोठून आलात?'' ग्रामीण तरुणांचा चेहरा बघून मी विचारी.

ते नावगाव सांगत. अनेकांनी माझं काही ना काही साहित्य वाचलेलं असे. रेडिओवरून माझं काही ऐकलेलं असे. म्हणून माझं नाव तरुण आणि शिकणाऱ्या पिढीतील मुलांना माहीत होतं. त्यामुळं त्यांचा चेहरा फुलून येई. एका लेखकाला आपण भेटतोय याचा त्यांना आनंद होई.

प्रत्येकाच्या हातात मी कार्यक्रम-पत्रिका आणि मेळाव्याविषयी निवेदन असलेला छापील कागद देई. ''भारती विद्यापीठात तुमच्यासारख्या तरुण ग्रामीण लेखकांसाठी साहित्यिक मेळावा आयोजित केला आहे. अनेक मोठे साहित्यिकही येणार आहेत. तुम्ही या. तुमच्या कथा-कविता प्रसिद्ध करायला त्याचा खूप उपयोग होईल. भारती विद्यापीठाचं 'विचार भारती' हे मासिक ग्रामीण लेखकांसाठीच आहे हे विसरू नका. दोन्ही दिवस तुमची राहण्याची आणि भोजनाची मोफत सोय केलेली आहे. तेव्हा जरूर या.''

''कधी आहे मेळावा?''

''हे संमेलन संपलं की लगेच दुसऱ्या दिवशी. संमेलन संपल्यावर रात्री जरी तुम्ही तिथं झोपायला आलात तरी चालेल. मी तिथंच असेन.''

मग बाकीच्याही चौकश्या होत नि मी पुढं निघून जाई. डोळे दुसऱ्याच्या शोधात भिरभिरत.

असं तीनही दिवस माझं चाललं होतं. छापील निवेदनाचा गठ्ठा पहिल्याच दिवशी संपला. दुसऱ्या दिवशी गडबडीनं पुन्हा निवेदन छापून घ्यावं लागलं.

पुण्यातील प्रभाकर पाध्ये, ग. वा. बेहेरे, व्यंकटेश माडगूळकर, शंकर पाटील, द. मा. मिरासदार, सरोजिनी बाबर, उद्धव शेळके इत्यादी मान्यवरांना वैयक्तिक भेटून भाग घेण्याविषयी निमंत्रणं दिली होती. मेळाव्याची औपचारिक भूमिका समजून सांगितली होती. त्यांनी येण्याचं आणि कार्यक्रमात भाग घेण्याचं मान्य केलं होतं. बाहेरून साहित्य संमेलनासाठी आलेले म. द. हातकणंगलेकर, शांताबाई शेळके, सत्यकथेचे कार्यकारी संपादक राम पटवर्धन यांना प्रत्यक्ष भेटून विनंती केली होती. सगळी मान्यवर मंडळी होती. त्यांची नीट व्यवस्था लागेल की नाही याची सारखी चिंता वाटत होती. त्यांची व्यवस्था पाहण्यात वेळ घालवायचा की कार्यक्रमांचे नीटपणे संयोजन करण्यात घालवायचा असा मन द्विधा करणारा प्रश्न पडला होता.

...मनाची हुरहुर काही थांबत नव्हती.

झोप कसली ती लागली नाही... मनात रात्रभर मेळावा सुरू झालेला. सकाळी लवकर उठून सगळं आवरलं.

बरोबर आठ वाजता भारती विद्यापीठात जाऊन पोचलो. खांद्यावर कार्यकर्त्याची शबनम बॅग... आता ती सोईची वाटू लागली. दोन्ही हात मोकळे ठेवता येतात आणि बॅगही आपल्याबरोबर ठेवता येते, हे लक्षात आलं.

२१ नोव्हेंबरचा दिवस. पावसाळा संपून गेल्यामुळं परिसरातील झाडं टवटवीत होती. धूळ उडत नसल्यानं हवा स्वच्छ राहिलेली.

सव्वाआठच्या सुमारास भारती विद्यापीठाच्या कार्यकारिणीचे सदस्य आणि संबंधित व्यक्ती पांढऱ्या कपड्यात येताना दिसत होत्या. राजकीय कार्यक्रमाच्या वेळी त्यांच्या चेहऱ्यावर एक ताण, हालचालीत बांधलेपणा असतो, एकदम गर्दीनं आगमन असतं, एकदम रंगीत रंगीत गाड्या आवारात शिरतात तसं दाब निर्माण करणारं काहीच वातावरण नव्हतं. पायी पायी बरीच मंडळी शांतपणे, सावकाश येत होती. चेहरे प्रसन्न आणि हसरे होते. हालचाल संथ, सावकाश होती. सुटे सुटे लोक येत होते. विद्यालयाच्या इमारतीच्या आतल्या आवारात गोळा होत होते.

अपेक्षेपेक्षा जास्त लोक येत आहेत हे माझ्या लक्षात साडेआठच्या सुमारास आलं. पन्नास-साठ तरुण ग्रामीण साहित्यिकांची अपेक्षा केली होती; तिथं शंभर-सव्वाशे मंडळी साडेआठ-पावणेनऊच्या सुमारास जमली. याशिवाय इतर शंभर-दीडशे प्रौढ व्यक्ती. हॉल एकदम तुडुंब भरला. माझं हुरहुरतं मन आनंदित होऊन

गेलं.

अपेक्षित मंडळी व्यासपीठावर बसल्यावर मी संयोजक म्हणून मेळाव्याचा हेतू स्पष्ट करण्यासाठी उभा राहिलो. ''स्वातंत्र्यानंतरच्या गेल्या तीस वर्षांत ग्रामीण विभागात सर्वांगीण स्थित्यंतर होतं आहे. या स्थित्यंतराचं एक अंग ग्रामीण समाजाची सामाजिक, सांस्कृतिक मानसिकता बदलू लागली. तिचाच परिणाम होऊन ग्रामीण विभागात अनेक लेखक जन्माला आले पण या लेखकांच्या मानसिकतेचं भरण-पोषण नीट होऊ शकत नाही. आपल्या मराठी समाजाची वार्षिक, मासिक, साप्ताहिक आणि दैनिक नियतकालिकं शहरापुरतं आणि शहरी मानसिकतेपुरतीच वाङ्मयीन आणि सांस्कृतिक कार्य करतात. ती ग्रामीण नववाङ्मय आणि नवी संस्कृती यांना नाना प्रकारांनी दूर लोटतात. त्यामुळं ग्रामीण समाजाच्या नव्या वाङ्मयाचा आणि संस्कृतीचा नीटपणे विचार करायला एकही मुक्त व्यासपीठ आजवर निर्माण झालेलं नाही. अशा व्यासपीठाची गरज भागवण्याची धडपड गेली चार-पाच वर्षं मी वैयक्तिक पातळीवर करू पाहतो आहे. त्या व्यासपीठाला आज या मेळाव्याच्या रूपानं आकार आला आहे. त्यामुळं भारती विद्यापीठाचं हे कार्य ऐतिहासिकदृष्ट्या महत्त्वाचं आहे. या व्यासपीठाच्या आधारे विविध कार्यक्रम, उपक्रम, 'विचार भारती-मासिक' इथून पुढे चालवणार आहे,'' असा थोडक्यात विचार मांडला.

पतंगरावांच्या प्रास्ताविकानं मेळाव्याचा अधिकृत प्रारंभ झाला. पतंगरावांनी 'भारती विद्यापीठा'च्या स्थापनेमागचं ध्येय-धोरण स्पष्ट केलं. 'या ध्येय-धोरणाचाच एक भाग हा मेळावा आहे. आता यापुढे प्रत्येक वर्षी किंवा गरज पडल्यास सहा-सहा महिन्यांतूनही हे साहित्यिक मेळावे घेतले जातील.' हा विचार त्यांनी विस्तृतपणे मांडला नि पुणे विद्यापीठाचे कुलगुरू प्राचार्य देवदत्त दाभोळकर यांना उद्घाटन करण्याची विनंती केली.

उद्घाटनाचं कुलगुरू प्रा. दाभोळकर यांचं भाषण अतिशय गोळीबंद आणि भेदक विचार मांडणारं झालं. ''मराठी साहित्यानं एकूण माझी निराशा केली आहे... ज्या सामाजिक, आर्थिक, राजकीय संदर्भात आज महाराष्ट्र व भारत एका व्यावर्तात सापडला आहे, त्याची अगदीच अस्पष्ट अशी चाहूल मराठी साहित्यात लागते. याचे मुख्य कारण हे साहित्य निर्माण करणारा जो प्रमुख मध्यमवर्ग आहे त्याला या व्यावर्ताची जाणीव प्रत्यक्ष अनुभूतीने मिळालेली नाही...

मूलभूत समस्यांची जाणीव ज्यांना नसते त्यांच्याकडून मूलभूत समस्यांचा कलात्मक व इतर आविष्कार होऊ शकेल अशी अपेक्षा बाळगणे हेच मुळात चूक होईल. मराठी साहित्यनिर्मिती ही एका वर्तुळातच होत राहिली. त्या वर्तुळाच्या सर्व मर्यादा त्या साहित्यनिर्मितीला स्वीकाराव्या लागल्या... अशा एका विशिष्ट वर्तुळाच्या

आत जन्माला आलेल्या व वाढलेल्या व्यक्तीच्या दृष्टीनं त्या वर्तुळाचा एक चक्रव्यूह बनलेला असतो व त्यातून बाहेर पडण्याची इच्छा व ताकद असलेल्या व्यक्ती फारच कमी असतात. याचा निर्देश मी एवढ्याचसाठी करतो की या वर्तुळाशी संपर्क साधून किंवा या वर्तुळाची मान्यता संपादन करून साहित्याच्या सर्जनशील प्राणदायी जीवनसरितेशी आपण संबंध जोडतो अशा कल्पनेत किंवा भ्रमात कोणी राहू नये.

वर्तुळाच्या बाहेर जे समाजजीवन घडत असतं त्या समाजजीवनात वावरणाऱ्या व्यक्ती ज्या वेळी त्या समाजमनाचे चित्रण करू लागतात त्या वेळी साहित्य अशा प्रकारची कोंडी फोडून अधिक मोकळेपणानं सर्जनशील होतं. ही एक स्वाभाविक प्रक्रिया असू शकते. परंतु या प्रक्रियेसाठी दोन गोष्टींची आवश्यकता राहते. एक तर ही निर्मितिक्षमता असणाऱ्या कलावंताच्या कलेला वाव मिळेल अशी परिस्थिती अस्तित्वात असावी लागते. परंतु दुसरी व याहूनही अधिक महत्त्वाची गोष्ट अशी की, या लोकांना आपल्या कलाविष्काराविषयी आत्मविश्वास आल्यानंतर, आपली कला आपण वर्तुळाच्या आत असणाऱ्या लोकांच्या मनोरंजनासाठी व आपण त्या वर्तुळात सामील व्हावं या हेतूनंच आपण राबवणार नाही अशी एक प्रकारची जिद्द या कलावंताच्या मनात असावी लागते. ही जिद्द असणारे लोकही फार थोडे असतात. आजवरच्या ग्रामीण साहित्याची शोकांतिका ही या स्वरूपाची आहे. खेड्यातील व्यक्तिचित्रं, खेड्यातील निसर्गचित्रं, खेड्यातील समाजजीवनाचं चित्रण ही एखाद्या क्रांतिकारक भूमिकेतून होण्याऐवजी नेहमीच्या जीवनापेक्षा काहीसं वेगळं नीटसपणे मांडलेलं, लिहिलेलं, कलात्मकदृष्ट्या सजवलेलं पाहावयास, वाचावयास मिळालं एवढा आनंद शहरी लोकांना द्यावा व त्यातून मिळणाऱ्या यशानं स्वत:ला धन्य समजावं ही या मागची प्रेरणा सामान्यपणे आढळते. या प्रेरणेतून बाहेर पडणारे साहित्यदेखील नव्यानं उदयास येणाऱ्या ग्रामीण साहित्यिकांच्या लेखनात आज काही प्रमाणात आढळून येतं हीच एक आशेला जागा आहे.

आजच्या ग्रामीण लेखकाला आपल्या कुवतीप्रमाणे प्रस्थापितांच्या वर्तुळात प्रवेश मिळवणं व तिथं मान्यता मिळवून त्यातच स्थिरावणं हे अधिक शक्य आहे आणि म्हणूनच त्याला नकळत त्याच्या मनाला पडणारा तो एक स्वाभाविक मोहही आहे. या पद्धतीनं मध्यमवर्गाशी कधीही नातं न जुळू शकणारे ग्रामीण जीवनातील जे वर्ग आहेत (शेतमजूर, गरीब शेतकरी) ते दुर्दैवानं आज सामान्य शिक्षणापासूनही इतके वंचित आहेत की त्यांच्या वेदना त्यांच्या स्वत:च्या मुखानं शब्दरूप होण्यासाठी निदान आणखी एका पिढीचा काळ जावा लागेल. आज तरी ग्रामीण स्तरातील शेतकरी व शेतमजूर आपल्या अनुभवांना शब्दरूप देण्यास समर्थ नाहीत.

ग्रामीण साहित्यिकांनी खरोखर या दृष्टीने अंतर्मुख होऊन विचार करण्याची

आवश्यकता आहे. त्यांचे पाय ज्या भूमीत रोवलेले आहेत व असावयास हवेत त्या भूमीतील मूक घटकांच्या वेदना तीव्रपणे शब्दबद्ध करण्याचे काम त्यांना करायचे आहे. केवळ एक कलाकुसर म्हणून नव्हे तर एक क्रांतिकारक कार्य म्हणून!''

कुलगुरू दाभोळकरांच्या भाषणातून गाभ्याच्या मूलभूत गोष्टी स्पष्ट झाल्या. माझ्या मनात अनेक दिवस घोंगावणाऱ्या विचारांना त्यांनी स्वतंत्रपणे रेखीव वाचारूप दिलं. त्यामुळं मला या भाषणाचा फार मोठा मानसिक आधार वाटला. आपल्याला जे जाणवतं आहे तेच इतरांनाही जाणवतं. याचा अर्थ आपल्या विचारांना वास्तवात काही मूल्य आहे; ते विचार अगदीच काही अंतराळातले नाहीत... ही भावना मला सुखावून गेली.

२१ नोव्हेंबर १९७७ उजाडेपर्यंत मेळावा यशस्वी होईल की नाही याची दाट शंका होती. ज्या लेखकांना मेळाव्यास येण्यासाठी पत्रं पाठवली होती, त्यांचा लेखी प्रतिसाद फार कमी होता... ग्रामीण भागात धडपडणाऱ्या या पिढीच्या दारिद्र्याची मला कल्पना होती. म्हणूनही ते येतील की नाही याची चिंता वाटत होती. पण ती दूर झाली. अनेक जण दारिद्र्याची शिदोरी बरोबर घेऊनच मेळाव्याला आले होते.

दोन दिवस भरगच्च कार्यक्रम झाले.

मेळाव्याचा समारोप झाल्यानंतर ही लेखक मंडळी जेव्हा जायला निघाली तेव्हा त्यांच्या तृप्त चेहऱ्यावर मेळावा यशस्वी झाल्याची पावती मिळत होती. मानसिक समाधानानं ते परत चालले होते. दोन दिवस एकत्र राहिल्यामुळं एकमेकांच्या ओळखी झाल्या होत्या. एकमेक काय लिहिताहेत, लिहिण्याच्या काय काय कल्पना आहेत, कुठं कुठं लेखन प्रसिद्ध झालं हे एकमेकांना अंथरुणावर पडल्या पडल्या सांगत होते. मैत्री निर्माण झाली होती. आता त्यांच्यात देवघेव सुरू होईल, पत्रव्यवहार सुरू होऊन त्यांच्या लेखनप्रक्रियेला एकमेकांची पत्रे चालना देतील, असं मला वाटत होतं. ते परस्परांचे पत्ते लिहून घेत होते. एकमेकांच्या हातात हात घालून निरोप घेत होते. बॅगा सावरत हळूहळू भारती विद्यापीठातून बाहेर पडत होते. जाण्यापूर्वी मला शोधत येत होते. थकूनभागून गेलेला मीही ओढल्या चेहऱ्यानं त्यांचा निरोप घेत होतो. त्यांचे नमस्कार, हस्तांदोलन स्वीकारत होतो.

विदर्भ, मराठवाडा, पश्चिम महाराष्ट्र यांच्या खोलवरच्या ग्रामीण भागातून तरुण आले होते. मला त्याचा खूप आनंद झाला. हे लोण आता खेड्यापाड्यात पोचेल असं वाटू लागलं.

दोन दिवस कार्यक्रमाला आलेले श्री. मोहन वेल्हाळ यांनी ४ डिसेंबर ७७ च्या 'महाराष्ट्र टाइम्स'मध्ये 'तरुण ग्रामीण लेखकांचा मेळावा : मराठी साहित्यातील अर्थपूर्ण घटना' या शीर्षकाखाली विस्तृत लेख लिहिला होता. मला त्यांची प्रतिक्रिया प्रातिनिधिक स्वरूपाची वाटली. ''ग्रामीण साहित्य एका विशिष्ट आवर्तात

आणि कोंडीत सापडलेले असताना असा हा मेळावा घेण्याची नितांत आवश्यकता होती. असे मेळावे जर वरचेवर होत गेले तर ग्रामीण साहित्याविषयी विचारमंथन होत राहून त्याला पडलेल्या मर्यादांमधून ते लवकरात लवकर बाहेर पडणे शक्य होईल. त्याला खास आणि स्पष्ट स्वरूपाचं स्वत्व सापडू शकेल. एवढंच नव्हे तर ऐंशी टक्के लोक ज्या खेड्यापाड्यातून राहतात, त्यांचं जीवन आणि संस्कृती यांचं प्रतिबिंब ग्रामीण साहित्याच्या द्वारा एकूणच मराठी साहित्यात पडू शकेल.''

साप्ताहिक 'मनोहर', 'स्वराज्य', दैनिक 'केसरी', 'विशाल सह्याद्रि' यातून असेच लेख, वृत्तान्त, वाचकांची पत्रं विपुल प्रमाणात आली. अपेक्षेपेक्षा जास्त कौतुक झालं. माझ्याकडंही कृतज्ञता व्यक्त करणारी पत्रं आली.

माझ्या मनावरचं एक फार मोठं ओझं उतरलं. १९७२ पासून उराशी धरलेलं एक स्वप्न दृष्ट लागावी इतक्या सुंदर रीतीनं आकाराला आलं...

ग्रामीण साहित्याची एक नवी प्रक्रिया या मेळाव्यापासून सुरू झाली. त्यामुळं या मेळाव्याला ऐतिहासिक महत्त्व प्राप्त झालं. माझ्या ग्रामीण साहित्यविषयक विचारांना आणि कार्यप्रवणतेला जोराची चालना मिळाली.

◆

दृष्टि-विकासाचे पर्व

१९७८ च्या अखेर अनेक प्रकारच्या कौटुंबिक आणि नोकरीविषयक जबाबदाऱ्यांतनं पार पडलो होतो. ग्रामीण साहित्याच्या पहिल्या मेळाव्याला मिळालेल्या प्रतिसादामुळं उत्साह वाढला होता. निदान दहा वर्षं तरी या चळवळीला द्यावीत आणि सामाजिक ऋणातून काही अंशी मुक्त झाल्याचं समाधान मिळवावं असं वाटत होतं.

जानेवारी १९७९ च्या ५, ६, ७ तारखांना विदर्भात चंद्रपूरला त्रेपन्नावं अखिल भारतीय मराठी साहित्य संमेलन भरणार होतं. मला त्यात भाग घ्यायचा होता. अखिल भारतीय पातळीवरच्या संमेलनात भाग घेण्यासाठी मला आयुष्यात प्रथमच निमंत्रण आलं होतं. व्यापक पातळीवरच्या व्यासपीठाच्या पायऱ्या मी पहिल्यांदाच चढणार होतो.

वास्तविक आतापर्यंत होत असलेल्या अखिल भारतीय संमेलनाविषयी मी निष्प्रेम होतो. तिथं झालेल्या भाषणांचे, मांडलेल्या विचारांचे सारांश वर्तमानपत्रातून पाहायला मिळत होते. तेवढ्यासाठी तीनतीन चारचार दिवस घालवण्याची माझी मानसिक तयारी नव्हती. तिथल्या राहण्या-खाण्याचा खर्चही मला शक्य असला तरी तो करायला नको वाटत होतं. इतरत्र तो पैसा लावण्याची गरज जास्त होती. अर्थात यापूर्वीही दोन-तीन साहित्य-संमेलनांना श्रोता म्हणून जिज्ञासेपोटी उपस्थित राहिलो होतो.

पण आता वाटू लागलं; आपण संमेलनांना उपस्थित राहिलं पाहिजे. तिथं काय चालतं, कसं चालतं, वातावरण कसं असतं हे अनुभवलं पाहिजे. या संमेलनांना ग्रामीण विभागातील अनेक तरुण लिहिती मंडळी येतात. त्यांना भेटलं पाहिजे. त्यांच्या गाठीभेटी घेऊन ओळखी वाढवल्या पाहिजेत... आपल्या समाजाच्या प्रश्नांसाठी, ग्रामीण साहित्याचं नीट पोषण होण्यासाठी आपण छोटी-मोठी स्वतंत्र संमेलनं घेऊ असं त्यांना सांगितलं पाहिजे असं वाटू लागलं.

...अखिल भारतीय मराठी साहित्य संमेलनांच्या व्यासपीठावरूनही संधी मिळेल

तेव्हा आपण आपला विचार मांडत राहिलं पाहिजे. या संमेलनासाठी खूप मोठा जनसमुदाय येतो; त्याला आपले विचार सांगण्याची संधी अनायासे येते; ती सोडता कामा नये. आपणाला दुसराही फायदा होईल. ग्रामीण तरुणांनी कळत नकळत अखिल भारतीय व्यासपीठाला मनोमन मानलेलं असतं. त्या व्यासपीठावरचा मी वक्ता आहे याचीही जाणीव त्यांना होईल आणि तिचा फायदा आपले विचार त्यांच्या मनी उतरवण्यास आपणाला घेता येईल. चळवळीच्या आरंभीच्या अवस्थेत तरी हे करण्याची गरज आहे.

...खरं तर आपण आणि आपल्या विचारांच्या अनेक साहित्यिकांनी, समीक्षक-प्राध्यापकांनीही अनेक वर्षं हेच धोरण स्वीकारलं तर अखिल भारतीय मराठी साहित्य संमेलनाचंही कालबाह्य उत्सवी स्वरूप बदलू शकू. सगळ्यांनी हे जाणीवपूर्वक जिद्द ठेवून एकदिलानं केलं तर फार काळ लागणार नाही... आपण प्रथम अशी माणसं हेरली पाहिजेत. त्यांना एकत्र आणून ध्येय-धोरण ठरवलं पाहिजे. आपल्या एकट्याच्यानं हे काम होण्यासारखं नाही. हळूहळू या उद्योगाला लागलं पाहिजे... चंद्रपूरला जाताना असे अनेक विचार मनात येत होते.

ट्रेनचा चोवीस तासांचा प्रवास करून आम्ही पुणेकर मंडळी चंद्रपुरात दि. ४ च्या रात्री जाऊन पोचलो. निमंत्रित असल्यामुळं उतरण्याची व्यवस्था झाली होती.

दि. ५ च्या सकाळी निमंत्रितांच्या प्रत्येक खोलीत कुणी मुलं वर्तमानपत्रं टाकून जात होती. माझ्या हातात एक चार पानी पत्रक पडलं 'पुरोगामी विचाराचं व झुंजार वृत्तीचं मराठी 'साप्ताहिक उद्‌बोधन'; संपादक पुरुषोत्तम वामनराव स्वान.' त्याच्या लाल चौकटीतील शीर्षकाच्या आसपासचा मजकूर मी वाचला. 'प्रामुख्याने सहकार चळवळीस वाहिलेलं विदर्भातील एकमेव साप्ताहिक' अशीही एक ओळ शीर्षकस्थानी होती. पहिल्याच वर्षाचा त्यांचा १९ वा अंक होता. चंद्रपूर जिल्ह्यातील वरोरा इथून ते प्रसिद्ध होत होतं. 'दिनांक ४ ते ११ जानेवारी १९७९' अशी तारीख. 'आजचा अग्रलेख- संमेलनाकडून अपेक्षा' अशी पहिल्याच पानावरील सूचना वाचून मी अग्रलेखाकडं वळलो.

मला अनपेक्षितपणे धक्का बसला. त्या लेखात संमेलनाकडून स्पष्टपणे अपेक्षा केल्या होत्या. ''सध्या ढोबळमानाने १) पांढरपेशे २) ग्रामीण व ३) दलित अशा अर्वाचीन साहित्याच्या तीन शाखा समजल्या जातात. पांढरपेशांबद्दल प्रश्नच नाही; परंतु ग्रामीण साहित्याचा विचार मात्र करायला हवा. ग्रामीण शब्दरचनेची अधूनमधून पखरण करून साहित्य लिहिणं वा एखाद्या प्रसंगी ग्रामीण वातावरणाचा परिपोष जरी त्यात ठसठशीतपणे आढळून येत असला तरी ग्रामीण साहित्यात खरोखरच्या व वास्तव अशा ग्रामीण जीवनाची स्पंदनं चित्रित होत नाहीत असं आम्हास प्रामाणिकपणे वाटतं. हा विषय हाताळणारे साहित्यिक ग्रामीण भाषेत लिहितात,

ग्रामीणांवर लिहितात पण ग्रामीणांसाठी लिहीत नाहीत. ग्रामीणपणा, ग्रामीण जीवन व ग्रामीण वातावरण हा त्यांचा वर्ज्य विषय होय. त्यावर ते लिहितात ते फक्त त्यांच्यासाठी नसून पांढरपेशांसाठी ग्रामीणांवर लिहिलेलं साहित्य होय असं नाइलाजानं म्हणावं लागतं...

पांढरपेशे व इतर म्हणजेच ग्रामीण हेच खरे दोन साहित्यप्रकार आहेत. पांढरपेशे साहित्य 'उच्चते'चा अहंगंड जोपासते. पोशाखीपणास महत्त्व देते. याखेरीज जी राहिलेली मंडळी आहे, जे क्षेत्र उरलेले आहे, ते सारे ग्रामीण साहित्याचा वर्ण्यविषय व विषयक्षेत्र होय असं समजलं पाहिजे. फार मोठं असं हे क्षेत्र आहे. हा वर्ग अजूनही खऱ्या अर्थानं उपेक्षितच राहिलेला आहे. जीवनाच्या अनुभवातून साहित्यनिर्मितीची प्रेरणा मिळते व साहित्य उदयास येतं आणि तेच साहित्य जीवन घडवण्यासाठी इतरांना प्रेरणा देत असतं, समाजास घडवीत असतं. फार मोठं क्षेत्र या जाणिवेपासून उपेक्षित राहिलं. त्या क्षेत्रातून साहित्यनिर्मिती सुरू होताच ही उपेक्षा थोडी फार उग्र हुंकार टाकीत त्यातून प्रकट व्हायल लागली. यालाच आपण दलित साहित्य म्हणतो.

...दलित साहित्य आगळेवेगळे काही नसून उपेक्षित 'ग्रामीण' मनाचा हुंकारच होय, हे आपण व विशेषत: पांढरपेशा वृत्तीच्या साहित्यिकांनी व साहित्यप्रेमींनी समजून घेतलं पाहिजे. ग्रामीण भाग म्हणजे विकासापासून वंचित राहिलेला भाग व त्यातील लोक हे सारेच ग्रामीण आणि उपेक्षित राहिलेत. दलितत्वाची भावना यातूनच आली हे लक्षात घेतले पाहिजे. तेव्हा दलितावर व ग्रामीणांवर 'केवळ लिहू नका' तर त्यांच्यावर जरूर लिहा परंतु 'त्यांच्यासाठीच' लिहा. पांढरपेशांना ग्रामीण वातावरण कळावं म्हणून लिहू नका. दलित साहित्याची मग वेगळी चूल पेटवण्याची गरजच उरणार नाही. यावर चंद्रपूर संमेलनात विचार होऊन नवीन जाणिवांची प्रस्थापना व्हावी ही अपेक्षा.''

'वरोरा'सारख्या ठिकाणी निघणाऱ्या एका छोट्या नवजात साप्ताहिकातून अग्रलेखाद्वारा असा सूर उमटावा याचं मला अश्चर्य वाटलं... म्हणजे ग्रामीण साहित्याविषयी माझ्या मनात जे विचार येत आहेत; ते विक्षिप्तपणाचे किंवा एकांगी प्रेमापोटी नाहीत. त्यांना काहीतरी वास्तवाचं परिमाण आहे. म्हणून तर महाराष्ट्राच्या दुसऱ्या (प्रदीर्घ लांब असलेल्या) टोकालाही असेच विचार सुचत आहेत... आजवर अबोल असलेल्या ग्रामीण भागाला वाचा फुटत आहे. ही चळवळ उभी केलीच पाहिजे. १७ फेब्रुवारी १९७६ रोजी औरंगाबादच्या मिलिंद महाविद्यालयाच्या मराठी वाङ्मय मंडळातर्फे 'साहित्याची नवी क्षितिजे' या विषयावर बोलताना 'दलित साहित्य हे मूळचे ग्रामीण साहित्यच आहे. उपेक्षित, गावकुसाबाहेरच्या ग्रामीण मनाचाच तो आविष्कार आहे. शंकरराव खरात, बाबूराव बागूल, अण्णा भाऊ साठे

इत्यादी लेखकांच्या साहित्याचा १९७० पर्यंत 'ग्रामीण साहित्य' म्हणूनच विचार झाला आहे. तथाकथित आजचे दलित साहित्य आणि आजचे ग्रामीण साहित्य एकत्र आले तर उपेक्षित सामान्य जनांची एक मोठी ताकद एकत्रित स्वरूपात तयार होईल' असा विचार मी मांडला होता. 'डॉ. बाबासाहेब आंबेडकर यांनाही हीच युती अभिप्रेत होती' असंही मी म्हणालो होतो. पण त्या वेळी दलित मंडळींना ते पटलं नाही. कार्यक्रमाच्या अध्यक्षस्थानी असलेल्या प्राचार्य लोखंड्यांनी 'ग्रामीण साहित्य सवर्णांचे आहे, दलित साहित्य हे सवर्णांचा विद्रोह करणारे आहे. ते ग्रामीण साहित्याशी कधीही एकजीव होणं शक्य नाही. दलित साहित्याला प्रादेशिकतेच्या, जातीयतेच्या मर्यादा नाहीत.' असं म्हणून त्यांनी दलित साहित्य ग्रामीण साहित्यापासून अलग ठेवण्याचाच विचार मांडला. दोन्हींच्या मूळ प्रेरणा वेगळ्या असल्याचा आग्रह धरला. माझा हेतू त्यांच्या लक्षातच आला नाही त्याचे मला दुःख झाले... म्हणूनच मी दीडएक वर्ष अनेकांगांनी विचार करून ग्रामीण साहित्याची चळवळ स्वतंत्रपणे उभी करण्याचा मनोमन निर्णय घेतला.

'उद्‌बोधना'तील अग्रलेख वाचताना मला या प्रसंगाची तीव्रतेनं आठवण झाली. जागृत ग्रामीण मनाला, 'सगळ्या सामान्य जनांनी, सगळ्या अधस्तरीय समाजगटांनी एकत्र संघटित होऊन आपला आवाज उठवला पाहिजे,' असंच वाटतं आहे याचा पडताळा आला.

संमेलनाच्या अगदी आरंभीच्या दोन्ही भाषणांनीही अशाच प्रकारचा आनंद झाला. साहित्य संमेलनाचे उद्‌घाटक श्री. बा. म. गोगटे आपल्या भाषणात म्हणाले, "...समाज आता विलक्षण वेगाने पुढे जातो आहे. औद्योगिकीकरण आता केवळ शहरांपुरते मर्यादित न राहता ग्रामाभिमुख व्हायला लागले आहे. या औद्योगिकीकरणामुळे औद्योगिक क्षेत्रातील, कामगार क्षेत्रातील वातावरण एक नवीन वळण घेत आहे. या क्षेत्राचा आवाका मोठा आहे. त्यामुळे निर्माण होणाऱ्या समस्यांचाही आवाका मोठा आहे." याची जाणीव दिली.

मोठे राजकीय कार्यकर्ते असलेले स्वागताध्यक्ष श्री. शांताराम पोटदुखे यांचंही भाषण चटका लावणारं झालं. "...सामाजिक प्रवाहांची दखल न घेणारी कोणतीही सांस्कृतिक चळवळ एक तर अल्पजीवी ठरते किंवा ती अतिशय संकुचित चौकटीत अडकून पडते हा समाजाचा इतिहास आहे. साहित्यजगतापासून दूर राहिलेले तळाचे सामाजिक थर आता नव्या जाणिवांनी थरारून उठले आहेत व त्यांच्या अस्मिता त्यांना गवसू लागल्या आहेत. या अस्मितांचा स्पर्श समाजाच्या सर्व अंगांना चेतवून जात असताना साहित्यकारणाचं क्षेत्र त्यापासून अस्पृष्ट राहणं अशक्यच नव्हे तर आत्मघातकीपणाचं ठरणारं आहे..." याची जाणीव त्यांनी दिली.

अखिल भारतीय सहित्य संमेलनांनी श्री. स्वान, गोगटे, पोटदुखे यांच्या विचारांचं भरण-पोषण केलं पाहिजे; तरच ही मोठमोठी खर्चिक होत चाललेली साहित्य संमेलनं अर्थपूर्ण होतील आणि उपयुक्तहो ठरतील... असं मनात पुन:पुन्हा येऊ लागलं. मी केलेला निश्चय पक्का होत जाऊ लागला.

वामनराव चोरघड्यांच्या अध्यक्षीय भाषणातून मात्र हाती काहीच लागलं नाही. ते फक्त स्वत:ची वाङ्मयीन 'जडणघडण'च सांगत बसले. स्वत:त रमून गेले. सामाजिक जाणिवांचं कथालेखन करणाऱ्या चोरघड्यांनी माझा काहीसा अपेक्षाभंगच केला.

दुसऱ्या दिवशीच्या परिसंवादात मी भाग घेतला. 'मराठी वाङ्मयाभिरुचीच्या निर्मितीचे सर्वाधिक श्रेय कोणत्या वाङ्मयप्रकाराला आहे?' असा विषय होता. या परिसंवादातील भाषणं मुख्यत: साहित्याच्या प्राध्यापकांची असल्यामुळं तात्त्विक चर्चेत हा परिसंवाद घोटाळला. माझ्या अगोदरच्या वक्त्यांनी अलीकडं वाङ्मयीन अभिरुची गढूळ होत चालली आहे, याला कारण एकूणच समाजस्थिती आणि साहित्याच्या क्षेत्रात घुसलेलं राजकारण, असं मत मांडलं होतं. त्या मताच्या खंडनासाठी मी माझे विचार मांडले. 'नवजागृत समाजाला वाचनाची तहान-भूक लागलेली आहे. अभिजात साहित्य, अभिजात अभिरुची म्हणजे काय हे त्याला अजून माहीत नाही. अशा अवस्थेतच तो त्याला जवळचं वाटेल असं साहित्य वाचतो आहे. तसंच त्याच्या व्यथा-वेदनांना बोलकं करण्यासाठी तो लेखनही करतो आहे. त्यामुळं त्याचं साहित्यही अभिजात साहित्याच्या पातळीपर्यंत आज तरी जाणं शक्य नाही आणि त्याची वाचनाची अभिरुचीही उच्च दर्जाची आज तरी होणं शक्य नाही. त्यामुळं एकूणच उच्चभ्रू साहित्यिकांना आजची वाङ्मयीन अभिरुची गढूळ झाल्यासारखी आणि साहित्यात राजकारण शिरल्यासारखं वाटतं आहे पण जोपर्यंत आपण सुजाण साहित्यिक आणि समीक्षक या नवजागृत वर्गाच्या वाचनाची आणि निर्मितीची जडणघडण आत्मीयतेनं करण्याची जबाबदारी स्वीकारत नाही; तोपर्यंत हा गढूळपणा कायमच राहणार म्हणून याचा गंभीरपणे विचार केला पाहिजे.' असे विचार मांडले... माझा सूर वाङ्मयीन कार्यकर्त्यांचा होता.

या संमेलनात दलित साहित्यिकांनी अध्यक्षीय भाषणात अडथळे आणले. त्यांच्या या कृतीमागं मराठवाडा विद्यापीठाच्या नामांतराचं निमित्त होतं. त्यांच्या व्यत्ययामुळं सामान्य श्रोतृवर्ग चिडला. मात्र तो जागच्या जाग्यावर बसून एकेकटाच विरोधाचे सूर कुजबुजत होता. वीस-पंचवीस तरुण दलित साहित्यिक एकत्र आलेले होते. त्यांना प्रत्यक्ष जाऊन कुणीही श्रोतृवर्गातले विरोध करू शकत नव्हतं. प्रत्येक श्रोत्याला वाटत होतं आपण एकटे पडू. शेवटी संमेलनाच्या संयोजकांनी दलित साहित्यिकांची समजूत काढली. मग दलित साहित्यिकांनी काही मागण्या केल्या.

अगदीच किरकोळ आणि वैयक्तिक होत्या. त्यांना कविसंमेलनात भाग घ्यायचा होता. ती गोष्ट संयोजकांनी मान्य केली. नंतर मग त्यांनी संयोजकांकडून स्वत:ला 'निमंत्रित' म्हणून वदवून घेण्यास भाग पाडलं, तशी लेखी पत्रं देण्यास सक्ती केली. नंतर कविसंमेलनात भाग घेतला. पुन्हा मग 'आमच्या सर्व सुखसोई निमंत्रिताप्रमाणे झाल्याच पाहिजेत असा आग्रह धरला. शेवटी इतर निमंत्रितांना जो प्रवासखर्च, भत्ता व मानधन दिले तेच आम्हाला पाहिजे, म्हणून वसूल करून घेतले... नामांतराचा मुद्दा आपसूक बाजूला झाला.

दलित साहित्यिकांचं वर्तन लक्षात घेऊन संयोजकांनी संमेलन उधळलं जाईल या भीतीपोटी आणखी एक गोष्ट केली. तिसऱ्या दिवशी दलित साहित्यावर एक परिसंवाद होता. त्यात डॉ. गं. ना. जोगळेकर आणि श्री. ग. वा. बेहेरे हे निमंत्रित वक्ते होते. त्यांची दलित साहित्याविषयीची मतं परखड होती. हे माहीत असल्यामुळं संयोजकांनी त्यांना परिसंवादाच्या वेळी स्टेजवर बोलावलंच नाही.

नंतर मग 'दलित साहित्याच्या परिसंवादा'त सगळी भाषणं एकतर्फी आणि दलित साहित्याचं कौतुक करणारी झाली.

तीन दिवस अतिशय सजग राहून मी संमेलन अनुभवत होतो. संमेलन अनुभवणाऱ्या माझी भूमिका नेहमीपेक्षा वेगळी होती. ती नुसती साहित्यिकाची किंवा केवळ वैयक्तिक स्वरूपाची नव्हती. ग्रामीण साहित्यासाठी आणि तरुण ग्रामीण लेखकांसाठी सामाजिक आणि सांस्कृतिक अशा व्यापक पातळीवर काही करू इच्छिणाऱ्या आणि एक कार्यकर्ता होऊ इच्छिणाऱ्या उमेदवार अभ्यासू व्यक्तीची होती.

झाडांना मुक्त अभय देणारं विरूरचं उद्यान, प्राण्यांना अभय देणारं ताडोबाचं जंगल, महारोगानं आणि दृष्टिहीनतेनं ग्रस्त झालेल्या अपंग माणसांना आणि मुलांना अभय देणारं बाबा आमट्यांचं आनंदवन हे सगळं संमेलनानंतर पाहायला मिळालं. या अनुभवांनी मी मुग्ध होऊन गेलो. इच्छा असेल तर राजकारणाच्या बाहेर राहून समाजासाठी माणसाला खूप काही करता येतं याचा पडताळा घेऊन आलो... ग्रामीण भागातील सुशिक्षित तरुण पिढीही आर्थिकदृष्ट्या आणि ज्ञानाच्या दृष्टीनं मला अशीच अपंग वाटू लागली. तिच्यासाठी खूप करता येईल असं जाणवू लागलं...

...मुहूर्त केलेल्या ग्रामीण साहित्य चळवळीची पावलं अतिशय जबाबदारीनं आणि विधायक दिशेनंच पडली पाहिजेत. या चळवळीच्या नावानं कुणी साहित्यिक, समीक्षक, तरुण कवी-कथाकार हे जर इतर कुठल्याही मोठ्या साहित्य संमेलनात बिनबुडाची भीक प्रतिष्ठेच्या आवरणाखाली मागू लागले तर ते आपणच हाणून पाडलं पाहिजे. आपल्या मागं अशी काही गडबड झालेली आढळून आली तर आपण अशांचा जाहीर निषेध आपल्या संमेलनीय व्यासपीठावरून केला पाहिजे.

कोणत्याही प्रकारचं खोटारडं आणि दुटप्पी राजकारण न करता चळवळ फक्त सामाजिक आणि सांस्कृतिक जागरणासाठीच कार्य करीत राहील याची दक्षता घेतली पाहिजे. नकारात्मक विद्रोहाची विध्वंसक भूमिका आचरणं फार सोपं आहे. कुठंही वीस-पंचवीस जण संघटित होऊन जायचं आणि जे काही एखाद्या ठिकाणी चाललं आहे त्यात जाऊन आरडाओरडा करायचा नि ते बंद पाडायचं किंवा त्यात अडथळा आणायचा हे तसं सोपं आहे. त्यासाठी गंभीर विचार लागत नाही. दहशत निर्माण करण्याचा हा सोपा प्रकार आहे. तो आपण संपूर्ण टाळला पाहिजे. विधायक विद्रोहाची भूमिका आपण स्वीकारली पाहिजे. हीच भूमिका खरी लोकशाहीवादी आहे.

आपण आपली संमेलनं त्यासाठी स्वतंत्र घ्यायची. त्याचसाठी ती उपयोगात आणायची. अशा संमेलनांत आपणाला आपले असे खास विचार मुक्तपणे मांडता येतीलच. वर्तमानपत्रांतून त्यांचे येणारे अहवाल, आपले आणि तरुण ग्रामीण साहित्यिक-समीक्षक यांचे प्रसिद्ध होणारे चळवळीवरील लेख यांतून ते प्रस्थापित साहित्य-संस्थांपर्यंत, परंपरावादी साहित्यिक-समोक्षकांपर्यंत जातीलच. हाच मार्ग विधायक विद्रोहाचा आणि लोकशाहीचाही आहे. ग्रामीण साहित्याच्या चळवळीला खऱ्या अर्थानं विचारमंथन करायचं असेल तर आपल्या व्यासपीठावर विरोधी वा संवादी विचार मांडणाऱ्याला पूर्ण स्वातंत्र्य दिलं पाहिजे. तरच चळवळीविषयीच्या विचारांची सर्व अंगांनी तपासणी होऊ शकेल. ही तपासणीची प्रक्रिया आपल्या चळवळीला अंतिमत: पोषकच ठरणारी आहे. येणाऱ्या आक्षेपांचा, दुसऱ्या विरोधी बाजूंचा, संभाव्य धोक्यांचा त्यामुळं आपणास नीट विचार करायला जागा मिळणार आहे. त्यातून सामाजिक-सांस्कृतिकदृष्ट्या चळवळ जास्तीत जास्त निकोप आणि निरोगी राहणार आहे. आपल्याच विचारांची एकतर्फी टिमकी वाजवत आपण बसलो तर आपले विचार एकदेशीय आणि त्यामुळे विकृत होण्याचा फार मोठा धोका आहे. एकांगी गौरवाचे विचार मांडले तर ही चळवळ समाजाच्या गाभ्यापासून तुटून निघेल, ती समाजमनात आस्था निर्माण करण्याऐवजी तिटकारा निर्माण करील. कोणताही शहाणा माणूस मग तिच्याविषयो बोलणार नाही. ती संधिसाधूंनी बुजबुजून जाईल. हळूहळू कालौघात नष्ट होईल. आपणाला हे नको आहे.- सगळा मराठी समाज आणि भारतीय समाजही आपलाच आहे. अंतिमत: याच समाजात आपणा सर्वांना राहायचं आहे. असं असेल तर ह्या सगळाच समाज सुधारण्याची आपण मुळात प्रतिज्ञा केली पाहिजे. तेच अंतिम ध्येय ठेवलं पाहिजे. या समाजातील आपण सर्व जणच कोणत्या ना कोणत्या सामाजिक-सांस्कृतिक रूढींचे बळी आहोत. अशा वेळी दुसरा मुद्दाम गाढवपणा करतो आहे, ढोंगीपणा करतो आहे, शोषण करतो आहे अशी भूमिका न घेता या गोष्टी गतानुगतिकतेमुळे कशा होत

आहेत, हे समजून दिलं पाहिजे. हे समजून देत देतच या गतानुगतिकतेशी आपण सर्वांनीच विद्रोह पुकारून नवी कोणती दिशा स्वीकारणं सर्वांच्या हिताचं कसं आहे हेही पटवून दिलं पाहिजे. हे इतरांना पटो वा न पटो; ग्रामीण तरुण साहित्यिकांनी आणि विचारवंतांनी तरी हीच भूमिका स्वीकारली पाहिजे— हेच सूत्र धरलं तर चळवळ समाजात रुजेल; नाहीतर नामशेष होऊन जाईल...

परतीच्या प्रवासात असे अनेक विचार मनात भिरभिरत होते. या संमेलनातील भल्या-बुऱ्या घटनांनी मला ते दिले. त्यामुळं चळवळीविषयी माझी भूमिका अधिक स्पष्ट होत चालली.

पहिला मेळावा झाला तेव्हा मला पतंगराव कदमांच्या एका अभिवचनानं मानसिक धीर आला होता. मेळाव्याचं यश पाहून ते मेळाव्याच्या समारोपाच्या भाषणात जाहीरपणे म्हणाले होते, ''आनंद यादव, येती दहा वर्षं दहा ग्रामीण साहित्य संमेलनं भारती विद्यापीठात घ्या. खर्चाची काळजी करू नका. खेड्यातील तरुण पिढीसाठी आपण मार्गदर्शन केंद्रच उभं करू. त्याची आवश्यकता आहे हे मला पटलं आहे.''

श्रोत्यांनी टाळ्यांचा जोरकस गजर केला होता. त्यांच्या या आश्वासनानं मी तरारल्यासारखा झालो होतो.

चारच दिवसांत माझ्या या आनंदाला अनपेक्षितपणे ओहोटी लागली. त्याचं असं झालं : पहिला मेळावा होत असल्याचं मी जाहीर निवेदन सर्व दैनिकांना दहा-एक दिवस तरी अगोदर प्रसिद्धीसाठी पाठवलं होतं. निवेदन वाचून अनेक जण आले होते. पण मेळावा झाल्यानंतरच्या तिसऱ्या-चौथ्या दिवशी मराठवाड्यातील एका नवोदित लेखकाचं कार्ड टपालातून आलं. त्यानं लिहिलं होतं, ''... मेळाव्याला येण्याची फार इच्छा होती. दोन दिवस धडपडलो. प्रवासखर्चाचे तरी पैसे जमवू आणि पुण्याला जाऊ असं ठरवून खूप प्रयत्न केला. पण यश आलं नाही. पुढच्या वर्षीही असाच मेळावा भरवा. परमेश्वर मला तिथपर्यंत येण्यासाठी निदान पुढच्या वर्षी तरी बरकत देईल अशी आशा करतो...''

पत्र वाचून मी फाटल्यासारखा झालो... ग्रामीण समाजाच्या दारिद्र्याची तप्त-सळई या पत्रानं मनात चरचरत घुसली. मला कळलं की, ग्रामीण साहित्य संमेलनं तरुण पिढीच्या दारात नेली पाहिजेत. पुण्यासारख्या शहरात ती घेणं बरोबर नाही; ती खेड्यापाड्यांतच घेतली पाहिजेत.

माझ्या या इच्छेला अनपेक्षित प्रतिसाद १९७९ च्या फेब्रुवारीमध्ये मिळाला. प्रा. मा. रा. लामखडे यांनी नारायणगावाजवळील 'बोटा' या छोट्या खेड्यात ग्रामीण साहित्य संमेलन आयोजित करत असल्याचं कळवलं. मला अतिशय आनंद झाला. श्री. लामखडे हे संगमनेर कॉलेजचे मराठीचे प्राध्यापक. एम.ए.ला

माझे विद्यार्थी होते. पहिल्यापासूनच ग्रामीण समाज, ग्रामीण जीवन, भटक्या अनुसूचित जाती-जमाती, मागासवर्गीय जाती, समाजातील एकूण शोषित वर्ग यांच्याविषयी त्यांना कळवळा. त्यांच्याविषयी ते सक्रिय होते. सामाजिक चळवळी, उपक्रम यांना उपस्थित राहत होते. भाग घेत होते. विद्यार्थ्यांच्यावर संस्कार करत होते.

पुण्यात ग्रामीण साहित्यिकांचा पहिला मेळावा झाला; त्यातून त्यांना प्रेरणा मिळाली. त्यांना वाटू लागलं की ग्रामीण भागात हे लोण गेलं पाहिजे. म्हणून आपल्या बरोबरीची तरुण मंडळी एकत्र करून त्यांनी धाडसानं हे संमेलन स्वतंत्रपणे आयोजित केलं.

संमेलनाचे अध्यक्ष प्राचार्य डॉ. हरिभाऊ तोडमल, उद्‌घाटक डॉ. बाबा आढाव. मी प्रमुख पाहुणा. उद्‌घाटक आणि अध्यक्ष यांनी ग्रामीण सुशिक्षित तरुणाच्या मनात जे खदखदत होतं, त्यावर अचूक बोट ठेवलं. प्रमुख पाहुणा म्हणून मी ग्रामीण साहित्याच्या सद्य:स्थितीवर बोललो.

मला हा उपक्रम अतिशय आवडला. संमेलन घेणाऱ्या तरुणांची उत्कट तळमळ मला तीव्रतेनं अनुभवाला आली. कोणताही डामडौल नव्हता. तो करण्यासाठी जो ढीगभर पैसा गोळा करावा लागतो तो या बोट्यातली शेतकऱ्यांची सारी घरं धुऊन काढली असती तरीही मिळाला नसता.

गावातीलच एक ओसाडीची जागा कार्यक्रमासाठी निवडली होती. फक्त व्यासपीठापुरता साधा मांडव वासे रोवून मुलामुलांनी उभा केला होता. त्याच्यावर सावलीसाठी काहीतरी टाकलं होतं. भिंती नसलेल्या झोपडीसारखा तो दिसत होता. माझ्या भाषणाच्या वेळी तर चऱ्हाटांनी बांधलेली एक बाजू हळूच खाली आली. आता तो सगळाच मांडव खाली येतोय की काय असं वाटत वाटतच मी भाषण पूर्ण केलं.

जेवणासाठी रात्री फक्त झुणका, कांदाभाकर मिळाली. ती फॅशन म्हणून नाही. कार्यकर्त्या मुलांना पाहुण्यांसाठी दुसरं काहीच देता येणं शक्य नव्हतं, तरीही आलेल्या पाहुण्यांना असेल ते पोटापुरतं खायला घातलं पाहिजे, या ग्रामीण सांस्कृतिक भावनेनं तो भाकर-तुकडा दिला गेला. तरुण मुलांनी घरोघर जाऊन धान्य गोळा करून हा कार्यक्रम केला होता. "गावात आज मोठे पाहुणे आलेत. ते गावच्या तरुण पोरांसाठी चार शब्द बोलणार आहेत. ते ऐकायला सगळं घरदार या. याच पाहुण्यांना रात्री जेवण द्यायचं आहे. तुम्ही त्यासाठी काहीतरी द्या."

"आता आम्ही काय देऊ, बाबांनो? देण्यासारखं घरात काय हाय?"

"काय असंल ते द्या. भाकरीसाठी मूठपसा ज्वारी-बाजरी द्या. तीबी नसंल तर एखादी भाकरी द्या. तीबी नसंल तर भाकरीसंगं खायला झुणक्याचं पीठ द्या, चार

कांदं द्या, चिमूटभर चटणी द्या. पर काय तरी द्या. परगावची माणसं आपल्या गावासाठी आल्यात. रात्री वस्तीला हाईत. त्यांच्या पोटाला काय तरी गावानं द्यायला नको का?''

प्रा. लामखडे यांनीच हा अनुभव सांगितला. सगळ्यांनी काही ना काही दिलं. तरुण मुलांनीच स्वयंपाक पाणी केलं. तशी काहीच व्यवस्था नव्हती पण आस्था प्रगाढ होती. रात्री तसेच अंथरुणा-पांघरुणाशिवाय गप्पा मारत मारत खेडेगावच्या लग्नाच्या मांडवात झोपावं तसं झोपून गेलो. पाहुण्यांची काहीच व्यवस्था करता आली नाही; यामुळं ही तरुण मुलं अधूनमधून अस्वस्थ होत होती. त्यांची ही अस्वस्थता बघून मला कळवळून येत होतं. मी त्यांची पुन:पुन्हा समजूत काढत होतो.

तिथला रसिकवर्ग बघूनही अचंबा वाटला. मळकट फेटेवाले, स्वस्तातली गांधी टोपी घातलेले पुरुष, बायका-पोरी, तरुण सगळे धुळीतच मांडी घालून ऐकायला बसलेले. कुणाची गडबड नाही की बडबड नाही. शहर गावची शहाणीसुरती माणसं आली आहेत, ती आपल्याला काहीतरी सांगू पाहत आहेत, गावात हे काहीतरी 'नवं' घडतं आहे; हीच भावना हे सर्व पाहण्या-ऐकण्यामागं होती... वाङ्मयीन चळवळीचा, मतांचा, विचारांचा कसलाही गंध या गावकरी मंडळींना नव्हता; मनातली जिज्ञासा मात्र डोळ्यांत, चेहऱ्यांवर भरून ओसंडत होती. आम्हाला ती पुरेशी वाटत होती.

...'ग्रामीण साहित्य' ग्रामीण सांस्कृतिक पातळीवर रुजवण्याच्या प्रक्रियेचा मला तो शुभारंभ वाटला.

...सगळ्या देशासाठी अन्नधान्य पिकवणारी पण आपल्या आयुष्याची माती झालेली माणसं तिथं मला प्रतीक रूपात दिसत होती. गावाकडचं माझं सारं गणगोत त्यातच बसल्याचा आभास सारखा होत होता.

बोट्याच्या छोटेखानी संमेलनानं मला खूप काही दिलं. मुख्य म्हणजे तरुण पिढीनं सक्रिय प्रतिसाद दिला. खेड्याच्या, तालुक्याच्या दिशेनं संमेलनं नेण्याची पायवाट दाखवून दिली.

'बोट्या'ला तरुण पिढीनं जसा प्रतिसाद दिला तसा वाईच्या कला-वाणिज्य महाविद्यालयाच्या तरुण प्राध्यापकांनी आपल्या परीनं भरघोस आणि लक्षात राहील असा प्रतिसाद दिला. त्यांनी 'मराठी ग्रामीण कथेवर' तीन दिवसांचा परिसंवाद ठेवला होता. 'ग्रामीण कथेवर' परिसंवाद ही मराठी वाङ्मयाच्या इतिहासातील पहिलीच घटना होती. माझे मित्र मराठीचे प्राध्यापक शिवाजीराव चव्हाण परिसंवादापूर्वी दोन वेळा येऊन चर्चा करून गेले होते. असा परिसंवाद घेण्याची कल्पना त्यांची आणि त्यांचे मित्र प्रा. यशवंत कळमकर यांचीच. प्रा. कळमकर हे इंग्रजीचे

प्राध्यापक होते पण मराठी साहित्याचे जाणकार वाचक आणि टीकाकार होते. या परिसंवादाचे तेच संचालक होते. ग्रामीण कथेचा सर्वांगांनी विचार व्हावा म्हणून त्यांनी अतिशय अभ्यासपूर्वक रूपरेषा तयार करून वक्त्यांकडे पाठवली होती. ती पाहून या परिसंवादात ग्रामीण कथेसाठी पहिल्यांदाच समीक्षक मंडळी एकत्र येऊन ग्रामीण कथेवर विचार करणार आहेत याची जाणीव झाली. यापूर्वी ग्रामीण कथेवर अनेकांनी गंभीरपणे लिहिलं होतं; नाही असं नाही. पण 'सेमिनार'मध्ये एखाद्या निबंधावर जी उलटसुलट चर्चा होते; त्या चर्चेत निबंधातील विचार तावून सुलाखून निघत असतात. त्यांना वस्तुनिष्ठता प्राप्त होते.

परिचर्चेसाठी एखादा विषय वाङ्मयीनदृष्ट्या महत्त्वाचा, स्वतंत्रपणे लक्ष वेधून घेणारा वाटला तरच त्यावर 'सेमिनार' घ्यावा असं वाटत असतं. आजवर कुणाला ग्रामीण कथेचं किंवा ग्रामीण साहित्याचं असं महत्त्व वाटलेलं मराठी साहित्य विश्वात आढळून आलं नव्हतं. म्हणून हा सेमिनार मला अर्थपूर्ण वाटला.

अपेक्षेप्रमाणं ग्रामीण कथेच्या अनेक अंगांवर गंभीर चर्चा झाली. मला जाणवले होते त्यापेक्षा ग्रामीण कथेचे अनेक प्रश्न आहेत, असं माझ्या ध्यानात प्रथमच आलं. काही प्रश्न आणि अंगं मलाही अज्ञात होती... प्रा. गो. म. कुलकर्णी, प्रा. म. द. हातकणंगलेकर, प्रा. अ. रा. तोरो, प्रा. यशवंत कळमकर, प्रा. शिवाजीराव चव्हाण मी स्वतः, प्रा. द. ता. भोसले आणि प्रा. पंडित टापरे यांनी निबंध वाचले. त्यातून अनेक अज्ञात अंगं मला कळत गेली. त्यांच्यावर उलटसुलट झालेली चर्चा माझ्या वाटचालीला म्हणजे माझ्या साहित्यनिर्मितीला, समीक्षा लेखनाला आणि चळवळीला मार्गदर्शक ठरत गेली. प्रा. व. बा. बोधे आणि प्रा. आनंद पाटील यांनी आपल्या प्रत्येकी एक कथेची निर्मितिप्रक्रिया सांगितली. ही सगळी मान्यवर मंडळी होती. चर्चा करणारे अनेक अभ्यासक, प्राध्यापक, विद्यार्थी आणि तरुण रसिकही होते... तीन दिवस ग्रामीण कथेवर चाललेलं चर्चासत्र मला सुखवीत होतं आणि निर्माण होणाऱ्या प्रश्नांनी मला अस्वस्थही करत होतं. अनोख्या वाटांनी माझ्या विचारांना चालना देत होतं.

महाराष्ट्रीय पातळीवरचा दुसरा मेळावाही भारती विद्यापीठातच मे १९७९ मध्ये घेतला. या मेळाव्यामुळं ग्रामीण साहित्यातील स्वातंत्र्योत्तर तिसऱ्या पिढीचा प्रथम शोध लागला. याचं कारण मेळाव्यानिमित्त तरुण पिढीसाठी कथा स्पर्धा ठेवल्या होत्या. या तिसऱ्या पिढीची वस्तुनिष्ठ नोंद प्रथमच करता आली. यातूनच 'तिसऱ्या पिढीची ग्रामीण कथा' हे विस्तृत ऐतिहासिक प्रस्तावना असलेलं संपादन सिद्ध झालं. दुसऱ्या मेळाव्याचं हे महत्त्व ग्रामीण वाङ्मयाच्या इतिहासात अनन्यसाधारण ठरलं.

१९७९ च्या जानेवारी महिन्यात प्रा. गं. बा. सरदार सरांचा भेटून जाण्याविषयीचा

निरोप आला होता. सरांचा माझा १९६५ सालापासून परिचय होता. अधूनमधून मी त्यांना भेटत असे. पुण्यात त्यांचं व्याख्यान कुठं असलं तरी त्याला आवर्जून जात असे. पहिला मेळावा घेतला त्याच्या अगोदर मी त्यांच्याशी सविस्तर चर्चाही केली होती. चळवळीच्या उपक्रमांना त्यांची अनुकूलता होती. एरवी मी आपण होऊन त्यांच्याकडं जात असे. मनात काही शंका, प्रश्न असतील तर त्यांचं निरसन करून घेत असे. संदिग्ध विचार असतील तर त्यांच्याशी बोलून स्पष्ट करून घेत असे.

पण एवढ्या बारा-तेरा वर्षांत त्यांचा भेटून जाण्याविषयी निरोप असा कधी आला नव्हता; म्हणून त्यांचा निरोप मिळताच त्यांना भेटण्यासाठी तातडीनं गेलो.

औपचारिक चर्चा झाल्यावर मला ते म्हणाले की, 'महाराष्ट्र साहित्य परिषदेच्या त्रैवार्षिक निवडणुका मार्चमध्ये कधीतरी होणार आहेत. तुम्ही या निवडणुकीसाठी उभं राहावं. काही दृष्टी असलेली नवी मंडळी परिषदेत आली पाहिजेत. परिषदेचे सगळे कार्यक्रम पुण्यात होतात. वास्तविक ही 'महाराष्ट्र' साहित्य परिषद आहे. तिने आपण होऊन पुण्याबाहेर ग्रामीण भागात सांस्कृतिक, वाङ्मयविषयक कार्यक्रम आखले पाहिजेत. असे कार्यक्रम तुमच्यासारखे तरुण आखू शकतील असं मला वाटतं. पत्रिकेलाही नवं रूप देण्याची गरज आहे.'

परिषदेत जाऊन असं काही करता येईल हे माझ्या ध्यानीमनी नव्हतं. मी ग्रामीण साहित्य, त्याविषयीचा विचार आणि त्याविषयीची चळवळ याचा ध्यास घेऊन त्या कर्मात बुडाल्यासारखा झालो होतो. पण सरदार सरांनी व्यक्त केलेल्या अपेक्षेला आपण कमी पडता कामा नये असं वाटू लागलं. ते जे काही सांगत होते ते मनोमन पटल्यासारखं झालं. आपल्या चळवळीला ते उपयुक्त ठरेल असंही वाटू लागलं. मी सरांना होकार दिला.

२६ मार्च १९७९ रोजी निवडणुका होऊन मी म.सा.प.च्या कार्यकारी मंडळावर निवडून आलो. मंडळाच्या पहिल्या बैठकीला उपस्थित राहिलो. योगायोगाची घटना अशी की, म.सा. पत्रिकेचं संपादन सर्वानुमते मला देण्यात यावं असं ठरलं आणि मी मुकाटपणे ते स्वीकारलं. मला काहीही बोलावं लागलं नाही. आभाराचे चार शब्द बोललो. पत्रिकेच्याद्वारा व्यापक पातळीवर काय काय करता येईल, याच्या शक्यता आणि संकल्पना मनात अजमावत घरी परतलो. या निवडणुकीनं मला एक नवं परिमाण बहाल केलं. एक नवं विधायक आव्हानही माझ्यासमोर उभं केलं.

निवडणुका झाल्याबरोबर लगेच म्हणजे ३१ मार्च १९७९ ला मुंबईला जाऊन व्याख्यान देऊन आलो. दया पवार यांच्या 'बलुतं'वर व्याख्यान द्यायचं कबूल केलं होतं. 'बलुतं' नुकतंच प्रसिद्ध झालेलं होतं. २३-२४ डिसेंबर १९७८ रोजी 'बीड'ला एक जिल्हा साहित्य संमेलन झालं होतं. अध्यक्ष होते दया पवार. त्यांचं तिथं झालेलं भाषण मला आवडलं होतं. त्यानंतर त्यांचं 'बलुतं' मी वाचलं. मग

त्यांच्या कविताही वाचल्या. बीडच्या भाषणात त्यांनी नवजागृत सामाजिक अधस्तरीय लेखकांचा व्यापक पातळीवर विचार मांडला होता. हा एक वेगळा दलित साहित्यिक आहे याची जाणीव 'बोट्या'च्या संमेलनाच्या वेळीही मला झाली होती. म्हणूनही 'बलुतं'वर बोलायचं मान्य केलं होतं.

मराठी साहित्य क्षेत्रातली 'बलुतं' ही एक अर्थपूर्ण घटना वाटत होती. ते पुस्तक रूपातील पहिलं दलित आत्मकथन होतं. दलित साहित्यिकांनी अशी आपली आत्मचरित्रं लिहिली तर दलित साहित्य खऱ्या अर्थानं समृद्ध होईल असं वाटत होतं. कारण आत्मचरित्रामुळं दलित जीवनाचं संपूर्ण वास्तव वास्तवाच्या पातळीवरच साहित्यात अवतरणार होतं. दलितांनी अगोदरच ठरवलेलं आणि गडद, भडक रंग दिलेलं वास्तव कविता-कथांतून येण्याला त्यामुळं खीळ बसणार होती. दुसरा एक महत्त्वाचा फायदा होणार होता. दलित साहित्याची पाळंमुळं ग्रामीण जीवनात कशी खोलवर आहेत हे कळणार होतं. गावकुसाच्या बाहेरचं असलं तरी गावकुसाच्या आतीलांशी असलेला, ग्राम-संस्कृतीशी, ग्राम-जीवनाशी असलेला सामाजिक, आर्थिक संबंध दलित आत्मचरित्रांनी स्पष्ट होणार होता. त्यामुळं ग्रामीण साहित्य आणि दलित साहित्य यांची मूळ नाळ एकच ग्रामीण समाज कसा आहे हे सिद्ध होऊन 'सवतेसुभे' एकत्र व्हायला मदत होणार होती. निदान ते एकमेकांच्या विरोधात नाहीत. सहप्रवासी आहेत एवढं तरी सिद्ध होणार होतं. त्यामुळं मराठी साहित्यात या नव्या साहित्याचा संघटित रेटा वाढून मराठी साहित्याचाच चेहरामोहरा लवकर बदलायला मदत होणार होती. हे सगळं मनात योजून 'बलुतं' हे ग्रामीण आणि दलित साहित्य हे दोन्ही मिळून कसं आहे हे दाखवण्यासाठी सबंध भाषणाची मांडणी केली. ग्रामीण साहित्याचा दलित साहित्याशी असलेला माती-संबंध त्यामुळे स्पष्ट झाला.

नोकरी सांभाळून वर्षभर बीड, चंद्रपूर, बोटा, वाई, मुंबई, कोल्हापूर, पिंपळगाव-बसवंत, धुळे असा झपाटल्यासारखा भटकत होतो. प्रत्येक ठिकाणी स्वीकारलेला कार्यक्रम कोणत्या ना कोणत्या स्वरूपात ग्रामीण साहित्य चळवळ, ग्रामीण तरुण पिढी, भोवतालचं वर्तमान ग्रामीण वास्तव यांच्याशी निगडित होता. त्यासाठी पुस्तकं वाचत होतो, संदर्भ गोळा करत होतो, टिपणं काढत होतो, लेख लिहीत होतो. १९७७ पासून धडाका लावला होता. परिणामी ३० मार्च १९७९ रोजी 'ग्रामीण साहित्य : स्वरूप आणि समस्या' हे मराठीतील पहिलं ग्रामीण साहित्यावरचं पुस्तक सिद्ध झालं. तरुण ग्रामीण लेखकांना मार्गदर्शनासाठी काही ना काही लिखित स्वरूपात असायला पाहिजे या हेतूनं हे केलं... वाईच्या चर्चासत्रासाठी, शिवाजी विद्यापीठातील नुकत्याच सुरू झालेल्या ग्रामीण साहित्याच्या पेपरासाठीही त्याचा उपयोग झाला.

प्रवास, संमेलनं, कार्यक्रम यांच्यासाठी खेपा घालून दमणूक होत होती. कामांचे डोंगर त्या अनुषंगानं वाढत होते. ते सगळे साफसूफ करण्यात खूप थकवा येत होता. शारीरिक अतिश्रमांचा, जागरणांचा, पोटात वेळेवर अन्न न पडण्याचा एकत्रित परिणाम होऊन पुन्हा आम्ल-पित्ताचा विकार वाढीला लागला. झोपलेल्या अल्सरचं दुखणं पुन्हा जागं होतंय की काय अशा शंका याव्यात इतक्या कळा पुन्हा पोटात होऊ लागल्या. भीती वाटू लागली... पण मनाला या नवख्या धडपडीतून एक खोलवर अनोखा आनंदही मिळत होता.

मलाच एक आंतरिक नवं रूप येत चाललं होतं. माझ्या अस्पष्ट, अनघड आणि काहीशा संदिग्ध चिंतनाला ते नीटपणे शब्दरूप देत होतं, माझेच अस्ताव्यस्त विचार नीट बंदिस्त करून नव्या मांडणीच्या स्वरूपात मी मांडत होतो. त्यांचा नीट सामाजिक संदर्भ उलगडून दाखवत होतो. या सगळ्यातून माझं सत्त्व बदलताना मला भावत होतं. मला ते फार मोलाचं वाटत होतं.

आतापर्यंत समाजातील निरनिराळ्या घटना, प्रसंग आणि स्थिती यांच्याविषयी माझं नुसतंच चिंतन चालत असे. ते मनात आकार घेई आणि घरगुती परिस्थितीच्या तापातापीत दहिवराची जशी होते तशी त्याची वाफ होऊन हवेत विरून जाई. त्यातून काहीच जन्माला येत नव्हतं. ते एक मनाचं निर्मितिशून्य भरकटणं आहे, असं वाटून मी स्वतःच्या निष्क्रियतेविषयी अस्वस्थ होत होतो. आता माझ्या 'वाटण्याला' 'करण्याचा' प्रयोजनयुक्त आकार येत होता. सामाजिक व्यापक निर्मितीचा संदर्भ मिळत होता. हा निर्मितीचा आनंद मला साहित्यनिर्मितीच्या आनंदापेक्षा अधिक साक्षात आणि अधिक सजीव वाटत होता.

◆

जाणीव-विस्ताराचा काळ

फेब्रुवारी १९८० च्या पहिल्या आठवड्यात बार्शीला चोपन्नावं अ.भा.प. साहित्य संमेलन प्रा. गं. बा. सरदार यांच्या अध्यक्षतेखाली भरलं.

बार्शीच्या संमेलनाची जी स्थानिक समिती होती; तिला मी एक पत्र लिहिलं, 'ग्रामीण विभागात संमेलन होत आहे. मराठी साहित्यात नवेनवे प्रवाह निर्माण होऊ घातलेले आहेत. तेव्हा तेच ते चावून चोथा झालेले जुने विषय संमेलनात ठेवू नयेत. काहीतरी वेगळे, चैतन्यपूर्ण करता आले तर करावे. नाहीतर एक संमेलन भरवलं या पलीकडं काहीच श्रेय बार्शीकरांना मिळणार नाही.' वैयक्तिक पातळीवरचं अशा आशयाचं विस्तृत पत्र होतं. बार्शीला पूर्वी एकदा कार्यक्रमासाठी जाऊन आलो होतो. इंग्रजीचे प्राध्यापक व. न. इंगळे यांच्याशी माझा जुना परिचय होता. डॉ. गो. मा. पवार नुकतेच शिवाजी विद्यापीठाच्या मराठी विभागाचे प्रमुख प्राध्यापक झाले होते. ते माझे मित्र होते आणि ते बार्शीकडचे होते. या दोघाही मित्रांना मी अशीच स्वतंत्र पत्रं पाठवून कार्यक्रम काहीतरी वेगळा आणि आजच्या सामाजिक जाणिवांना स्पर्श करील असा ठेवण्याविषयी विनंती केली.

एके दिवशी अचानक स्थानिक समितीच्या आमदार कार्यकर्त्या सौ. शैलजाताई शितोळे आणि चार-पाच इतर मंडळी एकदम गाडी घेऊन पुण्याला माझ्या घरीच आली. मला हे अगदीच अनपेक्षित होतं पण अत्यानंद झाला.

थोडा वेळ गप्पा झाल्यावर ताई म्हणाल्या, "कोणकोणत्या प्रकारचे कार्यक्रम साहित्य संमेलनात असावेत याविषयी चर्चा करण्यासाठी आम्ही आलो आहोत. अगदी मोकळेपणानं तुमचे विचार आम्हाला सांगा."

सविस्तर बोललो. ग्रामीण आणि दलित साहित्याच्या संदर्भात चर्चा केली. परिसंवादाचे काही विषय सुचवले. वक्तेही सुचवले.

परिणामी अ.भा.म. साहित्य संमेलनाच्या व्यासपीठावर ग्रामीण साहित्याला प्रथमच प्रतिष्ठा मिळाली. या घटनेचा मी परिसंवादात जाहीरपणे उल्लेखही केला.

त्याची नोंदही पत्रकारांनी घेतली. 'खेडे : वास्तवातील आणि साहित्यातील' असा परिसंवादासाठी स्वतंत्र विषय ठेवला होता. ग्रामीण साहित्यावर संमेलनात अशा रीतीनं प्रथमच गंभीर चर्चा झाली. या परिसंवादाचं संचालन गो. मा. पवार यांनी केलं नि वक्ते म्हणून मी, रा. रं. बोराडे, द. ता. भोसले, महादेव मोरे आणि खुद्द शैलजाताई शितोळे असे होतो. ऐनवेळचे वक्ते म्हणून श्री. ना. धों. महानोर आणि बाबूराव बागूल यांनीही भाग घेतला.

विषय एकदम नवीन होता. महाराष्ट्राच्या ग्रामीण भागातून आलेल्या प्रचंड श्रोतृवर्गाला तो आपला वाटला. त्यात व्यक्त झालेले विचार, दिशा, मते प्रथमच एवढा मोठा श्रोतृवर्ग ऐकत होता आणि त्याला ते पटत असल्याची पावती त्याच्या उत्स्फूर्त प्रतिसादातून मिळत होती. एवढ्या मोठ्या साहित्य संमेलनात खेडं, खेडुतांची मनं, त्यांची कुचंबणा यांच्याविषयी बोललं जाऊ शकतं, याचा प्रत्यय बार्शीच्या आसपासच्या ग्रामीण समाजाला आणि मराठी रसिकांना प्रथमच येत होता.

विषयाच्या आणि त्यात व्यक्त होणाऱ्या विचारांच्या नावीन्यामुळं, त्यातील ताजेपणामुळं परिसंवादाला हळूहळू गर्दी वाढली. ती इतकी वाढली की बसण्याची व्यवस्था अपुरी पडली. काही श्रोते उभे राहून ऐकू लागले. याचीही नोंद सगळ्या पत्रकारांनी उत्स्फूर्तपणे घेतली. "...'राजभाषा' संमेलन आणि ग्रामीण साहित्य-चर्चा एकाच वेळी चालू होत्या. 'राजभाषे'ला मुख्य मंडप दिला होता तर खेड्याला मिळाला बाजूचा छोटा मंडप. पण गर्दी खेचली खेड्यानं आणि राजभाषेला फक्त शामियान्यावर समाधान मानावं लागलं." अशी दखल पुण्याच्या 'तरुण भारत'च्या १० फेब्रुवारी १९८० च्या रविवार पुरवणीनं घेतली. इतर दैनिकांनीही अशाच प्रकारची दखल घेतली. परिसंवाद जोरकस झाला.

मराठी वाचक आणि तरुण पिढीचे ग्रामीण साहित्यिक यांच्यासमोर, एकूण मराठी साहित्यात ग्रामीण साहित्याची स्थिती काय आहे आणि त्याला गती कोणत्या दिशेनं देण्याची आवश्यकता आहे, हे प्रथमच जाहीरपणे सांगितलं. पुण्याच्या 'भारती विद्यापीठात' झालेल्या ग्रामीण साहित्यिकांच्या मेळाव्याचा खास उल्लेख प्रा. सरदार यांनी आपल्या अध्यक्षीय भाषणात केला. या सर्वांमुळं बार्शीचं साहित्य संमेलन हे ग्रामीण साहित्याच्या इतिहासात महत्त्वाचं ठरलं. माझ्या मनाच्या फांदीला पालवी फुटल्यासारखं झालं.

बार्शीचं संमेलन फेब्रुवारी १९८० च्या पहिल्या आठवड्यात झालं नि लगेच २९-३० मार्चला जुन्नरला ग्रामीण साहित्य संमेलन झालं. बोट्याला संमेलन घेणारी मंडळी साहाय्यक होती. जुन्नरच्या 'साहित्य साधना' मंडळानं ते आयोजित केलं होतं. संगमनेरचे प्रा. मा. रा. लामखडे आणि जुन्नरचे लेखक श्री. चंद्रकांत आवटे हे त्यात अग्रभागी होते. या दोघांशीही माझे स्नेहसंबंध असल्यामुळं त्यांनी जुन्नरच्या

ग्रामीण साहित्य संमेलनाचे अध्यक्ष म्हणून माझं नाव अगोदरच जाहीर करून टाकलं. नंतर माझी अनुमती घेतली. हे सगळं प्रेमादरापोटी झालं असलं तरी मला अवघड होऊन बसलं. अध्यक्षाच्या अवघडलेल्या नात्यानं मी संमेलनास गेलो.

'ग्रामीण साहित्य सवतासुभा आहे काय?' (प्रस्तुत लेख ग्रामीणता, साहित्य आणि वास्तव या ग्रंथात समाविष्ट केलेला आहे.) या विषयावर मी अध्यक्षीय भाषणातून विचार मांडले. कोणत्या परिस्थितीत ही चळवळ उभी करावी लागत आहे; एकूण मराठी साहित्याचाच विकास साधण्यासाठी ती कशी कार्यरत आहे? एकूण नागर मराठी साहित्यालाच आणि साहित्यिकांच्या व्यक्तिमत्त्वालाच मर्यादा पडल्यामुळे स्वतंत्रपणे व्यापक विकासाचे कार्य ही चळवळ कशी करू पाहत आहे? - या प्रश्नांच्या अनुषंगानं मी विचार मांडले.

माझे या भाषणातील विचार नीटपणे लक्षात न घेता मुंबईच्या दैनिकांनी टीका केली. या टीकेला नीटपणे उत्तर द्यावं व हे विचारच पुन्हा एकदा मराठी जाणकार समीक्षकांसमोर मांडून त्यांच्या प्रतिक्रिया काय उमटतात ते पाहावं, म्हणून मी हाच विषय पुण्यामध्ये मे महिन्यात होणाऱ्या मॅजेस्टिक प्रकाशनच्या ललित गप्पांसाठी दिला. अनायासे त्यांचं पत्र आलं होतं.

डॉ. अनिल अवचटांसह म. ना. अदवंत, प्र. ना. परांजपे, चंद्रकांत बांदिवडेकर या सर्वांनीच सर्वसाधारण असा सूर लावला की, ग्रामीण साहित्यानं मराठी साहित्यात सवतासुभा स्थापन केलेला नाही. परंतु नव्या प्रेरणांच्या संदर्भात या साहित्याचा स्वतंत्रपणे विचार करण्याची गरज आहे. पुणेकर वाचकांच्या साक्षीनं या जाणकार समीक्षकांनी दिलेली ही जाहीर पावती मला आरंभलेल्या कार्यासाठी आवश्यक वाटत होती.

महाराष्ट्र राज्य सरकारच्या वार्षिक साहित्य-पुरस्कार देणाऱ्या समितीचा सदस्य म्हणून माझी नेमणूक झाली. मी ही संधी जाणीवपूर्वक स्वीकारली. ११ मार्च १९८० रोजी तिची पहिली सभा मुंबईला झाली. प्रा. गंगाधर गाडगीळ 'समिती'चे अध्यक्ष. प्रा. नरहर कुरुंदकर, प्रा. गंगाधर पानतावणे, प्रा. राम शेवाळकर, प्रा. विजया राजाध्यक्ष आणि मी असे पाच जण सदस्य.

मी ग्रामीण साहित्याच्या चळवळीनं झपाटलो गेलो होतो. वाटू लागलं की अशा प्रकारच्या या समित्यांमध्ये ग्रामीण साहित्यावर अन्याय तर होत नसेल ना? ग्रामीण साहित्याचा कैवार घेणारे कुणी जर समितीत नसतील तर ते साहित्य बाजूलाच पडत असेल. आपण आपली कामं बाजूला ठेवून या समितीत गेलं पाहिजे. निदान आपलं समितीतील अस्तित्व सर्वांवर मानसिक जबाबदारी आणील आणि ग्रामीण साहित्याचाही गंभीरपणे विचार झाला पाहिजे, असं समितीच्या सदस्यांना वाटेल...

पहिल्या सभेत प्रथम वाचायला घ्यायच्या पुस्तकांची निवड झाली. या वेळी

किंचित शंका आलीच. जो तो आपापल्या प्रदेशाचे प्रकाशक, लेखक यांची पुस्तकं निवडतो आहे, कुणी आपल्या मित्रांची, स्नेह्यांची पुस्तकं वाचायला घेण्याचा इतरांना आग्रह करतो आहे असं दिसू लागलं.

मी काहीसा अस्वस्थ झालो. इथं केवळ ग्रामीण, नागर इतकेच भेद महत्त्वाचे नाहीत, तर आपल्या प्रदेशातील साहित्यिकांवर अन्याय होणार नाही ना याचीही दक्षता घेतली जात आहे. या प्रादेशिकतेच्या पोटातच स्नेही, मित्र साहित्यिक आहेत. स्वाभाविकपणेच जो ज्या भागातील आहे त्या भागातच त्याचे मित्र जास्त आहेत.

... मीच मला एका विचित्र मानसिकतेत सापडलेला दिसतो. पुण्याचा प्रतिनिधी म्हणून माझी निवड झाली असावी असं मला वाटू लागलं. माझ्या मनानंच मी वाटणी केली. विदर्भाचा एक, मराठवाड्याचा एक, दलित साहित्याचा एक; म्हणजे मराठवाड्याचे दोन. मुंबईचेही दोन. त्यात पुन्हा अध्यक्ष कायमचं साहित्यिक वर्चस्व असलेल्या मुंबईचाच. म्हणजे अर्धीअधिक बक्षिसं मुंबईला. कोकणातलं, गोव्यातलं कुणीच कसं नाही? कदाचित पश्चिम महाराष्ट्राचा म्हणूनही मला घेतलं असण्याची शक्यता आहेच... पण असं आपण कुणाचंच प्रतिनिधित्व करणार नाही. महाराष्ट्राच्या कोणत्याही भागातील ग्रामीण साहित्यावर अन्याय होता कामा नये; एवढी दक्षता आपण घ्यायची, अशी प्रतिज्ञा करूनच मी परतलो.

महिनाभरात निवडलेली पुस्तकं मी वाचून काढली.

बरोब्बर एक महिन्यानं म्हणजे १९८० च्या ११-१२ एप्रिलला पुण्यात दोन दिवस सभा झाली. ती अतिशय महत्त्वाची ठरली. तिच्यातील निर्णयच जवळजवळ अंतिम ठरले गेले. त्यामध्ये सविस्तर चर्चा होऊन बहुमतानेच पुस्तकांना पारितोषिकं देण्याचा निर्णय घेण्यात आला. चर्चा अतिशय चांगली झाली.

नंतरची सभा जी २७-२८ एप्रिलला मुंबईत झाली; तिच्यातही चर्चा फारच चांगली होऊन बालसाहित्यासह खास पुरस्कारांचाही निर्णय घेण्यात आला.

चर्चा उत्तम झाल्या याला कारण पहिल्या सभेनंतरच्या प्रत्येक वेळी झालेल्या चर्चेत वाङ्मयीन गुणवत्ता हाच निकष ठरवून विवेचन करण्यात आलं. हे वाङ्मयीन निकषही आशयाची गुणवत्ता, त्याच्या अभिव्यक्तीची गुणवत्ता, आशय-अभिव्यक्तीतील सच्चेपणा, ताजेपणा, नवेपणा, जिवंतपणा इत्यादी अंगांनीच ही चर्चा होत गेली. त्यात प्रादेशिक भेदाभेद ठेवले गेले नाहीत.

याचं मुख्य श्रेय प्रा. गंगाधर गाडगीळ यांनाच द्यावं लागेल. ते या बाबतीत फार जागरूक आणि सावध होते. त्यांच्या हे लक्षात आलं असावं की, निरनिराळ्या प्रादेशिक, सामाजिक, वाङ्मयबाह्य प्रेरणा इथं काम करीत आहेत. त्यांना ते वेळीच चतुराईनं आवर घालत होते. सगळ्यांचा मान राखून वाङ्मयीन अंगांनी प्रतिप्रश्न

विचारून किंवा चर्चा करून विवेचन स्पष्टपणे मूळ मुद्द्यावर आणत होते... मी एखाद्या निरीक्षकासारखं हे पाहत होतो.

माझ्या लक्षात आणखी काही गोष्टी आल्या. अध्यक्षच खंबीर मनाचा नसेल, त्याची वाङ्मयीन जाणकारी सखोल नसेल, तो वाङ्मयीन गुणवत्तेपेक्षा इतर गोष्टींनाच महत्त्व देणारा असेल किंवा प्रादेशिक भावनेनं प्रभावित झालेला असेल तर 'वाङ्मयीन पुरस्कार' हे खिरापतीसारखे वाटायला वेळ लागणार नाही. अशा समितीत जे लोक सदस्य म्हणून निवडले जातात, त्या निवडीमागचं धोरणही जर वाङ्मयीन क्षेत्राबाहेरचं असेल तर तेही पुरस्कारची खिरापत करायला कारणीभूत ठरतं; कारण आवश्यक ती योग्यता नसलेलो माणसं 'सदस्य' म्हणून त्या धोरणामुळं समितीवर येत असतात. ती सग्यासोयऱ्यांना, मित्रपरिवाराला किंवा तथाकथित विशिष्ट भावभावनेला एकांगीपणे व्यक्त झालेल्या पुस्तकांना पारितोषिकं देतात. 'आपल्या भागाला यंदा इतकी पारितोषिकं 'मी' खेचून आणली' अशी प्रादेशिक अहंकाराची भाषा नंतरच्या काळात बोलू लागतात. यामुळं अंतिमत: चांगल्या साहित्यकृतींवर व त्यांच्या निर्मात्यांवर अन्याय होत राहतो. त्या क्षेत्रातलं वातावरण गढूळ होत राहतं आणि हळूहळू नासत जातं.

अशा वाङ्मय क्षेत्राच्या बाहेर असलेली, वाङ्मयीन गुणवत्ता नीटपणे न कळलेली किंवा ती कळण्याइतकी कुवत नसलेली किंवा कळूनही अन्य कारणांसाठी तिकडे दुर्लक्ष करणारी मंडळीही समितीत असू शकतात. त्यांची समजूत काढणं इतर सदस्यांना कठीण जातं. त्यांना त्यातलं कमी कळतं, असं त्यांच्यासमोर म्हणून त्यांची योग्यता कमी आहे असं सुचवणंही सुसंस्कृतपणाला सोडून वाटतं. अशा सदस्यांमुळंही भलत्याच पुस्तकांना पुरस्कार मिळू शकतात.

साहित्यात अनेक वाद आहेत. एखाद्या वादाचा प्रभाव एखाद्या विशिष्ट काळात विशेष असतो. त्यामुळेही नव्या तथाकथित वादयुक्त 'स्मार्ट' पुस्तकांना योग्यता नसताना पुरस्कार मिळतात.

दुय्यम दर्जाची साहित्यनिर्मिती करणारे जे साहित्यिक समितीत असतात ते वाङ्मयीन क्षेत्रांतर्गतच 'सहानुभूती' निर्माण करण्याचा प्रयत्न करतात. 'अमुकतमुक यानं इतकी पुस्तकं लिहिली. आयुष्यभर लेखनच करत आहेत. त्यांना अजून एकही पुरस्कार मिळालेला नाही. त्यांचं हे पुस्तक त्यातल्या त्यात बरं आहे. त्याला पुरस्कार दिला पाहिजे. त्याच्यावर आजवर झालेला वाङ्मयीन क्षेत्रातील अन्याय दूर झाला पाहिजे.' अशी मग तथाकथित वाङ्मयीन अन्याय निवारणाची भाषा सुरू होते. त्यामुळं एखाद्या चांगल्या साहित्यकृतीचं पारितोषिक कमी केलं जातं. याच प्रकारची दुसरीही एक भाषा असते. 'अमक्यातमक्याला पुष्कळ पारितोषिकं मिळाली आहेत. गेल्या वर्षीच त्याला पुरस्कार दिला आहे. तेव्हा त्याला या वर्षी दिला नाही

तरी चालेल. त्याच्याऐवजी तमक्याला द्यावा. हा अनेक वर्षं लिहीत आहे. त्याला पुरस्कार मात्र एकही मिळाला नाही.' असं तिचं स्वरूप असतं. यात माणुसकीला आवाहन असतं. मात्र पुरस्कारांचा दर्जा खालावू लागतो हे लक्षात घेतलं जात नाही.

मोठे साहित्यिक असलेले जे सदस्य असतात ते साधारणपणे आपापल्या पिढीचं साहित्यच वाचत असतात. नंतरच्या पिढीचं सहसा वाचन करत नाहीत. नंतरच्या पिढीच्या साहित्यिकांचं वय, कर्तृत्व कितीही असलं तरी 'तो अजून तरुण आहे, उमेदवार आहे, त्याचं कर्तृत्व अजून बहराला यायचं आहे; नंतरच्या काळात तो केव्हाही सरस निर्मिती करू शकेल, त्याचा विचार नंतर केव्हाही करता येईल. याचा प्रथम करू. हा सीनिअर आहे.' अशीही भाषा सुरू होते.

अशी भाषा सुरू करणाऱ्या ज्येष्ठ आणि चांगल्या साहित्यिकांची मानसिकता लक्षात घेण्यासारखी असते. त्यांचा नव्या पिढीशी मानसिक संबंध नसतो. नव्या पिढीचे अनुभव त्यांना आपलेसे वाटत नाहीत. त्याचाच परिणाम 'भलतेच अनुभव रेखाटत बसला आहे,' असे एखाद्या नव्या साहित्यिकाच्या बाबतीत शेरे मारण्यात होतो. वास्तविक या ज्येष्ठ साहित्यिक- सदस्यांचं मतच त्यांच्या एकेकाळच्या अनुभव विश्वापलीकडं त्यांना नेऊ शकत नाही ही वस्तुस्थिती असते. त्यामुळं एका दृष्टीनं हे ज्येष्ठ साहित्यिकच 'परीक्षक' म्हणून कालबाह्य झालेले असतात. अशी माणसं अधिकारावर असली तर तरुण पिढीच्या सदस्य साहित्यिकांची पंचाईत करून टाकतात.

माझी या समितीतील भूमिका प्रवाही किंवा परिवर्तनशील राहिली. आरंभी जरी मला प्रादेशिक भावना, मित्रभावना किंवा इतर प्रकारच्या भावभावना, प्रेरणा यांनी प्रेरित होऊन पुस्तकांचा विचार होईल अशी जी शंका वाटत होती ती पहिल्या बैठकीनंतर नकळत मनातून नष्ट झाली. कारण एक चांगलं बौद्धिक वातावरण नंतरच्या बैठकीपासून निर्माण झालं आणि माझ्या मनातलं मळभ हळूहळू निघून गेलं.

एकूण आलेल्या पुस्तकांत सबंध महाराष्ट्रातली ग्रामीण साहित्यावरची पुस्तकंच फार कमी होती. जी काही होती त्यांचा दर्जा सामान्य होता. 'साहित्यवस्तू' या नात्यानं ती प्राथमिक स्वरूपाची वाटत होती. बऱ्यापैकी पुस्तकं होती ती नागर साहित्याची. अशा परिस्थितीत ग्रामीण साहित्याच्या पुस्तकांचा पुरस्कारासाठी आग्रह धरणं माझं मलाच योग्य वाटेना. ज्या पातळीवर एकूण चर्चा होत होती, त्या पातळीवर तर त्या पुस्तकांचं समर्थन करता येणं अशक्यच होतं. अर्थात ही परिस्थिती ग्रामीण साहित्याच्या बाबतीतच फक्त होती असं नव्हे. नागर साहित्यातही मांडणीचा आणि अनुभवांचा एकसुरीपणा येत असलेला स्पष्टपणे जाणवत होता. एकूणच सामान्य दर्जांच्या पुस्तकांची संख्या मोठी होती. निवड-पाखड खूप करावी

लागत होती.

शेवटची बैठक होऊन पुस्तकांची अंतिम निवड सिद्ध झाली. सर्वांच्या सह्या होऊन यादी सरकारी अधिकाऱ्याकडे सादर करण्यात आली. आम्ही सर्व जण आपापल्या दिशांनी परतलो. समितीचं कार्य संपलं.

माझ्या मनात ग्रामीण साहित्याविषयीचेच विचार येऊ लागले. एखाद्या समाजात ज्या लोकांची ज्या प्रमाणात लोकसंख्या आहे त्या लोकांचं त्या प्रमाणात साहित्यही असलं पाहिजे. महाराष्ट्रीय समाजात या साध्या सूत्राचं प्रतिबिंब पडतच नाही. साहित्य, शिक्षण, संस्कृती ही क्षेत्रं केवळ शहरवासी, मध्यमवर्गीय पांढरपेशा वर्गाचाच प्रभाव असलेली आहेत. ग्रामीण समाजातून नुसताच वाचनशून्य राज्यकर्ता-वर्ग, शेतकरीवर्ग, मजूरवर्ग तयार होतोय. या समाजातून साहित्यिकवर्ग, अध्यापन करणारा वर्ग, सांस्कृतिक आणि बौद्धिकदृष्ट्या कार्य करणारा वर्ग तयार झाल्याशिवाय ग्रामीण समाजाचं आणि पर्यायानं एकूणच मराठी समाजाचं संतुलन होणार नाही. ग्रामीण समाजातून सर्वार्थानं सर्वक्षेत्रीय सुशिक्षित मध्यमवर्ग तयार झाला पाहिजे. हा वर्ग शहरी मध्यमवर्गापेक्षा वेगळा असायला पाहिजे. या वर्गानं आपली ग्रामीण समाजातील पाळंमुळं तोडता कामा नये, या समाजाला विसरून शहरातल्या मध्यमवर्गासारखं नुसता स्वत:चा शहरनिष्ठ पांढरपेशी विकास साधता कामा नये. आपण जिथून आलो त्या समाजाचं भान या वर्गानं ठेवलं पाहिजे. त्याच्या विकासात आपला विकास आहे हे लक्षात ठेवलं पाहिजे. ग्रामीण समाजातल्या सुशिक्षित तरुण मंडळींवर किती मोठी जबाबदारी येते आहे!

एवढा मोठा समाज असूनही चार-दोनसुद्धा ग्रामीण साहित्याची चांगली पुस्तकं असू नयेत. साहित्य-संस्कृती मंडळाच्या अनुदान-योजनेच्या वेळीही काम करताना हाच अनुभव येतो आहे.

तरुण ग्रामीण साहित्यिकांची स्वतंत्र वर्कशॉप्स् घेतली पाहिजेत. त्यांच्या कथा त्यांच्याकडूनच सर्वांसमोर वाचून त्यांच्यावर चर्चा घडवून आणल्या पाहिजेत. त्यांच्या गुण-दोषांची चिकित्सा परखडपणे करून त्यांचा कच्चेपणा नेमका कुठं आहे हे सांगत राहिलं पाहिजे. उगीच भाराभर साहित्यिक न बोलावता निवडक वीसेक जण बोलवावेत. त्यांच्यातूनच अति चांगले असतील त्यांना निवडून त्यांची तयारी करून घ्यावी. त्यांच्यावर लक्ष ठेवून त्यांना जवळ करावं. अधिकाधिक घडवावं.

साहित्यनिर्मितीच्या प्रक्रियेचाही विचार आपण अधिक प्रमाणात केला पाहिजे. याविषयीचे आपले अनुभव लिहून काढले पाहिजेत. ते या तरुण लेखकांपर्यंत पुस्तक-रूपानं पोचवले पाहिजेत. अनायासे म.सा. पत्रिकेचं संपादन आपल्याकडं आलं आहे. पत्रिकेचाही उपयोग त्यासाठी करून घेतला पाहिजे. इतरांच्या निर्मितिप्रक्रिया

पत्रिकेतनं प्रसिद्ध केल्या पाहिजेत. ग्रामीण साहित्याचा सर्वांगांनी विचार पत्रिकेतनं मांडला पाहिजे. हे सगळं आपणालाच करावं लागणार. प्रोत्साहन दिलं तर दुसरेही करू शकतील. मित्रमंडळींना गोळा करून हा विचार मांडला पाहिजे. ग्रामीण विभागात आपले अनेक साहित्यिक मित्र आहेत, स्नेही-प्राध्यापक आहेत. या सगळ्यांची टीम तयार करता येण्यासारखी आहे. जाणीवपूर्वक ती तयार केली पाहिजे. आपण एकटे कुठं कुठं पुरे पडणार आहोत? हे काम संघटनेचंच आहे. संस्था स्थापन झाल्याशिवाय काही खरं नाही. तिच्यामुळं आपल्या कामाला अनेक प्रकारांनी चालना मिळेल.

या कामाला चालना मिळायला नुसती संस्थाही पुरेशी पडणार नाही. ग्रामीण विभागातल्या शिक्षणसंस्थांची, साखर कारखान्यांची, ग्रंथालयांचीही मदत घेतली पाहिजे...

माझ्या मनासमोर मी पाहिलेली मराठी खेडी, साखर कारखाने, महाविद्यालयं, शिक्षणसंस्था, तिथली वाचनालयं, ग्रामपंचायती, सहकारी सोसायट्या उभ्या राहू लागल्या. त्यांचा अनेक प्रकारांनी उपयोग करता येईल असं वाटू लागलं. ग्रामीण साहित्य, नवी ग्रामीण संस्कृती, नवा ग्रामीण समाज यांचं स्वरूप, त्यांचे प्रश्न आणि समस्या, नवी नवी आव्हानं यांचं महत्त्व या सगळ्यांना पटवून देण्याची गरज वाटू लागली. या सगळ्यांची मीमांसा या मंडळींच्या समोर व्याख्यानांतून संमेलनांतून, चर्चांतून, परिसंवादांतून जोरात मांडत राहिलं पाहिजे असा 'संकल्प' मन करू लागलं.

नव्या ग्रामीण साहित्यिकांची पिढी घडवेपर्यंत ग्रामीण साहित्याला 'राज्य पुरस्कार' मिळण्याचं काही खरं नाही असं दिसू लागलं. यातूनच ग्रामीण साहित्य पुरस्कार ठेवण्याची कल्पना सुचली. मराठी साहित्य प्रामुख्यानं मोठ्या शहरात निर्माण होतं. त्यातल्या त्यात पुण्या-मुंबईत त्याची निर्मिती, संपादनं, प्रकाशनं, संग्रहालयं खास आहेत. या दोन शहरांतच साहित्याविषयीच्या चर्चा खूप होतात, खोलवर साहित्यविचार, समीक्षाविचार होतो, साहित्य संस्था अनेक उपक्रम राबवतात, रोज कसली ना कसली व्याख्यानं होतात, साहित्याविषयी मतं मांडली जातात. त्यामुळंच विदर्भ, मराठवाडा, कोकण, मध्य प्रदेश, कर्नाटक इथल्या मराठी साहित्यापेक्षा पुण्या-मुंबईचं साहित्यविश्व समृद्ध झालं आहे, अधिक मान्यता पावलं आहे. याच्या नेमकी उलट परिस्थिती ग्रामीण भागात आहे याचा पडताळा मी अनेक वर्षं घेत आहे...

अनेक प्रकारच्या सुविधांमुळं पुण्या-मुंबईसारख्या नागर ठिकाणी ज्या योग्यतेचं साहित्य निर्माण होतं आहे, तसं साहित्य ग्रामीण विभागात आणखी पंचवीस-तीस वर्षं तरी निर्माण होणं शक्य नाही असा अंदाज आला.

अशा परिस्थितीत उघड्यावरचा मिणमिणता दिवा आपण खास जपला तरच जीव धरील. स्वत:च्या पायापुरता तरी त्या त्या समाजाला प्रकाश देईल याची जाणीव झाली. त्यातूनच ग्रामीण साहित्य पुरस्काराची कल्पना आकार घेऊ लागली.

नवेनवे विचार, नव्या नव्या योजना सुचू लागल्या नि त्या अंगांनी मी उद्योगाला लागलो. उपक्रमांचे आराखडे तयार करू लागलो.

जुन्नरचं संमेलन धरून वर्षभरात चौदा-पंधरा ठिकाणी व्याख्यानं दिली, परिसंवादात भाग घेतला, चर्चा केल्या. पुणे, फलटण, अहमदनगर, बत्तीस शिराळे, इस्लामपूर, कोल्हापूर, ठाणे, डोंबिवली, जळगाव, कोवाड, कराड, कणकवली, श्रीरामपूर इत्यादी ठिकाणी भटकत राहिलो. भटकंतीत झालेल्या चर्चा फारच उपयुक्त ठरत गेल्या. विचारी लोकांशी झालेले वाद-संवाद फायदेशीर ठरत होते. त्यातून काही लोक उपक्रम करायला प्रवृत्त होत होते. त्यामुळे माझाच माझ्यावरचा विश्वास अधिकाधिक वाढत गेला.

माझ्या स्वप्नाळू दृष्टीला उद्याची तिसरी पिढी सर्वार्थानं सर्वांपेक्षा वेगळी होणार असं दिसू लागलं. या पिढीला हाताशी धरलं तर तिला एक मोठा मानसिक आधार मिळेल आणि या चळवळीतून चांगले, नवे ग्रामीण साहित्य जन्माला येईल असं वाटू लागलं.

माझे नवे प्रकाशक श्री. अनिल मेहता हे माझ्या कॉलेज-विद्यार्थिदशेपासूनचे मित्र. त्यांना मी नव्यानव्या कल्पना सुचवू लागलो. "प्रकाशन व्यवसाय हा नुसता आर्थिकदृष्ट्याच नव्हे तर सामाजिक, सांस्कृतिकदृष्ट्याही महत्त्वाचा आहे. प्रकाशकाला या दृष्टीनं समाजात आणि समाजाच्या इतिहासात महत्त्व असतं. पंधरा-वीस वर्षांपूर्वी जे प्रकाशक पुण्यात महत्त्वाचे होते ते आज हळूहळू उतरतीला लागले आहेत. त्याची कारणं अनेक असली तरी महत्त्वाचं कारण हे प्रकाशक फक्त प्रतिष्ठित, नावारूपास आलेल्या लेखकांचीच पुस्तकं प्रसिद्ध करतात पण जोपर्यंत हे प्रतिष्ठित, सिद्धहस्त लेखक 'लिहिते' असतात तोपर्यंतच या प्रकाशकांची चलती असते. हे लेखक जेव्हा वृद्ध होतात तेव्हा त्यांचं लेखन वार्धक्यामुळं थांबतं किंवा त्याच त्याच प्रकारचे अनुभव हे लेखक आपल्या साहित्यातून नंतर व्यक्त करू लागतात. त्यामुळं ते वाचकांच्या खूप ओळखीचे होतात. तेव्हा ते हळूहळू कालबाह्य ठरतात. अशा वेळी त्यांच्याबरोबर त्यांचे प्रकाशकही उतरतीला लागतात. म्हणून एक गोष्ट लक्षात ठेवणं आवश्यक आहे की, आपला प्रकाशन-व्यवसाय सतत प्रवाही ठेवला पाहिजे. नव्या, चांगल्या तरुण लेखकांच्या शोधात आपण सतत राहिलं पाहिजे. त्यांना घडवत राहिलं पाहिजे. त्यांच्या साहित्यावर संस्कार करत, त्यांची ताकद वाढवत राहिलं पाहिजे. मला तर आता असं वाटतं आहे की इथून पुढच्या काळात ग्रामीण साहित्याला, ग्रामीण समाजाला महत्त्व येणार आहे.

भारतीय समाजात पंचाहत्तर ते ऐंशी टक्के समाज ग्रामीण आहे. हा समाज जोरानं जागा होत आहे. शिकत आहे. तो पुरेसा शिकला तर आज ना उद्या साहित्याच्या क्षेत्रातही त्यांचं प्रमाण पंचाहत्तर ते ऐंशी टक्के होणार आहे. अशा वेळी त्यांच्या साहित्याकडं आपण खास लक्ष दिलं पाहिजे. ग्रामीण भागात नवा वाचकवर्गही मोठ्या प्रमाणात तयार होत आहे.''

श्री. मेहता यांना माझे विचार पटल्यासारखं वाटलं. पुढं त्यांनी नव्या लेखकांचं चांगलं ग्रामीण साहित्य मोठ्या प्रमाणात प्रसिद्ध करण्यास सुरुवात केली. चळवळीला आपल्या परीनं सहकार्य करण्याची त्यांची ही दृष्टी मला अर्थपूर्ण वाटली. या काळातच 'भारती विद्यापीठा'चं 'विचार भारती' मासिक आणि श्री. प्र. बा. भोसले यांचं 'बळीराजा' या मासिकांनीही खास ग्रामीण साहित्य प्रसिद्ध करून चळवळीला सहकार्य केलं.

म.सा. पत्रिकेचं संपादनही तीनएक वर्षं याच हेतूनं करायचं असं मनाशी ठरवलं. हा निर्णय मनावर मोठं दडपण आणत होता. कारण माझी स्पंदनं आणि विचार परंपरेच्या विरोधात जाणार होते. परिषदेची परंपरा फार मोठी आणि एका निश्चित वळणानंच पुढं जाणारी होती. तिला विरोध करणं म्हणजे टीका, प्रवाद, प्रतिवाद यांना आपण होऊन सामोरं जाणं होतं. काळावर भरवसा ठेवून मी उद्योगाला लागलो.

माझ्या या जाणिवांच्या अंगांनीच संपादनाला प्रारंभ केला. नोव्हेंबर १९८० मध्ये प्रसिद्ध झालेला पत्रिकेचा 'ग्रामीण साहित्य विशेषांक' हे त्याचं एक घसघशीत फलित होतं. दोनशे पृष्ठांचा हा अंक एखाद्या ग्रंथासारखा होता. त्यांचे आठ-नऊ विभाग कल्पून लेख मागवून घेतले होते. हे विभाग ग्रामीण साहित्याच्या बहुतेक अंगांचा विचार होण्यासाठी कल्पिलेले होते. अगदी जुन्या पिढीतील र. वा. दिघे यांच्यापासून ते नव्या दमाचे व. बा. बोधे यांच्यापर्यंत तेवीस विचारवंतांचे लेख त्यात होते. त्यामुळं ग्रामीण साहित्य चळवळीचा विचार महाराष्ट्रातील प्रस्थापित विचारवंतांच्या अभ्यासिकेत जाऊन पोचला. या अंकाच्या संपादनामुळं वैचारिक क्षेत्रात मला एक आत्मिक बळ प्राप्त झालं. अंकातील विचार स्वीकारला गेला तर चळवळीला यश मिळू शकेल असं वाटत होतं. तरुण ग्रामीण साहित्यिकांना आणि ग्रामीण साहित्याचा नवा विचार मांडणाऱ्या ग्रामीण भागातील प्राध्यापकांना, सुशिक्षितांना एक आत्मविश्वास या अंकानं दिला. पण ही भूमिका अनेक प्रस्थापितांना पचणं जडही गेलं.

◆

विकास-विरोधी शक्ती आणि विचारमंथन

'महाराष्ट्र टाइम्स'च्या संपादक मंडळानं मार्च १९८० मध्ये झालेल्या जुन्नरच्या ग्रामीण साहित्य संमेलनातील माझं अध्यक्षीय भाषण आणि नोव्हेंबर १९८० मध्ये प्रसिद्ध झालेला म.सा. पत्रिकेचा 'ग्रामीण साहित्य विशेषांक' या निमित्तांनी माझ्यावर टीकास्त्र सोडलं.

बाकीच्यांच्या वर्तमानपत्री टीका जुजबी होत्या. त्या अनेकांनी केलेल्या असल्या तरी केवळ ती ती वर्तमानपत्री वेळ मारून नेणाऱ्या त्या होत्या. त्यामुळं त्यांच्याकडं मी दुर्लक्ष केलं. पण महाराष्ट्र टाइम्सनं आपल्या ४ डिसेंबर १९८० च्या अंकात ग्रामीण साहित्य विशेषांकावर केलेल्या टीकेकडं दुर्लक्ष करणं मला शक्य नव्हतं. तो संपादकीय अग्रलेख होता.

प्रमुख संपादक श्री. गोविंदराव तळवलकर यांच्या लेखनाविषयी मला आदर होता. त्यांचे बुद्धिमान, अभ्यासू, गंभीर लेख मला मनापासून आवडत होते. पण विशेषांकावरील त्यांच्या या अग्रलेखानं आदराला तडा गेल्यासारखं झालं. वास्तविक पत्रिकेचा तो सगळा अंक वाचून त्यांनी त्यातील मजकुरावर साधार, सोदाहरण टीका केली असती तर मला आनंद झाला असता. माझ्या वैचारिक विकासाला त्याची मदत होऊ शकली असती. पण बहुतेक अंक न वाचताच त्यांनी निराधार टीका केली. ती वैयक्तिक स्वरूपाची, अतिशयोक्त आणि बिनबुडाची होती. माझ्याविषयी गैरसमज पसरवणारी, म.टा.च्या वाचकांची मनं कलुषित करायला मदत करू शकणारी मला ती वाटली. म्हणून मी त्या टीकेला सविस्तर लेख-रूपात उत्तर दिलं. ते त्यांनी प्रसिद्धही केलं. तरीही त्या अग्रलेखानं आपलं काम काही प्रमाणात बजावलंच. परिणाम असा झाला की, पुण्या-मुंबईच्या प्रस्थापित, बुद्धिजीवी वर्गात ग्रामीण साहित्य आणि चळवळ याविषयी उघडउघड प्रतिकूल सूर उमटू लागले. क्षुद्र वृत्तीनं पाहिलं जाऊ लागलं. कुठं कुठं टवाळीचा सूर उमटू लागला.

या टीकेचं लोण महाराष्ट्र साहित्य परिषदेत येऊन पोचलं. परिषदेच्या कार्यकारिणीतील स्थानिक सभासदांत माझ्या पत्रिका-संपादनाविषयी प्रतिकूल सूर उमटू लागला. माझा राजीनामा मागण्याची तयारी सुरू झाली. केवळ एका ग्रामीण साहित्य विशेषांकाच्या कारणासाठी राजीनामा न मागता इतरही निमित्तं शोधण्यात येऊ लागली. त्यांची यादी तयार करून ते परिषदेच्या कार्यालयात देण्यात आलं. कार्यकारिणीच्या आगामी बैठकीत ते चर्चेसाठी ठेवण्यात यावं अशी विनंती करण्यात आली. मला ते पत्र दाखवण्यात आलं. 'तुमची जी काही उत्तरं असतील त्यांची तयारी ठेवा' असंही मला तोंडी सुचवण्यात आलं. या सगळ्याच गोष्टी मला अनपेक्षित होत्या. मला या प्रकरणाचा वेगळाच वास येऊ लागला.

आरोपपत्रातील आरोप पश्चात बुद्धीनं तयार केलेले असल्यामुळं त्यांना उत्तरं तयार करणं मला मुळीच अवघड गेलं नाही. मूळ वस्तुस्थिती साधार पद्धतीनं सांगितल्यावर ते आपोआपच नाहीसे होणार होते. मी त्या आरोपांची लेखी उत्तरं माझ्याजवळ तयार ठेवली. शिवाय त्या आरोपांतील विपर्यासही दाखवून देण्याची लेखी तयारी ठेवली. कार्यकारिणीला मोकळेपणानं चर्चा करता यावी, म्हणून मी अगोदरच राजीनामापत्र कार्याध्यक्षांकडं देऊन ठेवलं. मला पत्रिकेच्या संपादकपदाशी कोणत्याही प्रतिकूल परिस्थितीत चिकटून राहण्याची इच्छा नव्हती. ते पद माझ्याकडं सन्मानानं राहणार असेल तरच ती एक सार्वजनिक संस्थेतील नैतिक जबाबदारी म्हणून मी स्वीकारणार होतो. खुर्चीला चिकटून राहण्याचा चिकट प्रकार मला करायचा नव्हता.

१९८१ च्या १, २ आणि ३ फेब्रुवारी रोजी अकोल्याला जे अ.भा.म. साहित्य संमेलन होणार होतं त्या संमेलनस्थानीच महाराष्ट्र साहित्य परिषदेच्या कार्यकारिणीची बैठक घ्यायचं निश्चित झालं होतं. योगायोगानं त्याच दिवशी किंवा त्याच्या आदल्या दिवशी गोविंदराव तळवलकरांच्या त्या अग्रलेखाला उत्तर म्हणून पाठवलेला माझा लेख 'महाराष्ट्र टाइम्स'मधून प्रसिद्ध झाला. त्याचा परिणाम परिषदेच्या कार्यकारिणीच्या अनेक सदस्यांवर झालेला असावा. त्यामुळं आरोपपत्राच्या वाचनाच्या आणि चर्चेच्या वेळी अनेकांचा विरोध मावळला. काहींचा मवाळ झाला. मी तयार केलेली आरोपांची उत्तरं मीच वाचून दाखवली. शेवटी उलटसुलट पुन्हा चर्चा झाली. ती मुक्तपणे व्हावी, कुणावरही माझ्या अस्तित्वाचं दडपण येऊ नये म्हणून मी कार्याध्यक्षांची परवानगी घेऊन सभेच्या हॉलबाहेर निघून गेलो.

माझा राजीनामा नामंजूर करण्यात त्या मुक्त चर्चेची परिणती झाली. एका अर्थी माझ्या भूमिकेचा आणि मतांचा तो आदर होता. मला समाधान वाटलं.

समाधान वाटलं तरी एकूणच वर्तमानपत्री टीकेविषयी मला एक नवी जाणीव झाली. आतापर्यंत माझ्या साहित्यावर अनेकांनी वाङ्‌मयीन मासिकांतून अनुकूल-

प्रतिकूल टीका केली होती. पण ती माझं साहित्य वाचून त्यातील त्रुटी, दोष, मर्यादा साधार दाखवणारी होती. अशा टीकेनं मी कधी विचलित झालो नाही. अशी टीका मला अंतर्मुख करून विचार करायला प्रवृत्त करत असे. अंतिमत: ती माझा आणि माझ्या साहित्याचा विकास साधणारीच मला वाटे. टीका करणाऱ्यानंही ती अभ्यासपूर्वक तयार झालेल्या निखळ विचारांनी प्रेरित होऊन केलेली असे. म्हणून टीका करणाऱ्यांविषयी ती माझ्या मनात आदर वाढवी. तथाकथित भल्याभल्या संपादक-पत्रकारांची वर्तमानपत्री टीका मात्र अशा योग्यतेची नसते असा पडताळा आला. असं का व्हावं असा प्रश्न पडला.

लक्षात आलं की, वर्तमानपत्रात रोज अग्रलेख लिहावा लागतो. एखाद्या संपादकाला किंवा संपादक मंडळातील व्यक्तींना अग्रलेख आलटूनपालटून सतत लिहावे लागत असतात. अशा अवस्थेत केलेल्या लेखनात जागृत मनाचे जसे आविष्कार असतात, तसे अर्ध जागृत आणि सुप्त (सब्कॉन्शस आणि अन्कॉन्शस) मनाचेही आविष्कार असतात. मनातील अनेक सामाजिक, सांस्कृतिक गंडभाव विवेकाला बाजूला सारून व्यक्त होतात. परिणामी टीका करणारी व्यक्ती ज्या सामाजिक व्यवस्थेतून, वर्गातून, वर्णातून, वृत्तीतून, व्यवसायातून पुढं आलेली असते त्या सर्वांचे मूल प्रेरणात्मक (किंवा मूलभूत सहज भावांचं) प्रतिबिंब त्या लेखनात पडतं. सुप्त राग, द्वेष इत्यादी विकारांचा चिखलही त्यात मिसळत असतो. त्यामुळं निखळ वैचारिक किंवा तर्कशुद्ध असं ते लेखन होत नाही. ते तात्कालिक घटना प्रसंगावरचं असेल तर बहुधा ते उथळच होतं. त्यात चिखल असतो.

पण त्याचा प्रभाव मात्र वर्तमानपत्रे वाचणाऱ्या मोठ्या समाजावर, बहुसंख्याक असलेल्या सर्वसामान्य वाचकांवर होतो आणि तो त्या आधारे आपली मतं पक्की करतो. त्यामुळं त्याची दिशाभूल होते. त्यामुळं तो चुकीच्या प्रतिक्रिया व्यक्त करतो, त्याचं काय? एखादी निरपराध किंवा चांगली व्यक्ती त्याला अकारण बळी पडते, ती संपुष्टात येऊ शकते. तिची किंमत कोण भरणार? अंतिमत: वर्तमानपत्रांनी पेरलेल्या विकृतीचा भुरदंड त्या समाजालाच मोजावा लागतो...

महाराष्ट्र साहित्य परिषदेनं घेतलेल्या कार्यकारिणीच्या सभेत माझ्या राजीनाम्याचं प्रकरण पेल्यातील वादळासारखं ठरावं, इतकं व्यापक नाट्य सभेच्या खोलीबाहेर अकोल्याच्या अखिल भारतीय मराठी साहित्य संमेलनात घडत होतं.

१९८० मध्ये मी ज्या महाराष्ट्र राज्य ग्रंथ-पुरस्कार कमिटीचा सदस्य होतो त्या कमिटीनं अनेक पुस्तकांना पुरस्कार दिले होते. त्यांतील तीन नावं कमिटीला न विचारता शासकीय पातळीवर वगळण्यात आली होती. अरुण साधूंची 'सिंहासन' ही राजकीय जीवनावरील कादंबरी, विनय हर्डीकर यांचं 'जनांचा प्रवाहो चालिला' हे अणीबाणीवरचं ललित चिंतनशील गद्य आणि बा. न. राजहंस यांचं 'लोकनायक

जयप्रकाश' हे वैचारिक पुस्तक.

या तिन्ही पुस्तकांचा वर्तमानकालीन राजकीय परिस्थितीशी संबंध होता. राजकारणात सत्तेसाठी चाललेल्या मारामाऱ्या आणि त्यातून निर्माण झालेली राजकीय विकृती, अणीबाणीच्या काळात कुचंबणारं लोकमानस आणि अशा कुंठित सागर-शक्तीला दिशा देऊ पाहणारं लोकनायकत्व यांच्याशी या पुस्तकांचा संबंध होता. अणीबाणीच्या पार्श्वभूमीवर ही पुस्तकं कमिटीच्या आम्हा सदस्यांना आवडणं, त्यांचा पुरस्कार केलाच पाहिजे, अशी जाणीव होणं अगदी स्वाभाविक होतं.

अणीबाणीनंतरच्या काळात जनता सरकार विजयी होऊन सत्तेवर आलं होतं. जनसागराला त्यामुळं आनंदाचं भरतं आलं होतं. पण हे सरकारही फार दिवस टिकलं नाही. त्यामुळं पुन्हा निवडणुका घ्याव्या लागल्या. त्यात काँग्रेसचा आणि इंदिरा गांधींचा विजय झाला होता. या राजकीय उलथापालथीत यशवंतरावजी चव्हाण, शरद पवार सत्तेपासून बाजूला फेकले गेले होते आणि महाराष्ट्रात बॅरिस्टर अंतुले मुख्यमंत्री झाले होते. ते मुख्यमंत्री होण्यामागं इंदिरा गांधी कारणीभूत होत्या. त्यामुळं बॅरिस्टर अंतुलेंची इंदिराभक्ती आणि उत्साह दुणावला होता. त्या भरात ते अनेक निर्णय धडाधड घेत होते आणि इंदिरानिष्ठा प्रदर्शित करत होते. त्या निष्ठेचा परिणाम या तीन पुस्तकांची नावं कमिटीला न विचारता परस्पर वगळण्यात झाला होता. कारण इंदिरा सरकारवर टीका, अणीबाणीतील जनमानसाची मीमांसा, अणीबाणी आणि इंदिरा सरकार यांचे प्रखर विरोधक लोकनायक जयप्रकाश यांचा तेजस्वी जीवनपट यासारखे विषय तिन्ही पुस्तकांत होते.

पुरस्काराच्या बाबतीत हे पहिल्यांदाच असं होत होतं. पुरस्कारांची बातमी वर्तमानपत्रांतून प्रसिद्ध झाल्यावर मी पुरस्कार विजेत्यांची नावं आणि पुस्तकं उत्सुकतेनं वाचली. यादीतून तीन नावं वगळलेली दिसली. मी अस्वस्थ झालो. सरकारनं या पुस्तकांवर, साहित्यिकांवर आणि कमिटीवरही बेछूटपणे अन्याय केला होता. बॅ. अंतुले यांची इंदिराभक्ती साहित्यिकांच्या गुणवत्तेपेक्षा श्रेष्ठ ठरली होती. त्याचा सात्त्विक संताप आला.

तडकाफडकी सकाळी दहाच्या सुमारास मी पु. ल. देशपांडे यांच्याकडे गेलो. त्यांना आणि सुनीताताई यांना सविस्तर हकिगत सांगितली आणि म्हणालो, ''आता काय करायचं?''

''ही बातमी तू पत्रकारांना सांग.'' भाई म्हणाले.

''पत्रकारांकडं मी कसा जाऊ? कारण पुरस्कार समितीच्या बैठका या गोपनीय असतात, त्यात सरकारला कोणत्या पुस्तकांची यादी दिली ही बातमीही गोपनीय ठेवावी लागते. समितीत कोण कोण सभासद व अध्यक्ष वगैरे असतात हेही गोपनीय ठेवावं लागतं. तशा कागदपत्रांवर सह्या करून सदस्यांनी सर्व काही

गोपनीय ठेवण्यास मान्यता दिलेली असते. अशा परिस्थितीत मला जाता येईल का?''

मी काळजी व्यक्त केली. माझ्यावर एक अनामिक दडपणही आल्यासारखं झालं होतं. पण लेखकांवर अन्याय करणाऱ्या वस्तुस्थितीलाही वाचा फुटली पाहिजे असं वाटत होतं. क्षणभर थांबून मी भाईंना विचारलं,

''ही बातमी 'मी' दिली असं न होता ती प्रसिद्ध झाली तर?''

''चालेल. तुझ्याकडं पत्रकार येतील. त्यांना तू तसं सांग.''

''ठीक आहे.'' मी उठलो.

विद्यापीठात तसाच गेलो.

दुपारी दोन तरुण पत्रकार आले.

त्यांना मी सविस्तर बातमी सांगितली.

पण उत्साहाच्या भरात ते मलाच मार्गदर्शन करू लागले. 'तुम्ही समितीच्या सदस्यत्वाचा जाहीरपणे राजीनामा द्या,' म्हणू लागले. वास्तविक राजीनामा देण्याचा प्रश्नच नव्हता. पुरस्कारांची यादी सरकारला सादर केल्यावर आपोआपच 'समिती' विसर्जित झालेली होती. समितीच नाही तर राजीनामा कशाचा देणार? शिवाय कागदोपत्री ही समिती सरकारला पुरस्कारांची 'शिफारस' करणारी होती. अंतिम निर्णय काय घ्यायचा हा अधिकार सरकारचाच होता, हे पत्रकारांना मी सांगितलं.

तरी त्यांनी बातमी देताना माझं नाव उघड केलं. आपली अहंनिष्ठ जाणकारी आणि धाडसी पत्रकारी सिद्ध केली. तिच्यामुळं बातमीला सनसनाटीपणा यायला मदत झाली.

मुंबईच्या वर्तमानपत्रांतूनही परस्पर बातम्या प्रसिद्ध झाल्या. काँग्रेस सरकारवर अगोदरपासूनच बहुसंख्य सुशिक्षित वर्ग संतापलेला होता. त्यात ही बातमी प्रसिद्ध झाल्यानं बहुतेक साप्ताहिकांतून आणि दैनिकांतून अंतुले सरकारवर आगपाखड सुरू झाली.

निरनिराळ्या साहित्य संस्थांतून आणि व्यासपीठांवरून सरकारच्या निषेधाचे ठराव पास होऊ लागले. पुण्याच्या महाराष्ट्र साहित्य परिषदेत ६ जानेवारी १९८१ रोजी परिषदेचे कार्याध्यक्ष डॉ. वि. रा. करंदीकर यांच्या अध्यक्षतेखाली सभा होऊन तिच्यात शासनाचा निषेध करणारा ठराव पास झाला. प्रा. गं. बा. सरदार, डॉ. य. दि. फडके, श्री. प्रभाकर पाध्ये आणि 'सोबत'कार ग. वा. बेहेरे हे कडाडून बोलले. सभेला खच्चून गर्दी होती. या निमित्तानं कलाक्षेत्राच्या स्वायत्ततेच्या आणि कलावंताच्या आविष्कार-स्वातंत्र्याचा प्रश्न धसाला लावला गेला.

नंतर साहित्यक्षेत्रात रान उठवलं गेलं. ग. वा. बेहेरे यांनी आणि 'ग्रंथाली'च्या लोकांनी 'स्वाभिमान पारितोषिक' यातूनच आकाराला आणलं. ज्यांना पुरस्कार

नाकारले त्यांना जनतेनं देणग्या देऊन खास पुरस्कार देण्याची योजना आखली. लोकांनी ती उचलून धरली.

'ज्यांना पुरस्कार मिळाले त्यांनी सरकारचा निषेध म्हणून ते नाकारावेत' असं आवाहन याच काळात करण्यात आलं. त्याला अनेकांनी प्रतिसाद दिला. अ. ना. पेडणेकर, वसंत बापट, मंगेश पाडगावकर, रत्नाकर मतकरी, य. दि. फडके, महावीर जोंधळे यांनी ते नाकारले.

सगळ्याच साहित्यिकांनी स्वायत्ततेचा, कलावंताच्या आविष्कार-स्वातंत्र्याचा विचार धसाला लावला होता. या मुद्द्यावर अखिल भारतीय मराठी साहित्य संमेलनात सरकारचा निषेध करणारा ठराव खुल्या अधिवेशनात मांडून तो पास करण्याचा निर्णय अनेकांनी मनाशी घेतलेला होता. त्यामुळं सगळ्यांचीच उत्सुकता संमेलनाच्या पहिल्या दिवसापासूनच ताणली होती.

पण ही गोष्ट सोपी नव्हती. अनेक साहित्यिकांचा वैयक्तिक संधिसाधूपणा, स्वार्थ, मूर्खपणा हे या ठरावाच्या आड येऊ घातलं होतं. त्यांच्या बौद्धिक दारिद्र्यानं विटाळलेल्या चिंध्यांचं प्रदर्शन या संमेलनात अगदी आरंभापासून झालं.

हे संमेलन काँग्रेसचा वरचश्मा असलेल्या अकोला शहरात भरत होतं. एक स्थानिक तरुण आमदार काँग्रेसच्या घरचं संमेलन असल्यासारखं वागत-वावरत होते. स्वागत समितीचे अध्यक्ष मधुसूदन वैराळे होते. त्यांनीच संमेलनाच्या स्वागताध्यक्षाचं भाषण केलं. केंद्रीय मंत्री खासदार वसंतराव साठे हे उद्‌घाटक होते. तेही बॅ. अंतुल्यांप्रमाणे इंदिराभक्त होते. त्यांनी उद्‌घाटनाच्या भाषणात आपली इंदिरानिष्ठा, काँग्रेसनिष्ठा, शासननिष्ठा प्रकट केली. तसेच समाजातील बुवाबाजीसंबंधी उद्‌गार काढले. या काँग्रेसजनांना आरंभापासूनच सामील असलेले महामंडळाचे अध्यक्ष डॉ. मधुकर अष्टीकर होते. महामंडळाला खूश करण्यासाठी मुख्यमंत्री बॅ. अंतुले यांनी पंचवीस हजार रुपयांची देणगी देऊ केलेली होती. पुढील संमेलन लंडनलाच घेऊ असेही आमिष डॉ. अष्टीकरांना दाखवलं होतं. त्यामुळं काँग्रेसचा ताजा इतिहास विसरून गेलेले डॉ. अष्टीकर आपल्या महामंडळाच्या अध्यक्षीय भाषणात 'पुढच्या वर्षी संमेलन लंडनला भरवू' असं बोलले. निषेधाच्या ठरावासंबंधी संमेलनाचे अध्यक्ष श्री. गो. नी. दांडेकर यांनीही कचखाऊ धोरण स्वीकारलं होतं. त्यांनी महामंडळाच्या अध्यक्षांशी हातमिळवणी केली असावी. म्हणून त्यांनी मुख्यमंत्री बॅ. अंतुले यांच्या अभिनंदनाच्या ठरावालाच मान्यता दिली.

या सगळ्या घटना डोळ्यांदेखत पाहत होतो. सर्वसामान्य जनतेला हवा असलेला शासनाच्या निषेधाचा ठराव संमेलनात न आणताच संमेलन पार पाडणाऱ्या महामंडळाच्या अध्यक्षांच्या लाचार वृत्तीची कीव आली. साहित्य संमेलनातही असं साहित्यिकांचं राजकारण चालतं याचा प्रत्यय आला. ज्यांनी आपल्या साहित्यात

भारतीय संस्कृतीतील आदर्श मूल्यांचं पूजन केलं, त्यांचे पायही चिखलाचेच निघाले याचं वाईट वाटलं.

उदास मनानं पुण्याला परत आलो आणि ग्रामीण साहित्याच्या कार्याला चिकाटीनं लागलो. अकोल्याच्या संमेलनात जळगावचे तरुण मित्र श्री. स. सो. सुतार आणि श्री. नारायण शिरसाळे भेटले. त्यांच्याबरोबर आणखी तीन-चार जण होते. त्यांनी जळगाव जिल्ह्यातील 'असोदा' या कवयित्री बहिणाबाई चौधरी यांच्या माहेर गावी जळगाव जिल्हा ग्रामीण साहित्य संमेलन घेण्याचा आपला बेत बोलून दाखवला. मला अतिशय आनंद झाला. मी सर्व प्रकारची मदत करण्याचं मान्य केलं आणि ही मंडळी संमेलनाचं आयोजन करण्याच्या उद्योगाला लागली.

त्या अगोदर गेल्या वर्षी ऑगस्ट १९८० मध्ये जळगावला मी कवयित्री बहिणाबाई चौधरी यांच्या जन्मशताब्दीनिमित्त व्याख्यान देण्यासाठी गेलो होतो. त्या वेळी प्रथम ही मंडळी भेटून साहित्याविषयी सविस्तर बोलली होती. ग्रामीण साहित्याविषयी काही करावं, अशी प्रेरणा त्या वेळी त्यांच्या मनात रुजलेली दिसली. पण त्याचं फळ एवढ्या झटपट दिसेल असं मला वाटलं नव्हतं. या जळगाव भेटीतच मा. मधुकरराव चौधरी, सौ. चौधरी वहिनी, सोपानदेव चौधरी यांचाही प्रत्यक्ष परिचय झाला होता. बहिणाबाई चौधरी यांच्याविषयी मी काही वेगळा विचार मांडला होता. त्यानं सगळे प्रभावित झाले होते. काहीतरी ग्रामीण साहित्याविषयी केलं पाहिजे असं बीज श्रोत्यांच्या मनात पेरण्याचा मी प्रयत्न करीत होतो, त्याचं फळ संमेलनाच्या रूपानं आकाराला येऊ घातलं होतं.

परिणामी लवकरच अस्थायी समितीची स्थापना होऊन स. सो. सुतार हे या संमेलनाचे निमंत्रक म्हणून नियोजित झाले. त्यांचं संघटनकौशल्य विलक्षण होतं. १९८१ च्या मार्च महिन्यापासूनच ते या संमेलनाच्या कामाला लागले. वेळोवेळी माझ्याशी पत्रव्यवहार सुरू ठेवून सतत संपर्कात राहिले.

इकडं प्रवरानगरला महाराष्ट्रीय पातळीवर संमेलन घेण्याचा विचार मनात जोरकस बळावत होता. तो बळावत जाण्याला एक इतिहास होता. पश्चिम महाराष्ट्रातील तीन-चार परिसर माझ्या मनासमोर येत होते. प्रवरानगर, वारणानगर, इचलकरंजी आणि सांगली अशी ही ठिकाणं होती. इतरही होती. पण त्यांच्याशी माझा प्रत्यक्ष संबंध कधी आला नव्हता. मात्र ही चारही ठिकाणं मी आतून पाहिलेली होती. 'विद्येची नवी माहेर-घरं' म्हणून मी एक लेखही अशा ठिकाणांवर प्रसिद्ध केला होता. महाराष्ट्राच्या ग्रामीण विभागाचा कायाकल्प जर व्हायचा असेल तर अशी ठिकाणं ग्रामीण महाराष्ट्रात जागोजागी निर्माण झाली पाहिजेत. त्या त्या ग्रामीण विभागाची सामाजिक, कृषीविषयक, आर्थिक, सांस्कृतिक, शैक्षणिक गरज आणि निकड ओळखून या साखर कारखान्यांनी विविध रीतींनी कार्य करणाऱ्या विविध

उपसंस्था स्थापन केल्या पाहिजेत. साखरेचा उपयोग त्यासाठी करून घेतला पाहिजे. संस्थांद्वारे सामान्य माणसांचा विकास साधण्याचंच ध्येय-धोरण ठेवलं पाहिजे असा आशय त्या लेखाचा होता. अशा केंद्रोपकेंद्रांत मी जेव्हा व्याख्यानं देत असे, तेव्हाही हाच आशय मी माझ्या व्याख्यानातून श्रोत्यांसमोर विविध निमित्तांनी मांडत असे.

या दृष्टीनं प्रवरानगर हे मला मानसिकदृष्ट्या जवळचं वाटत होतं. खासदार बाळासाहेब विखे पाटील यांनी तिथं विविध संस्था-उपसंस्थांचं एक जाळंच निर्माण केलं होतं. त्यांच्या या संस्थात्मक कार्याला एक परंपरा होती; तशी ग्रामीण समाज-विकासाची विचारवंत दृष्टीही कारणीभूत होती. सहकार महर्षी पद्मश्री विखे पाटील यांचा सहकाराचा आणि सामाजिक जाणिवेचा वारसा ते यशस्वीपणे चालवीत होते. अनेक कार्यकुशल माणसं त्यांनी या संस्था चालवण्यासाठी गोळा केली होती. त्यांतील एक म्हणजे पद्मश्री विखे पाटील कॉलेजचे प्राचार्य डॉ. मोहनराव हापसे होते. विज्ञान शाखेची डॉक्टरेट त्यांनी मिळवली होती. परदेशी जाऊन अधिक ज्ञान मिळवून आले होते. शिवाजी विद्यापीठातील अध्यापनाचा अनुभव त्यांना होता. स्वत: शेतकरी घराण्यातून ग्रामीण विभागातून आलेले असल्यामुळं नवजागृत ग्रामीण समाजाची जाण त्यांना अंतर्बाह्य होती. अचूक, भेदक विचारशक्ती आणि तशाच योग्यतेचं व्यवस्थापन आणि प्रशासन करण्याचं सामर्थ्यही प्रत्ययाला येत होतं. (नंतर ते पुणे विद्यापीठाचे प्रकुलगुरूही झाले.)

त्यांचा माझा १९८० मध्ये प्रथम परिचय झाला. बराच वेळ एकत्र होतो. एकूण ग्रामीण समाजस्थितीवर, सद्य:स्थितीवर बरीच चर्चा आणि गप्पाटप्पा झाल्या. एकमेकांना समजून घेता आलं. त्यातूनच मी त्यांना 'ग्रामीण साहित्य संमेलनं' पुण्यासारख्या शहरात न घेता, खेड्यापाड्यातील शिक्षण केंद्रातून घेण्याची कशी गरज आहे या संबंधीही बोललो. 'प्रवरानगरला एखादं संमेलन आपण कधीतरी घेऊ या' असं ते बोलले होते.

पुन्हा १४ फेब्रुवारी १९८१ ला प्रवरानगरला माझं व्याख्यान ठेवलं होतं त्यासाठी गेलो. या भेटीतच सविस्तर अनौपचारिक चर्चा होऊन प्रवरानगरला संमेलन घेण्याचा निर्णय डॉ. मोहनराव हापसे यांनी घेतला. दि. १, २, ३ मे १९८१ अशा तारखाही निश्चित झाल्या. कार्यक्रमाची रूपरेषा लवकरच पाठवण्याचं अभिवचन देऊन मी परतलो आणि विविध प्रकारच्या कामांना प्रचंड वेगानं लागलो.

प्रवरानगरचं संमेलन एकुणात 'पाचवं' होतं. ग्रामीण भागात ग्रा. सा. संमेलन घेण्याचा उत्साह वाढीला लागल्याचा पडताळा येत होता. 'ग्रामीण साहित्य संमेलन' घेण्याविषयी महाराष्ट्राच्या विविध भागांतून माझ्याकडं पत्रं येऊ लागली होती.

मराठी साहित्याच्या विघटन-प्रक्रियेला महाराष्ट्रात जोराची चालना मिळाली होती. पण या विघटनाच्या प्रक्रियेनंतर नवं मराठी जीवन समर्थपणे व्यक्त करणाऱ्या

नव्या मराठी साहित्याचा प्रवाह एकत्रितपणे निर्माण होईल की नाही याची शंका वाटत होती. सुट्या सुट्या स्वरूपातच या साहित्यधारा आपली मर्यादित अस्मिता जपत वाहू लागतील आणि त्यातून पुढं परस्परांवर आक्रमणे, हल्ले होत कलह माजेल. त्याचा परिणाम मराठी जनसामान्यांच्या समाजाची नवजागृतीमुळे बलाढ्य एकात्मता निर्माण व्हावयाच्या ऐवजी शकलं पडतील. या विघटनातून निर्माण होणाऱ्या फुटीरतेचा फायदा अर्थकारणी स्वार्थी भांडवलशाहीवादी, पुनरुज्जीवनवादी, वर्णश्रेष्ठत्ववादी घेतील आणि त्यातून शोषणाची नवी प्रक्रिया सुरू होईल अशी साधार भीती मला वाटत होती.

या बाबतीत वेळोवेळी मी प्रा. गं. बा. सरदार यांच्याशी चर्चा करत होतो. त्यांच्याकडं वरचेवर जात होतो. त्यांचं मार्गदर्शन घेत होतो. त्यांच्याविषयीचं माझं आकर्षण जास्त जास्त वाढत होतं. म्हणून मी त्यांनाच 'तिसऱ्या ग्रामीण साहित्य संमेलनाचं अध्यक्षपद' स्वीकारण्याविषयी विनंती केली. त्यांनी ती मान्य केली. मला अत्यानंद झाला. मी प्रवरानगरला तसं कळवलं आणि त्यांना आभाराचं व आनंद झाल्याचं पत्र पाठवण्यास विनंती केली. सरदार सर आपल्या अध्यक्षीय भाषणातून या सर्व साहित्यधारांचा समन्वय साधर्तल नि त्यातून महाप्रवाह निर्माण होण्याची का अत्यावश्यकता आहे हे सांगतील याविषयी मला आशा होती.

या हेतूनंच मी संमेलनातील कार्यक्रमांची, विविध विषयांची आणि वक्त्यांची जुळणी केली. जीवनवादी, परिवर्तनवादी, वाङ्मयीन काळाचा साक्षी राहून अभ्यास करणारे, साहित्य आणि समाज यांचा दृढ संबंध असतो असे मानणारे प्रा. गो. म. कुलकर्णी, मर्ढेकर युगाचे साक्षेपी भान असलेले पण मुळात समन्वयवादी असलेले प्रा. म. द. हातकणंगलेकर, मर्ढेकरोत्तर साहित्याची चिरफाड करणारे, परपुष्टतेवर हल्ला करणारे आणि देशी संवेदनशीलतेची भूमिका घेऊन समीक्षा करणारे तरुण समीक्षक प्रा. भालचंद्र नेमाडे, दलित साहित्याची व्यापक तात्त्विक बैठक काय असू शकते याचा खोलात जाऊन प्रथमच ग्रंथरूपाने विचार करणारे प्रा. रा. ग. जाधव, एकूण जागतिक साहित्यात आफ्रिकन 'निग्रो लिटरेचर'चं स्थान कोणतं आहे, त्याचा दलित साहित्याशी समांतर धागा कोणता आहे, हे प्रथमच नीटपणे मराठी साहित्याला परिचय करून देणारे प्रा. जनार्दन वाघमारे, दलित साहित्याला तात्त्विक बैठक कोणती असणं आवश्यक आहे, हे प्रारंभी सांगणारे आणि दलित समाजातीलच स्वत: असणारे साहित्यिक श्री. बाबूराव बागूल आणि प्रा. रावसाहेब कसबे, जनसाहित्याची तात्त्विक बैठक मराठीत प्रथमच मांडणारे आणि सर्वसामान्य जनसामान्यांचा साहित्यप्रवाह एक झाला पाहिजे असं मानून विदर्भात जनसाहित्याची चळवळ चालवणारे तिचे आद्यप्रवर्तक प्रा. या. वा. वडस्कर, कलावादी, रूपवादी भूमिका यथार्थपणे समजून देणारे प्रा. स. शि. भावे, लोकसाहित्य आणि ग्रामीण

साहित्य यांचा मूलस्त्रोत समजून देणारे प्रा. गंगाधर मोरजे, भारतीय हिंदी साहित्याचे अभ्यासक आणि भारतीय सांस्कृतिक मानसिकतेचा विशेष अभ्यास असलेले प्रा. चंद्रकांत बांदिवडेकर, हमाल, देवदासी, विडी कामगार, भंगी इत्यादी सामाजिक अधस्तरीय जनसामान्यांच्या जीवनावर लेखन करणारे, मुळात समाजवादी मानसिकता असलेले डॉ. अनिल अवचट, शेतकरी संघटनेची भूमिका आणि आधुनिक ग्रामीण साहित्याची भूमिका एकमेकींना कशा पूरक आणि पोषक आहेत, याचे भान देणारे प्रा. अरविंद वामन कुलकर्णी या प्रमुख वाङ्मयीन विचारवंतांना पाचारण केलं. याशिवाय दुसऱ्या फळीच्या अनेक दलित, ग्रामीण आणि तत्सम साहित्याची निर्मिती करणाऱ्या व समीक्षा लिहिणाऱ्या अनेक साहित्यिकांना व समीक्षकांनाही येण्याविषयी निमंत्रणं धाडली. याशिवाय कथाकथन, कविसंमेलन यांसारखे सांस्कृतिक कार्यक्रमही तेवढ्याच तोलामोलाचे व्हावेत म्हणून चांगल्या कवि-कथाकारांनाही बोलावलं. नव्वद ते पंचाण्णव टक्के निमंत्रितांनी होकार दिले. स्नेहभावनेनं येण्याचं कबूल केलं.

संमेलनाच्या पहिल्या दिवशी रात्री आठ वाजताच या मंडळींची अनौपचारिक मुक्त चर्चा ठेवली होती. भारतीय बैठक असलेली. या बैठकीला फक्त जाणकार वर्ग असावा, केवळ श्रोता असणारा वर्ग शक्यतो नसावा याची दक्षता घेतली होती. जिथल्या तिथं उभं राहून प्रत्येकाला बोलण्याची मुभा होती. चर्चेसाठी विषय ठेवला होता, '१९६० नंतरच्या ग्रामीण साहित्याची दिशा.' हा विषय ठेवण्यामागचा हेतू मी प्रास्ताविकात स्पष्ट केला. १९६० नंतर प्रत्यक्षात निर्माण झालेल्या ग्रामीण साहित्याचं स्वरूप काय आहे आणि या ग्रामीण साहित्याला योग्य अशी कोणती दिशा लाभण्याची आवश्यकता आहे, त्याविषयी ग्रामीण साहित्य चळवळीची भूमिका काय आहे हे मी स्पष्ट केलं. साहित्य आणि समाज यांचा संबंध कसा असतो, साहित्यानं सामाजिक परिवर्तन होऊ शकतं काय, साहित्यातून व्यक्त होणारी जीवनमूल्यं महत्त्वाची की कलामूल्यं महत्त्वाची असे अनेक प्रश्न या निमित्तानं प्रास्ताविकातच मी चर्चेसाठी मांडले. अनेकांच्या याविषयीच्या वेगवेगळ्या भूमिका स्पष्ट व्हाव्यात हा त्यामागचा हेतू होता. या भूमिका मुक्तपणानं मांडल्यावर समन्वयवादी अशी सर्वच मराठी साहित्याला आशय-अनुभवाच्या दृष्टीनं ग्रामीण समाज केंद्रवर्ती धरून नवी दिशा प्राप्त करून देता येईल काय हा माझ्या मनात महत्त्वाकांक्षी विचार होता.

दुसऱ्या दिवशी दुपारचा कार्यक्रमही असाच महत्त्वाचा होता. 'स्वातंत्र्योत्तर काळातील नव्या साहित्यविषयक चळवळींचा मूलस्त्रोत' असा त्याचा विषय होता. हा विषय नीटपणे मांडला गेला तर स्वातंत्र्योत्तर काळात चळवळींच्या आणि वेगळेपणाच्या जाणिवांनी निर्माण झालेल्या सर्व परिवर्तनवादी साहित्यधारांचा मूलस्त्रोत

काय आहे हे कळू शकेल. त्यांची वैशिष्ट्यं आणि मर्यादाही सांगोपांग स्पष्ट होतील. मूलस्रोताशी या सर्व साहित्यधारांचा संबंध काय आहे हेही स्पष्ट होईल आणि हा संबंध स्पष्ट झाल्यानं दृढही होईल. ही स्पष्टता आणि दृढता आली की या सर्व साहित्यधारा एकाच गाभाभूत आशयाचे विविध आविष्कार आहेत, हा गाभा मौलिक समाजदर्शनाचा आणि समाजपरिवर्तनाचाही आहे, आधुनिक सुधारित समाजाचं स्वप्न पाहणारा आहे हे कळून येईल. हे कळलं की सर्व साहित्यधारांचा महासमन्वय साधून नवं व्यापक मराठी साहित्य जन्माला येईल असं मला वाटत होतं.

प्रा. भालचंद्र नेमाडे, प्रा. रा. ग. जाधव यांच्यासारखे दोघं-तिघं जण वगळले तर झाडून सर्व निमंत्रित वक्ते संमेलनाला उपस्थित होते. कार्यक्रमात निकरानं विचार मांडण्यात आले. अनौपचारिक चर्चेत वादविवाद, मतभेदांचं प्रदर्शन झालं तरी विचारांचे अनेक कंगोरे स्पष्ट झाले. कुणावर कोणतंही दडपण नसल्यामुळं त्यांच्या मनात विषयाच्या संदर्भात नेमकं काय आहे हे स्पष्टपणे ऐकायला मिळालं. तीन दिवसांत अनौपचारिक गाठीभेटीत चहा, नाश्ता, भोजन घेता घेता वैचारिक देवघेवी झाल्या. चळवळीविषयी आस्था निर्माण झाली. ग्रामीण साहित्याविषयी काही लिहावं, बोलावं असं अनेकांना वाटू लागलं.

तीन दिवस प्रत्येक कार्यक्रमात प्रास्ताविक करण्याच्या निमित्तानं विचारलेल्या विविध प्रश्नांना उत्तरं देण्याच्या निमित्तानं मी भाग घेत होतो. कुठंही मी स्वत:ला आक्रमक होऊ दिलं नाही की कोणतीही चाललेली चर्चा संयोजक म्हणून हातात घेतली नाही. हेतू असा होता की ग्रामीण साहित्याच्या चळवळीविषयी कुणाच्या मनात काय आहे हे मोकळेपणानं बाहेर यावं. ते तसं येण्यासाठी वातावरण एकदम अनुकूल राहावं, प्रसंगी मांडणाऱ्याला चेव यावा, अभिनिवेशानं त्यानं ते तसं मांडावं असं मला वाटत होतं. सामाजिक दबाव आणण्यामुळं, आग्रही भूमिका घेतल्यामुळं, विद्रोही कडवी वृत्ती स्वीकारून अडाणीपणानं हल्ले केल्यामुळं चळवळ एकारली जाते, तिच्याविषयी खरं बोलण्याची सोय राहत नाही, मग वरपांगी तिचं कौतुक केलं जातं, असं कौतुक करण्यात नेहमी दुय्यम दर्जाचे समीक्षक हिरिरीनं पुढं येतात, हे मी साहित्याच्या इतर चळवळीत पाहत होतो. त्यामुळं त्या चळवळीचं आणि तिच्या साहित्याचं खोलवर नुकसान होत होतं हे मी अनुभवत होतो. ग्रामीण साहित्याच्या चळवळीचं असं होऊ नये असं मनापासून वाटत होतं. त्यासाठी मी काळजी घेत होतो. टीकेतून निर्माण होणारी प्रतिटीका ही अंतिमत: विचारांचा विकासच करते अशी माझी धारणा होती. ग्रामीण साहित्याच्या चळवळीच्या अनेकांगी विकासासाठी मला हे विचारमंथन हवं होतं. या साहित्य संमेलनानं मला ते भरपूर प्रमाणात दिलं. चळवळीचा पाया भक्कम करायला त्याची पुष्कळच मदत झाली.

◆

चार अर्थपूर्ण अनुभव

कराडजवळील एका छोट्या गावचे श्री. संभाजीराव थोरात हे स्वातंत्र्यसैनिक होते. मा. यशवंतराव चव्हाणांच्या बरोबर त्यांनी कार्य केलं होतं. स्वातंत्र्योत्तर काळातही ते सक्रिय होते. त्यांनी 'स्मृती जयाची चैतन्य-फुले' या नावाचं आत्मचरित्रपर पुस्तक लिहिलं होतं. या पुस्तकाचा प्रकाशन समारंभ कराडला दि. ८ मे १९८१ रोजी होता. मी प्रमुख पाहुणा म्हणून पुस्तकावर बोलणार होतो. अध्यक्ष होते माननीय यशवंतराव चव्हाण. त्यांच्या हस्ते पुस्तकाचं प्रकाशन होतं.

मला ही सुवर्णसंधी वाटली.

मनात काही योजून मी समारंभास गेलो. 'गेल्या वीस वर्षांत बहुजन समाजाचं अनेक अंगांनी स्थित्यंतर चालू आहे. त्याला प्रथमच व्यापक पातळीवर शिक्षण मिळतं आहे. काही सामाजिक स्तरांना त्यामुळं जागृती आली आहे. अशा वेळीच त्याला नवा सांस्कृतिक संदर्भ देण्याची गरज आहे. त्याला जर नवी, आधुनिक लोकशाहीवादी, जातिधर्म यांच्या पलीकडची संस्कृती दिली नाही तर उद्या या पिढीतूनच अनर्थकारी घटना घडतील. समाजाची संस्कृती घडवणारी लोकशाहीमधील दोन प्रभावी साधनं आहेत. पहिलं शिक्षण आणि दुसरं साहित्य. शिक्षणाचा प्रसार आज होत आहे, त्याबरोबरच माणसाचं मन उत्तम रीतीनं घडवणाऱ्या साहित्याची निर्मिती ग्रामीण विभागात झाली पाहिजे. या साहित्यातून ग्रामीण समाजाची सुखदु:खं, आजची वास्तव सामाजिक स्थिती, सामान्यांचे अनेक प्रकारांनी होणारं शोषण यांना तोंड फुटणार आहे. चांगलं साहित्य हे खरं बोलणारं असतं. असं साहित्य काँग्रेसच्या पुढाऱ्यांनी, ग्रामीण समाजातील राजकीय कार्यकर्त्यांनीही वाचणं गरजेचं आहे. त्या वाचनामुळं त्यांना ग्रामीण समाजाची वास्तव स्थिती काय आहे हे कळेल. म्हणून ग्रामीण विभागात शिक्षणसंस्थांबरोबर, साखर कारखान्यांबरोबर, सहकारी संस्थांबरोबर, साहित्य संस्थांचीही स्थापना करण्याची गरज आहे. आपल्या राजकीय पुढाऱ्यांना याचं भान नाही. त्यांना फक्त आपल्या खुर्च्यांचंच भान आहे. समाजाच्या

सर्वांगीण विकासाविषयी त्यांचा काहीच अभ्यास नाही किंवा दृष्टीही नाही, असा अनुभव आम्हा सामान्य लोकांना येतो. असा आशय त्या व्याख्यानाचा होता.

राजकारणी आणि ग्रामीण पुढारी यांच्याविषयीचे विचार मी निर्भीडपणे मांडले. जरा त्यांचा अधिक विस्तार केला. त्यामुळं कार्यकर्ते अस्वस्थ झाले. सगळी सभा पांढरीशुभ्र दिसत होती. यशवंतराव चव्हाण यांच्यासमोर या सर्वांना सलगपणे सांगण्याची मला ही सुवर्णसंधी वाटली. म्हणून मी कुणाचीही भीडमुरवत ठेवली नाही.

कुणी एक जण कार्यकर्ता यशवंतरावांच्या कानात कुजबुजला, ''हे बंद करायला सांगू का?'' यशवंतराव तत्काळ उद्‌गारले, ''नको. त्यांना काय बोलायचं आहे ते बोलू द्या. नव्या पिढीचेही काही प्रश्न आहेत. त्यांना ते मांडू द्या.'' हे उद्‌गार माझ्या कानावर आले आणि मी अधिकच चढ्या आवाजातला कडक सूर लावला.

समारंभ झाल्यावर यशवंतरावजी चटकन निघून गेले. मी चहापानाच्या कार्यक्रमात अडकलो. थोड्या वेळानं कुणी कार्यकर्ता आला आणि त्यानं मला निरोप दिला, 'साहेबांनी बंगल्यावर बोलवलंय.' संभाजीरावांच्यासह मी त्यांच्या गाडीत बसून गेलो. मनात थोडी धाकधूक होतीच की यशवंतरावांचा गैरसमज तर झाला नसेल ना?

'विरंगुळा' बंगल्यावर जाईपर्यंतच्या प्रवासात माझा निश्चय झाला होता. 'गैरसमज झाला तरी हरकत नाही. आपण हे समाजासाठी करतो आहे. कुणा एकाच्या वैयक्तिक हेव्यादाव्यातून करत नाही किंवा वैयक्तिक स्वार्थासाठीही करत नाही.'

बैठकीत यशवंतराव मोकळेपणानं बोलले. त्यांनी 'गोतावळा' वाचलं होतं याचं मला आश्चर्य वाटलं. त्यावर ते मार्मिक बोलले. जणू त्यांनी 'मी मराठी ग्रामीण साहित्य अगदी आजपर्यंतचं वाचलेलं आहे' याची पावती माझ्यासमोर मांडली. म.सा. पत्रिकेचा मी जो 'ग्रामीण साहित्य विशेषांक' काढला होता त्याविषयी 'महाराष्ट्र टाइम्स'मधून वादंग माजलं होतं तेही त्यांनी वाचलं होतं. ते नुसतंच वाचलं नव्हतं. तर त्याविषयी त्यांनी आपलं मतही चर्चेत नोंदवलं. पण या अनुषंगिक गोष्टी होत्या. महत्त्वाचा मुद्दा असा होता की, 'नव्यानं ग्रामीण विभागात जन्मलेल्या तरुण सुशिक्षित पिढीचे प्रश्न तुम्ही जेवढे जवळून जाणू शकाल, तेवढी आमची पिढी जाणू शकणार नाही. नवेनवे प्रश्न निर्माण होणारच. तुम्ही मांडत राहा. तसे मांडत राहिल्यानं ते सोडवण्यास कार्यकर्त्यांना मदतच होत राहणार आहे.'

मला त्यांच्या या विचारानं हायसं वाटलं. वास्तविक ते एका अतिशय नाजूक पण स्फोटक परिस्थितीत कार्यक्रमास आले होते. काँग्रेस दुभंगली त्या काळात ते काँग्रेस 'अरस'मध्ये होते. पण नंतरच्या काळात काँग्रेस 'आय' सत्तेवर आल्यावर ते पुन्हा काँग्रेस 'आय'मध्ये प्रवेश करण्याच्या विचारात होते. अगदी उंबरठ्यावर

येऊन ठेपले होते. अशा वेळी 'कराड'च्या कार्यक्रमाच्या आदल्याच दिवशी 'खटाव'च्या 'यशवंतराव चव्हाण महाविद्यालया'चं 'यशवंतराव चव्हाण' हे नाव काढून 'शहाजी राजे महाविद्यालय' असं नामांतर वसंतदादा पाटलांच्या पत्नी शालिनीताई पाटील यांनी केलं होतं. महाराष्ट्रात त्यांचा हा किती मोठा अवमान झाला होता. अशा वेळी त्यांची मन:स्थिती ठीक नसणं अगदी स्वाभाविक होतं. अशा परिस्थितीत माझ्याविषयी त्यांचा काही गैरसमज झाला असता तरी मी ते समजू शकलो असतो. परिणामी माझ्या मनावर दबाव आला होता. पण त्यांची शांत, संतुलित विचारी दृष्टी पाहून मी समाधानानं परतलो. खोलवर एक जाणीव झाली की महाराष्ट्राच्या श्रेष्ठ नेतृत्वालाही मी जे काही करतो आहे ते चुकीचं वाटत नाही.

असोद्याचं जळगाव जिल्हा 'ग्रामीण साहित्य संमेलन' १९ मे १९८१ रोजी होतं. त्याचा अध्यक्ष म्हणून जायचं होतं. दुसरा पर्याय नव्हता.

संमेलनाला अपेक्षेपेक्षा जास्त गर्दी जमली होती. बहिणाबाईंचं जन्मघर आतून पाहताना क्षणभर मी विवश झालो. सगळेच स्तब्ध झाले. सोपानदेव चौधरींनी बहिणाबाईंच्या कविता मराठी समाजासमोर आणल्या नसत्या तर या गावी मी कशाला आलो असतो. प्रत्येक गावाला असा सोपानदेव मिळाला तर मराठी साहित्याच्या विकासासाठी वेगळी संमेलनीय धडपड किंवा ग्रंथप्रपंच करण्याची गरज वाटणार नाही. शहरलोलुप वृत्तींनी, सुखवादी व्यक्तिकेंद्रित दृष्टींनी आपण आपल्या वारशाचं किती मोठं नुकसान करीत आहोत असं काहीसं वाटून गेलं.

"साहित्यक्षेत्रातील विविध विचारप्रवाहांत ग्रामीण साहित्य हा एक प्रभावी विचारप्रवाह आहे. याविषयीचा विचार जिल्ह्याजिल्ह्यातून ग्रामीण साहित्य संमेलनं भरवून सामान्य ग्रामीण समाजापर्यंत आणि त्या समाजात नुकतीच लिहू लागलेली तरुण मंडळी आहेत, त्यांच्यापर्यंत नेऊन पोचवला तरच ग्रामीण समाजाला साहित्याचं नवं भान प्राप्त होईल." स्वागताध्यक्षाच्या भाषणात डॉ. आर. ए. बोरोल असं म्हणाले ते अगदी अचूक वाटलं.

दैनिक जनशक्तीचे संपादक आणि जिल्हा ग्रामीण साहित्य संमेलन समितीचे अध्यक्ष ब्रिजलाल पाटील होते. ते आपल्या प्रास्ताविकात मार्मिक बोलले. "स्वातंत्र्यप्राप्तीनंतर ग्रामीण भागाचा बाह्यरूपात कायापालट झाला आहे. पण या भागाच्या मानसिकतेत बदल घडवून आणून नवं मन्वन्तर घडवून आणण्याची गरज आहे. यातून नवा सामर्थ्यशाली माणूस उभा राहिला पाहिजे. हे काम राजकारणी लोकांपेक्षा साहित्यिकच प्रभावीपणे करू शकतात. म्हणून ग्रामीण साहित्यिकांवरच ही जबाबदारी येऊन पडते आहे. त्यांनी ही जबाबदारी स्वीकारली पाहिजे."

...एरवी साहित्यक्षेत्राच्या बाहेर असलेली ही माणसं कसं जाणकार वृत्तीनं बोलतात. यांनी साहित्य संस्था स्थापून राजकारण न करता या संस्थांचा विकास

केला तर साहित्याचं किती उदंड पीक येऊ शकेल असा विचार मनात आला.

संमेलनाच्या उद्घाटनाच्या भाषणात जिल्हा परिषदेचे अध्यक्ष श्री. के. डी. पाटील यांनीही महत्त्वाचा विचार मांडला. ''ग्रमीण समाजात आचारविचारांचं आदानप्रदान उत्तम रीतीनं व्हायचं असेल, ग्रामीग समाजाचे त्या त्या भागातील प्रश्न, समस्या नीटपणे लोकांसमोर यायच्या असतील तर ग्रामीण साहित्याचं आणि साहित्यिकांचं पोषण ग्रामीण विभागानंच उत्तम रीतीनं केलं पाहिजे. ग्रामीण साहित्यिकांची गळचेपी कोणत्याही अर्थानं समाजात होता कामा नये.''

मी अध्यक्षीय भाषणात म्हणालो, ''पाश्चात्त्यांच्या अंधानुकरणाशिवाय आपल्या साहित्याला प्रतिष्ठा मिळवून देण्याचं सामर्थ्य ग्रामीण साहित्यात आहे. फक्त ते सामर्थ्य आत्मभानानं पणाला लावण्याची गरज आहे.

नव्या तरुण ग्रामीण साहित्यिकांनी वास्तववादी चित्रणाला हात घालून ग्रामीण समाजाच्या समस्या आणि प्रश्न यथार्थपणे आणि गंभीरपणे मांडले पाहिजेत. बदलत्या खेड्याकडं डोळसपणे पाहून स्थित्यंतरातील वेदना, यातना आणि उपेक्षित समाजाची दुःखं मांडली पाहिजेत.

सध्याचं राजकारण नासत चाललं आहे. सकाळ-संध्याकाळ टोपी फिरवणारे टोप्या का बदलतात, याचा विचार ग्रामीण साहित्यिकांनी करून राजकारण्यांची आणि राजकारणाची आपण स्वत: बटीक व्हायचं टाळलं पाहिजे. त्यातून कुणाचंही कल्याण होणार नाही.

स्वातंत्र्यप्राप्तीनंतर गेल्या तीस वर्षांत बहुजन सनाजातील लोकांनी लोकसंख्येच्या आणि लोकमताच्या बळावर राजसत्ता मिळवली आणि राजसत्तेबरोबर अर्थकारणाची सूत्रंही ताब्यात घेतली. परंतु लोकशाही योग्य पद्धतीनं राबवण्यासाठी जी एक तिसरी सत्ता निर्माण करण्याची नितांत गरज असते, त्या बाबतीत ग्रामीण विभागातील राजकारणी संपूर्णपणे अपयशी झाले आहेत. ही तिसरी सत्ता म्हणजे ज्ञानसत्ता होय. ग्रामीण समाजाचा बौद्धिक विकास करण्याकडं कुणाचंच लक्ष नाही. सगळ्या ग्रामीण शिक्षणसंस्थांत राजकारण, वशिलेबाजी, पैसा खाणं इत्यादी गोष्टींचा प्रवेश झाल्यानं तिथं मानवी संस्कृतीचं, गुणाचं, बुद्धीचं वाटोळं झाल्याचाच अनुभव येतो आहे. उत्तम राजकारणासाठी राजसत्ता, अर्थसत्ता आणि ज्ञानसत्ता एकवटाव्या लागतात. आजच्या राजकारणात ज्ञानी लोकांचा पूर्ण अभाव असल्यानंच राजकारण नासत चाललं आहे. ग्रामीण साहित्यिकांवर या तिसऱ्या म्हणजे ज्ञानसत्तेचं ग्रामीण समाजात पोषण करण्याची जबाबदारी आहे. हे काम अतिशय अवघड असलं तरी अंतिमत: ही जबाबदारी सुशिक्षित ग्रामीण तरुण पिढीवर आणि साहित्यिकांवरच येऊन पडते.

ग्रामीण समाजाचा बौद्धिक विकास घडवण्याचे अनेक मार्ग असले तरी

साहित्य हा अतिशय विश्वसनीय आणि खोलवर संस्कार करणारा मार्ग आहे. म्हणून ग्रामीण विभागात साहित्यसंस्था स्थापन करून त्या उत्तम रीतीनं चालवल्या पाहिजेत.'' असे विचार मांडले. नव सुशिक्षित ग्रामीण पिढीला भानावर आणण्याचा तो प्रयत्न होता.

व्याख्यानांचे दौरे आखत होतो. बीड, औरंगाबाद, मालेगाव अशी व्याख्यानं देत मनमाडला येऊन थडकलो.

३ ऑक्टोबर १९८१ च्या रात्री मनमाडला वस्ती करून ४ तारखेला लगेच सकाळी 'निफाड'जवळील 'भाऊसाहेबनगर' इथं ट्रेननं जाण्यासाठी निघालो.

काखेला फक्त एक शबनम बॅग. तिच्यात आणि मनात ग्रामीण साहित्याची चळवळ आणि चिंतन याशिवाय दुसरं काही नव्हतं. चळवळीविषयी मन अनेक स्वप्नं पाहत होतं.

हा प्रवास मला अपरिचित होता. निफाड कधीच पाहिलं नव्हतं. भाऊसाहेबनगरही कधी पाहिलं नव्हतं. ज्याच्याकडं जाणार होतो त्या मुख्याध्यापक श्री. करंडे यांनाही कधी पाहिलं नव्हतं.

श्रीयुत करंडे भाऊसाहेबनगरमधील 'वाघ विद्याभवन'चे मुख्याध्यापक होते. त्यांना तिकडं ग्रामीण साहित्य संमेलन घ्यावयाचं होतं. त्यांनी भेटण्याची उत्सुकता पत्रानं दाखवल्यावर दिवस आणि वेळ ठरवून तिकडं चाललो होतो.

कुंदेवाडी स्टेशनवर बरोबर सकाळी दहा वाजता मी उतरलो. तिथून भाऊसाहेबनगरला मी लगेच फोन केला. श्री. करंडे यांनीच तसं पत्रात सांगितलं होतं. 'फोनवर त्यांनी गाडी पाठवून देतो' असं सांगितलं. कुंदेवाडी ते भाऊसाहेबनगर हे केवळ सात किलोमीटरचं अंतर होतं. दहा ते तब्बल पाऊण वाजेपर्यंत पावणेतीन तास वेड्यासारखी खुणेच्या एका दुकानासमोर उभा राहून श्री. करंडे यांच्या गाडीची वाट पाहिली. मग पुन्हा फोन केला. 'गाडी कधीच पाठवली आहे, अजून कशी आली नाही?' असं उत्तर पलीकडून आलं. हे मुख्याध्यापक फोनवर उपलब्ध होते. 'गाडी पाठवून दिली' म्हणत होते. पण स्वत: काही गाडीबरोबर गेलेले नव्हते. त्यांच्या भाषेचा सूर असा होता की त्यांनी गाडी पाठवलीच नसावी अशी माझी खात्री होत होती. तरीही पुन्हा पाऊण तास वाट बघून मी दीड वाजता नाशिकला जायला निघालो. पोटात दोन-तीन कप चहापेक्षा दुसरं काहीच नव्हतं. अंघोळ केलेली नव्हती. दोन-तीन दिवसांच्या प्रवासाचा शिणवटा जाणवत होता. अनोळखी आडवळणी गावात एकटाच पिशवीतून 'चुरमुरे-फुटाणे' विकणाऱ्या माणसासारखा स्टेशनजवळ रस्त्यात उभा होतो.

माझी मलाच कीव आली. ग्रामीण साहित्य संमेलन घेण्याच्या ध्यासापायी मी कुठं येऊन थडकलो आहे. एखाद्याची कुवत, योग्यता लक्षात न घेता मी त्याच्यामागे

अधाशासारखा, अन्नामागं धावणाऱ्या दीर्घकालीन उपाशासारखा धावतो आहे. आपणास एका सामान्य दर्जाच्या माणसानं अकारण फसवलं या कल्पनेनं माझ्या मनाची अवस्था केविलवाणी झाली.

कुंदेवाडीहून नाशिकला गेलो. तिथून पुणे गाडी पकडली... चालायचंच. कार्यकर्ता म्हटलं, सामाजिक कार्य करायचं म्हटलं की असे अनुभव हे येतच राहणार. आपण त्यांच्याकडं मान-अपमान या वैयक्तिक भावनेनं पाहायचं नाही. उलट समाजात अशी सामान्य दर्जाची माणसं भरपूर असतात. त्यांच्याशी आपला सतत संपर्क येणार. कुणी फसवलं तर रागवायचं नाही. मुळातच त्यांच्यावर फारसा भरवसा ठेवायचा नाही. त्यांची नीटशी पारख करून मगच त्यांच्याकडून अपेक्षा करायच्या. आलेला हा अनुभव आयुष्यभर उपयोगी पडणार आहे हे काय कमी झालं? मनाची समजूत काढत घरी येऊन पोचलो.

पुढं या गृहस्थांचं दिलगिरीचं एक पत्र आलं. त्यात त्यांनी 'मी भाऊसाहेबनगरला अकरा वाजेपर्यंत नव्हतोच' असं लिहिलं होतं. मी आश्चर्यानं थक्क झालो. कारण हीच असामी त्या दिवशी दहा वाजता माझ्याशी फोनवरून बोलली होती. तरीही मी सौजन्य सोडायचं नाही म्हणून 'काही हरकत नाही. तुमच्या सवडीनं आता कधीही पुण्यास आलात तर जरूर भेटावं. संमेलनाविषयी आपण जरूर बोलू,' अशी विनंती केली.

ते नंतर कधीही भेटले नाहीत.

नेवाशाचे मराठीचे प्राध्यापक श्री. अशोक शिंदे हे पुणे विद्यापीठाच्या मराठी विभागात माझ्याकडं एम.फिल. करत होते. नेवाशात महाराष्ट्र साहित्य परिषदेची शाखा होती. तिच्यातर्फे १२ डिसेंबर १९८१ रोजी त्यांनी 'माझी ग्रामीण साहित्याची भूमिका' या विषयावर व्याख्यान ठेवलं होतं. या विषयावर दिलेल्या व्याख्यानाच्या पार्श्वभूमीवर तिथल्या प्रतिष्ठित जनांची एक अनौपचारिक बैठक झाली.

आपण आपल्या ग्रामीण समाजाविषयी काही केलं पाहिजे याची जाणीव त्यांच्याही मनात पूर्वीपासून वसत होतीच. त्याचा परिणाम १९८२ च्या मे महिन्यामध्ये 'चौथं ग्रामीण साहित्य संमेलन' नेवाशाला घ्यायचंच असा निर्णय बैठकीत घेण्यात आला.

नेवासा हे संत शिरोमणी ज्ञानदेवांचं वसतिस्थान. त्यांनी ज्या मंदिरात बसून ज्ञानदेवी सांगितली ते आज ज्ञानेश्वर मंदिर म्हणूनच ओळखलं जातं आहे. मी ते पाहायला गेलो. ज्ञानदेवांनी ज्या दगडी खांबाला निर्धास्त पाठ टेकून 'ज्ञानदेवी' सांगितली, त्याला मनोभावे दोन्ही हातांनी कवटाळून मी अंगोपांगानिशी स्पर्श केला. अतिशय थंडगार वत्सल स्पर्श. मनात अनामिक करुणा दाटून आली. ही पोरकी भावंडं समाजात ब्राह्मण म्हणून मान्यता मिळवण्यासाठी कुठं कुठं वणवण

भटकली. तरीही त्यांनी कर्मठ, गतानुगतिक समाजातील ब्रह्मवृंदावर रागमाग न करता सबंध सामान्यजनांच्या समाजालाच अजाण पोराला हृदयाशी धरावं, तसं धरून त्याच्याच बोलीभाषेत गीताभाष्य मधमधुर करून सांगितलं. परमार्थापासून आणि ज्ञानमुक्तीपासून वंचित ठेवलेल्या सामान्यजनांची प्रगाढ सखोल करुणा प्रथम त्यांना आली. या वंचित शोषितांच्या उद्धारासाठी ज्ञानदेवा, प्रथम तुम्हीच बंड केलं. त्यांच्यासाठी ग्रंथ लिहिले. गीता माउलीला प्राकृत जनात आणून बसवलं. त्या प्राकृतातीलच मी एक आहे. प्राकृतासाठीच काही करू पाहतो आहे. आपल्या कृपेचा पसाय असो द्यावा...

मी भारल्यासारखा होऊन परतलो...

पुण्याच्या परतीच्या वाटेवर ज्ञानदेवांचं पसायदान मनोमन पुन:पुन्हा आळवीत होतो. दुरितांसाठी केलेली ती विश्वप्रार्थना होती.

त्या मंदिरात होणारं ते मराठी गीताभाष्य हे त्या काळातील पहिलं परिवर्तनवादी ग्रामीण साहित्य संमेलन होतं आणि 'ज्ञानदेवी' हे पहिलं अमोल अध्यक्षीय भाषण होतं. तिथूनच अज्ञ-अडाणी प्राकृतांचं प्रबोधन सुरू झालं.

या आद्य मराठी व्यासपीठाच्या पायापाशी मे १९८२ मध्ये आमचं चौथं ग्रामीण साहित्य संमेलन तेथील सर्वांच्या मदतीनं पार पडलं.

◆

वेगळ्या वाटेने

पुणे विद्यापीठाच्या मराठी विभागात आल्यापासून काही उपक्रम करण्याचा प्रयत्न करत होतो. डॉ. ह. कि. तोडमल हे पुणे विद्यापीठाच्या मराठी अभ्यास मंडळाचे अध्यक्ष होते. एम.ए.ला मी शिकवीत असताना १९७५ पासूनच विद्यापीठाच्या एम.ए.च्या अभ्यासक्रमात काही त्रुटी जाणवत होत्या. त्या अध्यक्षांच्या निदर्शनास १९७८ साली आणून देण्याचा मी प्रयत्न केला होता. त्याचबरोबर 'ग्रामीण साहित्याचा' एक पर्यायी (ऑप्शनल) पेपर अभ्यासक्रमात ठेवावा, त्याच्या अभ्यासाची आवश्यकता कशी आहे या संबंधीचं एक सविस्तर निवेदनही अध्यक्षांना मी दिलं होतं. निवेदनासोबतच पेपराच्या अभ्यासाची रूपरेषा तपशीलवार दिलेली होती. परिणामी हा पेपर अभ्यासक्रमात समाविष्ट झाला.

१९८१-८२ च्या शैक्षणिक वर्षाच्या अभ्यासक्रमासाठी मी तो प्रथम शिकवण्यास प्रारंभ केला. दुसऱ्या सत्रात तो शिकवायचा होता. सौ. मृणालिनी गडकरी या एकाच विद्यार्थिनीनं तो विषय घेतला. मी तो तिला शिकवण्यास प्रारंभ केला. आपण सुचवलेला, आपणच त्याची रूपरेषा आखलेला, पुणे विद्यापीठाचा एम.ए.च्या अभ्यासक्रमात समाविष्ट झालेला पेपर प्रत्यक्ष विद्यापीठात एकमेव अभ्यासू विद्यार्थिनीला आपण प्रथमच शिकवीत आहोत, ही जाणीव एक अपूर्व ऐतिहासिक आनंद देत होती. या निमित्तानं आता ग्रामीण समाज, संस्कृती, तिथली सामाजिक स्थिति-गती, प्रश्न व समस्या, ग्रामीण साहित्याचा इतिहास, या इतिहासाचं आपलं स्वत:चं असं आकलन महाराष्ट्राच्या विद्येच्या माहेरघरी, नव्या उगवत्या तरुण पिढीला नीटपणे सांगता येईल, शांतपणे त्याची सविस्तर मीमांसा करता येईल असं मला वाटत होतं.

त्याचा प्रारंभ १ जानेवारी १९८२ पासून विद्यापीठीय उच्च पातळीवर आत्मविश्वासपूर्वक मी केला. ही घटना हळुवारपणे विद्यापीठ परिसरात माझ्या बसायच्या छोट्या खोलीमध्येच घडत होती. ज्या स्तराला विद्यापीठीय अभ्यासात

आजवर प्रतिष्ठा कधीच नव्हती, असा एक सामाजिक स्तर साहित्याच्या द्वारा आस्थापूर्वक अभ्यासला जाणार होता.

दि. १३ मार्चला मराठी विभागात 'स्वातंत्र्योत्तर मराठी साहित्यातील सामाजिक व कलात्मक जाणिवा' या विषयावर चर्चासत्र आयोजित केलं. विभागप्रमुख डॉ. मु. श्री. कानडे यांनी चर्चासत्राचा विषय, वक्ते, त्यांचे उपविषय ठरवण्याचं संपूर्ण स्वातंत्र्य मला दिलं. या चर्चासत्राचा हेतू दलित, ग्रामीण, जनवादी इत्यादी जे नवे साहित्यप्रवाह निर्माण झालेले होते त्यांची चर्चा तात्त्विक आणि वस्तुनिष्ठ पातळीवर विद्वान व्यक्तींकडून व्हावी, त्याचबरोबर नवसाहित्य, कलावादी साहित्य यांच्या कलात्मक जाणिवांचीही चर्चा याच पातळीवर व्हावी, सामाजिक नवजाणिवा व्यक्त करणाऱ्या साहित्यात कलात्मकता नेमकी कुठं आणि कशी कमी पडते याचाही सांगोपांग विचार व्हावा असं मला वाटत होतं.

दलित, ग्रामीण, जनवादी हे नवसाहित्यप्रवाह आजवर संमेलनीय पातळीवर, वक्त्यांच्या एकतर्फी व्याख्यानांतून काहीसे अभिनिवेशानं मांडले जात होते. त्यात एकांगीपणा, तर्कहीनता, तर्कदुष्टता, भावविवशता, भडकपणा, गडदपणा, प्रसंगी प्रतिपक्षाच्या मतांचा विपर्यास करण्याची वृत्ती, गौणप्रधानभावाचा विसर इत्यादी वैगुण्यं शिरत होती. चर्चासत्रात ही वैगुण्यं दाखवून देता येणं शक्य असतं. शांतपणे उलटसुलट बाजूंचा विचार करून मतं पारखून घेता येतात. म्हणून नवसाहित्यप्रवाहांविषयी अशी चर्चासत्रं ठेवण्याची आवश्यकता मला वाटत होती. चळवळीतून जन्मणाऱ्या त्या साहित्यप्रवाहांची विद्यापीठीय पातळीवर अशा रीतीनं नोंद घेऊन त्यांना प्रतिष्ठा प्राप्त करून देणं मला गरजेचं वाटत होतं. अशा प्रकारचं चर्चासत्र मराठी विभागाच्या इतिहासात प्रथमच होत होतं.

गेल्या चार-पाच वर्षांत ग्रामीण साहित्याची चळवळ हळूहळू मला काही वेगळं शिकवू पाहत होती. समाजातील आजवरचे उपेक्षित दलित थर जागृत होऊन स्वत:वर होणाऱ्या अन्यायाविषयी भावनेच्या भरात अभिनिवेशानं, पुष्कळ वेळा बेभान होऊन काही बोलू पाहत होते. इतर समाजानं आपल्यावर हजारो वर्षं अन्याय केला आहे असं म्हणत होते. परिणामी सवर्ण समाजाला शिव्याशाप देत होते.

पण अशा शिव्याशापातून मनातील भावनात्मक मळमळ व्यक्त होण्यापलीकडं काही विधायक साधू शकेल असं मला वाटत नव्हतं. हे शिव्याशाप ऐकून आणि वाचून तथाकथित अन्याय करणाऱ्या समाजातील लोक अपराधी जाणिवेनं गप्प बसत होते. अधिकच अलिप्त राहून आपलं आपल्यापुरतं काही करत होते. वास्तविक तेही एका प्रस्थापित व्यवस्थेचे गुलाम असू शकतात. त्यांची संभाव्य सामाजिक व्यापक आणि विधायक जाणीव या शिव्याशापांच्या आगीत जळून, कोळपून जात असणार असं मला वाटत होतं. उलट या संभाव्य सामाजिक

विधायक जाणिवेचं पोषण झालं पाहिजे. तिच्या पोषणाची काळजी सगळ्याच मराठी समाजानं घेतली पाहिजे, तरच एकात्मतेची प्रक्रिया सर्व सामाजिक स्तरांतून सक्रिय व्हायला मदत होईल असंही वाटत होतं. म्हणून मी ती संधी घेतली. शिवाय मनातील मळमळ व्यक्त करणं म्हणजे साहित्यनिर्मिती नव्हे. आविष्काराला 'साहित्यपण' प्राप्त होण्यासाठी साहित्यगुणांची, रूपसंपन्नतेची आवश्यकता असते हेही परखडपणे दाखवून देणं गरजेचं वाटत होतं.

चळवळ चालवण्यासाठी संघटना बांधावी लागते. अशा संघटनेत वैचारिकदृष्ट्या सामान्य दर्जा असलेली अनेक माणसं असू शकतात. अशी माणसं जेव्हा संघटनेच्या व्यासपीठावरून बोलत असतात किंवा त्या व्यासपीठाचे पाईक होऊन लिहीत असतात तेव्हा त्यांच्या अंगात वीरश्री संचारलेली असते. अधिक विचार न करता ती वाट्टेल तसा जिभेचा पट्टा आणि लेखणीचा टोकदार भाला चालवीत असतात. अशा वेळी त्यांना सामोरं कोणी जाऊ शकत नाही. जाण्याची सोयही नसते आणि जाण्यात अर्थही नसतो पण मग त्यांच्या या करणीनं सामान्य जनांचे काही चुकीचे समज होतात, ते समाजात रुजू लागतात त्यांचं काय? अशानं एकात्मतेपेक्षा मोडतोड होऊन समाजाचे तुकडे होण्याचीच जास्त शक्यता असते. वास्तविक हजारो वर्षांपूर्वी माझ्या बापजाद्यांवर इतर कुणाच्या तरी बापजाद्यांनी अन्याय केला असेल. पण त्याची शिक्षा हजारो वर्षांनंतरच्या त्याच्या वारसदारांना मी देणं आणि 'क्रांती' घडवून आणणं या मार्गाशिवाय दुसरा क्रांतीचा मार्ग नाही काय? अनेक जाती-जमातींनी भरलेल्या, प्रदेश-प्रांतांनी गजबजलेल्या, अनेक धर्मांनी व्याप्त असलेल्या या भारतात हजारो वर्षांपासून एक जात कमी-अधिक प्रमाणात दुसऱ्या जातीवर या ना त्या प्रकाराने प्रत्यक्षाप्रत्यक्ष अन्यायच करते आहे; एका प्रदेशाने दुसऱ्या प्रदेशांवर, एका राज्याने दुसऱ्या राज्यावर अनेक वेळा स्वाऱ्या केलेल्या आहेत, परप्रांतावर साम्राज्यं स्थापन केलेली आहेत, धर्मप्रसारासाठी जबरदस्ती करून अनेकांना बाटवलं आहे, लूटमार केली आहे. असे अन्याय इतिहासक्रमात पदोपदी आणि सतत भेटतातच. नंतर काळ बदलतो, स्थिती बदलते, श्रेष्ठ-कनिष्ठतेच्या कल्पना बदलतात. मानवी कल्याणाची, एकात्मतेची नवी तत्त्वज्ञानं, विचारप्रणाली येतात. अशा वेळीही विद्रोहाची, सुडाची, प्रतिअन्यायाची जुनाट अर्ध पाशवी वाटच स्वीकारावी लागते काय? क्रांतीपेक्षा उत्क्रांतीचे मार्ग स्वीकारता येणार नाहीत का? विद्रोहापेक्षा विधायक राहून समाजाची स्थिति-गती लक्षात घेऊन, एकमेकांविषयी विश्वास निर्माण करत समान पातळीवर एकमेकांना आणता येणार नाही काय? - असे प्रश्न पडत होते. नव्या अंधूक वाटा दिसत होत्या. मनाला नव्या वळणांना सामोरं जावं लागेल असं वाटत होतं.

पावसाळ्याचे दिवस सुरू झाले. महाविद्यालयांची सुटी संपली. मराठी विभागाचं नवीन वर्षाचं अध्यापन सुरू झालं. त्यामुळं दौऱ्यांच्या निमित्तानं होणारी माझी भटकंती थांबली. जानेवारी ते जून व्याख्यानं, संमेलनं, शिबिरं पुष्कळच झाली होती. मानसिक विश्रांतीची गरज वाटत होती. म्हणून रविवारी घरीच होतो. ११ जुलै १९८२ च्या रविवारी सकाळीच प्रा. स. शि. भावे घरी आला. गप्पा मारता मारता सदाशिव म्हणाला, ''आनंद, तुझे वडीलधारे मित्र तुझ्या चळवळीवर नाराज आहेत.''

''कोण?''

''ते मी तुला नंतर सांगेन. त्यांच्या नावांपेक्षा त्यांची तुझ्याविषयीची मतं महत्त्वाची आहेत.''

''काय आहेत मतं ते तरी सांगशील.''

त्यानं त्यांची मतं सांगितली. त्यावर आमची दोघांची बराच वेळ उलटसुलट चर्चा झाली. शेवटी मी सदाशिवाला विचारलं,

''त्यांच्या माझ्याबद्दलच्या मतांविषयी तुला काय वाटतं?''

''माझा विवेक स्वच्छ आहे. तू करतोस ते योग्यच आहे असं मला वाटतं. त्यावर आपली पूर्वीच चर्चा झालेली आहे.''

''मग तू का त्यांना समजून सांगितलं नाहीस?''

''मी नाही सांगणार. त्यांना असं मुळीच नको वाटायला की मी तुझं समर्थन करतोय. मला वाटतं तूच त्यांच्याशी सविस्तर बोलावं.''

''ठीक आहे. माझी भूमिका मी त्यांना समजून सांगण्याचा प्रयत्न करतो. निदान आता तरी त्यांची नावं सांग म्हणजे यथावकाश त्यांना मी भेटत राहीन, बोलत राहीन.''

सदाशिवानं मला प्रभाकर पाध्ये, श्री. पु. भागवत, विद्याधर पुंडलीक यांची नावं सांगितली.

मला सर्वसाधारणपणे या नावांचा अंदाज होताच. पण आता खात्री झाली.

योगायोग असा की पुण्यातील 'श्रमिक विचार' दैनिकाचे संपादक श्री. भास्कर जाधव जुलैच्या १५ तारखेला सकाळीच आले. ते श्रमिक संघटनेचे, शेतकरी-कामकरी पक्षाचे प्रमुख कार्यकर्ते होते. दलित साहित्य-चळवळीतही सक्रिय सहभागी होते. ग्रामीण साहित्य संमेलनांनाही ते आवर्जून येत असत. त्यांचा 'श्रमिक विचार'चा दिवाळी अंक चळवळीच्या दलित आणि ग्रामीण साहित्याला, चळवळविषयक विचारांना वाहिलेला असे.

या दोन्ही चळवळी एकत्र आल्या पाहिजेत असं भास्कररावांना वाटे. ''दलित साहित्याची चळवळ ज्या कडक सामाजिक बांधिलकीनं चालली आहे, ज्या आक्रमक

पवित्र्यात लडाऊ पद्धतीनं प्रस्थापितांविरुद्ध ती संघर्ष करते आहे, प्रस्थापितांची तोंडं बंद करते आहे, तशी ग्रामीण साहित्याची चळवळ चालवली जात नाही. याला कारण तुम्ही (म्हणजे 'मी') पुरेसे बांधिलकी मानत नाही. तुम्ही बरेचसे भटाळलेले आहात. कलावाद्यांच्या छावणीत अनेक वर्षं राहिल्यानं त्यांच्या संस्कारांनी दुबळे झालेले आहात. साहित्य हे समाजपरिवर्तनाचं प्रभावी साधन आहे, म्हणून ते जास्तीत जास्त परिणामकारक रीतीनं कसं वापरता येईल याचा विचार चळवळींनी केला पाहिजे. तुमच्या साहित्याला आणि चळवळीलाही हत्याराची धार येत नाही.'' असा त्यांच्या बोलण्याचा आशय होता.

बोलता बोलता पुढं ते असंही म्हणाले, ''दलित साहित्य चळवळीच्या आमच्या फळीत तुम्ही आणि तुमची चळवळ सामील झाली तर बहुसंख्य जनसामान्यांच्या चळवळीची ताकद जरूर वाढेल. समाजपरिवर्तनाला अधिक गती येईल. श्रमिक-दलितांच्या आणि सामान्य ग्रामीणांच्या साहित्याला आणखी जोरदार बहर येईल आणि स्वतंत्रपणे चळवळ चालवायची असेल तर जरूर चालवा पण बंडखोरीची भूमिका स्पष्टपणे आणि आक्रमकपणे मांडा. नाही तर चळवळीत दम राहणार नाही.''

मी मन:पूर्वक भास्कररावांचे विचार ऐकत होतो. त्यांचा अनुभव मोठा होता. त्यांनी खूप पाहिलं होतं. समाजजीवनाशी, चळवळींशी, संघटनांशी आणि तद्विषयक मानसशास्त्राशी त्यांचा प्रत्यक्षाच्या पातळीवर संबंध होता. मी त्यांना प्रश्न-प्रतिप्रश्न विचारून त्यांचे विचार समजून घेत होतो. माझ्या प्रतिक्रिया शक्यतो व्यक्त करत नव्हतो.

एकाच आठवड्यात घडलेल्या या दोन घटना. त्यांनी माझी काही काळ द्विधा अवस्था केली. याच काळात वर्तमानपत्रातही मी टीकेचा विषय बनलो होतो. पुण्या-मुंबईच्या वाङ्मयीन क्षेत्रातही वैचारिकदृष्ट्या काहीसा एकटा पडलो होतो.

तिघांनाही नंतरच्या काळात मी एकेकश: स्वतंत्रपणे सवड मिळेल त्याप्रमाणं भेटत गेलो. विद्याधर पुंडलीक हे मला बरोबरीनं वागवणारे ज्येष्ठ मित्र होते. आम्ही जिवाभावाच्या गोष्टी बोलत असू. एकमेकांच्या साहित्याविषयी आम्हा दोघांनाही मनापासून आस्था होती. साहित्यकृती एक कलावस्तू असते याची दोघांनाही जाण होती. एखाद्या साहित्यकृतीच्या अंतर्बाह्य कलात्मक घटकांची चिकित्सक वृत्तीनं बराच काळ चर्चा करत आम्ही पुष्कळदा बसत असू. दोघांनाही कलेविषयीचं तिच्या निर्मितीविषयीचं प्रेम होतं.

पुंडलीक मला म्हणाले, ''तू काही चळवळीच्या धबडग्यात पडू नको. चळवळ ही संघटना असते. ती इतर विरोधी वर्गांशी संघर्ष मांडत असते. या दोन्ही गोष्टी बहिर्मुख आहेत. संघटनेत अनेकांना सांभाळण्यासाठी तडजोडी कराव्या लागतात.

इतरांचे अनेक खऱ्याखोट्या कारणांनी आपल्याविषयी गैरसमज होतात. ते गैरसमज काढून टाकण्यासाठी इतरांची योग्यता नसतानाही समजूत काढत बसावं लागतं. त्यात पुष्कळ वेळ वाया जातो. त्यामुळं स्वभाव चिडचिडा होतो. डोक्यात राख घातल्यासारखं होतं. विरोधी वर्गाशी संघर्ष करतानाही युक्त्या-प्रयुक्त्या कराव्या लागतात. घावडाव ओळखून वागावं लागतं. मनाविरुद्ध पवित्रे घ्यावे लागतात. आपली मतं पटवून देण्यासाठी वारंवार त्याच त्या विषयांवर बोलावं लागतं, तेच ते चावून चोथा झालेले विचार पुन:पुन्हा मांडावे लागतात. चळवळीच्या सगळ्या उद्योगात तुझा निर्मितिशीलतेचा वेळ व्यर्थ जाईल. या गदारोळात साहित्यनिर्मितीसाठी तुला हवा असलेला एकांत मिळणार नाही. मनाचा सगळा निवांतपणा आणि निर्वेधपणा गमावून बसशील. ललित लेखनासाठी जे सलग दीर्घकाळ स्वास्थ्य लागतं ते चळवळीतल्या माणसांना कधीच मिळत नाही. चळवळीतल्या माणसाचा बहिर्मुख स्वभाव आणि साहित्यिकाचा अंतर्मुख स्वभाव ही दोन परस्परभिन्न टोकं आहेत. ती एकत्र बांधता येणं अशक्य आहे. तू या फंदात पडू नकोस, नाहीतर साहित्यनिर्मितीला कायमचा मुकशील. ती फार महत्त्वाची आहे.''

प्रभाकर पाध्ये यांना माझ्या साहित्यनिर्मितीविषयी कौतुकमिश्रित प्रेम होतं. मला ते म्हणत, ''यादव, तुम्ही प्रतिभावंत आहात. नुसती प्रतिभा असणं वेगळं आणि प्रतिभावंत असणं वेगळं.'' या पार्श्वभूमीवर मला ते म्हणाले, ''प्रतिभावंतानं समाजाला प्रतिभानिर्मित वस्तू द्यावी. तेच त्याचं कर्तव्य आणि त्याच्या जीवनाचं श्रेयही असतं. चळवळीतून फारसं काही निष्पन्न होईल असं मला वाटत नाही. तुम्हाला ग्रामीण समाजाविषयी काही म्हणायचं आहे ते तुम्ही लिहा. तरुण पिढीला जे काही आत्मभान द्यायचं आहे ते ग्रंथातून जरूर द्या. ज्यांना त्यातून काही घ्यायचं असेल ते घेतील. चळवळीतून साहित्यिक घडतील असं मला वाटत नाही. फार तर थोडंबहुत वातावरण निर्माण होईल. तरुण पिढीत जिज्ञासा निर्माण होईल. यापलीकडं काही होणार नाही. कारण यापलीकडचा भाग हा साहित्यिकाच्या साधनेचा आणि अभ्यासाचा असतो. असे गटागटानं साहित्यिक कधीच निर्माण होत नसतात. हजारात एखादाच प्रतिभावंत साहित्यिक असू शकतो. बाकीचे लेखनकामाठी करणारे असतात. ज्यांच्यात ताकद आणि जिद्द असेल तर तेही मोठे होऊ शकतीलच. तुम्ही स्वत: कुठल्या साहित्य चळवळीत गेल्यामुळं मोठे साहित्यिक झालात? तुमची तुम्हीच साधना केलीत ना? तेव्हा तुमच्या चळवळीतून फारसं काही निर्माण होईल असं वाटत नाही. तुमचा तो वेळ निर्मितीसाठी द्या.''

श्री. पु. भागवतांनीही कलानिष्ठेवरच विशेष भर दिला. माझ्या साहित्य-साधनेविषयी त्यांना काळजी वाटू लागली.

या तिघांनीही माझी वाङ्मयीन जडणघडण कमी-अधिक प्रमाणात केलेली

होती. श्री. पु. भागवत आणि विद्याधर पुंडलीक वीसएक वर्षं मला ओळखत होते. प्रभाकर पाध्ये तेरा-चौदा वर्षं मला ओळखत होते. या तिघांनाही मी अधूनमधून सतत भेटत असे. गप्पा मारत असे. घरगुती संबंधही होते. यांना मी वाङ्मयातील आणि इतरही प्रश्न विचारत असे. त्यावर उलटसुलट चर्चा करत असे. त्यांनी माझी जिज्ञासा शमविली होती. अनेक शंकांचं निरसन केलं होतं.

यामुळं माझा स्वभाव त्यांना जवळून माहीत होता. वाङ्मयनिर्मितीत आणि निर्मितीविषयक प्रश्नात सतत रमणारी आणि आनंद मानणारी माझी प्रकृती त्यांनी घनिष्ठपणे ओळखली होती. चळवळीसारख्या सामाजिक घडामोडीत शिरून मी माझ्या सर्जनशील वृत्तीचं मातेरं करतो आहे असं त्यांना वाटत होतं. माझ्याविषयीच्या मन:पूत प्रेमामुळं आणि आस्थेमुळंच ते तिघंही माझी मनोमन काळजी करत होते म्हणून मी आतून खूप अस्वस्थ झालो.

...खरंच मी चुकतो आहे काय? तिघांनाही कमी-अधिक फरकानं माझ्याविषयी एकसारखं वाटत आहे, त्या अर्थी मी चुकतच असणार. हे तिघंही मध्यमवर्गीय आहेत. आपल्या कुवतीनुसारच आपलं कार्यक्षेत्र आखून घ्यावं, समाजातील सर्वक्षेत्रीय घडामोडींविषयी लेखनातून, भाषणांतून, मित्रमंडळीतील गप्पाटप्पांतून टीका-प्रतिटीका करावी. त्यापलीकडं सक्रिय होऊ नये. आपण, आपली नोकरी, योजलेलं कार्यक्षेत्र, आपलं कौटुंबिक-सांस्कृतिक जीवन यापलीकडं शक्यतो जाऊ नये. गेलोच तर चटकन परतून सुरक्षित वर्तुळात यावं, अशी मराठी मध्यमवर्गीय मनोवृत्ती सर्वसाधारणपणे असते. गेली वीस-बावीस वर्षं मीही मध्यमवर्गीयच झालो आहे. मलाही पर्यायच नव्हता. खालच्या आर्थिक वर्गातून मध्यमवर्गात आल्यावर मीही तेच स्वीकारून बसलो आहे. पण ही तीनही मंडळी नुसतीच सर्वसामान्याप्रमाणे मध्यमवर्गीय नाहीत. विचारी, चिकित्सक, आपापल्या कार्यक्षेत्रात काही भरीव काम करणारी आहेत. ज्येष्ठ, अनुभवी आहेत. त्यामुळं त्यांचे विचार निश्चितच आपल्यापेक्षा अधिक पक्व आणि वस्तुनिष्ठ असणार. एका उत्साहापोटी, महत्त्वाकांक्षेपोटी, कच्चेपणापोटी तर आपण चळवळीत उतरलो नाही?...

...या वडीलधाऱ्यांचा आणि माझा अनेक वर्षांचा संबंध असला तरी वीस-बावीस वर्षांपूर्वी मी मध्यमवर्गीय नव्हतो. ज्या ग्रामीण समाजातून मी आलो तिथं माझी पाळंमुळं अजून खोलवर रुजूनच राहिलेली आहेत. उलट आज जास्त संवेदनशील आणि विचारी झाल्यामुळं ती जास्तच घट्ट झालेली आहेत. आपली जशी पहिली पंचवीस वर्षं त्या समाजात फरपट झाली, तशी आपल्यासारखी संवेदनशील तरुणांची आणि पर्यायानं त्या समाजाचीही फरपट होऊ नये असं आपणाला वाटतं आहे. दारिद्र्यातील फरपटीमुळं कशी दुरवस्था ग्रामीण भागात होऊ शकते याची कल्पना या वडीलधाऱ्यांना फारशी नसावी. इथं त्यांच्यात नि

माझ्यात फरक पडत असावा.

...आपणाला ग्रामीण समाजासाठी काही केलं पाहिजे असं बालंबाल वाटत होतं. म्हणूनच गावात असलेल्या आपणास संघशाखेत जाण्याची, तिथले विचार ऐकण्याची बालपणी नकळत प्रेरणा झाली होती. विनोबांची ग्रामदानाची कल्पना आपल्या भोळ्या बालबुद्धीला दारिद्र्यावरचा रामबाण उपाय म्हणून पटली होती. त्यामुळं आपणही आजन्म ब्रह्मचारी राहून विनोबांच्या बरोबर जावं असं वाटत होतं. कॉलेज-शिक्षणाची व्यवस्था झाली नसती तर आपण गोवामुक्तिसंग्रामात जाणार होतो. संयुक्त महाराष्ट्र व्हावा म्हणून प्रतापगडावरील निषेध मोर्च्यात सामील झालो होतो.

पण ते सगळं राहून गेलं. होऊनही गेलं. माझी शिक्षणाची व्यवस्था पु.लं.नी केली आणि माझ्यातील साहित्यिकाला जपायला मला सांगितलं. 'शिक्षण पूर्ण झाल्यावर, प्रौढ झाल्यावर काय तो निर्णय घे आणि मग ब्रह्मचारी राहून समाजकार्य करायचं की विवाहित होऊन साहित्यिक व्हायचं ते ठरव,' असं त्यांनी सुचवलं. आपण शिक्षण पूर्ण केलं आणि ते करता करताच घुसमटणाऱ्या मनाला साहित्यातून वाटही करून दिली. तीच वाट पायांनाही प्रिय झाली.

आज वीस-बावीस वर्षांनी पुन्हा माझ्यातील समाजाविषयीची जाणीव असणारा पैलू डोकं वर काढताना दिसतो आहे. भोवतालची आजची ग्रामीण समाजाची दयनीय अवस्था पाहून तो माझ्या मनात जागा झालेला दिसतो आहे. तेव्हा ज्यानं त्यानं आपल्या स्वतःच्या चालीनं चाललेलंच बरं...

भास्करराव जाधव हेही माझे ज्येष्ठ मित्र होते. चळवळीच्या काळात त्यांचा परिचय झाला होता. त्यांनी माझी जडणघडण पाहिलेली नव्हती. माझ्या वयाच्या एकदम पंचेचाळिसाव्या वर्षी त्यांची माझी मैत्री झालेली. ते वैचारिक लेखन करत असले तरी प्रामुख्यानं पक्षाचं, चळवळीचं कार्य करत होते. त्यामध्येच त्यांचा पिंड घडला होता. त्यांची प्रकृती भिन्न आहे, माझी प्रकृती भिन्न आहे हे माझ्या लक्षात आलं होतं. त्यांच्यासमोर दलित साहित्याच्या चळवळीचा आदर्श होता. तिच्या प्रकाशात ते ग्रामीण साहित्य चळवळीची तुलना करून बोलत होते. माझ्यासमोर दलित साहित्याच्या चळवळीचा आदर्श नव्हता. पण या दोन्ही चळवळी मी सहप्रवासी मानत होतो. त्या एकमेकीला काही प्रमाणात पूरक-पोषक ठरत होत्या. पण त्या दोन्ही एकजीव होतील असं मला आता वाटत नव्हतं. याचं कारण साहित्याला मी समाजपरिवर्तनाचं हत्यार किंवा साधन मानत नव्हतो. ही मार्क्सवादी भूमिका होती. तिच्यात अनेक दोष आणि त्रुटी होत्या. मुख्य म्हणजे साहित्याचं प्राणतत्त्व मार्क्सवादी साहित्यविषयक भूमिका गमावतं असं मला वाटत होतं. साहित्याचं बल 'हत्यार'पणात नसून ते माणसाला निरोगी बनवणाऱ्या आणि

त्याच्या रक्तात मिसळून अंतर्गत शक्ती निर्माण करणाऱ्या 'इंजेक्शन'सारखं आहे, असं मला वाटत होतं. शिवाय ज्या सत्तर-ऐंशी टक्के जनसामान्यांसाठी ही चळवळ चालवण्याचा मी प्रयत्न करत होतो त्या समाजानं विद्रोह कुणाशी करायचा? हा मूलभूत प्रश्न माझ्यासमोर होता. कारण हे सत्तर-ऐंशी टक्केवाले म्हणजेच केंद्रवर्ती बहुसंख्य मराठी समाज होता. यानं विद्रोह करणं समाजातील कोणत्याही इतर घटकाला परवडणारं नव्हतं. बहुसंख्येच्या जोरावर तो कोणत्याही अल्पसंख्य घटकाला मनात आलं तर अल्पकाळात नेस्तनाबूद करू शकतो. पण ही त्याची सैतानी वृत्ती जागी न करता त्याला अंतर्मुख करणं, त्याला स्वत:लाच सुधारणावादी बनवणं, त्याला स्वत:लाच सुजाण, जागरूक बनवणं, आपण नेमकं कोण आहोत, आपली ताकद कशात आहे, ती विधायक वृत्तीनं कशी संघटित करता येईल, याचा विचार त्याला देणं मला महत्त्वाचं वाटत होतं. ही वाट प्रबोधनाची, जागृतीची होती.

शिवाय दलित साहित्य चळवळीत एकाच विशिष्ट जातीचा वरचश्मा होता. कोणत्याही एखाद्या एकजिनसी जातीचे प्रश्नही एकजिनसी असतात. ते सोडवण्यासाठी ती जात चटकन संघटित होऊन तेवढ्या प्रश्नांपुरतो कार्य करू शकते, असा माझा अनुभव होता. पण ग्रामीण समाजात अनेक जाती-जमाती आहेत. त्यांचे जाती-जमातीनिहाय शेकडो भिन्नभिन्न प्रश्न आहेत. म्हणजे ते बहुजिनसी आहेत. ते कोणत्याही एका चळवळीला सोडवता येणं अशक्य आहे. त्यांतील कोणत्या प्रश्नाला अग्रक्रम द्यायचा हेही वादग्रस्त ठरू शकतं. प्रत्येकालाच आपले प्रश्न प्रथम सुटावेत असं वाटतं. म्हणूनही ग्रामीण साहित्याच्या चळवळीची भूमिका दलित साहित्याच्या चळवळीच्या भूमिकेशी एकरूप किंवा एकजीव होऊ शकत नव्हती. त्यामुळं ग्रामीण साहित्याची चळवळ वेगळ्या पद्धतीनं चालवण्याची आवश्यकता होती.

थोडक्यात म्हणजे आता मी यांचाही राहिलो नव्हतो आणि त्यांचाही राहिलो नव्हतो. दोघांच्याही दृष्टींनी मी काहीसा वाया गेलो होतो किंवा वाया जाण्याच्या मार्गावर होतो.

...शेवटी माझ्याच सखोल मनाला विचारत, त्याच्यावर निष्ठा ठेवत माझी मलाच वेगळी वाट चोखाळायची होती. ती अंधूकपणे दिसत होती. तिचं काय असेल-नसेल ते मोल काळच ठरवणार होता.

चळवळीचं हे पाचवं वर्ष होतं. मी माझ्या संकल्पाच्या मध्यावर येऊन ठेपलो होतो. एवढा प्रवास झाल्यावर परतता येणं शक्य नव्हतं. आता काही झालं तरी पैलतीर जिद्दीनं गाठणं उचित होतं. माझ्यावर होणारी वर्तमानपत्री टीका माझ्या मनाचं खच्चीकरण करत होती. स्वत:ला उच्च समजणारे प्रस्थापित दैनिकांचे संपादक चळवळीविषयी तुच्छताबुद्धी दाखवत होते. चळवळीच्या खांद्यावर चढून

मोठा होऊ पाहणारा 'संधिसाधू' असं माझं वर्णन करत होते, चळवळीतील इतरांचं मत माझ्याविषयी कलुषित करून अंतर्गत कलह माजवून चळवळीची संघटनशक्ती नष्ट करू पाहत होते. तरी मला माझ्या विचारांवर निष्ठा ठेवून मनापासून योजलेलं कार्य करावंच लागणार होतं.

◆

जनमानसाची आराधना

१५ जानेवारी १९८३ ला कोल्हापूरच्या करवीर नगर वाचन मंदिरात 'आपण, आपला समाज आणि आपले साहित्य' या विषयावर व्याख्यान दिलं. ग्रामीण समाजाचं प्रबोधन, जागृती, संस्कृती आणि साहित्य; हेच विषय व्याख्यानांसाठी घेत होतो. व्याख्यानानंतरच्या चर्चांतून एक पडताळा येत होता की, पुण्या-मुंबईबाहेर सुशिक्षित तरुण आणि प्रौढ वर्ग या विचारांनी चेतवला जात आहे. त्याला काही तरी वेगळं करावं असं वाटत होतं. त्यांच्याच मनातील धूसर, धुकट विचारांना मी स्पष्ट, स्वच्छ, स्वरूपात मांडत होतो. त्यामुळं त्यांच्या मनात विचारांविषयी आत्मीयता निर्माण होत होती.

२५ जानेवारीला औरंगाबादला मराठवाडा विद्यापीठाच्या कामासाठी गेलो. त्या वेळी प्रा. रा. रं. बोराडे, प्रा. नागनाथ कोत्तापल्ले, प्रा. एस. एस. भोसले, प्रा. ल. बा. रायमाने, प्रा. मधुकर वाकोडे, प्रा. द. ता. भोसले, श्री. महावीर जोंधळे असे रात्री एकत्र बसून ग्रामीण साहित्याच्या चळवळीविषयी चर्चा केली. पुष्कळ प्रश्न, प्रतिप्रश्न निर्माण झाले. परिणामी चळवळीविषयींचे विचार आणि दिशा अधिक स्पष्ट होत गेली. एकमेकांचे विचार समजून घ्यायला, देवघेव करायला आणि मुख्य चळवळीबाबत एकजीव व्हायला बरीच मदत झाली.

दिनांक ४, ५, ६ फेब्रुवारी १९८३ असे तीन दिवस 'अंबाजोगाई' इथं अखिल भारतीय मराठी साहित्य संमेलन भरणार होतं. या संमेलनानिमित्त तेथील मंडळींना एक स्मरणिका प्रसिद्ध करायची होती. तिच्यासाठी त्यांना माझ्याकडून 'मराठी ग्रामीण साहित्य व मराठी स्वभाव' या विषयावर लेख हवा होता. त्यांनी जानेवारीच्या आरंभीच माझ्याशी पत्रव्यवहार सुरू केला होता. मी त्याला तत्काळ मान्यता दिली. या संधीचा फायदा घेऊन मी त्यांना बार्शीच्या मंडळींना पूर्वी जसं लिहिलं होतं तसं सविस्तर पत्र लिहिलं. 'साहित्य संमेलनाचं स्वरूप देशी ठेवा. पुण्या-मुंबईत वर्षभर चाललेल्या चर्चांची तीच ती पुनरावृत्ती कार्यक्रमात होऊ देऊ नका. सध्याच्या मराठी

साहित्याचे नवप्रवाह लक्षात घेऊन त्यावर परिसंवाद योजा व त्यात वक्ते म्हणून पुण्या-मुंबईच्या बाहेरील विद्वानांना बोलवा. कारण पुण्या-मुंबईचा वाङ्मयीन आणि मानसिक संबंध या नवप्रवाहांशी राहिलेला नाही. तो पुण्या-मुंबईपुरताच मर्यादित आहे. या दोन शहरांच्या बाहेर अवघ्या महाराष्ट्रात नवप्रवाहांविषयी, सामाजिक-सांस्कृतिक प्रबोधनाविषयी जोरात वारे वाहते आहे. त्याच्याशी संवादी राहा. नवे रक्त, नवे साहित्यप्रवाह, नवी मांडणी यांना वाव देऊन या प्रबोधनात सामील व्हा.' अशा आशयाचं ते पत्र होतं. ते कार्यक्रम कमिटीसमोर ठेवण्याची मी विनंती केली होती. तसं ते ठेवलं गेलं. त्यावर चर्चा झाली. वर्तमानपत्रातही त्याला प्रसिद्धी मिळाली आणि कार्यक्रम ठरवण्यासाठी त्याचा उपयोग झाला. त्यातूनच ग्रामीण व दलित साहित्याच्या प्रेरणा या विषयावर संमेलनात परिसंवाद ठेवण्यात आला. अशा सक्रिय आणि साह्यकारी भूमिकेमुळं हळूहळू ग्रामीण साहित्य चळवळीकडं व साहित्याकडं लोकाभिरुची अधिक जाणकारीनं वळवता येणं शक्य आहे असं मला वाटू लागलं. प्रस्तुत परिसंवादात भाग घेण्यासाठी गेलो.

२२ व २३ एप्रिलला परभणीच्या कृषी महाविद्यालयात ग्रामीण कथा-लेखन शिबिर होतं. या शिबिरात ग्रामीण साहित्याच्या तात्त्विक बैठकीसंबंधी मी सविस्तर बोललो. श्री. शेषराव मोहिते हा एक चांगला विद्यार्थी प्रथम भेटला. 'शेतकरी आंदोलनाची चळवळ या ग्रामीण साहित्याला आणि चळवळीला चांगलं अधिष्ठान प्राप्त करून देईल' असं तो म्हणाला. पूर्वी शेतकरी संघटना आणि साहित्याची चळवळ यांना एकत्र करण्याविषयीचा विचार प्रा. रा. रं. बोराडे यांनीही बोलून दाखवला होता. या दोन्ही चळवळी ग्रामीण समाजाशी संबंधित असल्या, शेतकरी संघटनेची वैचारिक बैठक साहित्य चळवळीला पूरक ठरणारी असली तरी या दोन्ही चळवळी स्वतंत्रपणे चालल्या पाहिजेत, अशी माझी भूमिका होती. त्याशिवाय ग्रामीण साहित्याची चळवळ नीटपणे पोसली जाणार नाही; कारण तिचं प्रयोजन आणि ध्येय सामाजिक-सांस्कृतिक आहे असं मला वाटे. शेतकरी संघटनेचा आंदोलनं, रास्ता रोको, मोर्चे इत्यादी कार्यक्रमांचा धडाका मोठा होता आणि तिचं ध्येय प्रामुख्यानं आर्थिक स्वरूपाचं होतं. त्यामुळं दोन्ही चळवळी एकत्र आणणं कठीण गेलं असतं.

११-१२ जुलैला इचलकरंजीला शाहिरी परिषद होती. तिचा प्रमुख पाहुणा म्हणून गेलो. 'शाहिरी परंपरा ही खास देशी परंपरा आहे. स्वातंत्र्यपूर्व काळात शाहिरांनी ऐतिहासिक आणि पराक्रमी पुरुषांचे पोवाडे गाऊन मराठी मनाला स्वातंत्र्याच्या आणि स्वाभिमानाच्या दिशेनं वेगानं खेचलं आणि आपलं शाहिरी कार्य देशाच्या हितासाठी उपयोगात आणलं. आज शाहीर स्वतंत्र भारताचे नागरिक आहेत. त्यांना आता ग्रामीण बहुजनांच्या समाजात जे महाप्रबोधनाचं कार्य चाललं आहे त्यात

सामील झालं पाहिजे. जनजागृती करण्यावर शाहिरांनी रचना करून त्या गायिल्या पाहिजेत; तरच त्यांची देशी साहित्य-परंपरा जोमानं प्रगती करू शकेल.' अशा आशयाचे विचार या व्यासपीठावरून मांडले. 'ग्रामीण साहित्य चळवळीच्या मंचातर्फे म. फुल्यांच्या 'शेतकऱ्याचा असूड' या ग्रंथाची शताब्दी साजरी करण्याचा निर्णय घेतला होता. दैनिकांच्या अंकांतून 'शेतकऱ्याचा असूड'ची शताब्दी साजरी करावी असं निवेदन दिलं. बऱ्याच ठिकाणी ते प्रसिद्ध झालं. परिणामी अनेक वृत्तपत्रांनी लेखन केलं आणि काही संस्थांनी 'शताब्दी' साजरी केली.

मंचातर्फे पुणे, कोपरगाव, वैजापूर इथं १६, १७, १८ जुलैला ग्रंथाची शताब्दी साजरी करण्याच्या कार्यक्रमातील व्याख्यानं देऊन आलो. वैजापूरला पालखीतून ग्रंथाची मिरवणूक काढण्यात आली. पुण्याहून हा ग्रंथ प्रतीकरूपात मी कोपरगाव, वैजापूर इथं घेऊन गेलो. या निमित्तानं महात्मा फुले यांनी शेतकऱ्यांच्याविषयी मांडलेल्या विचारावर सविस्तर बोललो.

नोव्हेंबरच्या ११-१२ तारखांना श्रीरामपूर इथं नगर जिल्हा-साहित्यिक मेळावा आयोजित करण्यात आला होता. मेळाव्याच्या समारोपाचा प्रमुख पाहुणा म्हणून मी गेलो. बहुतेक सगळे तरुण ग्रामीण साहित्यिक आले होते. त्यांच्याशी अनौपचारिक चर्चा झाली. त्या मेळाव्यात 'ग्रामीण साहित्य आणि दलित साहित्य' यांतील साम्य-भेद स्पष्ट केले. तसे ते का पडतात याची सामाजिक, सांस्कृतिक कारणंही स्पष्ट केली. हे कुठंतरी स्पष्ट होण्याची आवश्यकता मला वाटत होती. भेद असले तरी ते विरोधी नाहीत. ते वेगळेपणातून जन्मले आहेत हेही आवर्जून सांगितलं.

१९६९-७० पासून ग्रामीण समाजात लोकप्रिय असलेलं 'बळीराजा' हे पुण्याहून निघणारं शेतकऱ्यांचं मासिक ग्रामीण भागातील शिक्षित तरुणांचं व्यासपीठ कसं करता येईल या हेतूनं त्याचे संपादक श्री. प्र. बा. भोसले यांनी १३ डिसेंबर रोजी एक बैठक बोलविली होती. ग्रामीण समाजाचे सर्वांगीण प्रश्न व त्यांची सोडवणूक करणारं वैचारिक आणि ललित साहित्य 'बळीराजा'तून प्रसिद्ध करावं, असा निर्णय त्या बैठकीत घेण्यात आला. प्र. बा. भोसले यांची ग्रामीण समाज आणि साहित्य यांच्याविषयीची तळमळ आणि आत्मीयता मला चांगली माहीत होती. त्यांची ही मानसिकता लक्षात घेऊन मी त्यांना 'बळीराजा ग्रामीण समाज चर्चा मंडळ' स्थापन करण्याची कल्पना सुचवली. या बैठकीत मी, माझे विद्यार्थी मित्र प्रा. श्रीकृष्ण अडसूळ, प्रा. मुकुंद गायकवाड, श्री. अशोक सादरे अशी मित्रमंडळी होतो. या सगळ्या मित्रांच्या नावे मंडळाचं निवेदन जानेवारी १९८४ च्या 'बळीराजा'च्या अंकात प्रसिद्धीसाठी दिलं. यथाकाल ते प्रसिद्धही झालं. हे करण्यामागं 'बळीराजा' मासिकाचं व्यासपीठ ग्रामीण साहित्य चळवळीला मुखपत्राच्या स्वरूपात इथून पुढं कायमचं लाभावं अशी माझी भावना होती.

जानेवारी १९८४ च्या शेवटच्या आठवड्यात जळगावला अखिल भारतीय मराठी साहित्य संमेलन श्री. शंकरराव खरात यांच्या अध्यक्षतेखाली झालं. त्यांच्या अगोदर अध्यक्ष झालेले श्री. वामनराव चोरघडे, श्री. गो. नी. दांडेकर आणि श्री. व्यंकटेश माडगूळकर हे तिन्ही मोठे साहित्यिक महाराष्ट्राच्या प्रादेशिक आणि ग्रामीण जीवनाशी निगडित असलेले होते. गेल्या तीसएक वर्षांत महाराष्ट्राच्या ग्रामीण जीवनात युगान्तर सदृश बदल झालेले होते. त्यातून नवं, वेगळं साहित्य जन्माला येत होतं. नवजागृत समाज आपले अनुभव साहित्यातून व्यक्त करत होता. त्यासंबंधी हे साहित्यिक संमेलनाच्या अध्यक्षपदावरून आणि व्यासपीठावरून काहीतरी चार शब्द बोलतील अशी नव्या पिढीच्या वाचकांची आणि साहित्यप्रेमींची इच्छा होती. पण त्यांनी भाषणांतून आपल्या आत्मचरित्रापलीकडं काहीच सांगितलं नाही. त्यात नवीनही काही नव्हतं. कारण ते त्यांनी पूर्वीच वेगवेगळ्या रूपांत अन्यत्र सांगितलं होतं... व्यंकटेश माडगूळकर यांनी तर साहित्यिकाला सामाजिक बांधिलकी नसते, असं स्पष्टपणे अंबाजोगाईच्या संमेलनात व्यासपीठावरून जाहीर केलं. आता शंकरराव खरातही संमेलनातील अध्यक्षीय भाषणाचं औचित्य न ओळखता अशीच पूर्वसूरींची 'री' ओढतात की काय अशी शंका होती. पण तसं झालं नाही. ते सामाजिक-साहित्यक्षेत्रीय जाणिवेनं बोलले. ग्रामीण विभागातील नवजागृत समाजाला आणि साहित्यिकांना संमेलनांची आणि मार्गदर्शनाची गरज आहे याची जाणीव त्यांनी श्रोत्यांना करून दिली. तिघे पूर्वसूरी आणि शंकरराव खरात या ग्रामीण साहित्यिकांतील हा मूलभूत फरक विरोधानं उठून दिसला. साहित्य संमेलन झाल्यानंतरही अध्यक्षीय जबाबदारी मानून या तीनही पूर्वसूरींनी अन्य काही उपक्रम केले नाहीत. उलट शंकरराव खरात यांनी वर्षभर ग्रामीण विभागात उपक्रम करण्याचं जाहीर केलं आणि त्याप्रमाणे त्यांनी ते पार पाडले. वर्षअखेर त्याचा जाहीरपणे जमाखर्च मांडून त्याचं फलितही स्पष्ट केलं. ग्रामीण विभागातील तरुण साहित्यिकांच्या अडचणी त्यांनी जाणून घेतल्या... ग्रामीण साहित्याच्या चळवळीला त्यांचं हे कार्य उपकारक ठरलं.

जानेवारी १९८४ मध्ये पुण्याच्या 'ग्रामीण समाज चर्चा मंडळाच्या' कार्यक्रमात मी 'ग्रामीण तरुण शिक्षिताची कोंडी' कशामुळं होते याविषयी माझे विचार सूत्ररूपानं मांडले. 'बळीराजा' मासिकाच्या मार्च १९८४ च्या अंकात ते प्रसिद्ध झाले.

५ फेब्रुवारी १९८४ ला सांगली जिल्ह्यातील 'विटे' गावी नववं ग्रामीण साहित्य संमेलन भरणार होतं. त्यासाठी अध्यक्ष म्हणून त्यांनी माझी निवड केली होती. 'ग्रामीण साहित्य हे पंचाहत्तर टक्के भारतीय माणसाच्या मनाचं प्रातिनिधिक साहित्य कसं आहे' हे सांगण्याचा प्रयत्न मी माझ्या भाषणातून केला.

१९८४ मार्चच्या पहिल्या आठवड्यात नागपूरला जनसाहित्य संमेलनासाठी

जाऊन आलो. ज्ञानपीठ पुरस्कार प्राप्त झालेल्या अमृता प्रीतम या संमेलनाच्या अध्यक्ष होत्या. माझे मित्र प्रा. या. वा. वडस्कर हे या संमेलनाचे संयोजक होते. जनसाहित्य चळवळीचे ते प्रवर्तक होते. त्यांनी आणि श्री. गोविंदराव वंजारी यांनी जनसाहित्याची भूमिका प्रभावीपणे खुल्या अधिवेशनात मांडली. या खुल्या अधिवेशनाचा अध्यक्ष म्हणून मीही आधुनिक ग्रामीण साहित्य आणि जनसाहित्य यांच्या दृढ संबंधाविषयी बोललो. एखादा किरकोळ भेद सोडला तर या दोन्ही चळवळी एकच ध्येय कशा साधू पाहतात हे सांगितलं.

८ एप्रिल १९८४ ला श्री. रणजित देसाई यांचा वाढदिवस होता. त्यांच्या वाढदिवसाला मी आणि माझे प्रकाशक मित्र अनिल मेहता असे दोघं जण कोवाडला जाऊन आलो. प्रथमच जात होतो. या भेटीत एक गोष्ट लक्षात राहण्यासारखी घडली. यशवंतरावजी चव्हाण हे देसाईंच्या वाढदिवसासाठी आले होते. रात्री विश्रांतीला ते तिथंच होते. त्यांच्याबरोबरचे सर्व कार्यकर्ते त्या रात्री जवळच्या कुठल्या तरी साखर कारखान्यावर विश्रांतीसाठी पाठवले होते. रात्री रणजित देसाई, यशवंतराव, मी आणि अनिल मेहता असे चौघं जण एक वाजेपर्यंत वाङ्‌मयीन मराठी विश्व, सामाजिक-सांस्कृतिक वातावरण याविषयी गप्पा मारत होतो. नुकतंच मी यशवंतरावांचं 'कृष्णाकाठ' हे आत्मचरित्र वाचलं होतं. त्यावरही मी मोकळेपणानं बोललो. त्यावर बोलता बोलता मी आजच्या सुशिक्षित ग्रामीण तरुण पिढीच्या मानसिकतेविषयी पुन्हा सविस्तर बोललो. ग्रामीण साहित्याच्या चळवळीविषयी व तिच्या कार्याबद्दल बोललो. यशवंतराव अतिशय काळजीपूर्वक ऐकत होते. प्रश्न विचारत होते. मधूनच चर्चा करत होते. मी माझी मतं स्पष्टपणे मांडत होतो.

सकाळी न्याहारीच्या वेळी नगर जिल्ह्याचे एक मान्यवर कार्यकर्ते आलेले होते. आम्ही पाच-सहा जणच न्याहारीसाठी बसलो होतो. यशवंतराव चव्हाणांनी सांगितलं की, 'यादव काय म्हणतात ते पाहा. त्यांनी ग्रामीण महाराष्ट्राविषयी सामाजिक, सांस्कृतिकदृष्ट्या काही एक वेगळा विचार केला आहे. त्यासाठी ते चळवळ उभी करू पाहत आहेत. त्यांना जे म्हणून काही साह्य करता येईल ते भरघोसपणानं करा.'

त्या कार्यकर्त्यांनी भरघोसपणे मान्यता दिली. हेच सूत्र धरून मी पुढे नगरमार्गे २० ऑगस्टला नेवाशाला वक्तृत्व स्पर्धांचा समारोप व पारितोषिक वितरण समारंभ यासाठी प्रमुख पाहुणा म्हणून जाऊन आलो. खरं तर हे निमित्त होतं. चव्हाणसाहेबांच्या मान्यवर मित्रांना भेटून 'ग्रामीण साहित्य परिषद' ही संस्था स्थापण्याच्या संदर्भात व त्या संस्थेसाठी काही भरीव निधी उभा करण्याच्या संदर्भात सविस्तर चर्चा करण्याची इच्छा होती. तसा पत्रव्यवहारही केला होता. त्यांच्याच सांगण्यावरून ही तारीख नक्की केली होती. पण प्रत्यक्ष भेट होऊ शकली नाही. त्यांना ऐनवेळी काही

महत्त्वाच्या कामासाठी अन्यत्र जावं लागलं. नंतरच्या काळातही असंच दोन-तीन वेळा झालं... मग मात्र माझ्या मनातील विचार माझ्या मनातच विरघळून गेला.

नेवाशाच्या वक्तृत्व स्पर्धेच्या पारितोषिक-वितरणाच्या समारंभात वक्तृत्वाच्या खास अशा एका देशी परंपरेचा मी उल्लेख केला. 'ही परंपरा महात्मा फुले, विठ्ठल रामजी शिंदे, राजर्षी शाहू महाराज, कर्मवीर भाऊराव पाटील, क्रांतिवीर नाना पाटील यांची आहे. ग्रामीण भागातील सामान्य माणसाला कळणाऱ्या साध्या, सोप्या भाषेत बोलणाऱ्या वक्त्यांची आहे. ही माणसं ग्रामीणांच्या जीवनातून दृष्टान्त घेत होती, स्पष्टीकरणासाठी त्यांच्याच जीवनातील घटना, प्रसंग, लोककथा, लोकसमजुती वापरत होती. त्यांच्या बोलण्याची ढब ग्रामीणांच्या बोलीला फार जवळची होती. बाकीच्या वक्तृत्वाच्या परंपरा या नागरी, पांढरपेशा स्वरूपाच्या आहेत. त्यांच्यात संस्कृत, इंग्रजी दृष्टान्त येतात. विद्वत्तेचा डौल मिरवणारी सगळी भाषा असते. पाश्चात्त्य जीवनाचे व संस्कृतींचे आदर्श मानून तेथील बहुतेक संदर्भ दिले जातात. ही परंपरा वक्त्यांची स्वतंत्र विद्वत्ता दाखवणारी असते. आपली देशी परंपरा ही लोकशिक्षकाची, जनसामान्यात मिसळून त्यांच्याशी एकजीव होणारी आहे.' अशा आशयाचे विचार त्या वेळी मांडले. हेतू असा होता की वक्त्यांनी जनसामान्यांना सर्वार्थानं मानून त्यांना घडवण्याचा प्रयत्न करावा, त्यांच्याच भाषेद्वारा त्यांच्याशी जवळीक साधावी, ग्रामीण भागातील वक्त्यांनी पुस्तकी, व्यक्तिवादी, पढीक, कृत्रिम भाषेचं अनुकरण करू नये.

ग्रामीण प्रासादिक कविता लिहिणारे श्री. ग. ह. पाटील यांना आपल्या नावे एक ग्रामीण साहित्य प्रतिष्ठान उभं करावं असं वाटत होतं. गेले पाच-सहा महिने ते आपल्या मनातील हा विचार बोलून दाखवत होते. मलाही वाटत होतं की, पुण्यात एखादी वास्तू अशा कार्यासाठी मिळाली तर ग्रामीण साहित्याच्या सर्वांगीण विकासासाठी खूप काही करता येईल. या प्रतिष्ठानसाठी दीड-पावणेदोन लाखाचा ऐवज द्यावा असं त्यांना वाटत होतं. तो वास्तूच्या स्वरूपात त्यांना द्यायचा होता किंवा वास्तू विकून येणारी किंमत प्रतिष्ठानला देण्याची त्यांची इच्छा होती.

ग्रामीण साहित्य चळवळीसाठी धडपडणारी प्रमुख मंडळी नेमकी कोण आहेत; त्यांना भेटीला बोलवा, अशी त्यांनी इच्छा व्यक्त केली. त्यांच्या इच्छेनुसार मी महाराष्ट्रातील दहा प्रमुख मंडळींना स्वखर्चानं येण्यास सांगितलं. इथं त्यांची मी साहित्य परिषदेत राहण्याची व भोजनाची स्वतंत्र व्यवस्था केली. मी, बळीराजा मासिकाचे संपादक प्र. बा. भोसले, प्रा. रा. रं. बोराडे (वैजापूर), प्रा. भास्कर चंदनशिव (वैजापूर), प्रा. वासुदेव मुलाटे (बीड), प्रा. नागनाथ कोत्तापल्ले (औरंगाबाद), प्रा. चंद्रकुमार नलगे (कोल्हापूर), प्रा. द. ता. भोसले (मंचर), प्रा. वसंत केशव पाटील (कऱ्हाड), प्रा. या. वा. वडस्कर (नागपूर), प्रा. अनुराधा गुरव (कोल्हापूर),

असे दहा जण होतो. त्यांपैकी शेवटचे दोघं जण ऐन वेळच्या काही अडचणींमुळं येऊ शकले नाहीत. रविवार दिनांक २ डिसेंबर १९८४ रोजी सायंकाळी चार वाजता आम्ही सर्व जण श्री. ग. ह. पाटील यांना भेटण्यासाठी त्यांच्या मुलीच्या म्हणजे सौ. मंदा खांडगे यांच्या घरी गेलो. तिथं दीडएक तास विचारविनिमय आणि गप्पा झाल्या. ग. ह. पाटील यांचा आम्ही छोटासा सत्कारही तिथं केला. त्यांना खूपच बरं वाटलं. प्रतिष्ठानचा विचार त्यांनी पुन्हा बोलून दाखवला. याच वेळी आम्ही संकल्पित प्रतिष्ठानची केलेली 'घटनाही' वाचून दाखवली. त्याची एक प्रत श्री. पाटील यांना दिली. पाटलांचा थोरला मुलगा श्री. श्यामसुंदर पाटील हाही त्या वेळी उपस्थित होता. त्यानंही ती घटना मान्य केली.

याच दिवशी सकाळी नऊ वाजता आम्ही 'ग्रमीण साहित्य मंचाची' एक बैठक घेतली. या बैठकीतच ग्रामीण साहित्य-संस्कृति-प्रतिष्ठानची रचना कशी असावी याविषयी सविस्तर चर्चा करून घटनेच्या स्वरूपात तिचं लेखन पूर्ण केलं. याशिवाय ग्रामीण साहित्याची चळवळ पुढं कशी नेता येईल याविषयीची सविस्तर चर्चा करून अनेक निर्णय घेण्यात आले. त्यांतील दोन-तीन महत्त्वाचे निर्णय असे होते :

१) महाराष्ट्रीय पातळीवर होणाऱ्या ग्रामीण साहित्य संमेलनात अध्यक्ष व उद्घाटक अशा दोन प्रमुख व्यक्ती असाव्यात. त्यांतील अध्यक्ष हा ग्रामीण साहित्याशी, संस्कृतीशी, चळवळीशी कोणत्या ना कोणत्या प्रकारे संबंधित असावा, २) उद्घाटक ही व्यक्ती व्यापक पातळीवरील कार्य करणारी असावी. या दोन सूचना रा. रं. बोराडे यांनी मांडल्या. त्या मान्य करण्यात आल्या. ३) प्रा. वासुदेव मुलाटे यांनी इतर संस्था, व्यक्ती ग्रामीण साहित्यविषयक कार्य करीत असतील तर त्यांना आपण जरूर मदत केली पाहिजे, असा एक विचार मांडला. त्याला सर्वांनी मान्यता दिली.

या तीनही निर्णयांमुळं पुढील साहित्य संमेलनाचं स्वरूप आणि कार्याचं स्वरूपही बदलत गेलं. आतापर्यंत संमेलनाचा अध्यक्ष व उद्घाटक वेगळे असले पाहिजेत असा आग्रह नसे. अध्यक्षच संमेलनाचं उद्घाटन कित्येक वेळा करत. अध्यक्ष हा सामाजिक क्षेत्रातील प्रतिष्ठित आणि व्यापक पातळीवरील विचारवंत असे. तो ग्रामीण साहित्याशी, संस्कृतीशी, चळवळीशी प्रत्यक्ष निगडितच असला पाहिजे असा आग्रह नव्हता. उलट अधिक व्यापक पातळीवर विचार करणारा तो असल्यानं व त्याच्याविषयी सर्वच मराठी समाजात विश्वासाचं वातावरण असल्यामुळं त्यानं ग्रामीण साहित्याविषयी, ग्रामीण समाजाविषयी मांडलेला विचारही मराठी समाजमनात विश्वास निर्माण करील, अशी माझी धारणा होती. ग्रामीण साहित्य हे फक्त ग्रामीणांची मक्तेदारी नसून त्याची निर्मिती, त्याच्याविषयीचा विचार मराठी

समाजातील कुणीही करू शकतो आणि कुणीही त्याचा आस्वाद घेऊ शकतो, असं मी गृहीत धरलेलं होतं. या व्यापक वैचारिक पातळीवरूनच ग्रामीण समाजाला, तरुण ग्रामीण साहित्यिकांना आणि रसिकांना मार्गदर्शन मिळावं, अशी त्यामागची भूमिका होती. भारतात पर्यायानं महाराष्ट्रात ७० ते ७५ टक्के ग्रामीण समाज असल्यानं तो भारतीय, महाराष्ट्रीय समाजाचा महत्त्वाचा, सर्वाधिक मोठा, केंद्रवर्ती गाभा ठरू शकतो. तेव्हा तो एखाद्या अल्पसंख्य समाज-घटकाप्रमाणे भारतीय, महाराष्ट्रीय समाजाशी विद्रोह करूच शकत नाही किंवा करणंही योग्य नाही. नदी-ओढ्यांना पूर येऊ शकतो. पण सागराला तो येऊन चालणार नाही. समाजाचा गाभा असलेल्या ग्रामीण समाजाला एकूण भारतीय महाराष्ट्रीय समाजाच्या सर्वांगीण विकासाचीच भूमिका अपरिहार्यपणे सर्व निष्ठांनिशी बजावावी लागते; हा विधायक आणि उत्क्रांतिवादी विचार त्यापाठीमागे मी गृहीत धरलेला होता.

'ग्रामीण साहित्याशी, संस्कृतीशी आणि चळवळीशी संबंधित असणारी व्यक्ती' याचा अर्थ चळवळीतील ग्रामीण साहित्यिक असाच होतो. अशी साहित्यिक व्यक्तीच ग्रामीण साहित्य संमेलनाची अध्यक्ष व्हावी, अशी त्या विधानात अपेक्षा होती. अलीकडचा अखिल भारतीय मराठी साहित्य संमेलनांच्या अध्यक्षांचा अनुभव काही वेगळंच सांगत होता. सामान्यतः ललित साहित्यिक संमेलनासारख्या सार्वजनिक व्यासपीठावरूनही फक्त स्वतःविषयीच दिवाणखान्यातल्याप्रमाणे बोलतात; एकूण मराठी सांस्कृतिक, सामाजिक, वाङ्मयीन क्षेत्राला ते कोणताही महत्त्वाचा विचार देऊ शकत नाहीत. त्यामुळं मनोरंजनापलीकडं त्यांतून काही साधू शकत नाही ही आजवरची संमेलनीय वस्तुस्थिती होती.

ग्रामीण साहित्य संमेलनांना असं उत्सवी, जत्रेचं स्वरूप येऊ नये असं मला मनापासून वाटत होतं. प्रबोधनाच्या एका विचारानं प्रेरित होऊन ही संमेलनं आयोजित करण्याचा मी प्रयत्न करीत होतो. पण आता बहुमतानुसार या संमेलनांना वेगळी दिशा लागेल अशी पाल मनात चुकचुकू लागली.

तरीही एक गोष्ट चांगली झाली होती. प्रा. वासुदेव मुलाटे यांनी मांडलेला विचार महत्त्वाचा होता. ग्रामीण विभागात लहानसहान साहित्यिक-मेळावे, संमेलने अनेक छोट्या-मोठ्या सामाजिक, शैक्षणिक संघटना आणि संस्था भरवीत होत्या. विशेषतः महाराष्ट्र साहित्य परिषदेच्या ग्रामीण विभागातील शाखांमध्ये अशा प्रकारचे वाङ्मयीन कार्यक्रम आखले जात होते. हे सर्व कार्यक्रम निरनिराळी नावं धारण करून होत होते. 'ग्रामीण' हा शब्द त्यात पुष्कळ वेळा नसे. प्रस्थापित हितसंबंधाचे राजकारण लक्षात घेऊन हे लोक ग्रामीण साहित्याच्या चळवळीपासून अनेक कारणांनी विशेषतः तात्कालिक स्वार्थासाठी अलिप्त राहत होते. अशा वेळी दूरदृष्टीनं विचार करून या संस्थांना मदत केली पाहिजे, त्यांच्या कार्यक्रमांना जाऊन

आपले विचार सातत्यानं पण सौम्यपणानं, शहाणपणानं मांडत राहिलं पाहिजे; ही भूमिका महत्त्वाची होती. त्यामुळं चळवळीचं अलग स्वरूप वेगळेपणानं उठून दिसणार नव्हतं; याची कल्पना मला होती. पण हळूहळू बहुसंख्य असलेल्या ग्रामीण समाजाला सामाजिक, सांस्कृतिक आणि वाङ्मयीन आत्मभान देता येणार होतं. चळवळीच्या अलगपणे उठून दिसणाऱ्या सवत्यासुभ्यापेक्षा हे भान देणं मला अधिक महत्त्वाचं वाटत होतं. शेवटी चळवळी या समाजप्रबोधनाचं साधन असतात; याची ऐतिहासिक जाणीव मी विसरू शकत नव्हतो. म्हणून कोणत्याही साहित्यविषयक संस्थेशी, कार्यक्रमाशी, संमेलनाशी विद्रोही भूमिका न घेता तिथं प्रवेश करावयाचा व आपला विचार मांडावयाचा, ही भूमिका मला अतिशय दूरदर्शी आणि शहाणपणाची वाटली. शेवटी या संस्थांना, संमेलनांना, कार्यक्रमांना आपण आपल्या मनातील ध्येयरूप देऊ शकू, प्रस्थापित असल्या तरी तिथं प्रविष्ट होऊन त्यांना आत्मसात करून नवसमाजाच्या कार्यात त्यांनाही सहभागी करून घेऊ असा आशावाद त्यामागं होता.

चळवळ सुरू झाल्यापासूनच्या सात-आठ वर्षांत आणि विशेषत: १९८२ ते ८४ या गेल्या दोन-तीन वर्षांत ग्रामीण साहित्याविषयी आणि चळवळीविषयी अपेक्षा व्यक्त करणारं, तिचं पोषण, पुरस्कार करणारं लेखन जसं होत होतं; तसंच विरोधी मतं व्यक्त करणारं, आरोप, हल्ले करणारं वैचारिक लेखनही भरपूर लिहिलं जात होतं. त्यातून निर्माण होणारे गैरसमज, विपर्यास किंवा तात्त्विक दृष्टिकोनाचा आभास निर्माण करून चळवळ नेस्तनाबूद करण्याचे प्रयत्न यांना चोख उत्तरं पुरेशा गांभीर्यानं मांडण्याची नितांत गरज मला अलीकडं वाटत होती. त्या गरजेनुसार वेळोवेळी मी लेखन करतच होतो. आतापर्यंत माझी ग्रामीण साहित्यावरची दोन पुस्तकं प्रसिद्ध झाली होती. पण त्यांतील लेख वेळोवेळी लिहिल्यामुळं त्या लेखांतील विचारांमध्ये काही मोकळ्या जागा किंवा त्रुटी राहिल्या होत्या. त्या नीटपणे भरण्याची, निपटण्याची गरज होती. म्हणून मी वर्षभर मोकळा वेळ मिळेल तसा ग्रामीण साहित्याविषयी आणि चळवळीविषयी लेखन करत होतो. त्यातूनच 'मराठी साहित्य, समाज आणि संस्कृती' हा ग्रंथ सिद्ध केला.

'ग्रामीण साहित्य मंचा'ची तात्कालिक स्थापना १९८३ साली केली होती. त्यातूनच संस्थेची स्थापना व्हावी, तिला आर्थिक साहाय्य सन्मानानं मिळावं, संमेलनं व्हावीत म्हणून वर्षभर प्रयत्न करत होतो. या निमित्तानं सातत्यानं व्याख्यानं, लेखन, विचारविनिमय करण्याची धडपड सुरूच होती.

१९-२० जानेवारी १९८५ ला नाशिक जिल्ह्यातील 'चांदवड' इथं जाऊन आलो. तिथं २३-२४ फेब्रुवारीला पाचवं महाराष्ट्रीय पातळीवरील ग्रामीण साहित्य संमेलन घेण्याचं ग्रामीण साहित्य मंचातर्फे निश्चित झालं. चांदवडच्या 'श्री नेमिनाथ

जैन ब्रह्मचर्याश्रम' या संस्थेनं आर्थिक भार उचलण्याचं मान्य केलं. चांदवडच्या कॉलेजचे प्राध्यापक सतीश पिंपळगावकर (कुलकर्णी) यांनी संयोजनाची जबाबदारी स्वीकारली होती. ते स्वत: कवी होते. ग्रामीण साहित्य चळवळीचे पुरस्कर्ते होते. ग्रामीण साहित्य संमेलनात भाग घेत होते. चळवळीची भूमिका सांगोपांग मांडत होते. प्रसंगी त्याविषयी लेखन करत होते.

प्रा. पिंपळगावकर यांनी डिसेंबर-जानेवारीपासूनच हालचाली सुरू केल्या. स्थानिक कार्यकर्त्यांना संमेलनाचं व संमेलनाच्या कार्याचं महत्त्व पटवून दिलं. त्यांच्या चातुर्याचं कौतुक करावं इतक्या यशस्वीरीत्या त्यांनी सर्व प्रकारच्या हालचाली केल्या आणि अतिशय उत्तम रीतीनं आणि आत्मीयतेनं संमेलन पार पाडलं.

या संमेलनाची, त्यातील कार्यक्रमाची आणि कार्यक्रमातील वक्त्यांची आखणी करण्यासाठीच त्यांनी १९-२० जानेवारी १९८५ ला कार्यकर्त्यांची बैठक बोलावली होती. मी, रा. रं. बोराडे, भास्कर चंदनशिव असे तिघं जण या बैठकीस उपस्थित होतो. विचारविनिमय होऊन सर्व काही निश्चित करण्यात आलं.

गेली साताठ वर्षं चळवळीच्या निमित्तानं माझी फारच ओढाताण होत होती. घरचे प्रश्न आणि समस्या बाजूला ठेवून, माझ्या वैयक्तिक अडचणी आणि शारीरिक दुखणी यांच्याकडं दुर्लक्ष करून मी सारखा भटकत होतो. चळवळीची भूमिका समजून सांगत होतो, लोकांचे गैरसमज दूर करत होतो, व्याख्यानं देत होतो, मार्गदर्शनासाठी अनेक प्रकारची पत्रं भराभर सविस्तर मजकूर लिहून पाठवीत होतो. या सगळ्या व्यवधानात शारीरिकदृष्ट्या आणि मानसिकदृष्ट्याही थकून जात होतो. संमेलनाचं संयोजन करणं हे तर अतिशय धावपळीचं, मानसिक संयमाचं, सौजन्य आणि सहानुभूती सतत जागृत ठेवून रागमाग न करण्याचं, सतत दुसऱ्याला समजून घेऊन आपला दृष्टिकोनही त्याच वेळी दुसऱ्याला पटवून देण्याचं, स्वत:कडं सतत नम्र सेवकाची भूमिका घेण्याचं सोशीक व्रत असतं. हे सतत जागरूकतेनं सांभाळावं लागत असल्यानं त्याचा ताण मनावर कायमचा पडत होता. दिवस अखेरीला खूप थकवा येत होता. रात्री मनात विचार सुरू झाले की झोप येत नव्हती. उलट सकाळी उठून कंटाळा आणि अतिश्रमातून निर्माण झालेला अशक्तपणा बाजूला झटकून उठावं लागत होतं. उद्योगाला जुंपून घ्यावं लागत होतं. घरातले आणि घराबाहेरचे सगळेच या बाबतीत निष्प्रेम होते. हा 'थँकलेस जॉब' होता. तरी तो उत्साहानं पार पाडत होतो.

चळवळीत अनुयायी आणि सहकारी अनेक भेटले तरी सक्रिय आणि स्वयंबुद्धी चतुरस्त्र कार्यकर्ते उपलब्ध होण्याची मला नितांत गरज वाटत होती. कारण असं की चळवळीचं, संमेलनाचं सगळं संयोजन मार्गदर्शन आजवर मला एकट्यालाच

करावं लागत होतं. प्रा. नागनाथ कोत्तापल्ले, प्रा. भास्कर चंदनशिव, प्रा. द. ता. भोसले, प्रा. रा. रं. बोराडे, प्रा. वासुदेव मुलाटे ही मंडळी माझं वैचारिक अनुगामित्व पत्करत होती. कदाचित माझ्याविषयीचा विश्वास त्यांच्या मनात गाढ असल्यामुळं त्यांनी अशी भूमिका स्वीकारली असावी. त्यामुळं प्रथम चार पावलं पुढं मला एकट्यालाच व्हावं लागत होतं. मनोमन एकाकी वाटत होतं. या पार्श्वभूमीवर प्रा. सतीश पिंपळगावकर यांनी केलेलं उत्तम संयोजन मला मनोमन खूप आनंद देऊन गेलं. त्यांच्या रूपानं चळवळीसाठी एक नवं व्यक्तिमत्त्व लाभलं.

या संमेलनात मी फक्त पश्चिम महाराष्ट्रातील आणि पुण्यातील वक्ते यांच्याशी संपर्क साधून त्यांना संमेलनाला आणण्याची आणि श्री. रणजित देसाई यांची संमेलनाच्या अध्यक्षपदासाठी मान्यता मिळवण्याची व त्यांना चांदवडपर्यंत नेण्या-आणण्याची जबाबदारी स्वीकारली आणि ती पार पाडली.

आतापर्यंतच्या ग्रामीण साहित्य संमेलनांत आणि या संमेलनात एक महत्त्वाचा फरक मला दिसून आला. आतापर्यंतच्या ग्रामीण साहित्य संमेलनात स्वातंत्र्योत्तर काळात बदललेला ग्रामीण समाज, त्या समाजाचे बदललेले ग्रामीण मन, त्याचे बदललेले म्हणजे नव्याने निर्माण झालेले जीवनविषयक प्रश्न आणि समस्या यांचं विवेचन करण्यावर अंतर्बाह्य भर दिला जात होता. या सगळ्या ग्रामीण बदलाचा एकूण शहरांशी आणि तेथील जीवन, संस्कृती, प्रश्न, समस्या, राहणी, सुविधा, सुधारणा यांच्याशी कोणत्या प्रकारचा संबंध आहे आणि तो कोणत्या प्रकारचा असावा यासंबंधी चर्चा या संमेलनांतून होत होत्या. या सर्वांचा हेतू असा होता की नव्या दमाच्या ग्रामीण लेखकाला अनुभव घेण्याची एक नवी दृष्टी मिळावी, त्याच्या आजवरच्या नजरेतून चुकलेल्या समाज-अंगाचं दर्शन त्याला घडवून द्यावं किंवा दर्शन घेण्याला त्याला प्रवृत्त करावं आणि अशा रीतीनं आधुनिक जीवनाशी त्याचं अनुभवविश्व संबंधित व्हावं. या नव्या संबंधातून त्याच्या आकलनात बदल व्हावा, त्याच्या प्रतिभेसमोर अनुभवाची ही नवी दालनं उघडी व्हावीत अशी अपेक्षा होती.

त्या दृष्टीनंच संमेलनाचे अध्यक्ष, उद्घाटक यांची आणि परिसंवादांतील वक्त्यांची निवड केली जात होती. परिसंवादातील विषयांची योजनाही याच हेतूंनी केली जात होती.

पण चांदवडच्या या पाचव्या संमेलनाची मांडणी वेगळी केली होती. या संमेलनाच्या सुदैवानं रणजित देसाई यांच्यासारखा मानवतावादी साहित्यिक लाभला होता. एखाद्या आत्ममग्न साहित्यिकाप्रमाणं ते स्वतःच्या साहित्यनिर्मितीची माहिती सांगण्यात क्षणभरही रमले नाहीत. मात्र आतापर्यंतच्या अध्यक्षीय भाषणांचा सूर जो नव्या आशयाविषयीचा होता तो सूर त्यांनी धरला नाही. आतापर्यंत तो पुरेशा प्रमाणात व्यक्तही झालेला होता. त्यांच्या अध्यक्षीय भाषणातील सूर नव्या ग्रामीण

साहित्यिकांना साहित्यनिर्मितीविषयी मार्गदर्शन करणारा होता. ग्रामीण साहित्यिक ग्रामीण विभागात कसा एकटा पडतो, त्याला एकट्यालाच साहित्यनिर्मितीशी कसं झुंजावं लागतं, कुणाचंच मार्गदर्शन प्रत्यक्ष स्वरूपात वा पत्रोपत्री कसं होऊ शकत नाही, त्यादृष्टीनं अशी साहित्य संमेलनं ग्रामीण विभागात होण्याची कशी खरी गरज आहे, साहित्यिकांनी सखोल वाचन, चिंतन कसं केलं पाहिजे, निर्मितीचा हेतू पैसा मिळवणं, प्रसिद्धी मिळवणं हा का नसावा, उत्तम साहित्याचं लक्षण कोणतं इत्यादीविषयी त्यांनी मोलाचं मार्गदर्शन केलं. 'मी कथा का लिहितो' या त्यानंतर झालेल्या परिसंवादाला ते फारच पूरक ठरलं. स्वत: खेड्यात राहून स्वतंत्रपणे लेखन करणारे ते मोठे सिद्धहस्त साहित्यिक होते. त्यामुळं त्यांच्या या विचारांचं महत्त्व फार होतं. या संमेलनाचं हे वेगळेपण होतं.

उत्तम संयोजन, उत्तम संतुलित मार्गदर्शन, उत्तम प्रसिद्धी, उत्तम व्यवस्था अशी या संमेलनाची वैशिष्ट्यं ठरली. नव्या ग्रामीण साहित्यिकांना या संमेलनानं फार मोठा आत्मविश्वास दिला. महाराष्ट्र टाइम्स, साधना साप्ताहिक, पुणे-सकाळ या दैनिक-साप्ताहिकांनी या संमेलनाविषयी उत्तम प्रतिक्रिया व्यक्त करून संमेलनाला सार्वजनिक न्याय दिला. या संमेलनानिमित्त अनेक दैनिकांनी विशेष पुरवण्या काढूनही आपली कामगिरी योग्य त्या स्वरूपात बजावली होती... अध्यक्षीय भाषणानं मला फार मोठं मानसिक समाधान मिळालं. जनमानसात चळवळीचा विचार रुजायला हे संमेलन फारच उपयुक्त ठरलं.

◆

अंगावर आलेली वावटळ

चांदवडचं संमेलन पार पडल्यावर १९८५ हे सगळं वर्ष इतर गडबडीत गेलं. घरगुती कामांमध्ये इच्छा नसताना अडकलो. त्यामुळं चळवळीविषयीच्या उपक्रमात काही काळ कमी पडलो.

१९८६ सालानं त्याची उणीव भरून काढली. १८-१९ जानेवारीला कोल्हापूर जिल्ह्यातील आजरा इथं तेथील स्थानिक मंडळींनी स्वयंस्फूर्तीनं ग्रामीण साहित्य संमेलन आयोजित केलं होतं. आजऱ्याच्या कॉलेजचे प्राचार्य डॉ. अ. रा. तोरो यांच्या पुढाकारानं ते झालं. मूळचे आजऱ्याचे असलेले आणि नंतर पुण्यात येऊन स्थायिक झालेले साहित्यिक शिवाजी सावंत प्रमुख पाहुणे आणि 'सोबत' साप्ताहिकाचे संपादक ग. वा. बेहेरे उद्घाटक म्हणून यांनाही संमेलनाचं खास निमंत्रण होतं. रणजित देसाई हे या संमेलनाचे अध्यक्ष होते.

या संमेलनातील कार्यक्रमात भाग घेण्यासाठी मलाही बोलावलं होतं. त्यानुसार ग. वा. बेहेरे यांच्याबरोबर गेलो. ग्रामीण साहित्याची चळवळ अशा संमेलनांच्या रूपानं स्वतःची अशी गती घेत होती. स्वतंत्र अशा साहित्यसंस्था स्थानिक पातळीवर स्थापन होत होत्या. त्या आपापले कार्यक्रम आपल्या तब्येतीनं करू लागल्या होत्या. याच सुमारास दोन ग्रामीण साहित्य संमेलनांची मला निमंत्रणं आलेली होती. त्याही स्थानिक पातळीवरच्याच निरनिराळ्या क्षेत्रातील व्यक्ती होत्या. त्यांना प्रोत्साहन देण्यासाठी जाणं मला आवश्यक वाटत होतं.

१९८६ च्या फेब्रुवारी-मार्च महिन्यांत अंबरनाथ, औरंगाबाद, लातूर, सावंतवाडी, किर्लोस्करवाडी, अकोला, पंढरपूर, पुण्यातील मॉडर्न कॉलेज असे बरेच कार्यक्रम मी स्वीकारले होते. कार्यक्रमांसाठी सतत बोलावणी असत. ग्रामीण साहित्याच्या प्रसार-प्रचाराच्या हव्यासापोटी मी हे सतत स्वीकारत होतो. प्रवासात वाचनाला भरपूर वेळ मिळत होता. घरात वाचन करताना अधूनमधून घरगुती गोष्टी, येणारे-जाणारे लोक सतत असत. त्यामुळं लक्ष विचलित होई. पण प्रवासात सलग चार

चार, पाच पाच तास निर्वेधपणं वाचन होई. मध्येच थांबून त्यावर चिंतनही होई. त्यामुळं पुष्कळदा वाचनासाठी प्रवास करण्याचा मोह होई.

६-७ मार्च १९८६ ला औरंगाबादला मराठवाडा विद्यापीठाच्या मराठी विभागात एकूण तीन व्याख्यानं देण्याचं निमंत्रण स्वीकारलं होतं. त्याला जोडूनच म्हणजे ८ मार्च रोजी ग्रामीण साहित्य परिषदेच्या स्थापनेविषयी विचारविनिमय करून 'स्थापना' झाली तर लगेच जाहीर करावं असा हेतू होता. त्यासाठी चळवळीच्या प्रमुख लेखक-कार्यकर्त्यांची बैठक बोलावली होती.

स्थापनेचं हे काम गेली तीन-चार वर्षं रेंगाळलं होतं. महाराष्ट्रीय पातळीवर 'ग्रामीण साहित्य परिषदे'च्या स्थापनेचा पहिला अधिकृत प्रयत्न झाला तो १९८३ मध्ये. या प्रयत्नात पुण्यातील सिंबायोसिस संस्थेचे प्रमुख डॉ. शां. ब. मुजुमदार यांनी अतिशय आपुलकीनं आणि उत्साहानं भाग घेतला होता. व्यापक पातळीवर संस्थेची कल्पना मांडली होती. ध्येय-धोरण निश्चित झालं होतं. डॉ. मुजुमदार यांना ग्रामीण समाजासाठी काही करावंसं वाटत होतं. त्यांना संस्था चालवण्याचा प्रदीर्घ अनुभव होता.

८ जानेवारी १९८३ 'सिंबायोसिस' या पुण्याच्या त्यांच्या शिक्षण-संस्थेमध्ये पहिली मीटिंगही घेण्यात आली होती. तिची परिणती अनेक निर्णय घेण्यात झाली होती. पण माझ्याबरोबर कार्य करणाऱ्या अनेक सहकाऱ्यांना वाटू लागलं की, पुण्यात ग्रामीण साहित्याचं कार्य करणारे कार्यकर्ते फारसे कुणी नाहीत. मीटिंगसाठी विदर्भ-मराठवाड्यातील लोकांना येणं खूप लांबचं होणार. म्हणून परिषदेची स्थापना जिथं ग्रामीण साहित्याचे कार्यकर्ते भरपूर आहेत व ठिकाण महाराष्ट्राच्या मध्यावर आहे, अशा ठिकाणीच (म्हणजे औरंगाबादला) करावी. म्हणून स्थापनेचा बेत तात्पुरता पुढे ढकलण्यात आला.

यानंतर म्हणजे १९८४ मध्ये कविवर्य श्री. ग. ह. पाटील प्रतिष्ठानची कल्पना आकाराला येऊ पाहत होती. प्रतिष्ठान पुण्याला असलं तरी फंड उभारण्याची दगदग न करता हे प्रतिष्ठान उभं राहणार होतं. म्हणून सर्वांनीच आनंद व्यक्त केला. पण हळूहळू ग. ह. पाटील यांच्या घरी इस्टेटीसंबंधी घरगुती वाद निर्माण झाले आणि ग. ह. पाटील यांना प्रतिष्ठानची कल्पना अर्ध्यावरच सोडून द्यावी लागली. आम्हीही पुढं या बाबतीत काही करू शकलो नाही. कारण घरगुती वादात आम्ही कुणी पडणं उचित वाटत नव्हतं.

संस्था स्थापनेच्या प्रयत्नाच्या या दोन घटना. या घटनांचा मी चिकाटीनं, चातुर्यानं सतत पिच्छा पुरवला असता तर १९८३ सालीच संस्थेची स्थापना एखाद्या वेळेस होऊ शकलीही असती. पण मी या प्रसंगी अटीतटीचे प्रयत्न केले नाहीत. सहजपणे संस्था स्थापन झाली तर होऊ द्यावी, अशी अनाग्रही माझी वृत्ती

होती.

याचं कारण संस्था स्थापनेच्या बाबतीत माझी जाणीव सतत द्विधा होत होती. जेव्हा मी संस्था स्थापन करण्याच्या फायद्यांचा विचार करी तेव्हा मला ती स्थापन करावीशी वाटे. संस्थेमुळं संघटना मजबूत होते, वस्तुनिष्ठ स्वरूपात कार्य होऊ लागतं, संस्थेला अनुदान मिळतं, देणग्या मिळतात, संघटित स्वरूपात कार्य करण्यासाठी लोकांकडं मागण्या करून विविध स्वरूपात निधी उभा करता येतो आणि कार्याला बळकटी येते असं मला दिसत होतं.

पण तोट्यांचा जेव्हा मी विचार करत होतो तेव्हा मला संस्थेची स्थापना म्हणजे सत्तेच्या केंद्राची स्थापना असं वाटत होतं. कोणत्याही सत्तेचं केंद्र स्थापन झालं किंवा निर्माण झालं की हळूहळू काही काळ गेल्यानंतर तिथं सत्तेसाठी मारामाऱ्या, एकमेकांची उणीदुणी काढणं, निवडणुकांच्या वेळी एकांगीपणानं कार्यावर टीका करणं, विरोधी उमेदवारांचा द्वेष करणं, त्यांना मूर्ख ठरवणं, विपरीतपणे त्यांच्या गुणांनाच दोषायमान करणं, संस्थेच्या निधीचा व सुविधांचा स्वत:साठी वापर करणं इत्यादी प्रकार सुरू होतात. हे मी अनेक प्रकारच्या संस्थांतून डोळ्यांदेखत पाहत होतो. त्यात साहित्यसंस्था, शिक्षणसंस्था, विविध प्रकारचे सार्वजनिक ट्रस्ट यांचाही समावेश होता.

आपण संस्था स्थापन केली तरी हळूहळू तिच्यात हे सुरू होणार नाही कशावरून? ज्या कार्यसिद्धीसाठी आपण संस्था स्थापन करणार त्या संस्थेमुळंच कार्यनाश व्हायची पाळी येईल. आपण जीव ओतून केलेल्या कार्यावर विरजण पडून त्याला विकृत स्वरूप प्राप्त होईल अशी भीती वाटत होती. आरंभी जेव्हा ध्येयवादी माणसं एकत्र येऊन अनेक साहित्यसंस्था आणि शिक्षणसंस्था स्थापन करतात तेव्हा त्या संस्था चांगल्या चालतात. ती ध्येयवादी माणसं संस्थेत असतात तोपर्यंत ती आदर्श स्वरूपात चालते. त्यांच्यामागून येणाऱ्यांजवळ ती धग नसते. पुष्कळ वेळा ती माणसं सामान्य बुद्धीची आणि स्वार्थीही असतात. त्यामुळं त्या संस्थेला आणि तिच्या कार्यालाच ती भ्रष्ट करतात. हे मी अनेक संस्थांच्या बाबतीत पाहत होतो; जवळून अनुभवत होतो. म्हणून संस्थेची स्थापनाच नको असंही वाटत होतं.

आणखी एक सूक्ष्मशी पण महत्त्वाची गोष्ट माझ्यात खोलवर घर करून बसली होती. मनात संस्था स्थापन करावी हे स्वप्न कधीच नव्हतं. मनावर सतत प्रभाव होता तो ग्रामीण समाजाच्या ज्ञानात्मक, शैक्षणिक, सांस्कृतिक, वाङ्मयीन विकासाच्या विचारांचा. कोणत्याही समाजाचा सर्वांगीण विकास नीटपणे व्हावयाचा असेल तर त्याची बौद्धिक शक्ती म्हणजे ज्ञानात्मक कुवत प्रथम आतूनच वाढली पाहिजे. त्यासाठी त्या समाजाचं त्याच्या जीवनविषयक गरजा ओळखून शिक्षण झालं पाहिजे. समाजाची संस्कृती म्हणजे पर्यायानं सामाजिक नीतिमत्ता वाढवली पाहिजे.

हे सर्व आधुनिक युगात करावयाचं असेल तर साहित्य हे मानवतावादी धर्मभावनेनं त्या समाजानं लिहिलं पाहिजे, तरच त्याच्या आधारे समाजमनावर योग्य ते संस्कार होतील असं मला वाटत होतं. त्यासाठी मी वाचन, लेखन, चिंतन आणि व्याख्यान-भाषणं करत होतो. चर्चासत्रे, शिबिरे, कार्यशाळा, संमेलनं, परिसंवाद यांच्याकडं धाव घेत होतो. मात्र मला वेळ खूप अपुरा पडतो आहे असं सतत वाटत होतं.

अशा परिस्थितीत संस्था स्थापन केली तर तिच्या तांत्रिक बाबी पूर्ण करण्यात, यांना भेट त्यांना भेट, यांना लिही, त्यांना लिही करण्यात, दीनवाणे होऊन त्यांच्या दिवाणखान्यात त्यांची वाट बघत तिष्ठण्यात, 'देणगी देतो पण उद्घाटक म्हणून बोलवा किंवा तुमचं हे काम करतो; माझं तेवढं काम करा' असे देवघेवीचे खुरटे व्यवहार करण्यात माझी शक्ती वाया जाऊ नये असं वाटत होतं. माझा तो धर्म नव्हता. हे सर्व उद्योग मुख्यत: माझ्या साहित्यनिर्मितीचा, वैचारिक लेखनाचा वेळ खाऊन टाकतील आणि मला संस्था चालकाचा परधर्म स्वीकारावयास लावतील. ते भयावह आहे अशी माझी धारणा झाली होती.

या काळात प्रा. या. वा. वडस्कर एकदा म्हणाले होते की, 'संस्था चालवणाऱ्यांची एक दुसरी फळी तयार करण्याची गरज असते. त्या फळीत साहित्यिकांपेक्षा साहित्याचे रसिक असण्याची अधिक आवश्यकता आहे. ते वाङ्मयीन कार्य करायला उत्सुक असतात. त्या कार्यातून त्यांना स्वत:ला प्रतिष्ठा मिळत असते. ते कार्य करण्यासाठी समाजात त्यांना हिंडणं, फिरणं व फंड गोळा करणं साहित्य- प्रेमामुळं आवडत असतं. त्या प्रेमापोटीच ते मोकळा वेळ काढू शकतात आणि अशा लोकांच्यामुळंच संस्था उभी राहू शकते व चालू शकते. कार्यकारिणी मात्र साहित्यिकांची असावी.'

मला हा विचार प्रथमदर्शनी पटला होता. पण नंतर त्यातील धोका लक्षात आला. साहित्य-रसिक असलेले अध्यक्ष व कार्याध्यक्ष यांनी गोळा केलेल्या पैशांतून, देणग्यांतून त्यांना असं वाटू लागतं की, या पैशांतून आपणास जे काही वाङ्मयाविषयी वाटतं त्याची कार्यवाही आपण स्वत:च करावी. साहित्यिकांनी पैसा गोळा केलेला नाही, तेव्हा त्यांना विचारण्याची गरज नाही. मग त्यांच्या कल्पनांना ते स्वतंत्रपणे मूर्त करू पाहतात. प्राप्त झालेले अध्यक्षपद किंवा कार्याध्यक्षपद आणि त्यांनी गोळा केलेला निधी यातून त्यांचा अहंकार आणि सत्ता-श्रेष्ठत्वाची जाणीव किंवा गंड वाढू लागतो आणि उंट-अरबाच्या गोष्टीसारखी संस्थेचे पदाधिकारी आणि साहित्यिक यांची अवस्था होऊ शकते, हे माझ्या लक्षात आलं. म्हणून मी संस्था स्थापन करण्याचा विचार सतत धरसोड वृत्तीनं हाताळत होतो.

अशा द्विधा मन:स्थितीत असतानाच गेलं वर्षभर प्रा. रा. रं. बोराडे आणि त्यांचे

मित्रमंडळ ग्रामीण साहित्यसंस्थेचा आग्रह मोठ्या जोमानं धरत होते. एखाद्या संस्थेच्या स्थापनेनंतर तिचं उद्या काय होईल? याविषयीचा चिंतायुक्त विचार हा एका शक्यतेच्या पातळीवरचाच असतो. एखादी शक्यता मला स्वत:ला 'अधिक' वाटते पण दुसऱ्याला दुसरी शक्यता अधिक वाटते. अशा अनेक शक्यतांच्या अस्तित्वाच्या वेळी एकच शक्यता गृहीत धरून संस्थाच स्थापन करू नये, हे योग्य नव्हे. त्यामुळं बोराडे-मित्रमंडळींचा आग्रह मोडणं मला उचित वाटेना. सर्व जण मिळून जर एखादं कार्य करायचं असेल तर संघटना ही स्थापन केलीच पाहिजे, तिचं अधिकृत ध्येय-धोरण ठरवलंच पाहिजे, तिला जबाबदार असणारे पदाधिकारी कोण हे निश्चित केलंच पाहिजे, हा विचार शिस्तीच्या, व्यवस्थेच्या दृष्टीनं रास्त वाटला.

मात्र मी एक मधलाच मार्ग काढण्याचं मनोमन ठरवलं आणि संस्था स्थापनेच्या उद्योगाला लागलो.

योजल्याप्रमाणं संस्था स्थापन करण्यासाठी बोलावलेली बैठक औरंगाबादला यशस्वीपणे पार पडली. कार्याध्यक्ष म्हणून काम करण्यास रा. रं. बोराडे यांनी मान्यता दिली. डॉ. नागनाथ कोत्तापल्ले हे सह-कार्यवाह म्हणून निवडले गेले. परिषदेच्या अधिकृत स्थापनेसाठी प्रथम अस्थायी समिती निवडावी लागते. तिचा मी फक्त सभासद राहिलो. रा. रं. बोराडे आणि डॉ. नागनाथ कोत्तापल्ले यांनी संस्थेचं सर्व प्रकारचं कार्य करावं आणि मी वैचारिक नेतृत्वाला प्राधान्य द्यावं, असं बहुमतानं ठरलं गेलं. मला ते मान्य होतं. मी मनाशी योजलेला मार्ग तिथं विनासायास मला प्राप्त झाला.

पत्रकार परिषदेत ग्रामीण साहित्य परिषदेची ८ मार्च १९८६ रोजी स्थापना झाल्याचं जाहीर करण्यात आलं.

सगळं सुखरूप पार पडलं असं वाटलं. पण 'महाराष्ट्र टाइम्स'च्या वार्ताहरानं या सरळ साध्या घटनेला सनसनाटी रूप द्यायचं मनोमन ठरवलं असावं. त्यानं काही प्रश्न अतिशय साळसूदपणे विचारले. त्य प्रश्नांना जी सरळ, सूचक, सौजन्यशील वृत्तीनं उत्तरं दिली होती ती त्यानं तिरकस भाषेत, खोडकरपणे, विपर्यास करून, गैरसमज पसरवतील अशी रचना करून बातमी तयार केली नि महाराष्ट्र टाइम्सला पाठवली. १७ मार्च १९८६ च्या अंकात ती ज्या पद्धतीनं आली त्यावरून त्याची ही वृत्ती स्पष्ट दिसून आली.

वास्तविक एखाद्या विचाराविषयी, घटनेविषयी किंवा सामाजिक कृतीविषयी आपले मतभेद असतील तर बातमीदारानं तो विचार, घटना वा कृती प्रथम जशीच्या तशी वस्तुनिष्ठपणे, तटस्थपणे देणं नैतिक कर्तव्य असतं. ती बातमी वास्तव स्वरूपात देऊन नंतर तिच्यावर जरूर मतभेद वा मतप्रदर्शन करावं. पण तो विचार,

घटना वा कृती मुळातच विकृत करून विपर्यस्त भाषेत छापणं हा पत्रकारितेच्या क्षेत्रात गुन्हा समजला गेला पाहिजे. पण या पत्रकारांना अशा प्रकारे गुन्हेगारी वृत्तीनं वागताना काहीच वाटत नाही. याउलट जिंकल्याच्या कुत्सित आनंदात ते मिरवत राहतात. संपादकही त्यांना याबद्दल काही सुनावत नसावेत किंवा त्यांना कर्तव्यात कुचराई केल्याबद्दल त्या पदावरून काढून टाकत नसावेत असं दिसतं.

'महाराष्ट्र टाइम्स'मध्ये आलेल्या १७ मार्चच्या बातमीच्या आधारे २३ मार्चच्या अंकात 'प्रासंगिक' हे सदर 'प्रसन्न' या टोपणनावाने लिहिणाऱ्या व्यक्तीला या निमित्तानं फावलं. या 'प्रसन्न' स्तंभलेखकाला दरम्यानच्या काळात ग्रामीण साहित्य परिषदेच्या स्थापनेच्या इतर दैनिकांत आलेल्या बातम्या बसल्या बसल्या बघता आल्या असत्या. त्यांच्या बहुसंख्येच्या आधारे त्यांना वस्तुस्थिती नेमकी काय आहे, आणि महत्त्वाचे काय व गौण काय आहे हे कळले असते. पण त्यांनी ती तसदी न घेता फक्त म.टा.मधली विपर्यस्त बातमीच प्रमाण मानून 'प्रासंगिक' लिहिलं. म्हणजे एखाद्यानं समोरची दोरी पाहून 'साप साप' म्हणून ओरडायचं आणि दुसऱ्यानं आपण सापच मारतोय अशा आविर्भावात दोरी धोपटून काढायची व तिचे पराक्रम सांगत सुटायचं, असा दुहेरी चुकीचा हा प्रकार म.टा.मध्ये झाला. पण या निमित्तानं पुन्हा एकदा म.टा.मधील अधिकारी व्यक्तींची मानसिकता स्पष्ट झाली. पुणे, मुंबई, औरंगाबाद येथील दैनिक-साप्ताहिकांतून या बाबतीत उलटसुलट खूपच रणधुमाळी झाली. वास्तविक ग्रामीण साहित्य परिषदेचं स्वागत झालं पाहिजे होतं. निदान स्वागत नसेना का टीका करावयाची असेल तर जरूर गंभीरपणे आणि मन:पूर्वकतेनं करण्याची गरज होती. 'पुणे सकाळ'मध्ये 'साहित्यिकी' लिहिणाऱ्या (अंक : ३० मार्च व २५ मे १९८६) डॉ. भीमराव कुलकर्णी यांना आणि 'महाराष्ट्र टाइम्स'च्या 'प्रसन्न'ना तो जरूर अधिकार होता. साधार टीकेसाठी माझी तीन पुस्तकं उपलब्ध होती. लेखी स्वरूपात मी अनेक ठिकाणी माझी मतं स्पष्टपणे मांडत होतो. इतरही अनेक जण या काळात ग्रामीण साहित्य आणि चळवळ याविषयी भरपूर लिहीत होते, आपली मतं व्यक्त करीत होते. पण यातून काही 'विचार' व्यक्त होत असेल असा विश्वासच या अहंकारी वृत्तीला वाटत नसावा. ज्ञानाचे सगळे अधिकार आपल्याकडेच आहेत अशा भावनेनं ते वागत होते आणि लिहीत होते. त्या लेखी वागण्याचा सूर सतत टिंगल, टवाळी आणि इतरांना हास्यास्पद बनवण्याचा होता. प्रस्थापित मंडळी नव्या घटनांकडे कोणत्या नजरेनं पाहतात हे दिसून आलं नि मनाला वेदना झाल्या.

पुण्यात संध्याकाळी इतर साहित्यिकांच्या कार्यक्रमांना आणि वैचारिक व्याख्यानांना मी जात असे. पुष्कळ वेळा मासिकांच्या कार्यालयात जाऊन संपादकांशी किंवा तिथं आलेल्या साहित्यिकांशी गप्पा मारत बसत असे. साहित्यिक मित्रांच्या घरीही जात

असे.

या काळात 'सोबत'च्या ग. वा. बेहेरे यांच्याबरोबर गप्पा मारत असाच बसलो होतो. सर्वांच्याच टीकेचा विषय झालो होतो.

ओघात श्री. बेहेरे म्हणाले, "यादव, या चळवळीमुळं तुमचं खूपच वैयक्तिक नुकसान झालेलं आहे. या चळवळीमुळं तुम्ही उघड उघड शहरी साहित्यिकांच्या विरोधात उभे असल्याचं इथं पुण्या-मुंबईत अनेकांना वाटतं आहे. त्यामुळं तुम्हाला इथून पुढं वाङ्मयीन क्षेत्रातील मान-सन्मानांना मुकावं लागणार आहे. पारितोषिकं, इतर सन्माननीय पदं, अखिल भारतीय किंवा तत्सम संमेलनांची अध्यक्षपदं इत्यादी गोष्टी आता तुमच्यापासून खूप लांब गेल्या आहेत. हे सर्व आजही प्रस्थापित मंडळींच्या हाती आहे हे विसरू नका. आजही त्यांची 'एस्टॅब्लिशमेंट' प्रचंड पहाडासारखी आहे हे ध्यानात ठेवा. तिच्यावर तुम्ही विनाकारण डोकेफोड कशाला करता? अनेक शहरी साहित्यिकांना असं वाटतं की, ही चळवळ तुम्ही स्वतःला मोठं करण्यासाठी आरंभली आहे. आज तरी ग्रामीण साहित्यक्षेत्रात नाव घेण्याजोगे दुसरे कुणी साहित्यिक नाहीत. फक्त तुम्हीच आहात. त्यामुळं ही सर्व चळवळ तुम्ही तुमच्याभोवती इतर भगतगण जमवण्यासाठी चालवीत आहात असं त्यांना वाटतं.

त्यातल्या काहींचा अहंकार तर खूप दुखावला गेला आहे. कारण त्यांच्या साहित्यावर तुम्ही तुटून पडताहात. ते ग्रामीण साहित्यिक असोत नाही तर शहरी साहित्यिक असोत; ते तुम्हाला उखडून काढण्याच्या उद्योगाला लागलेले आहेत. त्यांना वाटतं की ग्रामीण साहित्य हे नगण्य आहे आणि नगण्यच राहणार. त्यामुळं त्याची चळवळ असण्याचं काहीच कारण नाही. या बाबतीत फक्त यादवच काय तो गडबड करतो आहे. त्याला उखडला की ग्रामीण साहित्याची चळवळ थंडावेल. म्हणून ते तुमच्यावर सतत रोख धरून आहेत. तुमच्यावर ते अशा रीतीनं आरोप करताहेत की तुमच्या तुमच्यातच फूट पडेल. त्यामुळं तुमच्या चळवळीचं बलस्थान दुबळं होऊन जाईल. म्हणूनच या लोकांनी ना. धों. महानोर यांना आणि तुमच्या अगोदरच्या पिढीच्या ग्रामीण साहित्यिकांना तुमच्या चळवळीपासून फोडण्याचे प्रयत्न चातुर्यानं यशस्वी केले आहेत."

श्री. बेहेरे यांचं हे बोलणं ऐकून मी आतल्या आत चिंताग्रस्त झालो. भोवतालचं सगळं वातावरण आपल्या विरोधात अकारण बिथरलंय असं वाटू लागलं. जोपर्यंत माझा मी मनातल्या मनात संभाव्य विरोधाची कल्पना करत होतो तोपर्यंत मला धीरानं तोंड द्यावं लागणार याची कल्पना होती. पण श्री. बेहेरे यांनी एका आपुलकीपोटी मला हे सविस्तर सांगितल्यावर मात्र धीर ढळल्यासारखा झाला. मला वाटतंय तेच इतरांना वाटतंय याचा अर्थ माझं वाटणं वस्तुनिष्ठ आहे याची

खात्री झाली. मला कोणत्याही प्रकारांनी आता हे लोक त्रास देऊ शकतील असं साधार वाटू लागलं.

डॉ. चंद्रकांत बांदिवडेकर हे माझे जवळचे मित्र होते. विद्यापीठाच्या हिंदी विभागात ते प्रपाठक होते. त्यांच्या माझ्या गाठीभेटी नेहमी होत. ते माझ्या साहित्याचे चाहते होते. अतिशय जाणकारीनं माझ्या साहित्याविषयी बोलत असत. अलीकडच्या काळात चळवळीच्या कार्यांमुळं माझं ललित लेखन कमी होत गेलं होतं. टीकेच्या या काळातच एका भेटीत ते मला म्हणाले, ''चळवळीत पडून तुमची सर्जनशक्ती वाया जाईल असा धोका संभवतो आहे. तुमच्यासारख्या चांगलं ललित लेखन करणाऱ्या साहित्यिकानं फक्त 'साहित्यनिर्मिती' करावी. तीच तरुण ग्रामीण साहित्यिकांना मार्गदर्शकही ठरू शकेल. कारण कोणत्याही तरुण साहित्यिकाचं मन अनुकरणशील असतं. तो इतरांचं साहित्य वाचतो आणि तशा प्रकारचं लेखन आपणही करावं अशी त्याला प्रेरणा होते. केवळ वैचारिक, सामाजिक परिवर्तनवादी लेखन वाचून तो साहित्यनिर्मिती करील असं वाटत नाही.''

त्यांचं हे म्हणणं मी समजू शकत होतो. या काळात माझी ललित लेखनाची घडी विसकटली होती. ती चळवळीविषयीच्या मनात सतत घोंगावणाऱ्या विचारांमुळं विसकटली, दुर्लक्षित झाली असं आता तीव्रतेनं वाटू लागलं.

२३ एप्रिल १९८६ रोजी सुनीताताई आणि भाई (पु. ल. देशपांडे) यांच्याकडं गप्पा मारत बसलो होतो. त्यांच्याकडंही या संदर्भात चर्चा निघालीच. त्यांच्या मनात माझ्याविषयी एक प्रतिमा होती. ती गेली अनेक वर्षं आकाराला येत होती. भाई आणि सुनीताताई मी विद्यार्थी असल्यापासून मला जवळून ओळखत होते. माझ्या भावभावना आणि विचार जाणून होते. माझ्या व्यक्तिमत्त्वाची जडणघडण त्यांच्यासमोर झालेली. त्यामुळं माझ्या स्वभाववृत्तींची कल्पना त्यांना अधिक होती. या दोघांच्याविषयी माझ्या मनात नितांत आदर वसत असलेला.

भाई मला म्हणाले, ''मला असं वाटतं की तुझी ललित साहित्याची निर्मिती तुझ्या चळवळीपेक्षा कितीतरी महत्त्वाची आहे. तू चालवलेली चळवळ इतर अनेक जण चालवू शकतील. ती एक सामाजिक बाब आहे. पण तू करीत असलेली साहित्यनिर्मिती इतर कुणी करू शकणार नाही, ती फक्त तुझीच असेल. म्हणून ती चळवळीपेक्षा जास्त मोलाची आहे. आणि एक लक्षात ठेव की चांगली साहित्यनिर्मिती हीसुद्धा समाजासाठीच असते. ती समाजाला कायमची मार्गदर्शक ठरू शकते. चळवळ ही त्या त्या विशिष्ट काळाशी बांधलेली असते. तू चालवलेल्या चळवळीमुळं तुझ्यातील साहित्यिक मारला जाईल अशी मला भीती वाटते.''

मी म्हणालो, ''भाई, ग्रामीण विभागातून रत्नागिरीला धडपडत आलेल्या आनंद जकातेला तुम्ही भेटलात म्हणून त्याचा आज साहित्यिक आनंद यादव

झालेला तुम्हाला दिसतो आहे. पण आज मला ग्रामीण विभागात धडपडणारे अनेक 'आनंद जकाते' दिसताहेत. त्यांना आपण स्वत:ही एक पु. ल. देशपांडे होऊन भेटावंसं वाटतं आहे.''

"तसं तुला खरोखरच वाटत असेल तर तू मग ते कर. मी त्याच्या आड येणार नाही. पण पु. ल. देशपांड्यांनी त्यासाठी आपला मूळ पिंडधर्म सोडला नाही हेही तू विसरू नकोस.'' भाई बोलले.

भाईंच्या या म्हणण्याला खूप अर्थ होता. तो मी नंतर कधीच विसरू शकलो नाही. त्यांचं हे बोलणं ऐकून मी एकदम मुकाट बसलो.

मी गप्प बसलेला पाहून सुनीताताई म्हणाल्या, "मलाही तू तुझ्या साहित्यनिर्मितीतच लक्ष घालावंस असंच वाटतं. चळवळ करणारे लोक समाजाला अनेक भेटतात. आज खेडीही पूर्वीसारखी राहिली नाहीत. तिथं आता वाचनासाठी सुविधा उत्पन्न होऊ लागल्या आहेत. हळूहळू त्या वाढत जातील. तिथले तरुण लेखक आता आपल्या बळावर वाचन, चिंतन, लेखन करतील अशी स्थिती निर्माण झालेली आहे. तुझ्या चळवळीनं तिथं कुणी मोठं होऊ शकेल असं मला वाटत नाही. शिवाय संस्था स्थापन करणाऱ्या व्यक्तीच्या नशिबी शेवटी निराशा येण्याचा मोठा धोका असतो. संस्थांना आम्ही काय किंवा आमच्यासारखे लोक काय देणग्या वगैरे देतात. संस्था चांगल्या चालाव्यात अशी अपेक्षा करतात हे खरंच. पण या संस्था नंतर चांगल्याच चालतील याची खात्री नसते. संस्थांवरील 'एक्झिक्युटिव्ह बॉडी' बदलली की दिलेल्या देणग्यांवर त्यांची चैन चालते. संस्था मग कुणा व्यक्तीला विचारत नाहीत. तुझ्यासारखी एखादी संवेदनशील व्यक्ती मात्र संस्थेसाठी आयुष्य वेचून धुळीला मिळते. नंतर तिला कुणीही विचारत नाही. तिचं काम संपलेलं असतं. तसं तुझंही होण्याचा धोका आहे.''

त्यांच्या सांगण्यानं मी अंतर्मुख झालो. त्रिशंकूसारखी अवस्था झाली. आपण जे सारं करू पाहतोय ते सारंच उद्ध्वस्त होणार की काय? या चळवळीच्या काळात गेल्या आठ-नऊ वर्षांत आपलं ललित लेखनही हातातून सुटल्यासारखं झालंय. म्हणजे हेही धड नाही नि तेही हातातून सुटलंय. आयुष्याच्या शेवटी घोर निराशा पदरी पडणार की काय? आपण संस्थेची स्थापना करण्यास उत्सुक नव्हतो, तेच बरोबर होतं की काय?...

आठएक दिवस एका विचित्र उदासीनतेत गेले. माझ्यावर प्रखरपणे होत असलेल्या टीकेला प्रत्युत्तरं द्यावीत काय म्हणून विचारणा करणारी संस्थेत समाविष्ट असलेल्या मित्रांची पत्रं येत होती. त्यांना संस्थास्थापनेचा आनंद झाला होता. ग्रामीण साहित्याचे वाली समाजात कुणीतरी आहेत. ग्रामीण साहित्यासाठी संस्था स्थापन करण्याची गरज वाटावी, इतकं आपलं ग्रामीण साहित्य महत्त्वाचं आहे असं त्यांना

वाटत होतं. त्यांना या संस्थास्थापनेमुळं फार मोठा मानसिक धीर आला होता, त्यांचा लेखनाचा उत्साह वाढला होता याची प्रचिती त्यांच्या पत्रांतून येत होती.

मला माझे बालपणीचे दिवस आठवू लागले. कागलच्या भोवताली असलेल्या खेड्यांवरून शिक्षणासाठी येणारी मुलं दिसू लागली. त्यांची वाचनाची आबाळ किती होत होती हे मी डोळ्यांनी पाहत होतो. खेड्यातल्या शाळांतून असलेली कळकट ग्रंथालयं माझ्या डोळ्यांसमोर येऊ लागली. त्यांचेच चेहरे मला येणाऱ्या पत्रांमागे बोलताहेत असे भास होऊ लागले.

गेली आठ-दहा वर्षं ग्रामीण महाराष्ट्र अखंड भटकून पायाखाली घालत होतो. ग्रामीण सुशिक्षित तरुण तिथं सर्वांगांनी कुचंबत पडलेला दिसत होता. तो असंघटित होता. छोट्या खेड्यातून एकटा एकटा अडकून पडला होता. तो आपल्या परीनं विचार करत होता. आपल्या परीनं जगण्यासाठी धडपड करत होता. त्याच्या विचारांना, धडपडीला दाही दिशांनी फुटलेल्या आणि वाया चाललेल्या पाटाच्या पाण्यासारखी अवस्था प्राप्त झाली होती. प्रगतीच्या कळपातून, गाय-खिंडारातून मागं पडलेल्या दुबळ्या वासरासारखी ही पिढी जणू हंबरत होती. मार्गदर्शन करायला त्या हिंस्र शोषणाच्या घनदाट रानात या पिढीला कुणी भेटत नव्हतं.

अशा या ग्रामीण तरुणांना, त्यांच्या धडपडीला ध्येय-दिशेचा आकार देण्याची, त्यांना मांडावेत अशा वाटणाऱ्या विचारांना व्यासपीठ देण्याची, ते सुसज्ज ठेवण्याची मला नितांत निकड वाटत होती. असं व्यासपीठ स्थापन झालं की त्याच्या अनुषंगानं त्यांच्यासाठी पुष्कळ करता येईल, पुढं पुढं मग त्यांचे ते आपणासाठी, समाजासाठी काहीही करू शकतील अशी माझी धारणा होती.

अशा प्रकारची संस्था स्थापन करण्याचा मित्रांचा हेतू काहीसा वेगळा असला तरी ती स्थापन करण्याचा त्यांचा आग्रह होता. त्यांचंही समाधान झालं.

एक संघटना आता अधिकृतपणे उभी झाली. आता त्यावर कुणाचाच इलाज नाही. आता कार्य करताना आपणालाही एकटेपण जाणवणार नाही. एकटा राहून काही विचार मांडू लागलो तर त्यांची उपेक्षा होईल. 'यादव एकटाच आहे, काही विचार करण्याची गरज नाही' असं प्रस्थापित व्यवस्थेला निश्चितपणे वाटेल. कदाचित 'एकटाच आहे तेवढा उखडून काढला की वाट मोकळी होईल' असंही त्यांना वाटू शकेल.

पण त्यापेक्षा ग्रामीण तरुण पिढीला आपलं कुणीतरी आहे याचा फार मोठा मानसिक आधार मिळतो आहे तो फार महत्त्वाचा आहे. असा मानसिक आधार मिळाल्याशिवाय आपण काही करतो आहे ते अर्थपूर्ण आहे, असा आत्मविश्वास त्यांच्यामध्ये निर्माण होऊ शकणार नाही.

संस्थांची संस्थानं व्हायला उशीर लागत नाही ही गोष्ट तर खरीच. पण या

संस्था निदान आरंभीच्या काळात संस्थापक-सदस्य जोवर संस्थेत असतात, संकल्प केलेलं कार्य करत असतात, तोवर समाजातील तरुण पिढीच्या मनात एका व्यापक विचाराची रुजवण होते, त्या पिढीला आत्मविश्वास मिळतो हे महत्त्वाचं आहे. अनेकांच्या मनात हा रुजलेला विचार कुठं ना कुठंतरी नंतर उगवत राहील, एका पिढीकडून दुसऱ्या पिढीकडं फार नाही पण थोडा तरी संक्रमित होईल. या संस्थापनेमुळं ग्रामीण साहित्यविषयक वैचारिक लेख, ग्रंथ, नियतकालिकं निर्माण होऊ लागतील. त्यांना व्यापक पातळीवर आधार मिळेल. या आधारातून अनेक पारितोषिकं, पुरस्कार, सत्कार, व्याख्यानं, वैचारिक देवाणघेवाण सुरू व्हायला लागेल. पहिली पाच-दहा वर्षं जरी असं वातावरण निर्माण होत राहिलं तरी ग्रामीण तरुण सुशिक्षित पिढीच्या मनात जन्मलेला आत्मविश्वास स्थिर होऊन त्याला भक्कमपणा प्राप्त होईल. एकदा का ही गंगोत्री जन्मली की पुढं तिची आपोआप कालौघात गंगा व्हायला वेळ लागणार नाही. नंतरच्या या काळात मग संस्था मोडल्या किंवा त्यांची संस्थानं होऊन सुंदोपसुंदी सुरू झाली तरी त्या अगोदर जन्माला आलेला विचार हा तसाच राहणार आहे. सत्यशोधक संस्था गेली पण महात्मा फुल्यांचा विचार शिल्लकच राहिला आहे. संस्था स्थापन करण्यामागचा हा विचार सखोल आणि महत्त्वाचा आहे. त्यासाठी मग आयुष्यातील काही काळ खर्ची पडला तरी हरकत नाही. यशापयशाचं, आशा-निराशेचं कुणी पाहिलेलं असतं? एखाद्या पुरुषार्थ-प्रयोजनासाठी काम करीत राहणं एवढंच आपल्या हातात असतं.

शिवाय जी नवी तरुण मंडळी भेटतात त्यांचे अनुभव ऐकायला मिळतात, परिस्थिती पाहायला मिळते, चळवळीनिमित्त होणाऱ्या भटकंतीतून जो विस्तीर्ण महाराष्ट्र दिसतो आहे, कळतो आहे त्यातून मला अनुभवाचं मोठं संचित मिळत आहे. गेली पाच-सहा वर्षं ललित लेखन मंदावलं तरी या काळातलं हे मोलाचं अनुभव-भांडार उद्याच्या आपल्या साहित्यकृतींना जन्माला घालायला कारणीभूत होऊ शकेल; कुणी सांगावं?

मन स्वच्छ झालं. ग्रामीण साहित्य परिषदेची स्थापना का करावी लागली हे समजून सांगण्यासाठी मी पुन्हा बाहेर पडण्याचा निर्णय घेतला.

५ मे १९८६ रोजी 'आजचा ग्रामीण समाज आणि समाजपरिवर्तनाचे काही प्रश्न' या विषयावर इचलकरंजीच्या पंचगंगा सहकारी साखर कारखान्यानं आयोजित केलेल्या कार्यक्रमात बोललो.

'नव्या ग्रामीण समाजाला आधुनिक काळात वाङ्मयीन संदर्भ असण्याची आवश्यकता आहे. कारण वाङ्मयातून सामान्यांच्या मनांचा आणि जगण्याचा संघर्षमय इतिहास प्रतिबिंबित होत असतो. हेच वाङ्मय उद्याच्या समाजाला नवा इतिहास घडवण्यास प्रेरणा देत असतं. अशा रीतीनं घडलेला इतिहास जोपासण्याचं

आणि नवा इतिहास घडवण्याचं दुहेरी कार्य साहित्य करीत असतं. समाजप्रवाह हा नेहमी वाहत असतो, बदलत जात असतो. बदलत्या समाजात नवी समांजप्रेरणास्थानं निर्माण करावी लागतात, नवी तीर्थक्षेत्रं निर्माण करावी लागतात. त्या प्रेरणास्थानांतील तीर्थक्षेत्रांतील एक म्हणजे ग्रामीण साहित्य परिषदेची स्थापना होय,' असा विचार त्या कार्यक्रमात मांडला.

तिथून पुढं गेलो. ९ मे १९८६ रोजी कोल्हापुरास जाऊन प्रकाशक अनिल मेहता यांच्या अजब पुस्तकालयाच्या गच्चीवर एक बैठक घेतली. ती अगोदरच नक्की झालेली होती. कोल्हापुरात आपल्या शैलीनं ग्रामीण साहित्याचं कार्य करणारे प्रा. चंद्रकुमार नलगे, प्रा. भैरव कुंभार, प्रा. अनुराधा गुरव, रणरागिणी पाक्षिकाच्या डॉ. ज्योती पाटील ही मंडळी बैठकीस आली होती. थोडंबहुत लेखन करत असलेला माझा भाऊ आप्पासाहेब हाही बरोबर होता. श्री. मेहता हे तर होतेच. या सर्वांना ग्रामीण साहित्य परिषदेची संकल्पना समजून सांगितली. पुण्या-मुंबईत होणाऱ्या वर्तमानपत्री टीकेत विपर्यास, विकृती, अतिशयोक्ती आणि प्रस्थापितांचा सामाजिक द्वेषभाव कसा आहे हे स्पष्ट केलं.

मी सगळं समजून सांगितल्यावर या मंडळींनी अनपेक्षितपणे बेळगाव इथं होणाऱ्या चौथ्या दक्षिण महाराष्ट्र साहित्य संमेलनाचं अध्यक्षपद माझ्या गळ्यात घातलं. आदल्याच दिवशी रात्री बेळगाव इथं बैठक घेऊन त्यांनी हा निर्णय सर्वानुमते घेतला होता. तो एक केवळ सुखद अनपेक्षित धक्का होता. पुण्या-मुंबईत माझ्याविषयी उठलेल्या वादळाच्या पार्श्वभूमीवर पुण्या-मुंबईबाहेरच्या महाराष्ट्राची ही प्रातिनिधिक प्रतिक्रिया होती. त्यामुळं विशेष आनंद झाला.

त्या दिवशी रात्री कोल्हापूरचे माझे मित्र प्रा. कमलाकर दीक्षित यांच्याकडं राहिलो. गप्पा मारता मारता उठलेल्या वादळाविषयी चर्चा निघाली. उलटसुलट बरंच बोललो. त्यांनी एक गोष्ट माझ्या लक्षात आणून दिली. ''आनंदराव, तुम्ही स्वत: जरी एका व्यापक विचारानं ही चळवळ चालवू पाहत असलात तरी, तुमच्या बरोबरीचे सगळेच सोबती जातीयवादी नसतीलच याची खात्री तुम्हालाही देता येणं कठीण आहे असं मला वाटतं. तेव्हा तुम्हालाही सावधपणे पावलं उचलावी लागतील. जातीयतेला खतपाणी घातलं जाणार नाही याची तुम्हाला डोळ्यात तेल घालून काळजी घ्यावी लागेल.''

त्यांची ही सूचना अनपेक्षित होती. मला ती अतिशय महत्त्वाची वाटली. दक्षतेनं कार्य करायचं मी ठरवलं.

११ मे १९८६ रोजी परत आलो. त्याच दिवशीच्या 'पुणे-केसरी'मध्ये माझी 'ग्रामीण साहित्य परिषद कुणाच्या विरोधात नाही' यासंबंधीची प्रसन्नकुमार अकलूजकर यांनी घेतलेली विस्तृत मुलाखत प्रसिद्ध झाली होती.

मेच्या १६ ते २१ या दिवसांच्या आठवड्यात सलग बसून बेळगावच्या संमेलनाचं अध्यक्षीय भाषण तयार केलं. हे भाषण मला एक संधी वाटली. ग्रामीण साहित्य आणि त्याची चळवळ याविषयी अध्यक्षीय व्यासपीठावरून मला बोलायला ही चांगली वेळ होती. आजवर दक्षिण महाराष्ट्र साहित्यसभेनं घेतलेली तीन संमेलनं प्रतिष्ठा मिळवणारी झाली होती. मी चौथ्या संमेलनाचा अध्यक्ष होतो. त्यामुळं माझ्या भाषणाला बहुतेक सर्व मराठी वर्तमानपत्रांतून प्रसिद्धी मिळेल असा अंदाज होता. अंदाजामुळं मी भाषणाची लिखित प्रत तयार केली नि पुस्तिका काढण्यास माझ्या प्रकाशकाकडं दिली. त्यामुळं खोडसाळ पत्रकारांना विपर्यस्त बातमी देता येणं शक्य होणार नव्हतं. शिवाय अनेकांचे जे गैरसमज प्रामाणिकपणे झालेले होते त्यांचंही निराकरण होण्याची शक्यता होती. वस्तुस्थिती अशी असल्यानं मी चळवळीची एकूण भूमिका ठामपणे आणि व्यापक पातळीवर मांडणारं भाषण तयार केलं.

सप्टेंबर १९८६ च्या दुसऱ्या आठवड्यात मुंबईला गेलो. दूरदर्शनवर प्रक्षेपित करावयाच्या 'ग्रामीण लेखन' या कार्यक्रमाचं रेकॉर्डिंग करावयाचं होतं. तीही एक संधी म्हणूनच मी स्वीकारली. मी, चारुता सागर आणि प्रा. म. द. हातकणंगलेकर होतो. प्रा. हातकणंगलेकर मला आणि चारुता सागर यांना प्रश्न विचारणार होते. त्यानुसार मुलाखत झाली. चळवळीची भूमिका मला सांगता आली. हा कार्यक्रम पुढं १८ नोव्हेंबर १९८६ रोजी 'शरदाचं चांदणं' या सदरात प्रक्षेपित झाला.

१९, २० ऑक्टोबर १९८६ रोजी बेळगावचं संमेलन पार पडलं. 'पुस्तिका' रूपानं छापलेलं भाषण पत्रकारांसह श्रोत्यांना देण्यात आलं. तरीही 'लोकसत्ते'च्या वार्ताहरानं थोडी पदरची जादा विशेषणं घालून बातमी विकृत करण्याचा प्रयत्न केलाच होता. पण तो एकमेव अपवाद होता. संमेलन महाराष्ट्राबाहेरच्या मराठी समाजात झाल्यानं सर्व पत्रकारांनी त्याची दखल गंभीरपणे आणि मनःपूर्वकतेनं घेतली. २२ ऑक्टोबर १९८६ च्या पुणे-केसरीनं माझ्या भाषणातील विचारांवर अग्रलेख लिहिला. या अग्रलेखानं पुणे-मुंबईला 'ग्रामीण साहित्याच्या चळवळीची नोंद घेण्याची गरज आहे ती टाळता येणार नाही,' याची जाणीव दिली.

बेळगावच्या संमेलनानंतर लगेच चार-पाच दिवसांनी २५, २६, २७ ऑक्टोबरला मुंबईला विश्राम बेडेकर यांच्या अध्यक्षतेखाली हीरकमहोत्सवी अ. भा. म. साहित्य संमेलन झालं. त्यात 'साहित्यातील सवतेसुभे' या परिसंवादात मी एक वक्ता होतो. मी हीही संधी घेतली. भाषण पुन्हा लिहून काढलं. वास्तविक या भाषणातील विचार १९८० सालीच मी व्यक्त केलेले होते. १९८१ साली प्रसिद्ध झालेल्या 'ग्रामीणता, साहित्य आणि वास्तव' या माझ्या पुस्तकात ते प्रसिद्धही झालेले आहेत. 'दलित, ग्रामीण, जनवादी, आदिवासी, स्त्रीवादी हे वाङ्‌मयीन प्रवाह सवतेसुभे मुळीच

नाहीत. या निमित्तानं आजवरच्या प्रस्थापितांच्या संकुचित मराठी साहित्याला जे कार्य जमलं नाही ते हे नवे प्रवाह करू पाहत आहेत. सर्व मराठी समाजस्तरातील मनाचं प्रतिबिंब या नवप्रवाहांत पडत असून ते अंतिमत: मराठी साहित्याचाच विकास साधत आहेत. या प्रवाहांमुळं आता मराठी साहित्य ब्राह्मणांपासून भटक्यांपर्यंत सर्व मराठी समाजाचं होणार आहे. त्यामुळं वस्तुस्थितीत नसलेले पण प्रस्थापितांना भासणारे हे नवे सवतेसुभे नवे प्रवाह म्हणून अस्तित्वात असणं अत्यावश्यकच आहे.' असा विचार त्या लेखी भाषणात ठामपणे मांडला.

या वर्षीच्या दिवाळी अंकांतील महत्त्वाचे अनेक वैचारिक लेख वाचून काढले. एकूणच साहित्य आणि समाज यांच्या संबंधांविषयीची चर्चा महाराष्ट्रभर जोरात सुरू आहे असं दिसलं. विशेषत: पुण्या-मुंबईच्या बाहेरची मासिकं, संपादक, लेखक, विचारवंत या बाबतीत जास्त लक्ष घालतात असं दिसलं!

या सर्व पार्श्वभूमीवर ६ डिसेंबर १९८६ च्या 'ग्रंथाली'च्या 'ग्रंथ-मोहोळ' या कार्यक्रमात भाग घेण्यासाठी सातारला गेलो. तिथं त्यांनी 'ग्रामीण साहित्य आणि नागर साहित्य' या विषयावर परिसंवाद ठेवला होता. मी ते निमंत्रण पुन्हा संधी म्हणूनच स्वीकारलं. परिसंवादात कडाडून बोललो. पुण्या-मुंबईच्या साहित्यिकांची आणि विचारवंतांची वाङ्मयीन आणि सांस्कृतिक भूमिका कशी संकुचित आणि हस्तिदंती मनोऱ्यातील आहे हे पटवून सांगितलं. त्यांच्या मनोवृत्तींवर घणाघाती हल्ला केला. एके काळी महाराष्ट्राच्या विद्येचं आणि संस्कृतीचं 'माहेरघर' असलेल्या पुण्या-मुंबईतून मराठी विद्या आणि संस्कृती आता माहेरातून महाराष्ट्राच्या ग्रामीण विभागाच्या सासरी लग्न होऊन कशी नांदायला आलेली आहे हेही सांगून मोकळा झालो. मुलीच्या बापांनी आता मुलीचं कौतुक सोडून देऊन सासरच्या लोकांना समजून घेण्याची गरज विशद करून सांगितली. अंतिमत: महाराष्ट्रानं आता पुण्या-मुंबईकडं आशाळभूतपणे न पाहता आपल्या आपण समस्या सोडवल्या पाहिजेत, आपल्या नव्या संस्था आपणच स्थापन केल्या पाहिजेत, याविषयीची खात्री करून दिली.

सगळं १९८६ साल ग्रामीण साहित्य परिषदेच्या मानसिक स्थिरीकरणात गेलं.

◆

चढउतारांचे डोंगर-कडे

ग्रामीण साहित्य परिषदेची स्थापना झाल्यावर अध्यक्ष प्रा. रा. रं. बोराडे यांच्या मार्गदर्शनाखाली डॉ. नागनाथ कोत्तापल्ले, श्री. रामप्रसाद तौर ही मंडळी मराठवाड्यात राज्य पातळीवर ग्रामीण साहित्य संमेलन घेण्याच्या प्रयत्नाला लागली. डॉ. वासुदेव मुलाटे हे बीडच्या कॉलेजमध्ये होते. मूळचे माजलगावचे. तेथील मंडळींशी त्यांचा घनिष्ठ परिचय. ते डॉ. कोत्तापल्ले यांचे मित्र. त्यांनी मिळून माजलगावला संमेलन घेण्याचे प्रयत्न नोव्हेंबर १९८६ च्या आसपास सुरू केले. माजलगाव कॉलेजचे प्राचार्य पां. बा. सावंत आणि माजलगावचे तरुण नगराध्यक्ष श्री. अशोक होके-पाटील यांच्याशी त्यांनी संपर्क साधला आणि त्यांना त्यात यश आलं. मराठवाड्यात राज्य पातळीवरचं हे पहिलंच ग्रामीण साहित्य संमेलन होणार होतं.

२६ डिसेंबर १९८६ ला डॉ. नागनाथ कोत्तापल्ले कार्यक्रमांची रूपरेषा ठरवण्यासाठी येऊन गेले. त्यांच्याशी चर्चा करून संपूर्ण कार्यक्रम, त्यांचे वक्ते आणि इतर गोष्टी निश्चित केल्या.

त्याच्याही अगोदर ८-९ डिसेंबरला प्रा. भास्कर चंदनशिव आपल्या कामासाठी पुण्यास आले होते. त्यांच्याकडून ग्रा. सा. परिषदेच्या घटनेची प्रत दुरुस्तीसाठी पाठवली होती तीही डॉ. कोत्तापल्ले यांच्याकडं सुपुर्द केली. ही घटनाही डॉ. कोत्तापल्ले यांनीच महाराष्ट्रातील प्रमुख साहित्य संस्थांच्या घटनांचा अभ्यास करून तयार केली होती. तत्पूर्वी संबंधितांशी प्राथमिक चर्चा झाली होती. ही घटना माजलगावला संमेलन-काळात परिषदेची एक बैठक बोलावून तिच्यात मंजूर करून घ्यायची होती.

१३, १४, १५ फेब्रुवारी १९८७ ला तीन दिवस संमेलन घेण्याचा निर्णय घेण्यात आला. डॉ. कोत्तापल्ले यांनी मला तसं कळवलं. मान्यवर ग्रामीण साहित्यिक श्री. मधु मंगेश कर्णिक यांची अध्यक्ष म्हणून निवड केली.

२४ जानेवारी १९८७ रोजी रात्री साडेबाराच्या सुमाराला माजलगावचे प्राचार्य

पां. बा. सावंत, नगराध्यक्ष अशोक होके-पाटील आणि इतर कार्यकर्ते अचानक घरी आले. रात्री दोन वाजेपर्यंत संमेलनाचे धोरण ठरवून, अंतिम रूपरेषा ठरवून, कार्यक्रम-पत्रिका निश्चित करून इतरही काही सूचना घेऊन परतले.

श्री. अशोक होके-पाटील यांचे अनेक कार्यकर्ते मनापासून कामाला लागलेले होते. त्यामुळं संमेलनाला सुबद्धता आणि अतिशय रेखीवपणा प्राप्त झालेला होता. प्रचंड श्रोतृवर्ग उपस्थित होता. या बाबतीत अखिल भारतीय मराठी साहित्य संमेलनाची ऐट त्याला प्राप्त झाली होती. परगावाहून विशेषत: मराठवाड्याच्या विविध भागांतून लोक बैलगाड्या व इतर वाहने घेऊन कार्यक्रमाला आलेले होते.

दृष्ट लागावी असं संमेलन झालं. यात डॉ. वासुदेव मुलाटे आणि डॉ. नागनाथ कोत्तापल्ले यांचा सिंहाचा वाटा होता. परिषदेतर्फे ते रात्रंदिवस झटत होते. या संमेलनातील कार्यक्रमही एक विशिष्ट वाङ्मयीन-सांस्कृतिक दृष्टी ठेवून आखलेले होते. 'शोषणमुक्त समाजनिर्मिती हे आजच्या सर्वच वाङ्मयीन चळवळीचे उद्दिष्ट आहे.' 'ग्रामीण स्त्री : साहित्यातील आणि वास्तवातील.' 'ग्रामीण जीवन-संघर्षातील साहित्यिकांचा साहित्यासह कृतिशीलतेचा अभाव' असे तीन परिसंवाद योजलेले होते. 'नवोदित साहित्यिकांचे प्रश्न आणि आजचे वाङ्मयीन व्यवहार' या विषयावर मुक्त चर्चा ठेवलेली होती.

यासाठी योग्य ते अध्यक्ष आणि वक्ते यांची निवड कसून केलेली होती. हेतू असा होता की गेल्या पंधरा-वीस वर्षांत जन्माला आलेल्या विविध वाङ्मयीन चळवळींचं ध्येय मूलत: एकच आहे. स्वातंत्र्याच्या, लोकशाहीच्या, परिवर्तनाच्या या काळात विविध समाजगट जागे झालेले आहेत. त्यांचे म्हणून असे काही खास सामाजिक, सांस्कृतिक, आर्थिक व तत्सम प्रश्न आणि समस्या आहेत. त्यांची सोडवणूक व्हावी आणि त्यांचं प्रतिबिंब साहित्यात पडावं अशी अपेक्षा होती. या विविध चळवळींच्या मनात परस्परांविषयी स्नेहभाव आणि विश्वास हेही निर्माण व्हावेत, असा हेतू या संमेलनाचा होता.

मधु मंगेश कर्णिक यांचं अध्यक्षीय भाषण ग्रामीण साहित्यिकांना आणि चळवळीला मार्गदर्शक ठरलं.

मराठवाड्यातील दुष्काळाच्या पार्श्वभूमीवर हे संमेलन झालं. एका वार्ताहरानं मला पहिल्या दिवशी कार्यक्रम सुरू व्हायच्या आधीच गाठलं नि प्रश्न विचारला, ''मराठवाड्यात दुष्काळ असताना हे संमेलन तुम्ही कसं काय घेता?''

मी नम्रतेनं उत्तर दिलं, ''दुष्काळग्रस्तांना आमची सहानुभूती आहेच. मराठवाड्यात वरचेवर दुष्काळ पडतात. ही परिस्थिती कायमची नष्ट करण्यासाठी मराठवाड्यात लोकजागृती झाली पाहिजे असं आम्हाला वाटतं. त्या लोकजागृतीचाच एक भाग म्हणून हे संमेलन आयोजित केलं आहे. बड्या बड्या साहित्य संमेलनांमध्ये जिवाची

चैन करण्यासाठी जसे अनेक वाङ्मयीन मुसाफिर येतात तसं इथं नाही. सामाजिक आणि सांस्कृतिक जाणिवा घेऊन आम्ही इथं एकत्र जमलो आहोत. तीन दिवस तुम्हाला त्या जाणिवांचा प्रत्यय येईल.''

असं बोललो तरी या वार्ताहरानं यातील एक शब्दही बातमीत न देता 'संमेलनात लोक दुष्काळ-फंड मागत हिंडत होते' अशी खोटीच बातमी आपल्या वर्तमानपत्राकडं पाठवली. मी थक्क झालो. लोक असं का करतात याचं कोडं गहन होतं.

डॉ. मुलाटे यांनी संमेलन सुरू होण्याच्या अगोदरच्या प्रास्ताविकात याचा औचित्यपूर्ण उल्लेख केला. 'हे संमेलन म्हणजे काही आनंदसोहळा नाही. दोन सासुरवासिनी आपली दुःखं पाणवठ्यावर एकमेकीला सांगतात, त्यावर उपाय शोधतात, तसा हेतू या संमेलनामागं आहे.' मला त्यांच्या औचित्याचं कौतुक वाटलं.

चळवळींचं हे दहावं वर्ष होतं. या दहा वर्षांत महाराष्ट्राच्या ग्रामीण समाजात ग्रामीण साहित्याची चळवळ हे सांस्कृतिक नवं व्यासपीठ निर्माण झालं ही घटना काही कमी महत्त्वाची नाही. ग्रामीण भागातून छोटी छोटी वाङ्मयमंडळं स्थापन झाली. त्यांचे कार्यक्रम स्वतंत्रपणे होऊ लागले. ग्रामीण साहित्याची चर्चा, आस्वाद, अभिरुची, वाचन आपापली गती घेऊन विकास पावू लागले... वैयक्तिक पातळीवर मला याचं अनोखं सात्त्विक सुख होत होतं. न्यूनगंडांनी पछाडलेला ग्रामीण सुशिक्षित तरुण आता आत्मविश्वासानं आपापल्या जीवनातील आणि समाजातील स्वानुभवांच्या द्वारा साहित्यनिर्मिती करू लागला. त्याला चळवळीमुळं मिळालेला हा आत्मविश्वास लाख मोलाचा वाटतो.

चांदवड आणि माजलगाव इथल्या साहित्य संमेलनांनी मला आणखी एक मोलाची गोष्ट दिली, ती म्हणजे या चळवळीतील कार्यकर्त्यांचा आणि मित्रांचा मला वाटलेला विश्वास. या विश्वासामुळं मी काहीसा निश्चिंत झालो. विशेषतः प्रा. रा. रं. बोराडे, द. ता. भोसले, नागनाथ कोत्तापल्ले, वासुदेव मुलाटे, भास्कर चंदनशिव, मा. रा. लामखडे, श्रीराम गुंदेकर, रामप्रसाद तौर, सतीश पिंपळगावकर, अनुराधा गुरव, चंद्रकुमार नलगे, भैरव कुंभार, वसंत केशव पाटील यांनी आणि त्यांच्या सहकारी शिलेदारांनी चळवळीला वेगवान गती दिली. तिला स्थिर केली. तिला ग्रामीण समाजात रुजवली आणि पीकपाणीही भरपूर काढलं. प्रा. गो. म. कुलकर्णी हे मला गुरुस्थानीच आहेत. प्रा. अरविंद वामन कुलकर्णी आणि प्रा. चंद्रकांत बांदिवडेकर या दोन जिवलग मित्रांनी वेळोवेळी अतिशय महत्त्वाची आणि मूलगामी चर्चा-चिकित्सा करून माझी वैचारिक बैठक भक्कम करायला मदत केली. माझ्या आत्मविश्वासाला खतपाणी घातलं. या सर्वांच्या मुळं ही चळवळ अर्थपूर्ण झाली.

१९८७ च्या आरंभी तीन महत्त्वाच्या घटना घडल्या. पहिली घटना नोव्हेंबर १९८६ मध्ये विचारात घेतली गेली आणि जानेवारी १९८७ मध्ये तिला फलस्वरूप प्राप्त झालं. पुण्याच्या भारती विद्यापीठाच्या संचालकांपैकी एक महत्त्वाचे संचालक श्री. आनंदराव पाटील यांची आणि माझी काही कारणानं भेट झाली. बोलण्याच्या ओघात ते म्हणाले, ''भारती विद्यापीठाचं 'विचार भारती' हे मासिक अजूनही नीटपणे चालत नाही. त्याच्यासाठी एका चांगल्या संपादकाची गरज आहे.''

त्यांना असं सुचवायचं होतं की, मीच संपादक या नात्यानं लक्ष घालून ते नीटपणे चालवावं. आतापर्यंत त्यांना एक-दोन व्यक्तींची नावं मी सुचवली होती. त्यांची भेटही घडवून दिली होती. काही दिवस त्यांनी तो प्रयोगही करून पाहिला होता. पण जीव लावून, त्यात मन सर्वस्वी गुंतवून कुणी काम करत नाही असा त्यांना अनुभव आला होता... मला वाटू लागलं, 'विचार भारती' हे ग्रामीण साहित्याच्या चळवळीचं, साहित्यनिर्मितीचं व्यासपीठ म्हणून भक्कमपणे उभं करावं. महाराष्ट्रीय पातळीवर त्याला व्यापकपण प्राप्त करून द्यावं. म्हणून मी त्याचं संपादन करायचं मनापासून स्वीकारलं. वितरण, जाहिराती, मुद्रण, आर्थिक बाजू मी पाहण्याची गरज नव्हती. ते सर्व भारती विद्यापीठ संस्था पाहणार होती. मी फक्त त्यातील साहित्याची आणि मजकुराची जबाबदारी घेतली. त्याचं उत्तम संपादन करण्याची, उत्तम साहित्य मिळवण्याची माझी पूर्ण जबाबदारी होती.

या संदर्भात श्री. पतंगराव कदम, श्री. आनंदराव पाटील आणि मी अशी तिघांची बैठक झाली. मी माझं संपादकीय धोरण प्रथम स्पष्टपणे मांडलं. ते त्यांनी मान्य केलं आणि मी उद्योगाला लागलो. माझ्या संपादनाखाली 'विचार भारती'चा जानेवारी-फेब्रुवारी १९८७ चा जोड-अंक नव्या स्वरूपात फेब्रुवारीमध्ये प्रसिद्ध केला.

दुसरी घटना माजलगावचं साहित्य संमेलन यशस्वीपणे पार पाडल्याची. या संमेलनात ग्रामीण साहित्यिकांसमोरील आशयात्मक आव्हानाची चर्चा प्रामुख्यानं झाली. ही चर्चा विधायक होती. याच वेळी सोलापूरला दलित साहित्य संमेलन चालू होतं. याच वेळी विदर्भातील जनसाहित्य चळवळीचा 'अक्षर वैदर्भी'चा जाने. फेब्रु.चा अंक प्रसिद्ध झाला होता. या तिन्हींमध्ये हे प्रवाह एकत्र होण्याची गरज प्रतिपादिली होती. हे नवे प्रवाह व्यापकतेच्या दिशेनं वाटचाल करू लागल्याचं ते सुचिन्ह होतं. त्यामुळं परस्परातील दुजाभाव कमी होऊन नष्ट होण्याला मदत होणार होती. मला त्याचा आनंद होत होता. कारण ही ऐतिहासिक महत्त्वाची घटना आहे असं मला वाटत होतं.

तिसरी घटना वैयक्तिक होती. दिल्लीहून भारतीय पातळीवर हिंदीतून प्रसिद्ध होणाऱ्या 'सारिका'च्या (क्रमांक ४१८ च्या) अंकात कथा-स्पर्धेचा सविस्तर निर्णय

जाहीर झाला होता. 'भारतीय सर्व भाषा पातळीवरील ही कथा-स्पर्धा' होती. हा अंक फेब्रुवारी १९८७ चा होता. या स्पर्धेसाठी भारतातील सर्व भाषांतून आलेल्या कथांची संख्या बारा हजारांच्या वरती होती. त्यांत माझ्या 'गुदडी' (वाकळ) या डॉ. केशव प्रथमवीर यांनी हिंदीत अनुवादित केलेल्या कथेला दुसरा क्रमांक मिळालेला होता. पहिल्या क्रमांकाची कथा एका आसामी लेखकाची होती. पण परीक्षकांनी आपल्या मीमांसेत माझ्या कथेची सर्वांगसुंदर कथा म्हणून विशेष प्रशंसा केलेली होती. माझी ही कथा सर्व भारतीय रसिकांपर्यंत पोचणार याचा मला मनोमन आनंद झाला. लेखन करीत असल्याचं सार्थक झालं असं वाटलं.

...वर्षाचा आरंभ तर चांगला झाला; आता सगळं वर्षच आनंदात जाणार अशी श्रद्धाळू अपेक्षा मी जीवनाकडून केली. पण काळीज पोखरून टाकणारं आणि जिवाला हैराण करून सोडणारं विपरीत नाट्य वर्षभर घडणार होतं याची मला तिळमात्रही कल्पना नव्हती. ही संघर्षमय घटना माझ्या जीवनात अशा पावलांनी आली की मला वाटलं ती माझा आनंद आणि चळवळीचं यश द्विगुणित करण्यासाठीच येऊ घातलेली आहे.

१९८७ एप्रिलच्या ६/७ तारखांना कधीतरी पुणे विद्यापीठात एम.ए. मराठीच्या नव्या अभ्यासक्रमाची रचना करण्यासाठी बैठक बोलावलेली होती. या बैठकीसाठी श्रीरामपुराहून प्रा. डॉ. रत्नाकर मंचरकर आले होते. मराठी विभागाच्या इतर प्राध्यापकांनाही बोलावलं होतं; म्हणून मीही गेलो होतो. मीटिंगमधील महत्त्वाचं काम पार पडल्यावर प्रा. मंचरकर मला म्हणाले की, 'मला एका महत्त्वाच्या विषयावर तुमच्याशी बोलायचं आहे.'

मी होकार दिला. प्रा. मंचरकर हे मराठी प्राचीन आणि अर्वाचीन साहित्याचे चिकित्सक अभ्यासक, वाङ्मयावर मनापासून प्रेम करणारे. त्यावर विविध विचार आणि मतं मुळात जाऊन मांडणारे. सुसंस्कृत, जिज्ञासू व्यक्तिमत्त्व. त्यांच्या विद्यार्थिदशेपासून ते माझ्या परिचयाचे. साहित्यविषयक चर्चेची आवड असलेले. त्यांना काहीतरी वाङ्मयविषयक प्रश्नांची चर्चा करावयाची असेल असं मला वाटलं.

मीटिंग संपल्यावर आम्ही दोघं चर्चा करण्यासाठी निवांतपणा मिळावा म्हणून बागेत जाऊन बसलो. प्रा. मंचरकर मला बरंच काही म्हणाले. त्याचा आशय असा : यंदा नोव्हेंबरमध्ये प्रवरानगरला अखिल भारतीय मराठी साहित्य संमेलन भरत आहे. त्यासंबंधी प्रवरानगरला कार्यकर्त्यांची एक प्राथमिक बैठक बोलावली होती. त्या बैठकीस मी गेलो होतो. प्रथमच लोणी-प्रवरानगरसारख्या छोट्याशा खेड्यात एवढं मोठं आणि महत्त्वाचं साहित्य संमेलन होत आहे याची जाणीव सर्वांनाच होत होती. अशा वेळी उगीच कुठल्या तरी व्यक्तिवादी, खेड्याशी किंवा ग्रामीण समाजाशी प्रत्यक्ष किंवा मानसिक संबंध नसलेल्या पांढरपेशा पण तथाकथित

मोठ्या साहित्यिकानं अध्यक्ष होण्यापेक्षा कुणीतरी ग्रामीण विभागाशी ज्याचं प्रत्यक्ष आणि वाङ्मयीन नातं आहे, अशा साहित्यिकानं अध्यक्ष व्हावं असा त्यांचा विचार आहे. त्यामुळं नवजागृत ग्रामीण विभागात आपल्याशा वाटणाऱ्या साहित्याचा प्रसार-प्रचार होईल असं त्यांना वाटतं. त्या प्रसार-प्रचारानं होणाऱ्या साहित्य-संस्काराचं त्यांना महत्त्व वाटतं आहे. कारण त्यामुळं ग्रामीण विभागातील तरुणांना साहित्यनिर्मितीची प्रेरणा मिळेल असा त्यांचा विचार आहे. अशी कुणी साहित्यिक व्यक्ती अध्यक्ष म्हणून निवडून आली तर ग्रामीण समाजातून संमेलनासाठी गोळा केलेला ग्रामीणांचा पैसाही सत्कारणी लागेल असंही त्यांना वाटतं.

दुसरी गोष्ट अशी की केवळ एक संमेलनाचा बार उडवून द्यावा असा हेतू या संमेलनाचा असू नये असंही त्यांना वाटतं. अलीकडची बरीच अखिल भारतीय संमेलनं जत्रा टाइप किंवा सोहळासदृश असतात. त्यांचं हे स्वरूप मुळातूनच बदलून टाकावं; त्यात काही नवा वारा, नवं चैतन्य भरावं असंही त्यांना वाटतं आहे. म्हणून एखाद्या वृद्ध साहित्यिकानं शोभेच्या गणपतीसारखं अध्यक्षस्थानी बसण्यापेक्षा साहित्यक्षेत्रात नवं काही करू पाहणाऱ्या, नवा विचार, नवी दिशा आणू पाहणाऱ्या कर्त्या, प्रौढ साहित्यिकाला संमेलनाचं अध्यक्षपद मिळालं तर बरं होईल असंही त्यांना वाटतं आहे.

ही सगळी चर्चा आणि तिच्या बैठकीचा सूर लक्षात घेता मला असं वाटतं की, अध्यक्षपदाच्या निवडणुकीसाठी तुम्ही उभं राहावं. तुम्ही आता पन्नाशी ओलांडलेली आहे. ग्रामीण समाजाच्या साहित्यासाठी आणि संस्कृतीसाठी काही करू पाहत आहात, त्यामुळं प्रवरानगरला तुमचं नाव मान्य व्हायला काहीच हरकत नाही...

प्रा. मंचरकरांच्या या बोलण्यानं मला आश्चर्याचा धक्का बसला. संमेलन-परंपरेचा विचार करता अध्यक्ष होण्याइतका मी अजून वृद्ध किंवा ज्येष्ठ साहित्यिक झालेला नव्हतो. अजून मला भरपूर साहित्य लिहिण्याची इच्छा होती. केवळ वैयक्तिक मोठेपण मिळवण्यासाठी मला अध्यक्षपद तर मुळीच नको होतं. ते पद मागणं माझ्या मनाला अजूनपर्यंत कधी शिवूनसुद्धा गेलं नव्हतं.

शिवाय मी गेली दहा वर्षं ग्रामीण साहित्याच्या चळवळीत असल्यामुळं प्रस्थापित साहित्य-व्यवस्थेच्या दृष्टीनं वादग्रस्त साहित्यिक झालो होतो. गेली दोन-तीन वर्षं तर माझ्यावरील टीकेचा कहर झाला होता. पुण्या-मुंबईच्या वर्तमानपत्रांचे दुढ्ढाचार्य प्रतिष्ठित संपादक माझ्याविषयी फारच संवेदनाग्रस्त होऊन मला झोडपून काढत होते. पाण्यात पाहावं तसं मला पाहत होते. या पार्श्वभूमीवर मी अध्यक्षपदासाठी उभा राहिलो तर प्रचंड वादळी वावटळ उठेल अशी काळजी वाटत होती.

पण चळवळीच्या कार्याच्या दृष्टीनं मला ही सुवर्णसंधी वाटत होती. माझ्याविषयी खोटानाटा प्रचार करणाऱ्यांना अध्यक्षीय पदावरून मला चोख उत्तरं देता येणार

होती. ग्रामीण साहित्याची चळवळ ही भारतीय समाजाचा गाभा असलेल्या, पंचाहत्तर-ऐंशी टक्के लोकसंख्या असलेल्या कृषिसंस्कृतीच्या समाजासाठी कशी आहे, या समाजाशी उर्वरित पांढरपेशे, व्यापारी, उद्योजक, शहरवासी यांनी एकजीव होऊन कार्य करण्याची कशी गरज आहे, हे मला ठासून सांगता येणार होतं. दुसऱ्या बाजूनं दलित, शहरी, आदिवासी, जनवादी, स्त्रीवादी इत्यादी साहित्य-चळवळींतील प्रवाहांना ग्रामीण साहित्याची चळवळ एकत्र आणू इच्छिणारी आणि एकूण मराठी साहित्याला सामान्य जनसागराकडं नेऊ पाहणारी कशी आहे याची मीमांसा अध्यक्षपदावरून करता येणार होती. माझं भाषण छापील असल्यामुळं दुढ्ढाचार्य संपादकांना त्यात विपर्यासानं पदरचं घालून विपर्यस्त टीका करता येणार नव्हती. शिवाय अ. भा. म. सा. संमेलनाच्या अध्यक्षपदाचं भाषण असल्यामुळं त्यांना ते परंपरेला धरून प्रमुख स्थानी, विस्तृत स्वरूपात छापावं लागणार होतं. त्याचा परिणाम मराठी लोकमानस बऱ्याच प्रमाणात निवळण्यात होणार होता आणि ग्रामीण साहित्याच्या चळवळीचं एक पाऊल भक्कमपणे पुढं पडणार होतं. - हे सर्व माझ्या मनात चमकून गेलं. म्हणून मी प्रा. मंचरकरांना होकार देऊन सविस्तर चर्चा केली.

"वैयक्तिक सन्मानासाठी नव्हे तर ग्रामीण समाजाच्या विकासाची वाङ्मयीन भूमिका निभावून नेण्यासाठी मी अध्यक्षपदाच्या उमेदवारीचा अर्ज भरत आहे, असा प्रवरानगरला निरोप देण्याचं काम तुम्ही बजावणार असाल तर मी निश्चितपणे उभा राहतो.'' असं बोलून मी उठलो. मंचरकरांनी होकारार्थी मान हलवली. शेवटी कँटीनमध्ये चहा घेऊन आम्ही आपापल्या कामाला निघून गेलो.

बरोबर एक महिन्यानं म्हणजे १९८७ मेच्या पहिल्या आठवड्यात मला प्रा. मंचरकरांचं पत्र आलं आणि त्यात त्यांनी मी उमेदवारीचा अर्ज भरावा असं कळवलं.

२० मे १९८७ पर्यंत अर्ज भरण्यासाठी मुदत होती. मी उद्योगाला लागलो. जवळच्या मित्रांना सर्व काही सांगितलं. विशेषतः अनिल मेहता, प्रा. गो. म. कुलकर्णी, डॉ. गं. ना. जोगळेकर, डॉ. अरविंद वामन कुलकर्णी, डॉ. द. ता. भोसले, डॉ. सुधाकर भोसले यांना सांगितलं. प्रा. रा. रं. बोराडे १४ मे रोजी पुण्यात आले होते. त्यांना गाठून सर्व परिस्थिती सांगितली. त्यांनी सर्व प्रकारची मदत करण्याचं वचन दिलं. नागपूरचे प्रा. या. वा. वडस्कर यांनाही कळवलं होतं. त्यांनीही सर्व प्रकारची मदत करण्याचं वचन दिलं. मी १५ मे रोजी अर्ज भरला.

२० मेपर्यंत म. सा. परिषद पुणे यांच्याकडं वसंत कानेटकर, द. मा. मिरासदार, गंगाधर पानतावणे, जवाहर मुथा आणि आनंद यादव अशी पाच नावं आली होती. त्यांतील तीन नावं पुण्याच्या परिषदेनं महामंडळाकडं पाठवायची होती. या पहिल्या निवडीतच माझं नाव वगळलं जाईल की काय याची दाट शंका मला

पुण्याच्या परिषदेतील काही पदाधिकाऱ्यांच्या बोलण्यावरून आली. मी प्रवरानगरशी चर्चा करून अर्ज भरलेला असावा असा अंदाज या मंडळींनी बांधला होता. याचं कारण १९८१ साली मी प्रवरानगरला झालेल्या ग्रामीण साहित्य संमेलनाशी जवळून निगडित होतो हे सर्वज्ञात होतं आणि पदाधिकाऱ्यांपैकी काहींना श्री. वसंत कानेटकर शक्यतो बिनविरोध निवडून यावेत असं वाटत होतं. कारण ते नामांकित ज्येष्ठ साहित्यिक होते. म्हणून एक पदाधिकारी मला असंही म्हणाले की 'कदाचित परिषद एकट्या वसंतराव कानेटकरांचंच नाव पुढं पाठवील' पण मी त्याच वेळी सहज बोलावं तसं बोललो की 'हे महामंडळाच्या नियमांचं उल्लंघन होऊ शकेल. नावं जास्त आली तर तीन नावं निवडून पाठवावीत असा नियम आहे. एकच पाठवावं असा नियम नाही. तसं केलं तर घटकसंस्था निवडणुकीत ढवळाढवळ करते, असा त्याचा अर्थ काढता येणं शक्य आहे. तेव्हा परिषदेनं या बाबतीत तटस्थभाव दाखवावा; राजकारण करू नये.'

"बघू, कार्यकारिणीच्या सभेत जे काही ठरेल ते खरं. मी एकटा काही सांगू शकत नाही.''

मला राजकारणाचा संशय असल्यामुळे मी हेच मत कार्यकारिणीतील पुण्यामधल्या काही प्रामाणिक सभासदांजवळ व्यक्त केलं. डावपेच झाले तरच माझं नाव गळेल असं वाटत होतं. पण २६ मे रोजी झालेल्या कार्यकारिणीनं निवडलेल्या तीन नावांत माझं नाव होतं. मला वाटलं आता मी निवडणुकीच्या रिंगणात रीतसर उतरलो. आता पुढील उद्योगाला लागू.

पण तिथून पुढचे तीन महिने निवडणुकीचं महाभारत घडलं. परिणामी प्रवरानगरकरांनी संमेलन घ्यायचंच नाकारलं. त्या महाभारतासंबंधी प्रा. नागनाथ कोत्तापल्ले यांनी 'अ.भा. मराठी साहित्य संमेलन आणि सांस्कृतिक संघर्ष (पुणे ते प्रवरानगर)' या नावाचं पुस्तक लिहिलं आहे. त्यात त्यांनी या निवडणूक-संघर्षातून दिसून येणाऱ्या कलुषित मनोवृत्तीवर स्पष्ट सांस्कृतिक प्रकाश टाकला आहे. या मनोवृत्तीनं पछाडलेल्या पदाधिकाऱ्यांनी, पत्रकारांनी सगळे नीतिनियम कसे धाब्यावर बसवले, खऱ्याचं खोटं कसं केलं, विपर्यास करून धादांत खोट्या बातम्या चेकाळून जाऊन कशा प्रसिद्ध केल्या, ग्रामीण विभाग, बहुजन समाज, तेथील कार्यकर्ते यांच्याविषयीचा द्वेषभाव किती खोलवर या मनोवृत्तीत रुजला आहे, याची विस्तृत मीमांसा केलेली आहे. त्या दृष्टीनं ते पुस्तक पाहण्यासारखं आहे. त्यावर पुन्हा सांगण्याची मला गरज वाटत नाही. आज एवढंच वाटतं आहे की ही नासलेली मनोवृत्ती एवढ्या नंग्या स्वरूपात उघड व्हायला नको होती. तिच्या या स्वरूपामुळं बहुजन समाजात, ग्रामीण विभागात उच्चवर्णीय शहरी समाजाविषयी अधिकच दुरावा निर्माण व्हायला मदत झाली... मी सगळाच मराठी समाज एकजीव

कसा होईल, त्या दृष्टीनं मराठी समाजाची आणि पर्यायानं भारतीय समाजाची पुनर्मांडणी कशी करता येईल, त्या शिवाय भारतीय समाजाला आणि त्याच्या भारतीय संस्कृतीला जगाच्या पाठीवर भवितव्य कसं नाही, या विचारांनी प्रभावित होऊन चिमुकली धडपड चळवळीच्या रूपानं करत होतो. पण या संकुचित मनोवृत्तीच्या आविष्कारानं माझं मन खट्टू झालं. निदान आपण उभारी सोडता कामा नये; म्हणून मी श्री. वसंत कानेटकरांचं (अध्यक्ष म्हणून निवडल्यावर) अभिनंदन करायला गुच्छ घेऊन गेलो. कानेटकरांनीही मनाचा मोठेपणा दाखवला. त्यांच्या वाङ्मयीन प्रतिभेविषयी माझ्या मनात आदरच होता. ते माझ्यापेक्षा वयानं कितीतरी ज्येष्ठ होते. म्हणून मी निवडणूक-काळातच त्यांच्याविषयीचा आदर प्रकट केला होता. पण मी एका सामाजिक-सांस्कृतिक जाणिवेनं काही वाङ्मयीन भूमिका घेऊन उभा होतो. वैयक्तिक पातळीवर अध्यक्ष कोण होतो यापेक्षा ती भूमिका बजावण्याची निकड मला अधिक महत्त्वाची वाटत होती हेही मी जाहीर केलेलं होतं. प्रस्थापित साहित्यिक-विश्वाला माझी ही भूमिका मान्य नव्हती, हेच त्या विश्वाच्या आविष्कृत मनोवृत्तीतून दिसून आलं. ही मनोवृत्ती मला 'जैसे थे वादी' म्हणून प्रतिगामी वाटत होती.

प्रवरानगरलाच मला ही भूमिका मांडता येणं शक्य होतं. कारण त्या स्वागत-समितीला ही भूमिका पूर्णपणे मान्य होती. म्हणून प्रवरानगर मला आपली संपूर्ण मतं देईल याचा पूर्ण विश्वास होता. त्यांनी तो योग्य वेळी प्रकटही केला होता. अन्यत्र होणाऱ्या संमेलनाच्या स्वागत-समितीनं तो केला असता की नाही याची मला दाट शंका अनेक कारणांनी होती. म्हणून मी निवडणुकीतून नाव मागे न घेता चिवटपणे ती लढवण्याचं ठरवलं होतं. माझं नाव मागे घेण्याचा अर्थ मी श्री. वसंत कानेटकरांना अध्यक्षपदाची वाट मोकळी करून देणं असाच होता. महामंडळ व त्याच्या घटक व संलग्न संस्था गतानुगतिक वृत्तीच्याच असल्याचा पडताळा मला या अगोदर अनेक वेळा प्रत्यक्ष निरीक्षणातून आलेला होता. त्यामुळं त्या व्यवस्थेत श्री. वसंत कानेटकर अन्यत्र कुठंही संमेलनाचे अध्यक्ष होऊ शकतील; कारण ते ज्येष्ठ आणि प्रस्थापित साहित्य-व्यवस्थेत मान्यवर साहित्यिक आहेत असं मला वाटत होतं. सारांश कानेटकरांना वैयक्तिक पातळीवर अध्यक्षपदाचा सन्मान मिळण्याची संधी नंतर प्रस्थापित व्यवस्थेत सहज उपलब्ध होणार होती आणि मला मराठी साहित्यविषयक नवी व्यापक सांस्कृतिक भूमिका मांडायला ही संधी प्रवरानगरशिवाय अन्यत्र उपलब्ध होणार नव्हती. म्हणून मी मनोमन अपेक्षा अशी करत होतो की महामंडळाचे अध्यक्ष असलेल्या प्रा. गंगाधर गाडगीळ यांनी निवडणूक-प्रक्रियेत स्वत: ढवळाढवळ न करता महामंडळाचा अध्यक्ष म्हणून तटस्थतेची न्यायबुद्धी ठेवावी आणि समंजसपणा दाखवावा. त्यांनी तो दाखवला असता तर वेळीच आलेला, उमेदवारी मागे घेण्याचा कानेटकरांचा अर्ज तसाच

दडपून ठेवला नसता; स्वीकारला असता. तसं झालं असतं तर प्रवरानगरला त्यांनी पूर्वीच दिलेल्या अभिवचनाची पूर्तताही झाली असती आणि निवडणूक-संकेतही पाळल्यासारखं झालं असतं. त्यामुळं चित्र पालटलं असतं. कानेटकरांनीही 'बिनविरोध निवडून आलो तरच अध्यक्षपद स्वीकारीन, नाही तर नाही' अशी लोकशाहीविरोधी घोषणा आरंभीच जाहीर करण्याची गरज नव्हती. निदान ही आरंभी जाहीर केलेली घोषणा शेवटपर्यंत तरी निभावून न्यायला पाहिजे होती. तीही निभावून नेली नाही. निभावून नेली असती तर चित्र पालटलं असतं. प्रवरानगरविषयीही कानेटकरांनी अनुचित उद्गार काढले.

अशा रीतीने निवडणुकीच्या काळात साहित्य महामंडळाची प्रतिगामी आणि दुटप्पी वृत्ती उघडी पडली. कानेटकरांनीही जाहीरपणे प्रवरानगरविषयी अनुचित उद्गार काढले, शिवाय धरसोड वृत्तीचं वर्तन केलं. त्याचा परिणाम असा झाला की, काही एक सामाजिक-सांस्कृतिक भूमिका घेऊन कार्य करणाऱ्या प्रवरानगरनं ६१ वं अखिल भारतीय मराठी साहित्य संमेलन घ्यायचं नाकारलं.

ही घटना महाराष्ट्राच्या सांस्कृतिक इतिहासात प्रथमच घडली. तिचा खोलात जाऊन विचार करताना असं दिसतं की, बहुसंख्य असलेल्या ग्रामीण समाजाला शहरी, पांढरपेशी, वर्णवर्चस्ववादी वृत्ती अजूनही जवळ करू इच्छित नाही. या वृत्तीच्या पहिल्या सखोल मानसिक तळात बहुजन समाजाविषयी द्वेषभाव अजूनही नांदतो आहे. त्यामुळं आधुनिक मराठी समाज अंतर्गत संघर्षाकडून व्यापक संवादाकडं आणि एकात्मतेकडं जाण्यास अनेक अडथळे उघड किंवा छुप्या स्वरूपात निर्माण होत आहेत.

वास्तविक मराठीतील प्रस्थापित साहित्य-व्यवस्थेला ही सुवर्णसंधी होती. ''...आम्ही स्वत: नव्या मराठी साहित्यप्रवाहांचे स्वागत करायला उत्सुक आहोत; प्रतिगामी वृत्तीचे नाही आहोत, बदलत्या काळानुसार साहित्यप्रवाहही बदलत जाणार, त्याचे आम्हास सजग भान आहे.'' हे दाखवून देण्याची 'प्रवरानगर' ही संधी होती. पण ही संधी प्रस्थापितांना साधता आली नाही. त्यांचा अंधळा अहंकार आड आला.

'प्रवरानगरचं संमेलन ब्रह्महट्टात बुडालं' असा संपादकीय लेख 'सत्यशोधक मार्क्सवादी'मध्ये लिहिणाऱ्या धुळ्याच्या शरद पाटलांनी नोव्हेंबरच्या २८/२९/३० तारखांना पहिलं दलित-आदिवासी-ग्रामीण संयुक्त साहित्य संमेलन साक्री इथं घेण्याचं जाहीर केलं. त्यांचं धुळे जिल्ह्यात आदिवासी समाजात मोठं कार्य होतं. 'मार्क्स-फुले-आंबेडकरवादी' भेदक दृष्टीचे विद्वान मीमांसक, चिकित्सक ग्रंथलेखक आणि तडफदार मनस्वी कार्यकर्ते म्हणून ते ओळखले जात होते. चळवळीच्या निमित्तानं त्यांचा माझा परिचय पूर्वीच झाला होता. त्यांचे अभ्यासू विचार वाचून मी

प्रभावित झालो होतो. निष्ठेनं त्यांच्या 'सत्यशोधक मार्क्सवादी' नियतकालिकाचं वाचन करू लागलो होतो.

प्रवरानगरचं संमेलन रद्द झाल्यावर वसंत कानेटकरांच्या अध्यक्षतेखाली ठाण्याला ६१ वे अखिल भारतीय साहित्य संमेलन जानेवारी १९८८ च्या पहिल्या आठवड्यात घेतलं जाणार असल्याची बातमी प्रसिद्ध झाली.

शरद पाटलांनी तडफेनं साक्रीच्या संयुक्त साहित्य संमेलनाची आखणी करून त्याचा अध्यक्ष म्हणून माझी नियुक्ती केल्याचं त्यांनी मला कळवलं.

हे अध्यक्षपद मला अगदीच अनपेक्षित होतं. अखिल भारतीय मराठी साहित्य संमेलनाच्या अध्यक्षपदाचं जे महाभारत घडलं त्या पार्श्वभूमीवर मला हे अध्यक्षपद नको होतं. मला तो माझ्या सांत्वनाचा भाग वाटला.

याउलट शरद पाटील यांना प्रवरानगरच्या महाभारताच्या पार्श्वभूमीवरच संयुक्त साहित्य संमेलन मोठ्या प्रमाणात घेणं अत्यावश्यक वाटलं आणि अखिल भारतीय मराठी साहित्य संमेलनाच्या व्यासपीठावरून मला जी भूमिका बजावायची होती तीच भूमिका मी संयुक्त साहित्य संमेलनाच्या व्यासपीठावरून पार पाडावी हे त्यांनी मला सांगितलं. त्यासाठीच त्यांनी मी या संयुक्त साहित्य संमेलनाचा अध्यक्ष व्हावं म्हणून आग्रह धरला.

...हे संमेलन ओसंडत्या उत्साहात उत्तम रीतीनं पार पडलं. धुळे, जळगाव, नाशिक, औरंगाबाद या चार जिल्ह्यांनी फार चांगला प्रतिसाद दिला. भरपूर प्रसिद्धी दिली. अशी संमेलनं झाली पाहिजेत असं या जिल्ह्यांतील वर्तमानपत्रांना वाटत होतं. काही नवीन ऐकायला मिळेल म्हणून दहा हजारांवर श्रोतृवृंद जमला होता. सर्वसामान्य आदिवासी आणि ग्रामीण कष्टकरी समाज मोठ्या प्रमाणात आला होता. दलित, ग्रामीण, आदिवासी आणि जनसाहित्याचे मोठमोठे साहित्यिक आणि कार्यकर्ते मोठ्या प्रमाणात प्रथमच एका व्यासपीठावर आले होते. श्री. बाबूराव बागूल, रावसाहेब कसबे, नारायण सुर्वे, रा. रं. बोराडे, नागनाथ कोत्तापल्ले, जनार्दन वाघमारे, भास्करराव जाधव, वासुदेव मुलाटे, सुभाष सावरकर, जयंतकुमार बंड, पुरुषोत्तम पाटील, डॉ. सुरेंद्र बारलिंगे ही सहज आठवलेली नावं. उर्वरित नामवंतांची संख्या याहून मोठी आहे. त्यांची यादी फारच मोठी होईल. या सर्वांच्या वैचारिक मंथनातून नवजागृत समाजाच्या शोषण-उद्ध्वस्त प्रक्षुब्ध मानसिकतेचं दर्शन घडत होतं.

मला जे काही अध्यक्षीय पदावरून बोलावयाचं होतं ते मौखिक स्वरूपात उत्स्फूर्तपणे मी बोललो. मुद्रित भाषण माझ्या हाताशी होतंच. बोलताना खंत अशी होती की अखिल भारतीय साहित्य संमेलनाच्या व्यासपीठावरून हे बोलावं. याचं कारण असं की अ.भा.म.सा. संमेलनाला येणारा श्रोतृवर्ग सर्व

महाराष्ट्रातून येतो. त्यात प्रामुख्यानं मध्यमवर्गीय पांढरपेशी वर्ग जास्त असतो. शहरातून प्रस्थापित व्यवस्थेतील अनेक साहित्यिक आलेले असतात. पुण्या-मुंबईची वर्तमानपत्रं अध्यक्षीय भाषणाला विशेष प्रसिद्धी देतात. माझे विचार त्यांच्यापर्यंत आणि शहरांपर्यंत जाण्याची अधिक गरज होती. त्या विचारांमुळं ते थोडं तरी हलतील, त्यांच्या प्रस्थापित मानसिकतेला धक्का बसेल आणि ते नवजागृत समाजाविषयी सहभावनेनं विचार करतील, शहराबाहेर चाललेल्या आपल्याच मराठी समाजात कोणतं वादळ घोंगावत आहे, याची कल्पना त्यांना संमेलनाच्या व्यासपीठावर डोळ्यांदेखत येईल. या हेतूनं मी संमेलनाच्या अध्यक्षपदासाठी उभा होतो. गेली पंचवीसएक वर्षं मी पुण्यासारख्या शहरात राहत होतो. तेथील बुद्धिजीवी वर्गाच्या विचारांचा, प्रवृत्तींचा मी अनुभव घेत होतो. त्यांच्या भावविश्वाची कल्पना मला होती. म्हणून त्यांना कधीतरी विस्तृतपणे आजचा ग्रामीण समाज आणि त्याची सामाजिक मानसिकता सांगोपांग समजून देण्याची मला गरज वाटत होती. पण ती संधी हुकली.

संयुक्त साहित्य संमेलन संपल्यावर मात्र असं वाटलं की हे संमेलन घडणं ही काळाची सर्वांत मोठी गरज होती. ज्या समाजासाठी मी काही करू पाहत होतो त्या समाजाची सांस्कृतिक अस्मिता प्रवरानगरच्या घडलेल्या महाभारतात दुखावली गेली होती. ती या संमेलनानं पुन्हा ताजी टवटवीत केली. तिला पुन्हा उभारी आली. सर्व उपेक्षित स्तरातील मराठी बहुजन समाज या व्यासपीठावर आणि श्रोतृवर्गात एकत्र आला होता. शरद पाटील, जयवंतराव ठाकरे आणि धुळेकर, साक्रीकर मंडळी यांचं हे श्रेय फार मोठं होतं.

या दोन संमेलनांच्या अनपेक्षित, विपरीत आणि नाट्यपूर्ण धामधुमीत वर्ष कधी संपून गेलं कळलं नाही. मानसिक आणि शारीरिक थकवा आणि फरपट इतकी झाली होती की डिसेंबर महिन्यात मनावरचा ताण संपल्यावर सणकून आजारी पडलो. पंधरा-वीस दिवस अंथरूण धरावं लागलं. आत आत एकटं एकटं आणि हळवं वाटत होतं. कवितेकडं वळावं असं वाटू लागलं. अनेक वर्षं अर्धवट राहून गेलेल्या 'मायलेकरं' या दीर्घ काव्याचा उत्तरार्ध यामुळंच पूर्ण करू शकलो. तो प्रेसला देण्यासाठी अंतिम स्वरूपात सिद्ध केला.

१५ नोव्हेंबरला 'झोंबी' प्रसिद्ध झालं. त्याचं लेखन कितीतरी वर्षं थोडं थोडं चाललं होतं. अंथरुणावर पडल्या पडल्या ती पुन्हा एकदा वाचून काढली. त्या शब्दबद्ध झालेल्या बालपणाचा पुन्हा एकदा अनुभव येऊन व्याकूळ होऊन गेलो. सामाजिक जीवनात चळवळ चालवताना चढउतारांचे डोंगर-कडे पायी तुडवताना त्यामुळं सुसह्य झालं.

◆

संसार संसार...

ग्रामीण साहित्याच्या चळवळीसाठी १९७७ ते ८७ ही दहा वर्षं स्वत:ला वाहून घेतलं तरी घर-प्रपंच सुटत नव्हता. गृहस्थ म्हणून काही कर्तव्यं पार पाडत होतो.

स्वाती-कीर्तीला शिक्षण देताना जो भाषेच्या माध्यमाचा आणि शाळा-पसंतीचा प्रश्न निर्माण झाला होता तो आशूच्या शिक्षणाच्या वेळी आम्ही उद्भवू दिला नाही. मुलींविषयी आलेला अनुभव इथं उपयोगी पडला. केवळ मराठी शाळेच्या माध्यमात आशूला न घालता उत्तम मराठी भाषा शिकवणारे शिक्षक ज्या शाळेत असतील अशी शाळा आम्ही शोधून काढली. त्या शाळेविषयीचे अनुभव अनेक पालकांना विचारले. तिथल्या शिक्षकांच्या सुसंस्कृतपणाविषयी चौकशीपूर्वक खात्री केली.

या काळातच पुणे विद्यापीठाच्या मराठी विभागात मला एम.ए. मराठी विषयातील मुलांचा भाषाविषयक अनुभव येत होता. नवजागृत मराठी समाजातील अनेकांनी शिक्षण घेऊन मराठीच्या प्राध्यापकाचा पेशा पत्करला होता. ग्रामीण विभागातील महाविद्यालयांतून ही मंडळी नोकऱ्या करत होती. त्यांची पत्रं मला अनेक कारणांनी येत होती. त्यांतील अनेक प्राध्यापक माझ्याकडं एम.फिल., पीएच.डी.साठी विचारणा करीत होते. त्यांना मी नमुना-संशोधनासाठी एखाद्या विषयावर छोटासा निबंध लिहून पाठवण्यास सांगत होतो. विभागातील मुलांचे गृहपाठ, प्रबंधिका, परीक्षा-पेपर तपासत होतो. या सर्वांतून मला एक गोष्ट जाणवत होती की मराठीच्या प्राध्यापकांसह या विद्यार्थ्यांचं मराठी 'शब्द-लेखन' फारच कच्चं आहे. साधेसाधे शब्दही त्यांना प्रमाणभाषेत, शुद्ध स्वरूपात लिहिता येत नाहीत. 'विद्यार्थी, परिस्थिती, वसतिगृह' यांसारखे नेहमीच्या वापरातील मराटी शब्द त्यांना शुद्ध स्वरूपात उच्चारताही येत नाहीत. 'विध्यार्ती, परस्थिती, वस्तीग्रह' असे ते उच्चारतात. मराठी भाषेविषयीची त्यांची अनास्था वाढत चालली आहे. प्राथमिक शाळांतील अनेक शिक्षकांची शिक्षक म्हणून गुणवत्ता न पाहता केवळ सरकारी धोरणाचा यांत्रिक

उपयोग करून ते नेमले गेल्यामुळं विद्यार्थ्यांच्यामध्येही शिक्षणाविषयी प्रेम, आस्था, ज्ञानाची ओढ, भाषेची सजग जाणीव ते निर्माण करू शकत नाहीत. कारण या शिक्षकांमध्येच हे गुण मुळात नाहीत. शिक्षणाचा बाजार होत चालला आहे. याला अनेक गोष्टी कारणीभूत आहेत हे माझ्या लक्षात आलं होतं, अशा वेळी आपल्या मुलास उत्तम मराठी शाळेत, उत्तम शिक्षकांच्या सहवासातच ठेवणं आवश्यक वाटू लागलं.

या पार्श्वभूमीवर मला सहकारनगरमध्ये असलेली श्री. जांभूरकर गुरुजींची 'विद्याविकास विद्यालय' ही शाळा अनेक दृष्टींनी योग्य वाटली. तिथं पहिली-दुसरीपासूनच संस्कृत भाषा आणि तिचं पाठांतर याचीही शिकवण्याची सोय होती. मातृभाषेची जाण नीटपणे पोसायची असेल तर मराठी भाषेची माता असलेली संस्कृत भाषा मुलांना कळली पाहिजे. तिचे असंख्य फायदे आहेत याची मला आतापर्यंत स्पष्ट कल्पना आली होती. म्हणून मी १९८४ जूनमध्ये या शाळेमध्ये आशुतोषला पहिलीच्या वर्गात घातलं. जांभूरकर गुरुजी हे ध्येयवादी, शिक्षणप्रेमी आणि हाडाचे उत्तम शिक्षक होते. त्यांच्या या व्यक्तिमत्त्वाचा प्रभाव सबंध शाळेच्या अंतर्बाह्य स्वरूपावर पडलेला होता. त्यामुळं तिथं होणाऱ्या शिक्षणाचा आशूच्या व्यक्तिमत्त्वावर खोलवर परिणाम होणार होता... नंतरच्या काळात तो हळूहळू आम्हा उभयतांना जाणवूही लागला. त्याच्या वाणीने उच्चार शुद्ध येऊ लागले. त्याच्या शाळेतील मित्र त्याला संस्कारसंपन्न घरातील मिळू लागले. त्यांच्या संगतीमुळे तो नियमित अभ्यास करू लागला. त्याचं शब्दलेखन काटेकोर होऊ लागलं. शिक्षक त्याच्या गुणांकडं लक्ष देऊ लागले. त्या गुणांचा विकास करू लागले. आशूच्या विचारात नीटनेटकेपणा येऊ लागला. वर्तनात सरलता दिसू लागली. त्याची जिज्ञासा वाढू लागली. चांगल्या चांगल्या गोष्टी आत्मसात कराव्यात, अवांतर वाचन करावं असं त्याला वाटू लागलं. त्याचं हे धन पैशात मोजता येणार नव्हतं; ते आयुष्यभर बीजभांडवल म्हणून त्याला उपयोगी पडणार होतं. त्यामुळं आमची त्याच्याविषयीची चिंता कमी झाली.

१९८७ च्या आसपास आमच्या प्रापंचिक जीवनाचा दुसरा टप्पा सुरू झाला. स्मिताचं वय आता पन्नाशीच्या जवळपास आलं होतं. या वयात स्त्रियांना सर्वसाधारणपणे पाळी जाण्याच्या वेळी त्रास होतो तसा तो सुरू झाला. हा त्रास वर्षभर तिनं सोसला. नंतर तो भयानक होऊ लागला. तिच्या शरीरातील रक्त कमी कमी होऊ लागलं. शेवटी रक्तातील 'हिमोग्लोबिन' प्रचंड खाली आलं. ती एकदम खराब, रोगट दिसू लागली. म्हणून डॉक्टरी सल्ल्यानुसार तिचं ऑपरेशन केलं.

गर्भाशयात गाठी झाल्या होत्या. त्या अधूनमधून फुटत होत्या आणि रक्तस्त्राव होत होता. म्हणून गर्भाशय काढून टाकावं लागलं.

माझे मित्र डॉ. अरविंद संगमनेरकर यांनी काढून टाकलेलं गर्भाशय मुद्दाम मला दाखवलं. दगडासारखा टणक झालेला तो अवयव पाहताना संवेदनशील मनाच्या मला भडभडून आलं. स्मिताच्या शरीरापासून कायमचा अलग झालेला, ओंजळ भरून मावेल इतका मोठा असलेला तो अवयवच स्वाती, कीर्ती, आशुतोष यांचा जन्मकोश होता. माझ्या या मुलांना रंग, रूप, आकार-विकार, शरीर, जीव, व्यक्तिमत्त्व देणारा तो दैवी गाभारा. आता तो कचऱ्याच्या पेटीत निरुपयोगी वस्तू म्हणून टाकून दिला जाणार होता... नंतर तो कुठं कुठं प्रवास करणार होता कुणास ठाऊक?

तो स्मिताच्या जिवावर उठला होता, तरी मी त्याची मनोमन करुणा भाकून कृतज्ञतापूर्वक क्षमा मागितली. आपल्याच घरातल्या माणसाच्या प्रेताला असहायपणे शेवटचा नमस्कार करून आपण शोकावेगानं अलग होतो, तसा त्याच्यापासून मी खाली मान घालून बाजूला झालो. प्रतीक्षा-कक्षातून बाहेर जाऊन बसलो.

...थोड्या वेळात ऑपरेशन पूर्ण होऊन स्मिताला स्ट्रेचर-गाडीवरून शस्त्रक्रियेच्या खोलीतून बाहेर आणण्यात आलं. तिच्याबरोबर पेशंटच्या खोलीकडं मी जाऊ लागलो. क्लोरोफॉर्म दिलेली, प्रकृतीनं खूप खराब झालेली आणि आता गर्भाशय कायमचं गमावून बसलेली स्मिता बेशुद्ध अवस्थेत डोळे मिटून अचल पडली होती.

आपल्या मुलांना जन्म देणाऱ्या गर्भाशयासाठी बये, तू किती त्रास सोसलास! किती रक्त वाहू दिलंस!... मरणाच्या दारात जाऊन केवळ दैव बलवत्तर म्हणून परत येऊ शकलीस. आम्हा सर्वांना पोरकेपणापासून वाचवलंस.

मनात नको नको त्या विचारांचा कोलाहल चालू झाला.

१६ मे १९८७ रोजी ऑपरेशन झालं. आमच्या लग्नाला याच दिवशी बरोबर पंचवीस वर्षं होत होती. तो सहजीवन-रौप्य-सोहळा असा विपरीतपणे साजरा झाला. वैवाहिक जीवनाची पंचवीस वर्षं कशी छान गेली होती. ती तशी गेली म्हणून तर मी घराबाहेरच्या आणि गावाकडच्या अनेक घडामोडींना, प्रतिकूल परिस्थितीला, अवघड समस्यांना तोंड देऊ शकलो. माझ्या स्वभावानुसार अनेक निर्णय घेतले, कित्येक वेळा जिवावर उदार होऊन बेछूट वागलो, तरी स्मिता मला समजून घेऊन वागली. तिच्यामुळं घराचा मला मानसिक शांतीसाठी मोठा आधार वाटे. यात तिनं मनोमन खूप तडजोडी केल्या हे मला माहीत होतं. मी स्मिताकडून राजा-राणीच्या संसाराच्या स्वप्निल, स्वच्छंद अपेक्षा केल्या नाहीत. एकमेकांच्या आवडी अगदी एकसारख्या असलेली जोडपी आणि त्यांचे संसारही मी जवळून पाहिले. जोडीनं फिरताना बघितले. पती आणि पत्नी अनुरूप असणं मी समजू शकतो. दोघांच्या आवडी समान असणं हेही मी समजू शकतो. पण सतत जोडीनं फिरणं, जोडीनं खाणं, जोडीनं कलास्वाद घेणं, जोडीनं मिळून कलासर्जन करणं

मला कदाचित आवडलं नसतं. एकट्यानं एकांतात स्वत:पाशी जे कलास्वरूपाविषयीचं आणि कलानिर्मितीविषयीचं चिंतन, वाचन, सर्जन, आस्वादन इत्यादी होतं ते पूर्णपणे 'स्व'चं असावं अशी माझी वृत्ती आहे. निदान जीवनातील एवढ्या बाबी तरी आत्यंतिक निर्वेधपणे, स्वत:शी मनाजोगत्या अनुभवता याव्यात असं मला वाटतं. एरवी आपण जोडीनं जरूर राहावं. कलेच्या बाबतीतील माझं अलगपण आणि संसाराच्या बाबतीतील दोघांचं सलगपण मला स्मितानं सहजपणे आणि अजाणतेपणेही दिलं. आम्हा दोघांचा असलेला प्रपंच तिनं पूर्णपणे सांभाळला. माझी असलेली साहित्यनिर्मिती मला एकटेपणात सोडून देऊन तीही सांभाळली. तिनं स्वत:बरोबर मी सतत जोडीनं राहण्याचा कधी आग्रह केला नाही. अत्यावश्यक असेल तिथंच फक्त आम्ही जोडीनं गेलो. संपूर्ण प्रपंच ती सांभाळत असते. त्या संदर्भात माझ्याकडून फारशा मानसिक अपेक्षा न करता वेळेचं दान मला देत राहिलेली आहे.

ऑपरेशन झाल्यावर तिची प्रकृती झपाट्यानं सुधारली. ती इतकी सुधारली की उरलेली तीन आठवड्यांची उन्हाळी सुट्टी संपताच ती नोकरीवर जाऊ लागली. मी तिला आजारपणाची रजा घेण्यासाठी सुचवलं; पण म्हणाली, ''घरी बसायला नको. डॉक्टरांनी सांगितलंय. 'शरीराचं चलनवलन झालं पाहिजे, तरच तब्येत चांगली राहील.''

ऑपरेशनमुळं तिचा उत्साह आणखी वाढला. आशूच्या जन्मापासूनच या नवउत्साहाला भरती आलेली होती. आशुतोष कीर्तीनंतर जवळजवळ तेरा वर्षांनी जन्मला होता. त्याच्या जन्माच्या वेळी स्वाती-कीर्तीचं अल्लड वय होतं. त्यांना भाऊ मिळाल्यामुळं त्या खूश झाल्या होत्या. कलानगरमधील मैत्रिणींत पूर्वी त्या खेळताना किंवा रमताना त्यांना 'आपणाला भाऊ नाही' याची उणीव सतत जाणवे. राखीपौर्णिमा, दसरा-दिवाळी, भाऊबीज या सणांच्या गमतीजमती सांगताना स्वाती-कीर्तीच्या मैत्रिणी हमखास आपापल्या भावांचा उल्लेख करीत. राखी कशी बांधली, कसं ओवाळलं, भाऊबीज कशी मिळाली, आपल्या भावाचा स्वभाव कसा आहे, त्याच्याशी खेळताना खोड्या कशा करतो, याचं साग्रसंगीत आणि रसदार वर्णन त्यांना ऐकायला मिळे... आपणाला मात्र असं काहीच सांगता येत नाही, याचं स्वाती-कीर्तीला वाईट वाटे.

कलानगरमध्येच असलेले माझे मित्र पंडितराव कुलकर्णी यांना दोन मुलगेच आहेत. तेही स्वाती-कीर्तीच्या आसपासच्या वयाचे. आम्हा दोघाही मित्रांचं एकमेकांच्या घरी सततचं जाणं-येणं. मैत्री जिव्हाळ्याची. कलानगरमध्ये आल्याच्या दुसऱ्या वर्षापासून स्वाती-कीर्ती आपली भावाची उणीव पंडितरावांच्या मुलांना राखी बांधून, भाऊबिजेला ओवाळून पुरी करत असत. त्यांच्या मुलांनाही बहीण नसल्यामुळं त्यांचीही उणीव भरून निघे.

स्मिताची उणीव या दोघी मुलींपेक्षा अधिक सखोल होती. तिला ती जीवनातील विस्तीर्ण पोकळीसारखी वाटे. आशूच्या जन्मामुळं या तिघींचं जीवन बहरून आलं. अर्थातच राखीपौर्णिमा, दसरा, भाऊबीज, आशूचा वाढदिवस, आशूला घेऊन देवीला जाणं, त्याला नटवणं-सजवणं असं त्यांचं जोरात सुरू झालं.

आशूचा जन्म मलाही सुखावह झाला. स्वाती-कीर्तीच्या बालपणाचा अनुभव मी बापाच्या नात्यानं घेतला होता; पण त्या वेळी स्मिताच्या माहेरचं किंवा माझ्या गावाकडच्या घरातील कुणी ना कुणी तरी मुलींना सांभाळण्यासाठी असे. त्यामुळं त्यांचं बालपण माझ्या वाट्याला जास्त प्रमाणात आलं नाही. त्या चार-पाच वर्षांच्या झाल्यावर मात्र मी त्यांना गोष्टी सांगण्यात, बागेत फिरायला नेण्यात, त्यांचा अभ्यास घेण्यात रमून गेलो होतो.

आशूच्या बाबतीत असं झालं नाही. त्याला सांभाळण्यासाठी माझ्या किंवा स्मिताच्या घरचं फार काळ कुणी येऊ शकलं नाही. सगळी मोठी होऊन आपापल्या प्रपंचात अडकली होती. स्मिता, स्वाती, कीर्ती सकाळी शाळेला जात. घरात मी आणि आशू राहत असू. त्यामुळं मला त्याचा घनिष्ठ सहवास लाभला. त्याला सांभाळणारी एक मुलगी असे; पण ती लहान होती, म्हणून आशूचं खाणं-पिणं, त्यांच्या इतर गोष्टी मला पाहाव्या लागत. त्यामुळं त्याच्या बाल जीवनातील एकेक बदल मी जवळून न्याहाळू शकलो. त्याच्या एकेका प्रगतीविषयी घरात रात्री सगळी जणं बसून कौतुकाच्या गप्पा मारू लागलो.

खरं तर त्याचं बालपण काही लोकविलक्षण नव्हतं. सर्व मुलांचं असतं तसंच कमी-अधिक फरकानं होतं; पण ते माझ्या वाट्याला भरपूर आलं. बाप म्हणून त्या बालपणाचा मनसोक्त आनंद मला घेता आला. बाल आशुतोषनं मला खूप शिकवलं. नवे नवे गहन प्रश्न अबोलपणे, कधी कृतीनं, कधी नजरेनं, तर कधी त्याला सुचेल तसे बोबडे बोलून निर्माण केले. त्यांची उत्तरं त्यानं कधीच अपेक्षिली नव्हती. ती माझी मलाच माझ्यासाठी शोधावयाची होती. मी त्यांची उत्तरं शोधण्याचा दुबळा प्रयत्न केला. त्या उत्तरांनी मानवी जीवनाविषयी मला नवं काही कळत गेलं. त्यातूनच त्या काळात मी एक ललित लेख लिहिला होता. मुलं आपल्या वर्तनानं माणसाला खूप काही शिकवू शकतात. पण घेणाऱ्याची नजर आपल्याजवळ असावी लागते.

नव्या नजरेनं मी त्याचं बालपण अनुभवलं. स्मिताच्या जीवनातील पोकळी त्यानं आपल्या अस्तित्वानं भरून काढली. स्वाती, कीर्तीच्या किशोर वयाला खेळकर झालर असलेली राखीपौर्णिमा आणि भाऊबीज दिली. त्याच्या केवळ अस्तित्वानं आम्हा सर्वांचं जीवन अर्थपूर्ण झालं.

स्मिताचं ऑपरेशन झालं त्या वर्षी दोघी मुली पदवीधर झाल्या. स्वाती

बी.कॉम. आणि कीर्ती बी.एस्सी. झाली. स्वातीनं नंतर कॉम्प्युटर डिप्लोमाला आणि कीर्तीनं बी.एड.ला प्रवेश घेतला.

मी दोघींच्याही इच्छांना मान दिला. आतापर्यंत दोघींच्याही आवडीनिवडी स्पष्ट झाल्या होत्या. त्यांच्या आवडीनिवडीप्रमाणं त्यांची व्यक्तिमत्त्वं घडावीत, आपण फक्त मदत करत राहावं, असा पूर्वीपासून माझा विचार होता.

बी.एड. करता करता कीर्तीनं एक-दोन पुस्तकांची उत्तम परीक्षणं, एक-दोन कथा सहज लिहून त्या प्रसिद्ध केल्या होत्या. तिला कला आणि वाङ्मयविषयक गोडी लागत चालली होती. स्वातीला भौतिक बाबतीत विशेष रस होता. म्हणून तिनं छोटे छोटे अनेक कोर्सेस सुट्यांच्या काळात पूर्ण केले होते. आता तिला कॉम्प्युटर समजून घेण्याची ओढ लागली होती.

दोन्ही मुली मोठ्या झाल्या होत्या. आई-वडील म्हणून माझ्या आणि स्मिताच्या मनात दोघीही मुलींच्या विवाहाविषयीचा विचार सुरू झाला. माझ्या अगोदर तो स्मिताच्या मनात येणं अधिक स्वाभाविक होतं. ती आता ऑपरेशनच्या परिणामातून पूर्ण बरी झाली होती.

स्मितानं स्वातीची मान्यता प्रथम घेतली. मीही स्वतंत्रपणे स्वातीला विचारून तिच्या अपेक्षा समजून घेतल्या. त्याविषयी चर्चा केली. या होणाऱ्या चर्चांत कीर्तीही सामील असे. अनुरूप वर कसा असावा याविषयी आम्हा सर्वांच्या मनात एक चित्र स्पष्ट झालं.

स्वाती-कीर्तीच्या सर्व सामान्य आवडीनिवडी, स्वभाववैशिष्ट्यं मला माहीत होती. कॉलेजला शिकू लागल्यावर त्या दोघींनाही आम्ही मोकळेपणानं, हसत-खेळत, समजून सांगत प्रसन्न वातावरणात वाढवलेलं. त्यांचे पिंडधर्म लक्षात घेऊन त्यांचा विकास करण्यास हातभार लावलेला. अनेक गोष्टींवर त्यांच्याशी चर्चा करून निर्णय घेतले जात होते. विद्यार्थी, साहित्यिक, विचारवंत, साहित्यप्रेमी, इतर क्षेत्रांतील विविध मान्यवर माणसं घरी येत जात असत. त्यांच्याशी माझ्या चर्चा होत असत. अनेक प्रसंगी त्या दोघीही उपस्थित असत. घरात बोलतानाही माझ्या मनात चाललेलं एखाद्या बाबीविषयीचं चिंतन मी त्यांना सहजपणे सांगत राही. अशा घरात वयाबरोबर त्यांच्या जाणिवा वाढत होत्या. गतानुगतिक रूढी, परंपरा मानण्यापेक्षा सतर्क होऊन स्वतंत्रपणे विचार करण्याची सवय त्यांना लागलेली. बोलकेपणानं चर्चा करण्याचा विश्वास आलेला. आम्ही उभयतांनी शिक्षकी पेशा पत्करलेला. त्याचा परिणाम आम्हा दोघांच्याही स्वभावांवर, घरातील राहणीवर, जीवनशैलीवर झालेला. याच्या जोडीला साहित्यिक वातावरणही होतं. आमची कलानगरची सोसायटी ही खास मध्यमवर्गीयांची. नाटक, सिनेमा, साहित्य, चित्र, इंजिनीअरिंग, बँका इत्यादी विविध क्षेत्रांतील सेवेत असलेली कुटुंबं इथं नांदत होती. त्यांची मुलं

एकत्र खेळत होती. माझ्या मुली त्यांत वाढत होत्या. पुणे शहराला एक सांस्कृतिक व्यक्तिमत्त्व होतं. त्यात त्यांचं बालपण, शिक्षण, चिंतन, संवर्धन घडत गेलेलं.

अशा वळणाच्या मुलींचं व्यक्तिमत्त्व समजून घेईल, तिला बरोबरीची सहधर्मचारिणी करील, अशी स्थळं मला दोघींसाठी शोधावी लागणार होती.

या काळात बहुजन समाजात काही परिवर्तनं झाली होती. स्वातंत्र्य मिळून चाळीसएक वर्षं झालेली. महाराष्ट्राच्या ग्रामीण आणि शहरी भागात शिक्षणप्रसार झपाट्यानं झालेला. त्यालाही पंचवीस-तीस वर्षं झालेली. या काळातील शिक्षणसंस्था प्रामुख्यानं राज्याश्रयाच्या आणि राजसत्तेच्या जोरावर बहुजन समाजानं काढल्या. स्वातंत्र्यपूर्व काळातील त्यागभावनेवर किंवा ध्येयवादावर त्या आधारलेल्या नव्हत्या. सत्ताभावनेनं करीत असलेल्या राजकारणाला एक आधार म्हणून त्या आकाराला येत होत्या. फार थोड्या संस्था याला अपवाद होत्या आणि त्या नव्या विधायक समाजरचनेची आशास्थानं होत्या.

बहुसंख्य शिक्षणसंस्थांतून मिळणाऱ्या शिक्षणाचा मूलगामी ज्ञानात्मक विधायक परिणाम बहुजन समाजावर जो व्हायला पाहिजे होता तो झाला नव्हता. बौद्धिक आणि सांस्कृतिक विचार व रचना यांना नवं, सर्वांगीण विधायक वळण लागायला पाहिजे होतं ते लागलेलं नव्हतं. नव्या जीवन-व्यवस्थेचं व्यापक भान यायला पाहिजे होतं ते आलेलं नव्हतं. बहुजन समाज प्रामुख्यानं राजकारणग्रस्त आणि अर्थलोभी झाला होता. सांस्कृतिकदृष्ट्या जुन्या सरंजामी काळाचं पुनरुज्जीवन करून त्यातच नव्या ईर्षेनं वावरत होता.

गरिबीत जन्मलेल्या मुलीचं किंवा पत्नीचं आशा किंवा विजया हे असलेलं नाव सत्ता, मत्ता, खुर्ची मिळाल्यावर नव्या रूपात आशादेवी, विजयमाला असं खानदानी थाटाचं होऊ लागलं. इतिहासकाळात गाडून टाकलेली बिरुदं पुन्हा उकरून काढून ती आपल्या नावांपाठीमागं कागदोपत्री जोडून खानदानाची जुनाट झूल आपल्या घराणेशाहीच्या म्हाताऱ्या बैलावर पुन्हा घालून त्याला सजवण्याचा प्रयत्न चालला होता. जातिनिष्ठ संघटना स्थापन करण्यात किंवा कोकण, पश्चिम महाराष्ट्र, मराठवाडा, विदर्भ अशी प्रादेशिक आणि जातीय श्रेष्ठ-कनिष्ठता आणू पाहण्यात धन्यता मानली जात होती. वाचायला शिकलेला असूनही हा बहुजन-वर्ग वैचारिक, सांस्कृतिक ग्रंथ, पुस्तकं याचं बिलकूल वाचन करत नव्हता. मसालेदार मांसाहार, चैनीची राहणी, अंगावर चरबी, मद्य आणि मस्ती यात त्याला धन्यता वाटू लागली होती. गाव, तालुका, जिल्हा, सहकार, गट, सत्ता यांच्या अनुषंगानं राजकारण करत हिंडायला सरावत चालला होता. बौद्धिक, शैक्षणिक, सांस्कृतिक, ज्ञानात्मक, संशोधनात्मक पराक्रम करून पैसा, प्रतिष्ठा, प्रसिद्धी मिळवण्यात या वर्गाला तिळमात्र रस नव्हता. शिक्षणानं फक्त गतानुगतिक, पारंपरिक, घराणेविषयक

अहंकार आणि अनाठायी अभिमान वाढवण्यास मदत झालेली होती. दैनंदिन राहणी आणि वर्तन यात उद्दामपणा आणणं म्हणजे स्वत:ची प्रतिष्ठा जपणं असं याला वाटत होतं. या आर्थिकदृष्ट्या वरच्या वर्गातील तरुण पिढी राजकारणातील वारशासाठी वडीलधाऱ्यांकडून वापरली जात होती.

आर्थिकदृष्ट्या खालचा, मागासलेला, छोट्या छोट्या, गरीब शेतकऱ्यांचा या बहुजन समाजात जो एक वर्ग शिकून पुढं येऊ लागला होता त्यानं आत्मविश्वास गमावलेला होता. नोकरी-चाकरी मिळावी म्हणून स्वत:ची गुणवत्ता वाढवण्यापेक्षा लाचार होऊन आशाळभूतपणे बहुजनातीलच वरच्या वर्गाकडं, व्यक्तींकडं तो बघत होता. असहाय होऊन त्यांच्याकडं हात पसरताना दिसत होता. त्यांच्या सहानुभूतीवर जगता यावं म्हणून गावठी, मूल्यहीन राजकारणात सैनिकाचं, सेवकाचं लाचार दास्य अस्मिता सोडून पत्करत होता. या वर्गातील मुलं कर्तृत्ववान न होता परावलंबी आणि पाठीचा कणा गमावलेली होत होती. त्यांच्या पदव्यांवर त्यांचाच विश्वास नव्हता.

मुलींच्या स्थळ-संशोधनाच्या दृष्टीनं हे दोन्ही वर्ग मला निरुपयोगी वाटत होते. माझं आणि माझ्या कुटुंबातील माणसांचं व्यक्तिमत्त्व या दोन्ही वर्गांत नीटपणे बसण्यासारखं नव्हतं. ते काहीसं आधुनिकतेचं भान ठेवून विचार करणारं, व्यापक बुद्धिवादी, व्यक्तिस्वातंत्र्याची काळजी वाहणारं, लोकशाही समाजरचनेला मनापासून अनुकूल असणारं, जुनाट कालबाह्य परंपरा, रूढी, वृत्ती यांना न कवटाळणारं, नव्या सुजाण संस्कृतीनं प्रभावित झालेलं, जातिधर्मांपेक्षा मानवतावादाला मानणारं, घरात आणि घराबाहेर समतेचा पुरस्कार करणारं, जात, धर्म, गट, पक्ष यांना न मानता समाजातील दुबळ्या वर्गाला केंद्रस्थानी ठेवून सामाजिक, सांस्कृतिक, आर्थिक, शैक्षणिक सुधारणांचा विचार करणारं आमचं घरदार होतं.

घरादाराच्या या व्यक्तिमत्त्वाला जवळ करणारा असा एक वर्ग बहुजन समाजातून अतिशय तुरळक व्यक्तींच्या स्वरूपात आकाराला येत होता. तो प्रामुख्यानं शहरवासी सुशिक्षित होता. या विरळ वर्गातूनच मुलींसाठी स्थळं रीतीप्रमाणं शोधावी लागणार होती. स्वत: मी जरी छोट्या शेतकऱ्याचा मुलगा असलो तरी माझ्या मुली विद्यापीठातील एका प्राध्यापकाच्या, एका साहित्यिकाच्या, शहरी संस्कृतीत वाढलेल्या सुशिक्षिताच्या कन्या होत्या, हे सत्य मला डोळ्याआड करून चालणार नव्हतं.

असे काही विचार मनी घेऊन वरसंशोधनाच्या उद्योगाला लागलो. इतर सगळी कामं बाजूला ठेवली. दोन मुलींच्या बापाला वरसंशोधन करताना जे काही तुरट, तिखट, कडवट अनुभव येतील ते सगळे पदरी घेत दोन्ही मुलींची लग्नं तीनएक वर्षांच्या अंतरानं पार पाडली. एका अवजड कर्तव्यातून आम्ही दोघं पतिपत्नी पार पडलो.

मुलींची लग्नं झाल्यावर आम्हा दोघांच्यापेक्षा आशूचा एकटेपणा आम्हाला विशेष जाणवत होता. आम्ही जास्त व्याकूळ होत होतो. या काळात तो दहा-बारा वर्षांचा होता. कीर्ती त्याचा नेमानं संध्याकाळी अभ्यास घेई. त्याला उत्तम रीतीनं शिकवीत असे. तिच्या शिकवणीनं त्याचं ज्ञान वाढलं होतं. गणित, विज्ञान, इंग्रजी त्याला सोपं वाटत होतं. अभ्यास घेत असताना कीर्ती हसत-खेळत त्याच्या बरोबरीची होऊन वागे. त्यामुळं त्याच्यावर कोणत्याही प्रकारचा मानसिक दबाव नसे. एरवीही आशू आणि कीर्ती यांची विशेष गट्टी जमलेली असे. स्वाती आईला मदत करण्यात गढून जायची. दोघींच्या कामांची अशी नकळत विभागणी झालेली. शिवाय कीर्ती गणित, विज्ञान घेऊन बी.एड. झालेली. हायस्कूलमध्ये शिकवीत असलेली.

स्वाती लग्न होऊन मार्च १९८८ साली गेल्यानंतर कीर्ती आणि आशू यांचीच जोडी घरात होती. कीर्तीताईचं लग्न होणार, नवे पाहुणे येणार याचा आशूला आरंभी आनंद झालेला. तिचं जुलै १९९१ मध्ये लग्न झाल्यावर मात्र तो एकटा पडला. पण पाच-सहा महिन्यांत हळूहळू सावरला. एकटाच आपला आपण अभ्यास करू लागला. पूर्वी घरात विशेष रमत असे. आता मित्रांत जाऊन जास्त वेळ खेळू लागला. तो जन्मला नव्हता त्या वेळी स्वाती-कीर्ती हिरमुसलेल्या दिसायच्या. मला वाईट वाटे. आता त्या दोघीही सासरी गेल्यावर एकाकी आशूला बघून वाईट वाटे.

दोन्ही मुलींचे विवाह झाले आणि घर सुनं झालं. आपण आई-वडील कितीही सुशिक्षित आणि समजूतदार असलो तरी मुली लग्न होऊन सासरी जायला निघतात तेव्हा मनं गलबलून येतात. लहानपणापासून मुलींच्या आवडीनिवडी लक्षात घेऊन त्यांना आपण वाढवतो. त्यांना त्यांच्या अंगांनी समजून घेतो. त्यांचे स्वभावधर्म माहीत झालेले असतात. आवडीनिवडी, वृत्ती-प्रवृत्ती बारकाईनं लक्षात घेऊन त्यांच्या गरजांची, भावभावनांची पूर्तता केलेली असते. या सर्वांसह ते 'आपलं मूल' असतं. त्याच्यात आपली स्वत:ची भावनिक गुंतवणूक अतिशय सखोल आणि व्यावहारिक वास्तवाच्या पलीकडची असते. आपल्या जगण्याचाच त्या एक सलग आणि महत्त्वाचा अवयव झालेल्या असतात. त्या आपल्या असतात म्हणून आपण काही एक विशेष झालेलो असतो.

कन्यादानाच्या वेळी या सर्वांची तीव्रतेनं जाणीव होते. त्या ज्या घरी जाणार त्या घरात त्यांच्या स्वभावाचे कंगोरे, गुणधर्म, आवडीनिवडी, वृत्ती-प्रवृत्ती हे सर्व आत्मीयतेनं तेथील माणसांकडून समजून घेतलं जाईल का? मुलींना त्यांच्या अपेक्षित दिशेनंच वाढवलं जाईल का? सासरची ठेवण, जीवनशैली पूर्णपणे आपल्याच घरासारखी असणं शक्य नसतं. अशा परिस्थितीत त्यांना कसं काय समजून घेतलं जाईल? त्या घरी त्या सून, पत्नी, वहिनी, जाऊ इत्यादी आहेत. ही

नवी नाती असली तरी मुलगी, बहीण, ताई ही नाती रीतसर निर्माण करणारं तिथं कुणी असू शकत नाही, ही वस्तुस्थिती आहे. आता मुलीनं आई, बाबा, बहीण, भाऊ ही रक्तामांसातून जन्मलेली नैसर्गिक नाती सोडून पती, सासू, सासरा, दीर नणंद, जाऊ ही कुटुंब-व्यवस्थेतून, सांस्कृतिक-व्यवस्थेतून, समाज-नीतीच्या मांडणीतून, विधि-व्यवस्थेतून निर्माण झालेली आणि त्यामुळं काहीशी औपचारिक वाटणारी नाती स्वीकारावयाची असतात.

मुलीचे आई-वडील, बहीण, भाऊ यांनीही ती केवळ आपली मुलगी आहे, बहीण आहे एवढंच लक्षात न ठेवता ती आता सासरी आहे, तिथं तिला पती, सासू, सासरे, दीर, नणंदा आहेत, त्यांच्यात ती नव्यानं गुंतली आहे, हे ध्यानात ठेवून स्वत:ला आवरत-सावरत वागायचं असतं. मुलीनंही हे माहेर नव्हे, सासर आहे याचं भान ठेवून स्वत:च्या आचरण-वर्तनाची नवी मांडणी करावयाची असते. तिनं आपला मूळ स्वभाव, माहेरातील संस्कार, विचारसरणी, आपल्या वृत्ती-प्रवृत्ती यांचा नव्या आणि वैवाहिक जीवनसंदर्भानं परिवर्तनशील राहून विचार करावयाचा असतो. जुन्याला काही मुरड घालावयाची असते. काही नवं आत्मसात करायचं असतं.

सासरच्या इतर मंडळींनीही आपल्या घरात केवळ एक नवं माणूस आलं आहे, आता आपल्या घरकामाचा नको असलेला भार त्याच्यामुळं कमी होणार आहे, एवढाच आत्मकेंद्री विचार न करता या माणसाच्या रूपानं घरात एक नवा स्वभाव, एक अनोखं व्यक्तिमत्त्व, आपल्या घरच्यापेक्षा काहीशी वेगळी संस्कृती, एक वेगळी जीवनशैली आलेली आहे याचं भान ठेवायचं असतं आणि नवागत मुलीचं स्वागत करायचं असतं. काहीसं अंतर्मुख होऊन स्वत:च्या घरच्या संस्कृतीचा, स्वभावाचा, जीवनशैलीचा नव्यानं विचार करावयाचा असतो आणि नव्याला स्वीकारावयाचं असतं.

हळूहळू काहीशी तडजोड उभय पक्षी करावीच लागते. तरच दोन्ही घरची नवी नाती दृढ होतात आणि आपल्या लेकरांचा संसारही यशस्वी होतो. म्हणून विवाह ही केवळ दोन व्यक्तींनाच नव्हे तर दोन घरांना आपल्या स्वभावांची आणि आपल्या कौटुंबिक संस्कृतीची नवी मांडणी करायला लावणारी आणि त्याचबरोबर दोन्ही कुटुंबांना अधिक विस्तृत, सामाजिक करणारी मंगलमय महत्त्वाची घटना असते. ती परिवर्तनाच्या पावलांनी आलेली असते. दोन्ही घरचं ते सौभाग्य असतं.

स्वाती-कीर्तीच्या विवाहानंतरच्या काळात हे चिंतन कितीतरी दिवस चालू राहून माझ्या मनात मांजरीसारखं घुटमळत होतं. कूस रिकामी झालेल्या भावनांना आवर घालत होतो. ताजी ताजी शस्त्रक्रिया करून एखादा अवयव काढून टाकलेल्या रुग्णासारखा अधू आणि अस्वस्थ होऊन काही दिवस वावरत होतो.

आज कळतं की ती शस्त्रक्रिया नव्हती. ते संसारवृक्षाचं फांदीकलम होतं. फांदी छाटून अलग करताना यातना झाल्या तरी ती फांदी आज स्वतंत्रपणे दुसऱ्या भूमीत वाढते आहे. तिला तिची फळंफुलं येताहेत. दुःखातून सुखं उगवतात ती अशी... संसारातील सुखदुःखांचे रंग हे असेच संध्याकाळच्या ढगांवरचे हलते, पालटते आणि थरथरते असतात... त्यामुळं ते सुंदरही वाटतात.

दोघींच्याही सासर-घरी त्यांना जे काही अनुभव येतील ते त्यांचे. सासरचं खारट-तुरट, आंबट-गोड लोणचं चाखत आहेत. खाच-खळग्याची, ऊन-सावलीतली, हिरवळ-हेंड्यांतली, ठेचा-पेचाची वाटचाल करीत आहेत.

आम्ही दोघं आशूला वाढवीत आहोत. त्याचं शिक्षण पूर्ण करण्यास मदत करीत आहोत आणि...

...माझं चरित्र संपत आलं आहे. स्वाती-कीर्तीचं आणि आशूचं सुरू झालं आहे. निसर्ग पुढं पुढं सतत सरकतो आहे. म्हणून तर तो नि-सर्ग!

आम्ही-तुम्ही सर्वच त्या निसर्गाची लेकरं... किंवा आज-उद्या आपण गळून पडणारी, पुन्हा त्या जागी दुसरी फुटणारी, पुन्हा फुलणारी पानं-फुलं आहोत.

...शेवटी निर्माल्य हे होणारच.

◆

पाथरवटाचा पेशा

विद्यापीठात १९७८ साली आल्यावर ग्रामीण साहित्याच्या चळवळीविषयी मला नवी जाणीव झाली. 'युनिव्हर्सिटी' शब्दाचं योग्य मराठी भाषांतर 'विश्वविद्यालय' असं होतं. युनिव्हर्सिटी नुसती चार भिंतींच्या आत पदव्युत्तर वर्ग चालवीत नाही की नुसती महाविद्यालयीन अभ्यासक्रमांच्या परीक्षा घेत नाही. तिनं इतरही अनेक शैक्षणिक योजना राबवावयाच्या असतात. विशेषत: समाजाला प्रत्यक्ष शिक्षण देऊन त्याला कालानुरूप घडवण्यासाठीही काही उपक्रम करणं आवश्यक असतं... त्या उपक्रमाचा एक भाग म्हणून मी मला पटलेल्या आणि समाजास आवश्यक असलेल्या विविध विषयांवर व्याख्यानं देऊ लागलो. ग्रामीण साहित्याची चळवळ हीही त्याचाच एक भाग मानू लागलो. मला ही समाज-शिक्षकाची भूमिका मनापासून आवडत होती. अनेक गरीब, होतकरू विद्यार्थ्यांना वर्गातील विषय-कक्षेच्या बाहेर जाऊन नाना प्रकारांनी मदत करू लागलो. विद्यार्थ्यांच्या अनेक अडचणी घरगुती आणि आर्थिक स्वरूपाच्या असत. शिक्षकांची मदत घेऊन त्यांनाच त्या सोडवाव्या लागत असत.

आरंभी फक्त एम.ए.च्या वर्गावर अध्यापन करावं लागे. नंतर काही वर्षांनी एम.फिल. सुरू झालं. त्याही वर्गांना शिकवावं लागे.

एम.ए.ला आलेले विद्यार्थी वेचक असत. त्यांना बी.ए. मराठीला वरची श्रेणी मिळालेली असे. केवळ एम.ए. व्हावं, यापेक्षा आवडीच्या विषयात द्विपदवीधर व्हावं, प्राध्यापक, साहित्यिक, समीक्षक, पत्रकार व्हावं अशी त्यांची महत्त्वाकांक्षा असे. त्यांना थोडी बौद्धिक उंची असे. विद्यापीठाच्या वातावरणात एक शैक्षणिक प्रौढता व्यापून राहिलेली. उत्तम श्रेणीत पास होण्याशिवाय दुसरा पर्याय नाही, ही जाणीव विद्यार्थ्यांना कृतिशील आणि जागरूक ठेवीत असे.

यामुळं माझ्या अध्यापनाची पातळी बदलून गेली. कॉलेजात मी बी.ए.पर्यंतच्या वर्गांना विविध साहित्यकृती शिकवीत असे. शिकवण्यापूर्वी घरी त्यांचा अभ्यास

करावा लागे. त्यांचं वाचन करता करता अनेक मुद्दे मुक्तपणे सुचत. ते वहीत टिपून घेतले की तासांच्या वेळी त्यांची चर्चा करता येत असे. विशेषत: पदवीपूर्व वर्गांना शिकवताना अभ्यासापेक्षा आस्वादक वृत्ती जास्त उपयोगी पडे. विचारांपेक्षा वक्तृत्वाची गरज जास्त असे. शंभर शंभर विद्यार्थ्यांच्या वर्गावर सखोल वैचारिक अध्यापन करणं विद्यार्थ्यांनाच मानवत नसे, पचत नसे. वर्गातील वातावरणात काहीशी गर्दीची मानसिकता असे. त्या विद्यार्थ्यांना बसल्या जागेवर गुंगवत ठेवण्याचीही गरज असे. तृतीय वर्ष बी.ए.ला मी भाषाशास्त्र, व्याकरण, काव्यशास्त्र यांसारखे विषय शिकवी. त्यातही वादग्रस्त विषयांवर चर्चा करण्यापेक्षा विद्यार्थ्यांना माहिती देणं, मूळ विषयाचं ज्ञान देणं एवढंच अपेक्षित असे. त्यामुळं बी.ए.पर्यंतची अध्यापनाची पातळी आणि एम.ए. विद्यार्थ्यांच्या अध्यापनाची पातळी यात खूप तफावत दिसली. मी कॉलेजमध्ये नोकरीत असतानाच विद्यापीठातही १९६९ पासून शिकवण्यास जात असे. त्या काळात विवेचनात किंवा आवश्यक ज्ञानात मी कुठं कमी पडलो तर ते एम.ए.च्या हुशार विद्यार्थ्यांच्या लक्षात येई. त्यांच्या चेहऱ्यांवर त्यांची चिन्हं उमटत. मनोमन मी वरमून जाई.

कॉलेजमध्ये बी.ए.पर्यंत अनेक वर्षं शिकवून माझ्यातील प्राध्यापकात एक प्रकारचा ढिलेपणा, चाकोरीबद्धतेमुळं एक प्रकारचा शिळेपणा आला होता. तेच तेच पेपर्स पुन:पुन्हा शिकवीत असल्यामुळं अभ्यासक्रम ओळखीचा झाला होता. मनोमन तो घोटून गिचाल्यामुळं त्याचं घरी पुनर्विलोकन करण्याची गरज वाटत नव्हती. त्यामुळं ठोकळेबाजपणा, स्थूलपणा आला होता. विद्यापीठात नोकरीसाठी आल्यावर या मरगळीतून मी झडझडून उठलो आणि ग्रंथाभ्यास करू लागलो.

विद्यापीठीय अध्यापनामुळं माझ्यातील प्राध्यापकाच्या भूमिकेत मूलभूत फरक पडला. कॉलेजमधील बी.ए.च्या वर्गातील मुलांना शिकवताना माझ्यातील ग्रामीण समाजाविषयी जाणीव विशेष सजग असे. 'ही ग्रामीण विभागातून आलेली मुलं आहेत. गरीब आहेत. मागास भागातून आलेली आहेत. स्वत:विषयी त्यांच्या मनात न्यूनगंड असतात. बिकट परिस्थितीत शिकत असतात. त्यांच्यावर जास्तीत जास्त तास घेऊन त्याचं विषयज्ञान पक्कं केलं पाहिजे. गृहपाठ पुन:पुन्हा लिहून घेऊन ते ज्ञान घोटून घेतलं पाहिजे. त्यांची बोलण्याची भाषा आणि शुद्धलेखन सुधारलं पाहिजे.' अशी तळमळ मला लागून राही. म्हणून विद्यार्थ्यांचे इतरही अनेक प्रश्न, समस्या सोडवण्यास मी मदत करत असे. अशा समस्यांतून ही मुलं बी.ए. पास झाली की प्रत्यक्ष सांगायला येत. आनंद, कृतज्ञता व्यक्त करत. त्या वेळी एका गरीब कुटुंबाचा एक पोशिंदा तयार झाला, हे पोर आता जगात जगायला लायक झालं, याला कुठंतरी नक्की नोकरी मिळेल आणि हे अन्नाला लागेल, याचा त्याच्यापेक्षा मलाच जास्त आनंद होई.

पण एम.ए.ला शिकवू लागल्यावर माझ्या आनंदाचं स्वरूप पालटलं... आत्मसात केलेलं इतरही ज्ञान तिथं काही निमित्तानं, अनुषंगानं, संदर्भानं ओतता येतं, याचा मला अध्यापनाचा तास झाल्यावर पुष्कळ वेळा पडताळा येई. त्यामुळं मनापासून केलेल्या संपूर्ण ज्ञानदानाचाच मला अनोखा सात्त्विक आनंद होई. नवे ग्रंथ वाचत होतो, त्यांची टिपणं काढत होतो, त्यांच्यावर प्रतिक्रिया नोंदवत होतो, विद्वानांचे संदर्भ देत होतो. ते ज्ञान उत्सुक विद्यार्थ्यांना देताना वेगळ्या प्रकारचा एक सुखमय ज्ञानसोहळा सुरू आहे असं वाटे. तास लवकर संपल्यासारखा होई. ग्रंथ वाचून आत्मसात करताना होणाऱ्या ज्ञानानंदाचा अनुभव मला विपुल होता; पण ज्ञानदानाचा आनंदही तितकाच उत्कट आणि जिवाला फुलवून टाकणारा आहे, याची खरी जाणीव मला विद्यापीठात नोकरीला आल्यावर शिकवताना झाली. प्राध्यापकीय जीवनाचं सार्थक झाल्यासारखं वाटू लागलं. हळूहळू कपाटात टिपणांचे ढीग साठत गेले. वेळोवेळी ते उपयोगी पडले. स्मरणशक्तीला वेगळा ताण देत बसावं लागलं नाही... आज ही टिपणांची कार्डं हाताळताना सगळं सहज आठवतं.

कुलगुरू प्रा. दाभोळकरांच्या काळात फर्ग्युसन कॉलेजमध्ये मराठी एम.ए.चं केंद्र काढण्यास विद्यापीठानं १९७८ साली परवानगी दिली. तेव्हापासून विद्यापीठाच्या मराठी विभागाचं स्वरूप विद्यार्थ्यांच्या संदर्भात हळूहळू बदलत गेलं. पुणे शहरातील स्थानिक विद्यार्थी हे फर्ग्युसन कॉलेजमधील एम.ए.च्या वर्गात जाऊ लागले. त्या विद्यार्थ्यांना तिथं जाणं अधिक सोईचं होतं. विद्यापीठात चार-साडेचार किलोमीटर येण्याची व प्रवासात वेळ घालवण्याची आवश्यकता त्यांना वाटत नव्हती. हे विद्यार्थी प्रामुख्यानं स्थानिक मध्यमवर्गातील होते. त्यांना शैक्षणिक वारसा आणि घरात तशाच प्रकारचं वातावरण हे दोन्ही लाभलेलं असे. स्वाभाविकच ते अधिक चुणचुणीत, हुशार, शिक्षणक्षेत्रात आत्मविश्वासानं वावरणारे असत. विद्यापीठातील त्यांची संख्या १९८०-८१ नंतर जवळजवळ संपुष्टात आली.

उरलेले ग्रामीण विभागातून येणारे विद्यार्थी विद्यापीठाच्या मराठी विभागात बहुसंख्येने शिकू लागले. अशा विद्यार्थ्यांना मुक्त मोकळं ज्ञानदान करण्यापेक्षा नेमलेल्या विषयांची तयारी अधिक करून घेण्याची आवश्यकता जास्त असते. शिवाय त्यांचे घरगुती, राहण्याचे, जेवणाचे प्रश्नही पैसे कमी पडल्यामुळे अनंत स्वरूपात निर्माण होत. ग्रामीण विभागातून फिरलो असल्यामुळं, तसंच माझ्या अनेक साहित्यकृतींचा प्राथमिक, माध्यमिक आणि महाविद्यालयीन अभ्यासक्रमात कुठं ना कुठं समावेश असल्यामुळं आणि मी ग्रामीण साहित्य लिहीत असल्यामुळं या विद्यार्थ्यांना माझं नाव माहीत असे. त्यांना माझ्याविषयी आत्मभाव असे. त्यांना माझा मानसिक आधार वाटे आणि आता तर विद्यापीठातच नोकरी करीत असल्यामुळं दिवसभर मराठी विभागातच असे. माझा स्वभावही अशा विद्यार्थ्यांविषयी सहानुभूतीनं

विचार करणारा असल्यामुळं माझ्याकडं हे विद्यार्थी मोठ्या प्रमाणात येत. पुष्कळ वेळा अडचणी सांगत. त्यांचे काही चाकोरीबाहेरचे प्रश्न सोडवण्यात मीही रमून जाई.

एम.ए.ला आणि एम.फिल.ला मी अनेक पेपर्स शिकवले. प्रामुख्यानं तीन गटातील पेपर्स शिकवले. पहिला गट : छंद, अलंकारशास्त्र, समीक्षा-विचार, सौंदर्यशास्त्र. दुसरा : ग्रामीण साहित्य, अर्वाचीन वाङ्मयाच्या प्रेरणा. तिसरा : साहित्य आणि समाजशास्त्र साहित्य आणि मानसशास्त्र, साहित्य आणि तत्त्वज्ञान, साहित्य आणि सौंदर्यशास्त्र हे विषयही शिकवत हे तो. शिकवण्यासाठी हे तीन गट मी माझ्या इच्छेनं घेतले होते.

हे सर्व विषय विद्यार्थ्यांना शिकवताना माझ्या मनात एक वाङ्मयीन तात्त्विक बैठक होती. तिची संपूर्ण ओळख एकाच प्राध्यापकानं करून दिली तर या तीनही गटांचा एक परस्पर मेळ घालून, संबंध दाखवून एकसंधता निर्माण करता येईल, असा हेतू होता. पहिल्या गटातील पेपर्स शिकवताना साहित्य-घटकांची, प्रयोजनांची, निर्मितिप्रक्रियेची तसंच साहित्याचं मूल्यमापन करणाऱ्या विविध शास्त्रीय पद्धतींची आणि साहित्य एक सौंदर्यवस्तू म्हणून तिचे अंतर्बाह्य स्वरूप-संबंध कसे असतात याची मीमांसा करता येत होती. दुसऱ्या गटातील पेपर्स शिकवताना आशय आणि अनुभवविश्व यांचं समाजजीवनाशी, त्याच्या विविध लाटा-लहरींशी, विचार-विकासाशी, नव्यानं आलेल्या तत्त्वविचारांशी, प्रबोधनाशी साहित्याचं कोणत्या स्वरूपाचं नातं असतं, याची मीमांसा करता येत असे. तिसऱ्या गटात मानवी मनोरचना, समाजरचना आणि साहित्यनिर्मिती यांचे परस्पर संबंध मानसशास्त्राच्या व तत्त्वज्ञानाच्या आधारे समजावून देऊ शकत होतो. मानवी मन विविध पातळ्यांवर समजून देणं आणि त्याचं प्रतिबिंब साहित्यात कसं पडतं हे दाखवून देगं, तसंच सर्व कलांची मूलभूत सौंदर्य-तत्त्वं सामान्यतः एकाच स्वरूपाची कशी आहेत, तरीही नृत्यसंगीतादी एखादी कला चित्र-शिल्पादी दुसऱ्या एखाद्या कलेपेक्षा काही प्रमाणात तरी कशी भिन्न असते याची मीमांसा करता येत होती.

सारांश, साहित्याच्या आशय-अनुभवाचं स्वरूप, साहित्याच्या सौंदर्यरूपाचं (म्हणजे कलात्मक अभिव्यक्तीचं आणि तिच्या घटकांचं) स्वरूप आणि साहित्याचा समाजाशी, माणसाच्या मनाशी कोणत्या प्रकारचा संबंध असतो, हे दाखवून देता येत होतं. अशा रीतीनं विद्यार्थ्यांना साहित्यविषयक सर्वांगीण बैठक सर्वांगांनी विशद करून सांगता येत होती. गौणप्रधानभाव समजावून देता येत होता.

...शहरातील महाविद्यालयात हे सर्व समजून घेण्याच्या भरपूर ग्रंथालय-सुविधा आहेत. ज्ञानपरंपरांचे जाणकारही शहरात उपलब्ध होऊ शकतात पण खेड्यातील मुलांना या सुविधा उपलब्ध होऊ शकत नाहीत. म्हणून त्यांना आताच काय तो

वाङ्मयव्यूह समजावून द्यावा लागे. कारण मिळालेल्या भांडवलावरच पुढं त्यांचं अध्यापन बहुधा चाललेलं असतं. दुसरं असं की, ग्रामीण विभागात ग्रामीण समाजाला यांच्यामुळं प्रथमच साहित्याचा वारसा मिळणार आहे, किंबहुना वारशाची ही नवी धारा प्रथमच यांच्यापासून सुरू होणार आहे, तेव्हा ती नीटपणे सुरू झाली पाहिजे, म्हणून या विद्यार्थ्यांवर पुन:पुन्हा घण घालून ही भांडी ठोकून ठोकून घडवली पाहिजेत असं मला वाटे.

या विद्यार्थ्यांना शिकवणं ही माझी मानसिक गरजही होती. ही गरज दुपेडी होती. विविध ग्रंथ वाचून आणि त्यांचं चिंतन करून मला आजवर साहित्याविषयी जे काही ज्ञान झालं, ते सलगपणे कुणापुढं तरी मांडावंसं वाटे. दुसरी गोष्ट अशी की, १९५० ते १९८० या तीस वर्षांत वाङ्मयक्षेत्रात विचारांना चालना देणाऱ्या अनेक घडामोडी झाल्या. त्या घडामोडींचा संस्कार माझ्यावर झाला. त्यातून माझी अशी एक साहित्यविषयक तात्त्विक बैठक तयार झाली. ती अद्ययावत आहे अशी माझी धारणा. माझं हे ज्ञान समाजाला देऊ करण्यात समाजाचं हित आहे आणि माझीही ऋणमुक्ती होते, या प्रेरणेपोटी मी अध्यापन करीत होतो. हे पेपर्स त्याला केवळ निमित्तमात्र होते.

मी ज्या परिस्थितीतून आलो त्याच परिस्थितीत सर्वसामान्य गरिबांची मुलं थोड्याबहुत फरकानं ग्रामीण भागात जगत. त्यांतली काही माझ्यासमोर बसलेली असत. त्यांना कुणी नीट, जागरूक गुरू, मार्गदर्शक मिळणं कठीण. ती पोरकी, बेवारस होती. त्यामुळं त्यांना मी अधिक आस्थेनं शिकवत होतो. एका अर्थी ती मला माझीच तरुणपणीची रूपं दिसत. त्यामुळं त्यांना मनापासून शिकवताना माझ्या संकल्प-विकल्पग्रस्त मनाला समाधान मिळे. अशी ही विचित्र मानसिक गुंतवणूक अध्यापनात झालेली असे.

विद्यापीठाच्या नोकरीत आल्यावर ग्रामीण साहित्याच्या चळवळीचा भाग म्हणून दोन-अडीच वर्षांतच मला 'ग्रामीण साहित्याचा' एक पेपर एम.ए. पातळीवरील विद्यापीठीय अभ्यासक्रमात समाविष्ट करण्यात यश मिळालं. नंतरच्या काळात मी अनेक विद्यापीठांच्या मराठी विभागप्रमुखांना आणि मराठी अभ्यासमंडळाच्या अध्यक्षांना वैयक्तिक पातळीवर पत्रं पाठवून ग्रामीण साहित्याच्या प्रश्नपत्रिकेचा अभ्यासक्रमात समावेश करण्यासाठी विनंती केली. सोबत 'पेपर'ची रूपरेषाही पाठवून दिली. पुढं त्यात कमी-अधिक फरक करून तो पेपर अनेक विद्यापीठांनी सुरू केला. अनेकांना त्या बाबतीत नंतरच्या काळातही मी मदत केली. ग्रामीण विभागात दूरवर शिक्षणाचा प्रसार झाला होता. आणि त्या पार्श्वभूमीवर ग्रामीण साहित्याचा पेपर लावला गेला होता. त्यामुळं आपण आपल्या समाजाच्या सुख-दु:खाचं साहित्य शिकतो आहोत, या जाणिवेनं ग्रामीण तरुण पिढीचा आत्मविश्वास वाढीला लागला. ग्रामीणतेच्या

न्यूनगंडानं ग्रस्त झालेल्या या पिढीच्या मनात ग्रामीण समाजाची अर्थपूर्णता लक्षात येण्यास यामुळं मदत झाली.

१९७९ पर्यंत मराठी साहित्यक्षेत्रात ग्रामीण साहित्याचा विचार करणारं एकही पुस्तक नव्हतं. तशी पुस्तकं निर्माण करण्याचा मी वैयक्तिक पातळीवर प्रयत्न करीतच होतो. पण विद्यापीठीय संशोधनाच्या पातळीवरही ग्रामीण साहित्याविषयीचा वाङ्मयीन विचार सुरू करण्याची गरज होती. म्हणून मी एम.फिल.च्या आणि पीएच.डी.च्या विद्यार्थ्यांना ग्रामीण साहित्याच्या क्षेत्रातील विविध विषय संशोधनासाठी देऊ लागलो आणि सुचवूही लागलो. ग्रामीण विभागातील अनेक विद्यार्थी आणि प्राध्यापक अशा प्रकारच्या संशोधनाकडं आकृष्ट झाले. १९८० ते ९५ या पंधरा वर्षांत अनेक जण या विषयात एम.फिल. आणि पीएच.डी.ही झाले. या काळात इतरांनीही ग्रामीण साहित्याविषयी अनेक ग्रंथ प्रसिद्ध केले. त्यांनीही एम.फिल., पीएच.डी.च्या विद्यार्थ्यांना या क्षेत्रात मार्गदर्शन केलं. या सगळ्यातून विद्यार्थ्यांची एकूणच मराठी तरुण पिढी ग्रामीण साहित्याविषयीचा अभ्यास आत्मीयतेनं करून त्यात पारंगत होऊ लागली. ग्रामीण साहित्य हा एक स्वतंत्र साहित्यप्रवाह आहे, याविषयीचा विश्वास विद्यार्थ्यांत वाढत गेला.

एम.ए.चा अभ्यासक्रम शिकवत असताना एक त्रुटी सतत जाणवत होती. सौंदर्यशास्त्राचा परिचय साहित्यकलेच्या या विद्यार्थ्यांना कुठंच होऊ शकत नव्हता. हा परिचय झाल्याशिवाय साहित्यविषयक समीक्षादृष्टी अद्ययावत होऊच शकत नव्हती. मराठीत उपलब्ध असलेल्या पारंपरिक समीक्षाविचारात अनेक प्रकारच्या त्रुटी आणि उणिवा होत्या. त्यासाठी सौंदर्यशास्त्राच्या अभ्यासाची अत्यावश्यकता होती. म्हणून तोही एक पेपर नंतरच्या काळात अभ्यासक्रमात समाविष्ट करण्याचा मित्रांच्या साहाय्यानं यशस्वी प्रयत्न केला. एम.फिल.च्या अर्ध्याअधिक अभ्यासक्रमाची तपशीलवार आखणी करून दिली.

काळाच्या ओघात हळूहळू एम.ए. शिक्षणाचा विद्यापीठीय दर्जा अनेक कारणांनी घसरत गेला. निदान मराठीपुरतं तरी आपण काही केलं पाहिजे, असं मराठी विभागप्रमुख झाल्यावर १९९२ पासून वाटू लागलं.

ग्रामीण महाराष्ट्रात १९६० नंतर शिक्षणप्रसार झपाट्यानं झाला. अपेक्षा अशी होती की, ग्रामीण महाराष्ट्र सुशिक्षित झाल्यावर त्याचं जन्मोजन्मीचं शोषण संपेल; पण वास्तवात वेगळं घडत होतं. शिक्षणसंस्था जेवढ्या वेगानं निघाल्या तेवढ्याच वेगानं अध्यापक-प्राध्यापकांच्या क्षेत्रात गुणवत्तेची माणसं कमी पडू लागली. द्विपदवीधर झाले रे झाले की त्यांना १९६०-६५ च्या दरम्यान महाविद्यालयात नोकऱ्या मिळू लागल्या. शिक्षकाचे म्हणून काही गुणधर्म असतात. त्या गुणधर्मांना अनुसरून हा

पेशा पत्करावा लागतो किंवा शिक्षकाचे गुणधर्म जाणीवपूर्वक अंगीकारावे लागतात. असे काही न होता जशा अनेक नोकऱ्या असतात तशीच हीही एक केवळ पोट भरण्याचं साधन असलेली नोकरी आहे, या भावनेनं या पेशाचे व्यावसायीकरण झालं. या क्षेत्रात त्यामुळं शिक्षकी गुणवत्तेची माणसं कमी होत गेली.

१९६० नंतर स्थानिक पातळीवर भराभर शिक्षणसंस्था काढणाऱ्या व्यक्ती प्रामुख्यानं राजकीय क्षेत्रातील होत्या. राज्य सरकार दारिद्र्यरेषेखालील विद्यार्थ्यांच्या फिया, प्राध्यापकांचा पगार, संस्थेचा इतरही विशिष्ट खर्च ग्रँटरूपानं देत आहे असं दिसल्यावर या राजकारणी व्यक्तींनी राजकारणाचं, व्यवसायाचं, सत्तेचं एक नवं क्षेत्र म्हणून शिक्षणसंस्थांची स्थापना केली. त्यात प्राध्यापकांची, कर्मचाऱ्यांची निवड करताना गणगोतवाद, वशिलावृत्ती, 'आपली माणसं' यांना ऊत आला. त्यांच्या गुणवत्तेकडं दुर्लक्ष झालं. त्यातूनच 'इथं गुणवत्तेपेक्षा आपण अमुकतमुक व्यक्तीची मर्जी राखली, तिला खूश केलं, तिच्या दरबारात रोज हजेरी लावली की आपली नोकरी पक्की होते,' याची जाणीव प्राध्यापक आणि कर्मचारी यांच्यात बळावली. त्यातूनच अध्यापन, कार्यालयीन कामं यांच्याकडं दुर्लक्ष होऊन मुजरेगिरी, हुजरेगिरी सुरू झाली. परिणामी हळूहळू शिक्षणक्षेत्रात भ्रष्टाचार मूळ धरू लागला.

आरंभीच्या काळात लोकसंख्या झपाट्यानं वाढू लागली. याचा परिणामही विद्यार्थी-संख्या वाढण्यात झाला. सरकारी सवलतींमुळंही गोरगरिबांची मुलं शाळा-कॉलेजात जाऊ लागली. त्यामुळंही विद्यार्थी-संख्येत झपाट्यानं वाढ झाली. सरकारी मदतीमुळं ग्रामीण शिक्षणसंस्था आर्थिकदृष्ट्या सुस्थित झाल्या. ध्येयवाद नसल्यामुळं खोटे विद्यार्थी कॉलेजच्या व बोर्डिंगच्या हजेरीपटांवर दाखवून सरकारी पैसा मिळवण्याच्याही अनेक घटना उजेडात आल्या.

देशात १९६० ते ७० च्या काळात नवनव्या ग्रामीण विकासयोजना, पंचवार्षिक योजना, सरकारी खाती, विभाग नव्यानं सुरू झाल्यामुळं आणि जुन्यांचा विस्तार करण्याचं सरकारनं धोरण आखल्यामुळं सरकारी, निमसरकारी नोकऱ्या मिळवण्यास फारसा त्रास ग्रामीण नवशिक्षितांना पडत नव्हता. नोकऱ्या मिळत होत्या. ग्रामीण विभागाला जणू याची चटक लागली. परिणामी शिक्षण केवळ नोकऱ्या मिळवण्यासाठीच घ्यायचं असतं. त्यापलीकडं त्याला काही किंमत नाही अशी तरुण पिढीची धारणा झाली. नोकर, अधिकारी, कर्मचारी होण्यापलीकडची वेगळी ध्येयं त्यांच्या मनातून नष्ट झाली. सगळीच तरुण पिढी तनमनधन अर्पण करून नोकऱ्यांच्या दिशेनं धावू लागली.

१९७० नंतरच्या दशकात आणखी स्थिती पालटली. नोकऱ्या संपुष्टात आल्या. निरनिराळी नियंत्रणं, मर्यादा, अटी शिक्षणसंस्थांवर प्रत्यक्षात येऊ लागल्या. प्रमाणीकरणाला चालना मिळाली. त्यामुळं एका अर्थी मुक्ततेवर बंधनं आली.

त्यातून भ्रष्टाचार वाढू लागला. कर्मचारी, प्राध्यपक यांच्या पगारांना निरनिराळ्या योजनांच्या, फंडांच्या नावाखाली शिक्षणसंस्थांत कात्री लावली जाऊ लागली. राजकारण, निवडणुका यांच्यासाठी होणारा आर्थिक खर्च काही प्रमाणात शिक्षणसंस्थांत भ्रष्टाचार करून उभा केला जाऊ लागला. त्यमुळं प्राध्यापक, कर्मचारी यांच्या मनात संस्थाचालक, अधिकारी यांच्याविषयी अनादराची भावना, द्वेष, तुच्छता निर्माण होऊ लागली. ग्रामीण समाज आरंभापासूनच राजकारणग्रस्त होता. समाजात राजकारणी माणसं प्रतिष्ठा पावलेली होती. समाजसेवेची, त्यागाची भाषा ती समाजाला, तरुण पिढीला आणि विद्यार्थ्यांना पढवीत असत. जणू आपण स्वत: त्यागावरच ही प्रतिष्ठा मिळवली आहे, निवडून आलो आहे, असं भासवीत पण महाविद्यालयाच्या वर्गात प्राध्यापक या राजकारण्यांची लक्तरं अध्यापन करता करता टांगू लागले. कर्मचारी वर्गातही चर्चा सुरू झाल्या. शिवाय संस्थेच्या कार्यकारिणीत स्वार्थासाठी मतभेद होऊन फळ्या पडू लागल्या. त्याचाही फायदा हे प्राध्यापक, कर्मचारी घेऊन या व्यक्तींच्या चारित्र्याविषयी बोलत. समाजातही अशा राजकीय कार्यकर्त्यांवर भ्रष्टाचाराचे आरोप-प्रत्यारोप जाहीरपणे प्रथम ग्रामीण पातळीवर व नंतर जाहीरपणे राज्यस्तरीय वर्तमानपत्रांतून होऊ लागले. परिणामी शिक्षणसंस्थांत अंतर्गत संघर्ष निरनिराळ्या पातळ्यांवर सुरू झाले. शिक्षणावरील प्रेम, आस्था उडाली आणि शिक्षणसंस्था राजकारणाचे अड्डे झाल्या. तिथं सुंदोपसुंदी सुरू झाली.

१९८० नंतरच्या दशकात आणखी समाजस्थिती ढासळली. समाजजीवनाच्या सर्वच क्षेत्रांत भ्रष्टाचार घुसला. गांधीजींच्या काळात वाढलेली आणि त्यागबुद्धी, सेवाबुद्धी, नैतिक आचरण असलेली जी पिढी होती, ती १९८० च्या आसपास राजकीय क्षेत्रात महाराष्ट्रात संपुष्टात आली. नवी तरुण पिढी राजकारणात सक्रिय होत होती. तिची पार्श्वभूमी सेवा, त्याग, नैतिकता यापेक्षा केवळ राजकीय खेळी, सत्ता मिळवणं, खुर्ची मिळवणं, ती न सोडणं, तिच्यासाठी प्रसंगी मित्र, पक्ष यांचा घात करून गटांतर, पक्षांतर करणं अशा भोगवादी, व्यवहारवादी मानसिकतेची होती. त्यामुळं समाजाच्या सर्वांगात तिच्या मदतीनं, अनुमतीनं, मूक मान्यतेनं भ्रष्टाचाराला मान्यता मिळाली. 'भ्रष्टाचार केल्याशिवाय कामं होत नसतात,' अशी समजूत रूढ झाली. उघड उघड भ्रष्टाचार होऊ लागला आणि मिळेल तिथून पैसा, सत्ता, अधिकार, नोकऱ्या, जीवनसाधनं मिळवणं सुरू झालं. 'दोन नंबरचे' सर्व अनैतिक आर्थिक व्यवहार सुरू झाले.

याच काळात म्हणजे १९८० नंतरच्या दशकात शिक्षणक्षेत्रात 'नॉन ग्रँट शिक्षणसंस्था' ही योजना आली. शिक्षणाच्या सर्व शाखांत, विभागांत विद्यार्थ्यांची गर्दी होऊ लागली. तिथं प्रवेश मिळवण्यासाठी भरपूर पैसे (काळा पैसा) द्यावे लागू

लागले. वैद्यकीय, इंजिनीअरिंग, विज्ञान इत्यादी शाखांत भ्रष्टाचाराला, पैसे खाण्याला ऊत आला. गरिबांच्या गुणी मुलांना केवळ लाच देण्यासाठी पैसे नाहीत म्हणून शिक्षण घेता येईनासं झालं. काही विद्यार्थी शेती, घरं विकून अशा प्रकारचे पैसे देऊ लागल्याचीही उदाहरणं घडू लागली. परराज्यातील श्रीमंतांची मुलं महाराष्ट्रात येऊन केवळ पैशाच्या जोरावर शिक्षण घेऊ लागली. त्यामुळं केवळ प्रवेशासाठी पैसे देण्याचे 'दर' अतोनात वाढले. महाराष्ट्राच्या मराठी समाजासाठी जी शिक्षणव्यवस्था लोकशाही समाजवादी सरकारनं अतोनात खर्च करून उभी केली होती तिच्यापासूनच मराठी गुणी मुलांना केवळ गरिबीमुळं वंचित राहावं लागलं. नोकऱ्या मिळवतानाही प्रचंड पैसे ओतावे लागले.

या सर्वांचा तरुण पिढीवर विपरीत मानसिक परिणाम होऊ लागला. समाज-व्यवस्था, राजकारण, राजकीय पुढारी, सरकारी यंत्रणा, शिक्षणव्यवस्था, जीवनविषयक मानवी मूल्यं या सर्वांवरचा त्या पिढीचा विश्वास पूर्णपणे उडाला. महाराष्ट्राच्या इतिहासातील सर्वांत भ्रष्टाचारी दशक म्हणून याची नोंद करावी लागेल अशा घटना या काळात घडल्या. या दशकाचे भेसूर परिणाम १९९० नंतरच्या दशकात भीषण स्वरूपात दिसू लागले.

१९८० च्या आसपास महाविद्यालयात सेमिस्टर पद्धती आली. त्यानंतर १९८५ मध्ये तिच्यात थोडी सुधारणा करून ती पद्धती राबवली जाऊ लागली. या दोन्ही पद्धतींत विद्यार्थ्यांना त्या त्या महाविद्यालयातर्फे अंतर्गत परीक्षा घेऊन पूर्वी ४० पैकी आणि आता २० पैकी गुण दिले जातात. विद्यापीठाच्या परीक्षा पूर्वी ६० गुणांच्या आणि नंतर ८० गुणांच्या झाल्या. कॉलेज आणि विद्यापीठ या दोहोंना दिलेल्या गुणांच्या बेरजा करून परीक्षांचे निकाल लावले जाऊ लागले. या दोन्ही पातळ्यांवर भ्रष्टाचारांची उदाहरणे मोठ्या प्रमाणात मिळू लागली. पेपर फुटणं, पैसे घेऊन आधीच प्रश्नपत्रिकांतील प्रश्न सांगणं, गुण वाढवण्यासाठी परीक्षकांनीच भरपूर पैसे मागणं, पास करण्यासाठी परीक्षकांकडं अगोदरच नंबर्स देणं, एकाच्या ऐवजी दुसरे विद्यार्थी बसणं, उघड उघड परीक्षा हॉलमध्येच कॉप्या करणं, त्याला अधिकारी वर्गाची आतून मान्यता असणं असे अनेक प्रकार या क्षेत्रात चालू झाले. सरळमार्गी, संवेदनशील, गुणी, गरीब विद्यार्थ्यांची यामुळं पार निराशा झाली.

आपल्या गुणांना, नैतिकतेला, सरळपणाला समाजात काडीचीही किंमत नाही असं वाटू लागलं. सगळ्याच व्यवस्थेवरचा त्यांचा विश्वास उखडला गेला.

१९८० पूर्वी बऱ्यापैकी दुसरी श्रेणी मिळवून एम.ए. झालेला विद्यार्थी प्राध्यापक होण्यास पात्र समजला जात असे. नंतर प्राध्यापक व्हायचं असेल किंवा प्राध्यापकाची नोकरी टिकवायची असेल तर त्यांनी एम.फिल. झालंच पाहिजे अशी अट आली. त्यानंतर १९९० च्या आसपास 'नेट' परीक्षा आणि नंतर 'सेट' परीक्षा आल्या.

प्राध्यापक व्हायचं असेल तर या परीक्षा पास झालंच पाहिजे, तो एम.फिल. नसला तरी चालेल अशी ही अट आहे. एम.फिल.चा खेळखंडोबा झाला, तरी विद्यार्थी ही एम.फिल.ची पदवी 'सध्या बेकार बसून काय करायचं? निदान ही पदवी पदरात पाडून घेऊ या. एक पदवी जादा असेल तर नोकरी मिळवताना तेवढाच फायदा होईल' अशा भावनेनं घेतात. या पदवीविषयी मनापासून त्यांना आस्था नसते. नेट, सेट परीक्षा चमत्कारिक पद्धतींनी घेऊन तेवढ्याच चमत्कारिक पद्धतींनी विद्यार्थ्यांचा निकाल लावला जातो. विद्यार्थ्यांच्या मनात या परीक्षांविषयी फार शंका आणि संशय आहेत. पण ते 'अडलेले हरी' असतात. सामोऱ्या येणाऱ्या कोणत्याही परिस्थितीचे पाय त्यांना धरावे लागतात.

संशोधनाच्या क्षेत्रातील पीएच.डी.चे प्रबंधही सामान्यत: आपला दर्जा गमावून बसले आहेत. १९८० पूर्वीच्या दशकात 'आपणास काही वेगळं सांगावंसं वाटतंय' म्हणून संशोधन केलं जाई. या संशोधनाचा व्यावहारिक फायदा जवळजवळ काहीही नसे. मात्र शिक्षणक्षेत्रात आणि समाजात प्रतिष्ठा वाढत असे. विद्वान म्हणून मान्यता मिळे. १९८० नंतरच्या दशकात पीएच.डी. पदवी नोकरीच्या एका टप्प्याशी पदव्युत्तर वर्गांच्या अध्यापनाशी जोडली गेली. नोकरीत स्थिर होण्यासाठीही या पदवीचा उपयोग होई. त्यामुळं पीएच.डी.च्या विद्यार्थ्यांची संख्या व संशोधन मोठ्या प्रमाणात वाढलं. त्यात अनेक दोष, अनेक मर्यादा निर्माण झाल्या. संशोधन म्हणजे अनेकांच्या मतांचं संकलन असं समीकरण झालं. त्याच त्याच विषयांवर नाव बदलून प्रबंध लिहिले जाऊ लागले. संशोधनाचं गांभीर्य आणि मौलिकत्व हरवलं.

ही सगळी अवस्था आणि अधोगती विद्यापीठातील एक प्राध्यापक म्हणून मी पाहत होतो. कोणत्याही प्रकारचे व्यवस्थापकीय अधिकार माझ्या हातात नव्हते. वाट्याला येत होती ती फक्त एका संवेदनशील मनाची आत आत होणारी व्यथा आणि व्याकूळता; म्हणून वैयक्तिक पातळीवर जेवढा प्रयत्न करता येईल तेवढा करत राहिलो.

एम.फिल. पातळीवर शोध प्रबंधिकेसाठी चांगले, निवडक विद्यार्थी की जे खरोखरच मनापासून काही करू शकतील असेच घेऊ लागलो. पीएच.डी.साठी कडक राहिलो. काही बौद्धिक ताकद आणि ज्ञान असलेले विद्यार्थीच घेऊ लागलो. गेल्या सतरा-अठरा वर्षांत चार-पाच निवडक विद्यार्थ्यांनाच मी पीएच.डी. करण्यास मदत करू शकलो.

या पार्श्वभूमीवर १९९२ मध्ये विभागप्रमुख झाल्यावर विद्यापीठाला एक निवेदन सादर केलं. सखोल पातळीवर गुणवत्तेलाच फक्त प्राधान्य देणारा एम.ए. मराठी अभ्यासक्रम स्वतंत्रपणे सुरू करण्याची एक योजना मांडली. त्यासाठी कोणते आठ पेपर्स कसे असावेत, या अभ्यासक्रमासाठी विद्यार्थ्यांची निवड कशी

करावी, या सर्वांचा दर्जा कसा असावा यासंबंधीचा तपशील दिला.

हेतू असा होता की, एम.ए.च्या अभ्यासक्रमात जो एक सर्वांगांनी उथळपणा आला होता आणि जे दोष शिरले होते ते निपटून काढावेत. मराठी भाषेच्या एम.ए.ला परत प्रतिष्ठा मिळवून द्यावी. या सखोल एम.ए.च्या अध्ययनातून उत्तम दर्जाचे प्राध्यापक तयार व्हावेत.

पण अशा प्रकारच्या योजना आणि कल्पना विद्यापीठात मंजूर करून घेणं, त्यासाठी इमारती, माणसं, पैसा उपलब्ध करून घेणं विद्यापीठ यंत्रणेच्या विशिष्ट रचनेमुळं जवळजवळ अशक्य आहे हेही मला माहीत होतं. कारण तेथील अनेक अनुभव मला असे सांगत होते की, अत्यंत किरकोळ कामासाठीही तिथं आपली नियोजित कामं सोडून रक्त आटवत हिंडावं लागतं. शेवटी कंटाळून कंटाळून माझ्यासारखा माणूस तो मार्ग सोडून केवळ अध्ययन, अध्यापन, लेखन आणि दैनंदिन कार्यालयीन कामं करीत बसतो.

एम.ए., एम.फिल.च्या विद्यार्थ्यांना शिकवताना पुष्कळ वेळा भोवतालच्या परिस्थितीतील भ्रष्टाचाराचा मानसिक प्रभाव माझ्या मनावर असे. समोर बसलेल्या काही विद्यार्थ्यांचे निष्पाप, उमदे, उत्सुक चेहरे पाहून मनात येई, 'आपण या विद्यार्थ्यांना शिकवतो आहोत पण यांच्या मनातली निराशा, असहायता, त्यांच्या भोवताली चेतवला गेलेला वणवा आणि त्यात त्यांची एम.ए. झाल्यानंतरही होणारी होरपळ आपण शमवू शकत नाही. त्यांना काही मदतही करू शकत नाही. ज्या चिठ्ठ्या-चपाट्या देतो त्यांचा फार थोडा उपयोग होतो. अशा परिस्थितीत यांनी आयुष्य घालवायचं कसं?'

शेवटी मनाच्या खोलीतून स्वत:शीच निघावा तसा एक सूर निघे, 'निराश होऊ नका. पास झाल्यावर उद्याचं उद्या पाहता येईल, असा पुरुषार्थी पराक्रमी विश्वास बाळगा. कोणी माणूस उपाशी मरत नाही. काहीही काम करायची तयारी ठेवा म्हणजे आयुष्य सोपं होतं.

आता या क्षणी पहिलं कर्तव्य वाढून ठेवलं आहे ते प्रथम पार पाडा. कोणतंही अस्सल ज्ञान आणि त्याचा अभ्यास माणसाला एक अभिजात शहाणपणा आणि आत्मविश्वास देत असतो. या ज्ञानाचा आणि अभ्यासाचा प्रकाश व्यक्तिमत्त्वात झळाळत राहतो. त्या क्षेत्रात मग हळूहळू निश्चितपणे प्रतिष्ठा मिळते, हे लक्षात ठेवा आणि कडाडून अभ्यासाला लागा.' अशा आशयाचं काही मनोगत विषयांतर करून बोलत राही.

गेली तीस-पस्तीस वर्षं तरुण पिढीला मराठी भाषा आणि मराठी साहित्य शिकवलं त्या अनुषंगानं विद्यार्थ्यांसाठी आणखी काही बरंच करीत राहिलो. काही प्रमाणात तरी माझ्या ज्ञानाचे संस्कार या पिढीवर झाले. अनेक विद्यार्थी जीवनात कुठं

ना कुठं स्थिर झाले. त्यांच्या कौटुंबिक जीवनाची इमारत त्यांच्या खांद्यावर उभी राहिली. ती उभी राहण्यासाठी पायातील भक्कम दगडासारखा त्यांचा उपयोग झाला. हे दगड मला कोरीव मूर्तीसारखे कधी घडवता आले नाहीत. पण इमारतीच्या पायाला योग्य असा सर्वसाधारण आकार मला त्यांना देता आला. माझं हे काम दगडाला सुंदर मूर्तीचं रूप देणाऱ्या मूर्तीकाराचं नसलं तरी कातळ फोडून इमारतीचे दगड तयार करणाऱ्या पाथरवटाचं निश्चित आहे. मला त्याचाही मानसिक आनंद आहे. या पेशामुळं मी अल्प प्रमाणात का होईना समाजऋणातून मुक्त झालो. निवृत्तीनंतरच्या काळात मला त्याचं समाधान आहे.

◆

लेखनाचे दिवस

एखादी नवखी वस्तू बारकाईनं पाहावी, उत्कटतेनं मनाची सगळी अग्रं सामोरी घालून तिच्या रंग-रेषा, गंध-स्पर्श, आकार-अस्तित्व भोगावं, वस्तूच्या त्या रूपात काही अगदीच अनपेक्षित दिसलं तर चकित होऊन जावं, त्या अनपेक्षिताला मनावर कोरावं, आठवणीत त्याला पुन:पुन्हा जागवून, जोजवून पाहावं, हे कशासारखं दिसतं बरं, असा प्रश्न स्वत:लाच पडल्यानं त्याचं साम्य इतर अनेक वस्तूंत हेरावं, या वस्तूत अमुकतमुक वस्तूचे अमुकतमुक गुणधर्म मिसळले तर काय मजा येईल, या गमतीदार कल्पनेत रमावं, ती तशीच आहे असं समजून तिच्याशी लहान बाळाशी आई करते तसं हितगूज करावं, एकटं एकटं आपल्या भावभावनांत आणि छंदात, एकांतात राहावं, पक्ष्यांसारखं मुक्त वर्तन करावं, मोठ्यानं ओरडावं, कधी अन्याय झाला असं वाटलं तर गुरं राखताना माळावर बसून एकटंच मोठ्यानं रडावं, स्वत:शीच बोलता बोलता त्याचंच गाणं करावं, मास्तरांनी शिकवलेल्या चालीवर ते म्हणावं, कुत्री, मांजरं, गायी, म्हशी इतर पशुपक्षी यांना पाहत तासन्तास खुशाल माळावर, बांधावर, धावेवर बसावं. हातातली कामं चालूच ठेवावीत. तरी लक्ष सगळं पाहण्याकडंच असावं, त्यातनंच प्राण्यांचे, पक्ष्यांचे निरनिराळे आवाज काढावेत, त्यांचे आकारही काडी घेऊन म्हशीच्या पाठीवर किंवा माळाच्या तांबड्या अंगावर रेखाटावेत असा एक विशिष्ट पिंडधर्म घेऊन मी शहरात आलो होतो.

रत्नागिरी, कोल्हापूर, पुणे या शहरांत या पिंडावर वाङ्मयीन संस्कार घडले. वर्तमानकालीन साहित्याची ओळख झाली. अभ्यासासाठी साहित्याविषयीचा विचार, मीमांसा भरपूर वाचावी लागली. त्याचं फळ म्हणजे प्राध्यापकाची नोकरी. 'सत्यकथा', 'मौज' यांनी ग्रामीण कथाकार, कवी म्हणून प्रतिष्ठेचा पहिला शिक्का माझ्या या व्यक्तिमत्त्वावर १९६१ सालीच दिवाळी-पाडव्याच्या मुहूर्तावर मारला. हा शिक्का घेऊन १९६३ साली, साहित्यिक आणि प्राध्यापक म्हणून पुन्हा पुण्यात आलो.

शिक्का मिरवत झपाट्यानं लिहू लागलो. हा नवा उपटसुंभ कोण म्हणून

अनेकांचं लक्ष गेलं. 'सत्यकथे'साठी सातत्यानं खूप खूप लिहिण्याची महत्त्वाकांक्षा होती.

१९५० नंतरचा काळ सत्यकथेच्या उत्कर्षाचा आणि अत्युच्च प्रतिष्ठेचा होता. जाणकार वाचक 'सत्यकथा' आवर्जून वाचत होता. कोणत्याही मासिकाच्या संपादकाला सत्यकथेत काय चाललं आहे याची जिज्ञासा होती. त्यामुळं 'सत्यकथा' मासिक त्याला पाहावंच लागे. ते पाहिलेलं नसणं हे साहित्यातील मागासलेपणाचं लक्षण समजलं जाई. सत्यकथेचं यथाशक्ति अनुसरण करणारी अनेक वाङ्मयीन मासिकं जन्माला आलेली होती. ती माझ्या कथा प्रसिद्धीसाठी मागू लागली.

सत्यकथेत माझं लेखन अग्रक्रमानं येऊ लागल्यानं माझा उत्साह वाढला. आतून जबाबदारीही वाढली. आपण चांगलं साहित्य निर्माण करू शकतो. 'सत्यकथा' ते मोठ्या आस्थेनं प्रसिद्ध करतं, या घटनेमुळं माझा लेखनाविषयीचा आत्मविश्वासही वाढीला लागला.

एका धुंदीत दुपारी चारच्या सुमाराला मी लेखनासाठी बसे. पहाटे पाच वाजता उठावं लागे. सकाळी साडेसात वाजता कॉलेजात हजर असावं लागे. कॉलेजच्या दुसऱ्या वर्षाला शिकत असलेल्या स्मिताचं कॉलेजही सकाळीच. म्हणजे सकाळी सात वाजता सगळं काही आवरून दोघांनाही बाहेर पडावं लागे. घरात दोघंच. नवविवाहित असल्यामुळं सगळं काही दोघांनाच करावं लागे. जमेल तिथं मी स्मिताला स्वयंपाकात मदत करत होतो. कसाबसा स्वयंपाक उरकून न्याहारीचे चार घास पोटात ढकलून बस पकडायला पळत होतो.

बाराच्या सुमाराला परत येऊन स्वयंपाक गरम करून खाणं होई. कामवालीकडनं धुणं-भांडी आटपून घेऊन दोनच्या सुमाराला वामकुक्षीसाठी दोघंही पडत होतो. मी चारच्या सुमाराला उठून लेखनासाठी बसत असे. दुसरं काहीच सुचत नव्हतं.

लेखनासाठी घरात टेबल-खुर्चीसुद्धा नव्हती, जमिनीवर पसरलेल्या गादीवर मांडी मांडीवर घालून बसत असे. अजूनपर्यंत घरात अभ्यासासाठी किंवा लेखनासाठी टेबल-खुर्ची कधीच मिळाली नव्हती. दुसरी-तिस्रीपासून पोतं किंवा घोंगड्याची घडी अंथरून भिंतीला टेकून बसून अभ्यासाची किंवा लेखनाची सवय लागलेली होती तीच आपसूक चालू होती. तिच्यात फारसा व्यत्यय आलेला नव्हता. तिचं काही वाटतही नसे. लेखन करतो आहे याची ऐटही नसे. ते नेहमीच्या कामाचा एक भाग वाटे. निर्वेधपणे तीन-चार तास लेखन चाले. प्राध्यापकाची नोकरी नवीन, स्मिता पुण्यात नवीन, शिवाजीनगरची जागा नवीन, कुणाशी काहीही ओळख नाही. त्यामुळं घरी कुणी येत-जात नसे. दिवसभर घर नित्रांत. त्यामुळं स्मिताचा अभ्यास आणि माझं लेखन विनाअडथळा चालू राही.

'मातीखालची माती'मधील व्यक्तिचित्रं मी बी.ए.ला असल्यापासून म्हणजे

१९५७-५८ पासूनच लिहून ठेवत होतो. या काळात साहित्य-प्रकारांची फारशी जाणीव नव्हती. अभ्यासात श्री. म. माटे यांची पुस्तकं आली होती. डॉ. उषाताई पोतदार यांचे वडील वि. द. घाटे यांचा जवळून आणि घरगुती परिचय झाल्यामुळं त्यांची व्यक्तिचित्रं मी मनापासून वाचून काढली होती. व्यंकटेश माडगूळकरांची व्यक्तिचित्रंही वाचनात आली होती. असली माणसं आपण सहज चित्रित करू असा तारुण्यसुलभ आत्मविश्वास वाटत होता. लिहिण्याचा उत्साह मोठा होता आणि गावात असली असंख्य माणसं मी लहानपणापासून अनुभवत होतो.

माणसांचे हे विषय तयार होते. एकेक माणूस घ्यायचा. त्याच्याविषयीच्या घटना आठवायच्या. त्याच्याशी आपण स्वत: किंवा इतर लोक बोलताना, वागताना त्याच्याबरोबर एखाद्या प्रसंगात स्वत: असताना त्याची अनेक वैशिष्ट्यं नकळत माझ्या मनानं टिपलेली असत. जे भावनाशील, संवेदनशील मनानं उत्कटपणे अनुभवलं होतं, ते कलात्मकतेनं टिपत होतो. माझ्या कोवळ्या मनाचा तो आविष्कार होता.

या लेखनाच्या काळात माझं वय पंचविशीच्या आसपास होतं. त्यामुळं या माणसांच्या गमतीजमतीच पुष्कळ आठवत होत्या. डोळ्यांत भरलेली शरीरवैशिष्ट्यं, अवयवांच्या चित्र-विचित्र हालचाली आणि मनात भरलेली स्वभाववैशिष्ट्यं मला भराभर आठवत. चढत्या भाजणीच्या विकासक्रमानं ती एकमेकांसमोर ठेवत, अनेक बारकावे टिपत, शैलीदार भाषेत मी त्यांचं लेखन विद्यार्थिदशेत केलं होतं. ...या व्यक्तींच्या जीवनाचा अन्वयार्थ खोलात जाऊन लावणं, ती अशी का वागतात यांचे सामाजिक, सांस्कृतिक, आर्थिक किंवा परिस्थितिजन्य संबंध जाणीवपूर्वक शोधणं त्या काळात माझ्या कुवतीच्या बाहेरचं होतं. मी आपला त्यांच्या सहज भावलेल्या माणूसपणात रमून लेखन करत होतो. पण मी ज्या ग्रामीण समाजाच्या खालच्या स्तरात जन्मलो त्या स्तराचा आशय आपसूक घेऊन ही माणसं जगत होती. तो आशय पडलेल्या शेणाच्या पोवटीबरोबरच मातीही यावी तसा लेखनात येत होता. त्याचं श्रेय मात्र मला मिळत होतं.

या संग्रहातील चौदा व्यक्तिचित्रांपैकी मी फक्त दोनच व्यक्तिचित्रांची नावं बदलली आहेत. तीही वास्तवातील भीतीपोटी. नावानिशीवार ती लिहिली असती तर त्या दोन्ही व्यक्तींनी मला फाडून खाल्लं असतं. ती व्यक्तिचित्रं म्हणजे 'फुलाआत्ती' आणि 'धोंडबा खादाड्या.' बाकीच्या व्यक्तिचित्रांतील व्यक्ती काही म्हातारपणानं मरण पावलेल्या, काही स्वभावानंच गरीब, काही इतक्या खालच्या स्तरातील होत्या की मी त्यांच्यावर काही लिहिलं आहे याचा त्यांना पत्ताही लागण्याची शक्यता नव्हती. शिवाय त्यांच्याविषयी माझ्या मनात सद्भाव आणि सहानुभूती होतीच. म्हणून त्यांच्याकडून मला काही धोका नव्हता. या व्यक्तींची

रेखाटनं मी व्यक्तिचित्रांत प्रत्यक्षातील नावं, घटना-प्रसंग यांच्यासह केली.

या व्यक्तिचित्रांत अनुषंगानं आलेली पात्रं म्हणजे मी, माझे आई-वडील आणि भावंडं तीही खरीच आहेत. हे लेखन म्हणजे एखाद्या चित्रकारानं प्रत्यक्षातील व्यक्ती पाहून तिचं हुबेहूब चित्र (पोर्ट्रेट) काढावं त्या प्रकारचं आहे. या व्यक्तिचित्रांत कल्पनेचे रंग, प्रतिभेनं निर्माण केलेले घटना-प्रसंग, पात्रांचा काल्पनिक शेवट, असं मला काही करावं लागलं नाही. घटना-प्रसंगांची निवड मात्र करावी लागली. त्या व्यक्तींच्या प्रत्यक्ष आयुष्यात ज्या क्रमानं घटना घडल्या त्या त्याच क्रमानं न ठेवता लेखनाची आरंभाकडून शेवटाकडं जाणारी गती, लय लक्षात घेऊन त्यांचा क्रम बदलावा लागला. निवेदनाची भाषा आस्वादक, क्रीडाशील, वाचनीय ठेवावी लागली. एवढीच या व्यक्तिचित्रांच्या निर्मितीतील माझी कामगिरी. त्यांचं लेखन मला अतिशय आनंददायक झालं. ही माणसं प्रत्यक्षात स्वतंत्र असली तरी साहित्यक्षेत्रात मी त्यांचा निर्माता झालो. मला या निमित्तमात्र कारण झालेल्या श्रेयानं खूप आनंद दिला. निर्मिती आनंददायक असते हे मला या लेखनानं जाणवून दिलं. पुण्यात आल्या आल्या मी हे लेख झपाटून जाऊन अधिक सुबक केले आणि नीटनेटके करून प्रसिद्धीला दिले. दोनच वर्षांत त्यांचा १९६५ च्या सप्टेंबरमध्ये संग्रहही निघाला; इतकी ती वाचकांना आणि समीक्षकांना आवडली होती. म्हणूनच की काय प्रा. वा. ल. कुलकर्णी यांनी १९६६ साली झालेल्या हैदराबाद येथील अखिल भारतीय मराठी साहित्य संमेलनात आपल्या अध्यक्षीय भाषणात आवर्जून आणि सहृदयतेनं त्यांचा उल्लेख केला. महाराष्ट्र सरकारचं खास पारितोषिकही त्या संग्रहाला मिळालं.

कॉलेजला शिकत असताना आणखी एक गोष्ट घडली होती. मी रत्नागिरीला शिकत असताना मला गावाकडच्या आठवणी तीव्रतेनं होऊन मी बऱ्याच ग्रामीण कविता लिहिल्या होत्या. पण कोल्हापूर-पुणे इथं शिकत असताना भविष्यातील माझ्या स्थिति-गतीची एक अशुभ पाल मनात सारखी चुकचुकत होती. या दोन्ही शहरांतून हिंडताना मक्याची कणसं भाजून विकणारा, जांभळं विकणारा गाडीवाला अधूनमधून मला दिसे. योगायोगानं शाळा-हायस्कूलपाशी हे लोक पंधरा मिनिटांच्या, मधल्या सुटीच्या काळात भरपूर विक्री करत. ओल्या हरभऱ्याच्या पेंढ्या विकणाऱ्या बाया पण भेटत.

मी अनेक वर्षं हे कधीही विकत घेतलं नाही. गावाकडं मळ्यात असल्या वस्तू मनगंड खायला मिळत. मोटा सुटल्या की दुपारी जांभळीच्या झाडावर चढून पोट टम्म भरेपर्यंत निवडून निवडून पिकलेली शेलकी जांभळं तोडावीत आणि झाडावर बसूनच गपागपा खावीत. बरोबर भावंडं आली असतील तर त्यांच्या ओटयांत ती वरूनच घसच्या घस टाकावीत. खाऊन कंटाळा आला की परत जावं नि आंब्याबुडी

सावलीत गडद झोपावं किंवा पडून गप्पा माराव्यात. संध्याकाळी फार जून नाहीत नि फार कोवळीही नाहीत अशी मक्याची कणसं काढावीत. त्यांच्यावर एकेक पाकळी-पान ठेवून तशीच ती एका जागी ठेवून, खालीवर कडब्याची धाटं किंवा तसंच काहीतरी जळण घालून खरपूस भाजावीत. बकाबका हवी तेवढी खावीत, असा वर्षानुवर्षं अनुभव घेतला. दीस बुडताना हरभऱ्याचे डहाळे उपटून, पाटात भिजवून त्यांची आंब धुऊन घरी जाताजाता खावेत अशी रीत. भुईमुगाच्या शेंगाही अशाच भाजून खाण्याची तऱ्हा. काकड्या, टोमॅटो हवे तेव्हा नुसते किंवा भाकरीबरोबर खावेत. ...हे सगळं पैशावाचूनच मिळे. आपल्या शेतात नसेल तर शेजाऱ्याच्या शेतात घुसून आणावं. त्याला पैशाच्या रूपात किंमत अशी आमच्या लेखी नव्हतीच.

या वस्तू शहरात दिसल्या की त्या 'विकत' काय घ्यायच्या? गावाकडं तर या धड्यानं वाट्टेल तेव्हा खाता येतात. गावाकडं गेल्यावर खाऊ म्हणं; असा विचार मनात येई.

...पण आपण आता शहरात शिकायला आलोय. त्यामुळं या वस्तूंची वेळ गाठून आपणाला गावाकडं जाता येणं अशक्य आहे. आता तर आपण एम.ए. होणार. एम.ए. झाल्यावर प्राध्यापकाशिवाय दुसरी नोकरी आणि तीही खेड्यात आपणाला मिळणार कुठून? नोकरीनिमित्त आपणाला शहरातच राहावं लागणार. आपण शहरातील बाकीच्या सुशिक्षित लोकांप्रमाणं पांढरपेशे होणार. गावाकडचा मळा, शेत, माणसं, पिकं या वस्तू गावाकडंच राहणार. मग आपणाला त्या कशा काय मिळू शकतील? ...पुढं पुढं आपणाला त्या विकतच घ्याव्या लागतील. शेतावर आपणाला जाताच येणार नाही. ...या सर्वांपासून आपण तुटणार. आपण मध्यमवर्गीय, ब्राह्मणीवृत्तीचे होणार. ...आपल्या मातीचा वारसा आपल्याजवळ मग राहणार कसा?

प्राध्यापक होऊन पुण्यात नोकरीला आल्यावर तर अशा विचारांनी मन भरकटून जाई. कधी कधी रात्री स्वप्नात मी दूर कुठंतरी अंतराळात फेकला गेलो आहे, अंतराळातच गटांगळ्या खातो आहे, अजून खाली जमिनीवर आपटत नाही की पडतही नाही. आभाळ, डोंगर, माती, माणसं, झाडं हे भोवताली खालीवर वेगानं फिरत आहेत. सारखी डोळ्यांसमोरची चित्रं पालटताहेत. एकही चित्र हाताला आधारासाठी पकडता येत नाही; असं काहीतरी मिटलेल्या डोळ्यांसमोर पुन:पुन्हा येई. माझी ही चमत्कारिक अवस्था मला कुणालाही सांगता येत नसे. मी एकटा तासन्‌तास खोलीत किंवा कधी कधी गावाबाहेर जाऊन, बागेत जाऊन बसत असे.

...यातून हळूहळू एक वेगळी ग्रामीण कविता माझ्या मनात आकार घेत होती. ती मी लिहून ठेवत होतो. ...पुढं ही कविता संस्कारित करून 'सत्यकथा', 'मौज'

यांच्याकडं अधूनमधून पाठवीत होतो आणि ती प्रसिद्ध होत होती. ...'मळ्याची माती' या संग्रहातील उत्तरार्ध याच प्रकारच्या कवितांनी व्यापला आहे. 'पाणभवरे' या लघुनिबंध-संग्रहातील काही लेखनातूनही माझी ही अवस्था कळत नकळत व्यक्त झालेली आहे.

पाच वर्षांत पुण्यातील राहणीत स्थिर झालो. वयाच्या तिशी-पस्तिशीत होतो. वैवाहिक जीवन सुरू झालं होतं. वाङ्मयक्षेत्रात, शिक्षणक्षेत्रात, एरवीच्या समाज-जीवनक्षेत्रात समवयीन तरुण स्त्री-पुरुषांच्या ओळखी होत होत्या. त्यांचं रूपांतर मित्र-मैत्रिणींत होत होतं. मैत्रिणींशी स्नेहभावानं, मोकळेपणानं गप्पा मारत होतो. ...स्त्री-पुरुषसंबंधांची विविध रूपं अनुभवत होतो.

वास्तविक यांतील काही रूपं मी लहानपणापासून विविध नात्यांनी घरी-दारी, शेजारी-पाजारी, रानी-शिवारी जगताना अनुभवत होतो. महाविद्यालयीन जीवनात मैत्रिणींचा सहवास लाभला होता. या सगळ्या अवस्थांतून जाताना काही चांगलं प्रेमविषयक मराठी काव्य मी वाचलं होतं. एम.ए. होईपर्यंत मी संस्कृत हा उपविषय म्हणून मोठ्या आवडीनं घेतलेला होता. कालिदास, भवभूती, माघ, बाणभट्ट, भर्तृहरी यांचं शृंगार-साहित्य अनुभवताना मी रमून जात होतो. ते वाचताना माझं तरुण मन फुलून येत होतं. खूप काही साचत होतं. पण त्याला साहित्यकृतींचं रूप १९६८ पर्यंत कधी प्राप्त झालं नव्हतं.

पुण्यात आल्यावर काही मासिकांत प्रसिद्ध होणारं शृंगारविषयक प्रेम कथाकादंबऱ्यादी साहित्य वाचताना माझ्या लक्षात आलं की या साहित्यातून प्रेमविषयाच्या नावाखाली छुप्या लैंगिक विकृत वासना चिवडल्या जात आहेत. काही साहित्यकृतींवर अश्लीलकृती म्हणून खटलेही भरले जात होते. ...या लेखनात लेखक स्वतःच वाहवत चालला आहे, तो स्वतःच कामपीडित आहे, असे पडताळे यावेत असे हे लेख आहेत. स्त्री एक भोगवस्तू म्हणूनच तिच्या अंगोपांगांची भोगासक्त वर्णनं येत आहेत, वाचकांच्या विकृत, सवंग वासना चाळवल्या जातील, असं काहीतरी या साहित्यातून दुथडी भरून वाहतं आहे...

...वास्तविक शृंगार-साहित्यात, प्रेम-कथाकादंबऱ्यांत स्त्रीला एक नितांतसुंदर अस्तित्व असतं. पुरुषांबरोबर स्त्रीची विविध रूपं आणि विविध नाती निर्माण होतात. त्यात रती, प्रीती, प्रेम, वात्सल्य, करुणा, मैत्री, स्नेह, आपुलकी अशा विविध उत्कट भावछटा असतात. दोघांनाही त्या आनंदनय करून जगायला बळ देत असतात. इथं कुणी कामांध व्यक्ती बुभुक्षितानं मटण-मुर्गी-मद्याचा घ्यावा तसा भोग घेत नसतं. उलट दोघंही एकमेकांचा क्रीडाभावनेनं उत्कट आस्वाद घेत असतात. कधी कधी अध्यात्माच्या अत्युच्च पातळीपर्यंत जाऊन पोचू शकणारे हे संबंध असू शकतात. हे या साहित्यात का येऊ शकत नाही? ...आपण हे आव्हान स्वीकारून

पाहू या.

कथाकादंबऱ्यांचा रूढ मार्ग सोडून या विषयावर मी १९६८ नंतर 'स्पर्शकमळे'मधील ललित लेख लिहिले. हे लेखन करताना आपण स्त्री-पुरुषांच्या विविध संबंधांविषयी लेखन करतो आहोत हे विशेष भान सतत ठेवावं लागत होतं. या संबंधांतील पुरुषी खट्याळ मोकळेपणा, मिस्कीलपणा, काहीशी धीट आस्वादक वृत्ती, रसिकता, काव्यात्म भाववृत्ती, मनाचा निरोगीपणा, स्वत:ला स्त्रीत्वावर उधळून घेण्याची उत्सुक पुरुषी इच्छा, सजलेली 'शृंगारानुकूल भाषा', लेखनाचा मुक्त मोकळेपणा यांसारखे विशेष गुण व्यक्तिमत्त्वात सजग ठेवून मी हे लेखन केलं.

हे लेखन माझ्या कलात्मक संयमाची, अलिप्ततेची सत्त्वपरीक्षा घेणारं होतं. या लेखनानं माझी शृंगार-भावना, स्त्रीविषयक मानसिकता कोणत्या प्रकारची आहे हे मलाच दाखवून दिलं. त्याचा मला अनोखा आनंद झाला. अशा प्रकारचं लेखन आपण यशस्वीपणे करू शकतो याचाही मला वाङ्मयीन आनंद मिळाला. 'आदिताल' या कथासंग्रहातही या भावनेचा शोध घेणाऱ्या काही तरल अनुभवांच्या कथा आहेत... या प्रकारच्या लेखनातील आत्मशोध मला आजही महत्त्वाचा वाटतो.

'स्पर्शकमळे', 'पाणभवरे'मधील ललित-लेख काव्यात्म अनुभव व्यक्त करणारे आहेत. 'आदिताल'मधील काही कथाही काव्यात्म अनुभव व्यक्त करणाऱ्या आहेत. 'मळ्याची माती'मध्ये तर प्रत्यक्ष कविताच आहेत. माझी कविता आणि माझे ललित-लेख यांचं अनुभवातील काव्यात्मतेच्या अंगानं एक नातं आहे. सत्यकथेचं वाचन, चिंतन वाढत गेलं तसं कविता-लेखन कमी कमी होत गेलं आणि मी काव्यात्म अनुभव व्यक्त करण्यासाठी ललित लेखांच्या लेखनाकडं अधिकाधिक वळलो. कविता-लेखनापेक्षा हे लेखन मला अधिक स्वाभाविक वाटू लागलं. माझे काव्यात्म अनुभव त्यात पुरेशा समाधानकारक रीतीनं व्यक्त होऊ शकतात असा अनुभव येऊ लागला.

कवितेच्या स्वरूपाविषयी गंभीरपणे विचार करताना काही बाबी जाणवल्या.- कवितेची आदर्श बंदिश ही अतिशय घट्ट, मोठ्या प्रमाणात अंतर्मुख आणि अंतिमत: स्वान्तसुखाय असते. तिची भाषा ही खास कवितेची भाषा असते. व्यवहारातील भाषेपासून तिनं मोठ्या प्रमाणात फारकत घेतलेली असते. तिच्यात येणाऱ्या प्रतिमा वैयक्तिक अनुभूतीवर आधारलेल्या, सूक्ष्म, तरल संबंध प्रस्थापित करणाऱ्या असतात. त्यामुळं कवितेचं आदर्श रूप ही शुद्ध वाङ्मयीन मूर्ती (अभिव्यक्ती) असते.

...खास जाणकारांनाच अशी कविता कळू शकते. ती शुद्ध ख्यालासारखी असते. भावगीताच्या श्रोत्यांना ख्याल उमगू शकेलच असं नाही. परिणामी कवितेचा

वाचक-वर्ग साहित्याचा अव्वल दर्जाचा जाणकार, तीव्र संवेदनशील, सौंदर्यवस्तू म्हणजे नेमकं काय याची पुरेशी माहिती आणि अनुभव असलेला, स्वत:ला संपूर्ण विसर्जित करून कवितेला भिडणारा असावा लागतो. त्यामुळं उत्तम कवितेचा जाणकार वाचक-वर्ग समाजात संख्येनं कमी असतो.

हे जसं खरं तसं कलानुभवाचं तपमान एका विशिष्ट उच्च आणि तरल, सूक्ष्म बिंदूपाशी गेल्याशिवाय उत्तम कवितेची निर्मिती करणं हेही शक्य नसतं. त्यामुळं कवितेची निर्मिती गद्यासारखी झपाझप करणंही कठीण जातं. साहित्यिकाच्या प्रकृतीचाही तो भाग असतो. पु. शि. रेगे, बा. सी. मर्ढेकर, विंदा करंदीकर, आरती प्रभू, दिलीप चित्रे, ग्रेस इत्यादींच्या कवितेची पातळी ही अशा उंचीवरची आहे. मला ती गाठता येणं कठीण किंवा आत्यंतिक जिकिरीचं वाटलं.

आणखी एक गोष्ट : विशेषत: मंगेश पाडगावकर किंवा ग्रेस यांची सुंदर कविता वाचत असताना माझ्या मनात सतत एक गफलत होई. त्यांची एखादी कविता दु:खाचा किंवा कारुण्याचा अनुभव व्यक्त करणारी असली तरी तिच्यातील सुंदर सुंदर प्रतिमांच्या विश्वात मी रमून, रंगून जाई. माझ्या मनावर प्रतिमांच्या सुंदरतेचा ठसा उमटे. त्या प्रतिमा सुचणाऱ्या कविकल्पकतेचा मला हेवा वाटे. कौतुकही वाटे. अशा सुंदर प्रतिमा आपणास सुचत नाहीत, याची खंतही वाटे आणि मी दु:ख कारुण्यादी भावनांचा आविष्कार करू पाहणाऱ्या त्या कवितांतील मूळ विषयीभूत गाभा मात्र विसरून जाई. सारांश, कविता इतकी सुंदर असे की तिच्यातील दु:खंही सुखरूप होत. मला माझ्या दु:खाचं, कारुण्याचं साहित्यात असं सुखरूप व्हायला नको वाटे. म्हणून कवितेचं ते सगळ्याच जीवनाशयाला सुंदर करणारं किमयागार रूप नकोसं वाटू लागलं असावं.

जेव्हा मला कवितेसंबंधी असं काही कळत गेलं तेव्हा माझी कवितानिर्मितीची गती कमी कमी होत, विरळ होत गेली. आता तर त्या धगधगत्या शुद्ध निळ्या ज्वालेला हात लावण्यास मन धजावत नाही. पकडण्याचा प्रयत्न केला तरी धूर काजळीयुक्त भगभगता भगवा जाळ तेवढा हाताशी लागतो... म्हणून मी काव्यात्म, चिंतनशील, आत्माविष्कारशील ललित लेखांकडं वळलो. हातून उत्तम कविता सुटली तरी अनुभवातील काव्यात्मवृत्ती व्यक्त करायला ललित गद्य-लेखन हा प्रकार मला जवळचा वाटला.

हे लेखन विशेष आनंद निर्माण करणारं ठरलं आहे. ललित गद्य हा ललित साहित्यातील मुक्त मोकळा बंध. त्यामुळं त्यात लेखन मन सैलावून करता येतं. स्वत:च्या जीवनात घडलेल्या घटनांना (म्हणजे घटितांना) त्यात स्वाभाविक स्थिति-गती आणि आविष्कृती प्राप्त होते. या घटनांत कल्पनांची भर टाकावी लागत नाही. ललित गद्यातील 'मी' हा लेखक-मीच असतो. त्यामुळं हा प्रकार

लेखकाच्या आत्मचरित्राशी त्यातील घटनांशी उघड उघड संबंध जोडून असतो. त्यामुळं तो लेखकाला इतर कुठल्याही साहित्यप्रकारातील लेखनापेक्षा अधिक आत्मीयता निर्माण करणारा वाटतो.

व्यवहारात घटना अनुभवताना त्यांच्यावर व्यावहारिक बंधनं असतात. याच व्यावहारिक अनुभवांना ललित गद्याच्या दिशेनं 'कलानुभवताना' व्यावहारिक बंधनांना झुगारून देऊन निर्वेधपणे, स्वस्थपणे, सूक्ष्मपणे सर्व संवेदना-इंद्रियांना सामोरं घालून सर्वांगांनी ते अनुभवता येतात. त्यामुळं ते मनात समृद्ध होताना जाणवतात. त्या समृद्धीचा लेखनक्रियेत आस्वाद घेत घेत होणारं लेखन वास्तवावर किमया करणारं जादूगार लेखन वाटतं. ही किमया विशेष आनंददायक वाटते.

दुसरं असं की, कविता, कथा, कादंबरी यांच्या कलानुभवात विविध ताण असतात. त्यामुळं त्यांचं लेखन करताना या ताणांचा असर लेखक मनावरही असतो. ललित गद्य लेखनात तो नसतो. कारण ललित गद्याची प्रकृती ताण व्यक्त करणारी नसून मूलत: काव्यात्म आणि आस्वादशील, निखळ चिंतनशील असते. म्हणूनही मला त्याचं लेखन विशेष आनंददायक होत असावं.

१९८४ साली 'खळाळ'ची दुसरी आवृत्ती प्रसिद्ध झाली. त्या आवृत्तीसाठी 'खळाळ'मधील कथांसंबंधी मी विस्तृत मुलाखत प्रा. द. ता. भोसले यांना दिली होती. ती 'खळाळ'मध्ये समाविष्ट आहे.

व्यंकटेश माडगूळकर, शंकर पाटील, रणजित देसाई हे माझ्या अगोदरच्या पिढीचे गंभीर प्रकृतीचं लेखन करणारे प्रमुख ग्रामीण कथाकार. त्यांच्या ग्रामीण कथेनं जे स्वरूप धारण केलं होतं, त्याच्या बाहेर जाऊनही ग्रामीण जीवनाचा शोध-वेध घेतला पाहिजे, अनुभव व्यक्त करण्याची पूर्वसूरींच्या पेक्षाही वेगळी अनेक कलात्मक रूपं असू शकतात, या वेगळ्या रूपांच्या आधारे अनुभवांचे आजवर अस्पष्ट राहिलेले अनेक पैलू अभिव्यक्त करता येतात, त्यांच्यामुळं ग्रामीण मनाच्या अंतरंगात अधिक खोलवर आपण शिरू शकतो इत्यादींची जाणीव करून देण्यासाठी १९६७ साली मुंबईच्या मौज प्रकाशनानं प्रसिद्ध केलेल्या 'खळाळ'मधील प्रयोगशील कथा मला लिहावी असं वाटलं.

याचा अर्थ पूर्वसूरींची कथा बाद होती असा नव्हे. जीवनाचा शोध-वेध घेण्याचा ती कथा हा एक रूढ मार्ग झाला होता. म्हणून त्याच्या बाहेर जाण्याची व नव्या दिशा शोधण्याची, त्या दाखवून देण्याची गरज होती. 'खळाळ'नं त्या दाखवून दिल्या. असा आशय त्या मुलाखतीचा आहे.

कलेच्या क्षेत्रात प्रयोगशीलतेला कालसापेक्ष महत्त्व असतं. ते विशेष स्वरूपाचं असतं पण त्या प्रयोगानंतरच्या काळात म्हणजे दुसऱ्या टप्प्यावर प्रयोगशीलतेनं दाखवलेल्या नव्या दिशा आणि प्रयोगशीलतेच्या पूर्वकाळातील रूढ मार्ग या

दोहोंचं एकजीवीकरण करणारी अधिक समृद्ध कथा आकाराला येण्याची गरज असते.

या जाणिवेनं मी १९७०-७२ नंतरच्या काळातील माझी ग्रामीण कथा लिहू लागलो. याला जसं वाङ्मयीन कारण होतं तसं सामाजिक कारणही होतं. महाराष्ट्र राज्याची स्थापना होऊन दहा वर्षं झाली होती. ग्रामीण विकासयोजना आणि पंचवार्षिक योजना सुरू झाल्या होत्या. जुनी ग्रामीण समाजव्यवस्था नकळत हळुवारपणे विघटित होऊ लागली होती आणि नवी समाजव्यवस्था तिची जागा घेऊ लागली होती. जुन्या-नव्यांचं स्वरूप मिसळलेला समाज दिसू लागला होता. या संक्रमणकाळाची समाजचित्रं रेखाटावीत अशी मला प्रेरणा होत होती. 'डवरणी'सारख्या संग्रहातील कथा या प्रेरणेनं आकाराला आलेल्या आहेत. या कथेत अंतर्मनाइतकंच बाहेरची सामाजिक स्थिती आणि गती, घटना-प्रसंगातील नाट्य यांना महत्त्व आलं. 'खळाळ'च्या प्रयोगशीलतेनंतरचा तो दुसरा टप्पा होता. १९६८ ते १९७५ मधील निवडक कथा या संग्रहात आहेत.

१९७५ नंतर तीन-चार वर्षं ग्रामीण साहित्याच्या चळवळीची मानसिक आणि वैचारिक तयारी करण्यात गेली. ग्रामीण समाज अंतर्बाह्य झपाट्यानं बदलत होता. महाराष्ट्रभर माझी भटकंती चालू होती. ग्रामीण महाराष्ट्राचं वेगळंच चित्र मनासमोर उमटत होतं. या नव्या ग्रामीण महाराष्ट्राचा आशय वेगळा होता. तो अंगावर कोसळणारा, हदरवून टाकणारा, अनपेक्षित स्वरूपाचा होता. सामाजिक, आर्थिक, राजकीय सुधारणांचा विपरीत परिणाम होऊन सामान्य माणूस भरडला जात होता. त्याच्या शोषणाकडं कुणाचंही लक्ष नव्हतं. सुधारणा मूठभर राजकारणी, बागायतदार, वतनदार, सरंजामदार या लोकांच्या वाट्याला आल्या होत्या. ते गडगंज होत होते. या सुधारणांचे या खालच्या समाजस्तरावर विपरीत परिणाम होऊन भीषण स्वरूपाची विकृत परिवर्तनं होत होती... मला ती माझ्या कथांतून आत्मसात करावी असं वाटू लागलं. माझ्या गावातही मी ती अनुभवत होतो.

मी ग्रामीण भागात सतत भटकत असताना जनसामान्यातून तयार झालेल्या सुशिक्षित तरुण पिढीशी चर्चा करू लागलो. तिच्या मनातील विविध प्रकारचे ताणतणाव, तिच्या बदलत्या सामाजिक जीवनाचे आकलन, तिची एकूण मानसिकता समजून घेऊ लागलो.

...आजवरच्या मराठी ग्रामीण कथेत या तरुण पिढीच्या सामाजिक अपेक्षाभंगाचा आशय आलेला नव्हता. कारण तो डोळ्यासमोरच्या गतिमान वर्तमान वास्तवातील होता. साहित्यिक म्हणून मला हे नवं आव्हान वाटलं. या आशयाचा आवाका खूप मोठा आणि व्यापक होता. माझ्या कथेत तो मावू शकेल की नाही, त्याला कुवतीची गवसणी बसू शकेल की नाही याची शंका होती; तरी यशापयशाची काळजी न

करता त्याला सामोरं जाण्याचा धोका पत्करावा असं वाटलं.

ही गवसणी यशस्वी व्हावी म्हणून परंपरागत मराठी ग्रामीण समाजाचे समाजशास्त्र अभ्यासू लागलो. त्याच्या आधारे भूतकालीन, परंपरागत महाराष्ट्रीय जीवनाची सामाजिक मांडणी व स्थिती कळली. त्याच्या तुलनेत वर्तमानकालीन समाजाची स्थिती पाहू लागलो. जुनं व नवं बदलतं मराठी मन समजून घेण्यासाठी हिंदू धर्म, भारतीय जनसामान्यांच्या श्रद्धा, परंपरा, रूढी यांचा अभ्यास ग्रंथांद्वारे करू लागलो. सनातन भारतीय तत्त्वज्ञानाची ओळख करून घ्यावी लागली. सामाजिक मानसशास्त्राचीही प्राथमिक ओळख करून घेतली. यामुळं भारतीय ग्रामीण समाजाचा आशय, अनुभव काही प्रमाणात आकलन झाला. वर्तमान मराठी ग्रामीण समाजाचे ताणतणाव त्या प्रकाशात स्पष्ट होऊ लागले. या अभ्यासाचा १९७८ नंतरच्या सगळ्याच साहित्याच्या लेखनासाठी उपयोग झाला. त्यातच माझी तिसऱ्या टप्प्यावरची ग्रामीण कथा आकारत गेली. 'उखडलेली झाडे' (प.आ. १९८६) या संग्रहात ती प्रामुख्यानं समाविष्ट झालेली आहे. याच प्रेरणेतून 'मायलेकरं' (प.आ. १९८९) ही दीर्घ-कविताही लिहिली आहे. वैचारिक ग्रंथांनाही हीच प्रेरणा लाभली आहे.

'खळाळ', 'डवरणी' यांसारख्या संग्रहांतील अनुभवाचं मूलद्रव्य मला माझ्या स्वाभाविक ग्रामीण जीवनानुभवातून मिळालेलं होतं; तर 'उखडलेली झाडे'मधील अनुभवाचं मूलद्रव्य महाराष्ट्राच्या ग्रामीण विभागात भटकंती करत असताना तेथील जीवनाचं जे अंतर्बाह्य दर्शन झालं त्यातून प्रामुख्यानं मला मिळालं. माझ्या गावात मला त्याचं प्रत्यक्ष दर्शन घडलं.

माझा मूळचा पिंडधर्म ग्रामीण जीवनात घडलेला असला तरी पुण्यात येऊन स्थिर झाल्यावर त्याच पिंडधर्मावर नागरी संस्कार होऊ लागले. प्राध्यापकाच्या नोकरीमुळं मध्यमवर्गीय, पांढरपेशी, शहरी जीवनशैली स्वीकारावी लागली. मूळची भावनाशीलता, संवेदनशीलता, अभ्यासू वृत्ती, चिंतनशीलता त्या विशिष्ट दिशेनं संस्कारित आणि विकसित होऊ लागल्या. परिणामी मी आसपासचा नागरी जीवनाशय माझ्या पिंडधर्मांना अनुसरून अनुभवू लागलो. त्या अनुभवातून माझ्या काही साहित्यकृती आकाराला आल्या. 'स्पर्शकमळे' व अजून पुस्तकरूपानं प्रसिद्ध न झालेलं 'प्लॅस्टिकची संस्कृती' यामधील ललित लेख, 'माउली' कादंबरी आणि 'आदिताल'मधील कथा हे लिखाण नागर प्रकृतीतून आकाराला आलं.

'आदिताल' (प.आ. १९८०) संग्रहातील कथा मी रूढ नागर कथेच्या अंगांनी न लिहिता प्रयोगशील अंगांनी लिहिल्या. नागर कथांच्या बाबतीतील प्रयोगशीलता ही आमच्या अगोदरच्या पिढीचे गंगाधर गाडगीळ, पु. भा. भावे, अरविंद गोखले यांच्या कथांमधून प्रथम मराठी कथेत प्रकर्षानं आलेली आहे. त्या परंपरेतीलच 'आदिताल'मधील कथा आहेत. विशेषत: साहित्यिक आणि त्याची साहित्यनिर्मिती

या संबंधात साहित्यिकाला जे जटिल, सूक्ष्म, तरल स्वरूपाचे आणि केवळ मानसिक पातळीवरचे अनुभव येतात त्या अनुभवातून यातील बहुसंख्य कथा आकाराला आल्या आहेत. या संग्रहात काही 'जोडकथा'ही आहेत. स्त्री-पुरुष-संबंधातील शारीरिक, मानसिक पातळीवरचे सुप्त वा अर्धसुप्त मनातले, तसेच आध्यात्मिक पातळीला स्पर्श करू पाहणारे अनुभवही या कथांतून व्यक्त करण्याचा प्रयत्न केला आहे.

इतर कुठल्याही साहित्यकृतींपेक्षा माझं कथा-लेखन संख्येनं जास्त आहे. ते प्रदीर्घ काळ म्हणजे गेली तीस-पस्तीस वर्षं चालू आहे. या प्रदीर्घ काळात माझाही मानसिक विकास अनेक अंगांनी झाला आहे. त्यात वाङ्मयाच्या लेखनाचं विशेषत: कथा-लेखनाचं अंग महत्त्वाचं आहे. त्यातही विकास किंवा स्थित्यंतरं होत गेलेली आहेत. त्यांची नोंद करणं माझी प्रधान लेखन-प्रक्रिया समजून घेण्याच्या दृष्टीनं आवश्यक वाटतं :

आरंभीच्या काळात दैनंदिन जीवनात गप्पा मारत असलो, जेवत, खात असलो, शिकवत असलो, वाद घालत असलो किंवा काहीही करत असलो तरी कथा-विषय मनात एखाद्या ज्योतीसारखा सतत तेवत राही.

कथेतील पात्रं, प्रसंग, संवाद, शब्दांची ठेवण, एखादं पात्र जादा येणं, एखादं कमी होणं, नवाच प्रसंग येणं, मूळ प्रसंगात बदल होणं, पात्रांचे संवाद जोरजोरात आतल्या आत चालणं, क्वचित ते माझ्या तोंडावाटे बाहेर पडणं ही उलाढाल मनात सतत सुरू असे. हळूहळू त्यातून कथा धूसर आकार घेऊ लागे. कथेचा आकार पूर्णपणे दिसू लागला की लेखन करावं असं वाटे.

हा आकार प्रत्यक्ष शब्दांत बाहेर येताना त्याला शरीर लाभल्यासारखं होई. वेरूळच्या गुंफेतलं सकाळचं धुकं विरताना शिल्प कसं सावकाश सावकाश स्वच्छ दिसू लागतं, तशी कथेच्या स्वरूपाची तऱ्हा.

शंकर पाटील, वि. शं. पारगावकर या ग्रामीण कथाकारांशी कथालेखनाविषयी प्रत्यक्ष भेटीत बोलताना माझ्यातला कच्चेपणा मला तीव्रतेनं जाणवू लागे. हे दोघंही लेखक आपल्या लेखनाविषयी जवळजवळ एकसारखंच बोलत. दोघांनाही मनासमोर कथेचा आकार स्पष्ट दिसे. तिच्यातील पात्रं, प्रसंग, त्यांचे संवाद, भोवतालचं वातावरण, पात्रांचं वर्तन, प्रसंगातील क्रम स्पष्ट दिसत असे. त्यामुळं दोघंही एकटाकी लेखन करीत. एखादी कथा लिहिली की ती त्यांना अंतिम स्वरूपाची वाटे. क्वचित एखादा शब्द, एखादं वाक्य कमी-अधिक होई. त्यांच्या या लेखनप्रकृतीबद्दल त्या दोघांनाही अभिमान असे.

शंकर पाटील तर रणजित देसाई यांच्याविषयी एकदा म्हणाले, "...रणजितही एकटाकीच लिहितो. त्याची एक कथा पोस्टातच कुठंतरी गहाळ झाली होती. ते

त्याला पंधराएक दिवसांनी कळल्यावर पुन्हा त्यानं ती कथा जशीच्या तशी लिहून काढली. याचा स्पष्ट पुरावा त्याच्याजवळ होता. कारण त्याची हरवलेली कथा संपादकांनी दोन-तीन महिन्यांनी उशिरा मिळाल्यावर रणजितला तशीच परत पाठवली होती. दरम्यान, दुसऱ्यांदा केलेलं त्याचं लेखन प्रसिद्ध झालं होतं. तुलना करून मुद्दाम मी पाहिलं. क्वचित एखाद्या शब्दाचा फरक झाला होता. एखादं वाक्य कमी-जास्त झालं होतं. बाकी नव्वद ते पंचाण्णव टक्के कथा जशीच्या तशी होती. रणजितला कथेचं रूप मनासमोर इतकं स्पष्ट दिसत असे. या बाबतीत त्याची स्मरणशक्तीही दांडगी!''

पाटलांनी सांगितलेला हा प्रसंग ऐकून मी अवाक झालो. आपणाला सराव नसल्यामुळं, या क्षेत्रात आपण नवखे असल्यामुळं आपल्या मनातली कथा स्पष्ट दिसत नसेल. काळ मागं पडेल तसं हळूहळू आपणालाही संपूर्ण कथेचं एकटाकी लेखन करता येईल... असं वाटलं.

योगायोगानं पुढे अनेक दिवसांनी माझी दिवाळी अंकासाठी पाठवलेली एक कथा एका संपादकांनी हरवली. बहुतेक ती निकालात काढलेल्या अनाहूत कथांच्या रद्दीत नजरचुकीनं गेली असावी पण ही गोष्ट संपादकांनी माझ्यापासून चारएक महिने तरी लपवून ठेवली. त्यांना कथा सापडेल असं वाटत होतं. शोध घेऊन घेऊन त्यांनी सापडत नसल्याचं शेवटी कळवलं. दिलगिरी व्यक्त केली. मी मात्र हबकून गेलो. आठवून आठवून ती कथा लिहिण्याचा प्रयत्न केला. पण तो संपूर्ण फसला. मधल्या काळात दिवाळी अंकांचं लेखन केल्यावर मी रफ लेखन नेहमीच्या सवयीप्रमाणं नष्ट करून टाकलेलं. पुढं ती कथा मी कधीही लिहू शकलो नाही पण याचा मला जो मानसिक अनुभव आला त्या अनुभवावर मात्र मी 'हरवलेला सोनचाफा' नावाची कथा लिहिली.

शंकर पाटील, वि. शं. पारगावकर आपल्या कथा प्रसिद्ध झाल्यावर सहसा पुन्हा लगेच वाचत नसत. मात्र सगळी कथा नीटपणे छापली आहे की नाही, कुठं काही प्रसंग, घटना, परिच्छेद गाळले तर नाहीत ना, हे पाहण्यासाठी कथेवर एक ओझरती नजर फिरवीत आणि तसं झालं असेल तर ती गोष्ट त्यांच्या चटकन लक्षात येई. त्यांच्या मनातली कथा त्यांच्या मनासमोर स्पष्ट आणि पक्की असे.

माझं मात्र तसं होत नसे. मी कथा प्रसिद्ध झाल्या झाल्या वाचत असे. पुष्कळ वेळा पूर्वी चांगलं वाटलेलं लेखन दोन-तीन महिन्यांनंतर केलेल्या वाचनाच्या वेळी निराशाजनक वाटे. एखादा प्रसंग, वाक्य वाचताना मीच मला टाळी देत असे. 'अरे, हा प्रसंग किती छान लिहिला आहे आपण. आपलं हे वाक्य किती अर्थपूर्ण झालं आहे.' असे चकित करणारे अनुभवही येत. एखादा परिच्छेद एखादा संपादक बेमालूमपणे वगळत असे. ते माझ्या ध्यानातही येत नसे. कारण एका कथेचं निदान

दोन-तीन वेळा तरी लेखन मी केलेलं असे... आपण तो परिच्छेद नंतरच्या लेखनात गाळला असावा असं मला वाटे. मी असा लेखनक्रियेत त्या काळात सतत चाचपडत राहिलो. या काळातील कथा 'खळाळ'मध्ये प्रामुख्यानं आलेल्या आहेत.

१९७२ नंतर मी वेगळ्या प्रकृतीच्या कथा-लेखनाकडं वळलो. तेव्हा माझ्या लक्षात आलं की 'खळाळ'मधील माझ्या कथांची प्रकृती आणि पाटील, पारगावकर, देसाई यांच्या कथांची प्रकृती या भिन्न आहेत. त्यामुळं लेखन करताना आपणास लेखनक्रियेचेही अनुभव भिन्न स्वरूपाचे आले.

नंतरच्या कथांत भावस्थितियुक्त अंतर्मनाइतकंच सामाजिक स्थिती, घटना, प्रसंग यांना महत्त्व आलं. भावजीवनातील सूक्ष्म नाट्यापेक्षा सामाजिक जीवनातील व्यापक, घटनात्मक नाट्याला अधिक स्थान प्राप्त झालं. म्हणून या कथा मनोमन स्पष्ट आकार धारण करू लागल्या. त्यामुळं त्यांचं लेखन सुलभतेनं आणि बरंचसं निर्णायक स्वरूपाचं होऊ लागलं. या कथा मला लेखनाच्या वेळी कमी त्रास देऊ लागल्या. त्यामुळं माझं कथा-लेखनही संख्येनं अधिक होऊ लागलं. 'डवरणी', 'उखडलेली झाडे' यांसारख्या कथासंग्रहांत अशा प्रकारच्या कथा आहेत.

'खळाळ'मधील कथा-लेखनाच्या वेळी जो अनुभव येई त्याच प्रकारचा अनुभव पुढे 'आदिताल'मधील कथांचं लेखन करताना मला येत होता. या कथांतील कालानुभव हे प्रत्यक्षातील (म्हणजे व्यावहारिक) अनुभव ताजेताजे असतानाच आकाराला आणण्याची मला गरज वाटत होती. एक तर ते कलानुभव पाऱ्यासारखे अतिशय तरल, थरथरते, अतिधूसर, शब्दात पकडता येणार नाहीत असे, कार्यकारणसंबंध स्पष्ट न झालेले, एका विशिष्ट भावस्थितीतच त्यांचं अस्तित्व अनुभवता येईल असे होते. ती भावस्थिती (मूड) नष्ट झाली की त्या अनुभवांचं अस्तित्वही धुक्यासारखं विरून जाई. त्याच भावस्थितीत केवळ लेखनासाठी पुन्हा त्याच अनुभवाशी एकरूप होणं अशक्य असे. हट्टानं एकरूप होऊन लेखन केलं तरी प्रत्यक्ष लेखनात ते अनुभव उबवल्यासारखे वाटत. विशिष्ट भावस्थितीत आपण स्वाभाविकपणे जेव्हा असतो तेव्हाच्या आपल्या भाषेला एक आवेग, एक लय, उचित शब्दांची स्वाभाविक उपस्थिती, वाक्यांना भावगर्भ नैसर्गिक आटोप प्राप्त होतो. ती भावस्थिती नष्ट झाल्यावर हेही हस्तगत करता येणं कठीण जाई. त्यामुळं 'आदिताल'मधील कथा म्हणजे माझी त्या त्या वेळची स्पंदनात्मक शब्दरूप अस्तित्वं आहेत असं मला वाटतं.

या कथा लिहिताना शक्यतो एकाच प्रदीर्घ बैठकीत मला लिहाव्या लागल्या. पराकोटीचा एकांत, पराकोटीची एकाग्रता, पराकोटीची निर्वेधता आणि देहाची निरोगी सुदृढता असेल तरच अशा प्रकारचे लिखाण करणं झेपतं असाही विचित्र अनुभव आला.

लेखनाच्या वेळी अशा कथा फार दमवतात. त्या त्या वेळी त्यांचं लेखन केलं तर ते समाधानकारक होतं. म्हणूनच की काय अशा प्रकारचं लिखाण माझ्या हातून फार झालं नाही. लेखन करत असताना सामान्यत: सर्जनाचा आनंद चाखता येतो. एखादा परिच्छेद, एखादा घटना-प्रसंग, एखादा संवाद, एखाद्या विशिष्ट वेळची भावस्थिती पकडणाऱ्या प्रतीकात्म वातावरणाचं लेखन झालं की थोडा वेळ थांबावं असं अजूनही मला वाटतं. त्या लेखनाच्या सुंदरतेवर, रेखीवतेवर, उत्कटतेवर खूश होऊन क्षणभर मी बाजूला होतो. मनावरचा ताण, शरीराला आलेला तंगपणा किंवा अवघडलेपणा ढिला होतो. जे काही ताजं सर्जन आपल्याकडून झालेलं असतं त्याचा त्या स्थितीत पाच-दहा मिनिटं आस्वाद घेतो. या काळात जमल्यास मला हवा तसा स्ट्राँग चहा करून घेतो. चिवडा असेल तर दोन घास तोंडात टाकतो. लेखनाच्या वेळी तोंडाला जी मिठी पडलेली असते, जीभ टाळ्याला जाऊन चिकटलेली असते तीही सैलावते आणि तोंडात लाळ येऊ लागल्यानंतर बरं वाटू लागतं. आनंदाच्या भरात माझी कन्या कीर्ती हिच्याशी त्या लेखनाच्या तुकड्याविषयी चर्चा करतो आणि मग पुन्हा पुढच्या लेखनाकडं वळतो. पण 'आदिताल'च्या प्रकृतीची लेखनं अंगात आलेल्या देवीसारखी घुमवत राहतात, ताब्यात घेतात आणि स्वत:च्या मागोमाग मला फरपटत नेतात, असा अनुभव आला.

प्रयोगशील नागर प्रकृतीची कथा मी लिहिली असली तरी रूढ पद्धतीची नागर कथा मी लिहिली नाही. नागर प्रकृतीचं विविध प्रकारांनी उत्तम लेखन करणारे अनेक कथाकार मला मराठी साहित्यविश्वात दिसत होते. त्यांच्याबरोबर आपण लेखन करून मराठी कथेत भर घालण्यापेक्षा भरताडच जास्त घालण्याची शक्यता आहे असं मनापासून वाटे. केवळ एक करिअर म्हणून साहित्यक्षेत्रात काही करण्यापेक्षा नवीन काही करता आलं तर करावं, अशी माझी सततची धारणा होती.

माझ्या अगोदरच्या पिढीतील काही ग्रामीण साहित्यिकांनी फक्त ग्रामीण साहित्याचीच निर्मिती केली. या त्यांच्या निर्मितीतही विकासशीलतेपेक्षा विस्तारशीलतेचा भाग अधिक आहे. माझ्यासारखेच तेही आयुष्याच्या ऐन पंचविशीत शहरात आले, तिथेच स्थिर झाले. नंतरचं सगळं आयुष्य नागर जीवनात गेलं तरी त्यांनी नागर प्रकृतीचं लेखन केलं नाही. नागरी समाजातील त्यांना आलेल्या प्रदीर्घ जीवनानुभवांचं त्यांनी काय केलं असावं? त्यांची संवेदनशीलता नागरी जीवनात सजग झाली की नाही? का ती गोगलगाईसारखी स्वत:च्या सुरक्षित ग्रामीण अनुभवांच्या कोशात स्वत:ला आकसून घेऊन बसली? शहरात येऊन दाखल झाल्यावर बदलत्या ग्रामीण जीवनाकडंही त्यांनी डोळेझाक केलेली दिसते. ऐन पंचविशीपर्यंतचे म्हणजे १९५०-५५ पर्यंतचेच स्थिर ग्रामीण जीवन आपल्या साहित्यात त्यांनी यशस्वीपणे रेखाटलेलं दिसतं. नंतरच्या ग्रामीण जीवनात किती नाट्यपूर्ण परिवर्तनं घडून

आली! पण त्यांच्या साहित्यात ती आली नाहीत. तरीही ते कष्टपूर्वक, आपल्याच जुन्या वळणाची ग्रामीण कथा लिहीत राहिले. अनेक वर्षं समोर वाढून ठेवलेल्या नागरी जीवनाला साहित्याच्या द्वारा सामोरे जाऊ शकले नाहीत. ग्रामीण साहित्यनिर्मिती हा त्यांनी आपल्या करिअरिझमचा भाग केला की काय कोण जाणे? करिअरिझमचे सगळे दोष त्यामुळं निर्मितीत येऊ शकतात. त्यामुळंच की काय नंतरनंतरची त्यांची ग्रामीण कथा भूतकाळात रमणारी ठरली. प्रा. नरहर कुरुंदकरांच्या भाषेत 'ती पौराणिक ग्रामीण कथा' झाली.

रूढ पद्धतीची नागर कथा मी लिहिली नाही, तरी रूढ पद्धतीची ग्रामीण कथा मी अधिक कलात्मकतेनं लिहिली. ती कलावादपूर्व किंवा कलावादी काळातीलही नाही, तर ती कलावादोत्तर काळातील आहे. जीवनमूल्यांचा व्यापक, सघन आणि नवा आशय व नव्यानं सिद्ध झालेल्या रूपाची, कलासौंदर्याची जाणीवपूर्वक जोपासना या दोहोंचा संतुलित मेळ घालणारी ती कथा आहे. कारण सौंदर्यशास्त्राचे साहित्याला उचित असे संस्कार घेऊन मी लेखन करत होतो. अशा कथेची एकूण मराठी साहित्याला आवश्यकता आहे असं मला वाटत होतं. एकूण ग्रामीण कथा ज्या एका आवर्तात स्वातंत्र्यपूर्व काळातील आशय-अनुभवांच्या अंगांनी सापडली होती ते आवर्त फोडून ती पुढे वर्तमानकालीन ग्रामीण समाजवास्तवाला सामोरी जाण्याची आवश्यकता होती. तसेच माझ्या अगोदरच्या (पहिल्या) पिढीचे प्रमुख ग्रामीण लेखक सोडले तर बाकीच्या लेखकांनी आणि माझ्या (म्हणजे दुसऱ्या) पिढीच्या काही लेखकांनी ग्रामीण कथेच्या कलात्मक अंगाकडं दुर्लक्ष केलं होतं. या दोन्ही प्रकारच्या मर्यादा ओलांडून पुढं जाण्याची गरज होती. त्यासाठी नवा आशय-अनुभव, नवी जीवनमूल्यं आणि कलावादानं दाखवून दिलेली नवी सौंदर्यमूल्यं यांचा सारासार विचार करून विवेकपूर्ण मेळ घालण्याची नव्या ग्रामीण कथेला आवश्यकता होती. त्या दिशेनं मी धडपड करत राहिलो. १९७५ च्या आसपास माझ्या मनात नव्या सामाजिक जाणिवा आकार घेऊ लागल्या होत्या त्यांचं हे फलित.

कादंबऱ्याही मी लिहिल्या, 'एकलकोंडा' विद्यार्थिदशेत लिहिली पण उशिरा प्रसिद्ध केली. 'गोतावळा', 'नटरंग' विषयी 'साहित्याची निर्मितिप्रक्रिया' या ग्रंथात विस्तृतपणे लिहिलं आहे. 'माउली'च्या दुसऱ्या आवृत्तीला सविस्तर प्रस्तावना लिहिली आहे. ग्रामीण साहित्याविषयी आतापर्यंत माझे तीन ग्रंथ प्रसिद्ध झाले. त्यांच्याविषयीही 'मराठी साहित्य, समाज आणि संस्कृती' या तिसऱ्या ग्रंथाच्या प्रस्तावनेत लिहिलं आहे. 'साहित्याची निर्मितिप्रक्रिया' हा चौथा ग्रंथ निर्मितिप्रक्रियेसंबंधीचा विचार मांडणारा मराठीतील पहिला ग्रंथ आहे. त्यासंबंधी त्याच ग्रंथाच्या प्रस्तावनेत लिहिलं आहे.

आत्मचरित्राचे झोंबी, नांगरणी, घरभिंती हे तीन भाग आजवर प्रसिद्ध झाले. चौथा भाग अजून प्रसिद्ध व्हावयाचा आहे.

आजवर लहान-मोठी एकूण तीस पुस्तकं झाली. (त्यात संपादित केलेली पुस्तकं धरलेली नाहीत.) या तीसएक पुस्तकांकडं सामग्र्यानं पाहिल्यावर असं दिसतं की वेळोवेळी आयुष्याच्या विविध टप्प्यांवर जे जे काही जीवनाविषयी आणि साहित्याविषयी जाणवलं त्यातूनच या सर्व साहित्याची निर्मिती झालेली आहे.

कविता, कथा, ललित लेख यांतील अनुभव एकपदरी व सामान्यपणे कमी अवकाशाच्या स्वरूपात व्यक्त होतात, त्यांचा आवाका आपल्या अनुभवाला कमी पडतो असं दिसल्यावर मी कादंबऱ्यांकडं वळलो. त्यात अनेकपदरी अनुभव मोठ्या अवकाशात व्यक्त करता येतात असा पडताळा आला. तरी जीवन अफाट, अवाढव्य, विसकळीत असल्यामुळं ते सबंध एकाच कादंबरीत आणता येणं शक्य नसतं. म्हणून अनेक कादंबऱ्या लिहाव्या लागतात. त्यात पुन्हा आपणास प्रथम निकडीनं, तीव्रतेनं लिहावंसं वाटतं तेवढंच लिहून होतं. वाढत्या वयाबरोबरही वेगवेगळे विषय सुचत जातात.

साहित्याचे आज रूढ असलेले बहुतेक प्रमुख प्रकार मी हाताळले पण नाटक हा प्रकार मी मनापासून हाताळू शकलो नाही. माझ्या पिंडधर्माला ते कधी जवळचं वाटलं नाही.

ग्रामीण साहित्याची चळवळ १९७७ ते ८७ अशी दहा वर्षं मी मित्रांच्या सहकार्यानं चालवली. या काळात फारच हळूहळू लेखन सुरू होतं. त्याला नंतरच्या काळात वेग आला. हा वेग १९८६ पासूनच आला. १९८७ च्या नोव्हेंबरात 'झोंबी' प्रसिद्ध झालं. त्यानंतर तीन-चार वर्षांत 'नांगरणी', 'घरभिंती' हे आत्मचरित्राचे पुढचे खंड प्रसिद्ध झाले.

आत्मचरित्र लिहिण्याची खरं तर इच्छा नव्हती. पण चळवळीच्या काळात ग्रामीण महाराष्ट्र झपाट्यानं पायांखाली घातला. तरुण सुशिक्षित पिढीची प्रचंड निराशा पाहून मन गलबलून येत होतं. कोणत्याही परिस्थितीत, कितीही दारिद्र्यात, कितीही अडथळे आले तरी शिक्षण हे ग्रामीण तरुण पिढीनं घेतलंच पाहिजे. शिक्षण केवळ नोकरीसाठी घेऊ नये, शिक्षणानं जीवनाविषयी सुजाणपणे विचार करण्याची प्रचंड शक्ती प्राप्त होते. शेवटी सरकार किंवा अन्य कुणी आपणाला पदवीधर झाल्यावर नोकरी देतील आणि सुखाचे दिवस येतील या अपेक्षेवर विसंबून राहू नये. आपला आपणच शेवटी विकास साधला पाहिजे. प्रत्येक सुशिक्षित तरुणानं आपल्याबरोबर आपल्या घरादाराचाही विकास केला पाहिजे. शिक्षणामुळं ग्रामीण समाजाचा आतून विकास होईल. अंतरंगाचा विकास जोवर होत नाही तोवर बाह्य विकासाला फारसा अर्थ राहत नाही. बाह्य सुधारणांचा कसा वापर करून घ्यायचा

याचं ज्ञान अंतरंगविकास झाल्याशिवाय खऱ्या अर्थानं प्राप्त होत नाही. हे ज्ञान भोवतालची परिस्थिती जाणण्यासाठीही अत्यावश्यक आहे. तसंच आपण कोण आहोत, आपली मुळं नेमकी कुठं आहेत याचं भान (म्हणजे आत्मभान) यायलाही शिक्षण अत्यावश्यक आहे. या सर्वांचा नीट मेळ घातला तरच ग्रामीण समाजात खरी सुधारणा होईल. तो कायमचा, शाश्वत स्वरूपाच्या विकासाच्या मार्गानं जाऊ शकेल. असं काहीतरी या चळवळीच्या काळातील ग्रामीण सुशिक्षित तरुण पिढीकडं, त्यांच्या परिस्थितीकडं आणि समाजाकडं पाहून वाटत होतं.

मीही त्यांच्यासारख्या परिस्थितीतूनच योगायोगानं वाटचाल केली होती. या वाटचालीचा आलेख नव्या तरुण पिढीसमोर आत्मचरित्राच्या रूपानं विस्तृत स्वरूपात मांडावा आणि त्यांच्यासमोर माझ्या जीवनप्रवासाचा दृष्टान्त ठेवावा म्हणून 'झोंबी', 'नांगरणी', 'घरभिंती'चं लेखन केलं. या नंतरच्या चौथ्या भागाचं लेखनही त्यासाठीच करण्याचा संकल्प आहे.

आत्मचरित्राचं हे लेखन करण्याच्या तयारीस लागलो तेव्हा फार मोठी जबाबदारी वाटत होती. मी कोणी तत्त्वज्ञ किंवा विचारवंतही नाही. समाजशास्त्रही फार जाणत नाही. मानवी जीवन समजून घेण्याची फारच तुटपुंजी साधनं मी हाताळलेली आहेत. अशा वेळी आपणाला आपल्या जीवनाचं नीट आकलन होईल काय, त्याची मीमांसा किंवा विवेचन नीटपणे मांडता येईल काय, याची काळजी मला लागून राहिली होती. काही महान व्यक्तींची आत्मचरित्रं मी वाचली होती. आत्मचरित्र नेमकं कसं लिहावं, त्याचा हेतू काय असतो याविषयी थोडा अभ्यास केलेला होता.

काही दिवस विचार करून मी रूढ, परंपरागत आत्मचरित्राचा मार्ग सोडून देण्याचा निर्णय घेतला. हा निर्णय घ्यायला मला माझ्यातील साहित्यिकाची खरी मदत झाली. आत्मचरित्र हे जीवनभाष्य असतं. मी जीवनभाष्याचा मार्ग सोडून माझं 'जीवनदर्शन' घडवण्याचा मार्ग स्वीकारला. जीवनदर्शन घडवणं हे ललित साहित्याचं आद्य ध्येय असतं. म्हणून ललित साहित्याच्या अंगानं आपण आत्मचरित्र लिहावं. मी कसा जगलो, काय काय घडलं, कसं कसं घडलं याचं 'दर्शन' आपण घडवू शकतो, कारण आपण ललित सहित्य-लेखक आहोत. म्हणून आत्मचरित्रात्मक कादंबरीचा मार्ग स्वीकारला. आत्मचरित्राच्या या लेखनात काल्पनिक काही नाही. कादंबरीचं फक्त बाह्य रूप स्वीकारलं आहे. आशय, अनुभव, व्यक्ती, घटना, प्रसंग, वातावरण सगळं काही माझ्या जीवनातीलच आहे.

कविता, कथा, कादंबरी, ललितलेख, आत्मचरित्र, वैचारिक लेख, प्रस्तावना, परीक्षणं, मुलाखती, आकाशवाणीसाठी श्रुतिका, भाषणं असे साहित्याचे अनेक प्रकार मी हाताळले. त्यांतील काही गौण आहेत काही मुख्य आहेत.

माझी जीवनविषयक जाणीव, विचार, चिंतन, प्रेरणा हे वयाबरोबर वाढत गेलं.

अनुभवातील जटिलपणा, व्याप अधिक प्रमाणात लक्षात येऊ लागला. सखोलताही लक्षात येऊ लागली. त्यामुळं मी आत्मचरित्रात्मक कादंबरीकडं वळलो. स्वत:च्या आयुष्याला, कळत नकळत स्वत: स्वीकारलेल्या जीवनमूल्यांना, आपण भोगलेल्या सुखदु:खांचा अन्वय लावायला आत्मचरित्र हाच एकमेव मार्ग आहे, असं वाटलं. म्हणून नंतरच्या काळात तिकडं वळलो. अनेक साहित्यिक आणि समीक्षक यांच्या मुलाखती घेऊन त्यांची निर्मितिप्रक्रिया आणि समीक्षादृष्टी साहित्याच्या जाणकार रसिकवर्गाला आणि तरुण साहित्यिकांना समजून दिली. मी स्वत:ही काही मुलाखती दिल्या. स्वत:वर येणाऱ्या आक्षेपांना, स्वत:विषयी नकळत झालेल्या इतरांच्या गैरसमजांना उत्तरं द्यायला आणि आपण काय करू इच्छितो हे ठासून सांगायला अशा मुलाखतींचा उपयोग झाला. माझ्या वैचारिक लेखांतून मला माझी वाङ्मयविषयक भूमिका मांडता आली. या लेखांनी माझं वैचारिक मानस व्यक्त केलं. एखाद्या साहित्यकृतीविषयीच्या प्रतिक्रिया सांगण्यासाठी आणि पर्यायानं माझी वाङ्मयीन अभिरुची स्पष्ट करण्यासाठी मी परीक्षणं केली. प्रभाकर पाध्ये यांच्या निवडक कथा असलेला 'निळे दिवस', 'तिसऱ्या पिढीची ग्रामीण कथा', 'मातीतलं मोती' या निवडक प्रातिनिधिक ग्रामीण लेखकांच्या कथा, ग. ल. ठोकळ यांची 'मीठ-भाकर'मधील कविता, अरविंद वामन कुलकर्णी यांची दीर्घ कविता 'रूप अव्यक्ता लाभले', या मान्यवर साहित्यिकांच्या पुस्तकांच्या माझ्या प्रस्तावना त्यांच्या त्यांच्या साहित्याचं मूल्यमापन करणाऱ्या आहेत, तर तरुण पिढीच्या लेखकांच्या पुस्तकांना लिहिलेल्या अनेक प्रस्तावना त्यांच्या पाठीवर शाबासकीचा, कौतुकाचा हात फिरवून, पुढं जाण्याविषयी प्रेरणा देण्याचा हेतू मनात ठेवून लिहिलेल्या आहेत. आकाशवाणीसाठी केलेलं लेखन मनात प्रामुख्यानं सांस्कृतिक विधायक दृष्टिकोन ठेवून केलं आहे.

जवळचा वाटणारा प्रत्येक साहित्यप्रकार लिहून पाहावा, त्याची ताकद, त्याचे फायदे-तोटे अजमावून पाहावेत अशी बुद्धी या विविध प्रकारांच्या लिहिण्यामागं होती. साहित्यक्षेत्रात विविध साहित्यप्रकार हे गुंफांसारखे आहेत. या गुंफांत डोकावून पाहण्याची, त्यांच्या कोनाकोपऱ्यात काय काय संचित साठवून ठेवलेलं आहे हे बघण्याची माझी जिज्ञासा यामुळं काही प्रमाणात तृप्त झाली.

जीवनाच्या टप्प्याटप्प्यावर त्या त्या विशिष्ट काळात विशिष्ट प्रकारचं लेखन माझ्या हातून झालं. त्या विशिष्ट काळात काही जाणिवांना, काही भावस्थितींना, जीवनविषयक काही एका दृष्टिकोनाला विशेष बहर येई. त्यानं मी भारल्यासारखा होई. त्या प्रकारचं भरपूर लेखन झालं की त्यातील निवडक लेखनाचं एखादं पुस्तक प्रसिद्ध होई. असं एखादं पुस्तक प्रसिद्ध झालं की मग मला त्याच विशिष्ट प्रकारचं लेखन पुन्हा करण्याचा कंटाळा येई. तो पहिल्याच पुस्तकाचा विस्तार वाटे. मग मी पूर्वीपासून मनातच रेंगाळणाऱ्या अनुभवविश्वाच्या अन्य जाणिवा, अन्य भावस्थिती,

काहीसा वेगळा वाटणारा दृष्टिकोन याकडं वळे. असं वळताना कधी दुसऱ्या साहित्यप्रकाराकडंही वळे. वाढत्या वयाचा, जीवनात येणाऱ्या मानसिक परिवर्तनाचा तो प्रामुख्यानं प्रभाव असे.

याचा परिणाम असा झाला की वेगवेगळ्या पातळ्यांवरील, वेगवेगळ्या साहित्यप्रकारांतील साहित्य माझ्या हातून लिहून झालं. साहित्यिक म्हणून माझा अनेकांगांनी विकास झाला. त्याच त्या प्रकारच्या कथा किंवा साहित्यकृती निर्माण करण्यानं त्या त्या लेखकाच्या साहित्याचा फक्त विस्तार होतो; विकास होत नाही. असे विस्तारवादी अनेक साहित्यिक मराठीत आहेत. काही साहित्यिक एकच एक साहित्यप्रकार हयातभर हाताळतात. त्यांच्याविषयी आदरही व्यक्त केला जातो. पुस्तकांची संख्याच अनेकांना महत्त्वाची वाटते. त्यातील आशय-अनुभव याविषयी सहसा कुणी बोलत नाही किंवा त्याचं मूल्य तपासलं जात नाही. मी या सर्वांपासून आपसूक बाजूला राहिलो याचं मला आज समाधान आहे.

माझी मातृभाषा मराठी असली तरी साहित्यानं मला मराठी भाषा जगायला शिकवलं. आपण सगळीच मराठी माणसं मराठी भाषा बोलायला शिकलेलो असतो. आपल्याला काय म्हणायचं आहे ते आपण म्हणून (म्हणजे बोलून) मोकळे होतो. तेवढ्यावर समाजव्यवहार चालत असतो. लहानपणी आई-वडील, शिक्षक आपणास मराठी भाषा बोलायला किंवा लिहायला शिकवतात पण भाषा जगायला शिकवतं ते फक्त चांगलं साहित्यच अशी माझी धारणा झाली आहे. प्रत्येक शब्दाला अर्थ असतो हे सर्वांनाच माहीत असतं पण प्रत्येक शब्दाला त्याचं असं एक जिवंत व्यक्तिमत्त्व असतं. ते फक्त साहित्यातच कळून येतं. एकाच अर्थाचे दोन शब्द असले तरी त्यांचं व्यक्तिमत्त्व मात्र भिन्न असतं. त्या अर्थाशी नव्हे तर अर्थयुक्त वेगळ्या व्यक्तिमत्त्वाशी माझी साहित्यिक मैत्री जमत गेली. मैत्रीचं हे गौडबंगाल मला काही प्रमाणात कळलं हे मी मराठी भाषिक म्हणून माझं भाग्य समजतो.

हे कळल्यामुळंच की काय निरनिराळ्या साहित्यकृतींची माझी भाषाही माध्यमाच्या अंगानं निरनिराळी झाल्याचं दिसून येतं. माझी ठरावीक अशी वाङ्मयीन भाषाशैली नाही. आशय-अनुभव, संदर्भ आणि या सर्वांची पातळी यांना अनुसरून माझी भाषा बदलत गेलेली दिसते.

नोकरीच्या पूर्वार्धातली माझी पंधरा-वीस वर्षं मानसिक आणि आर्थिक फरपट होण्यात गेली. गावाकडच्या घरादाराला सावरता सावरता मीच स्वत: मनातून कोलमडत होतो. एकटा असलो की, अंथरुणावर पडलो की माझ्या मनासमोर गावाकडचं घर आणि माणसं दत्त म्हणून उभी राहत. अशा वेळी साहित्यनिर्मितीत मी मन गुंतवून ठेवत असे. या निर्मितीच्या तंद्रीत एका बाजूनं गावाकडचं वास्तव

विसरून जाई आणि दुसऱ्या बाजूनं सर्जनाचा ब्रह्मानंद घेण्यात एकजीव होऊन जाई.

या ब्रह्मानंदाची दुसरी गंमत अशी की साहित्यनिर्मिती करताना मी भूतकाळातील अनुभवरूप वास्तवाला मात्र थेटपणे सामोरा जात असे. या वास्तवाची प्रत्यक्ष अनुभव घेण्याच्या वेळी लक्षात येत नसत ती अनेक अंगंप्रत्यंगं निर्मितीच्या प्रक्रियेत दिसू लागत. त्याचीही किनार या ब्रह्मानंदाला असे. यामुळं मला साहित्यनिर्मिती सतत प्रेयसीइतकी प्रिय वाटे. सहवास लाभला की मी तिच्याशी समरसून, एकजीव होऊन जाई. ती मलाच माझी अनेक अज्ञात रूपं मोठ्या प्रेमानं समजून देई.

साहित्यानं माझ्या मनाच्या वेगवेगळ्या गरजा भागवल्या. किंबहुना माझ्या साहित्यकृती या वेळोवेळीच्या माझ्या मनाची निरनिराळ्या अवस्थांत घेतलेली छायाचित्रं आहेत. आजही माझं लिखाण मी वाचताना त्या त्या वेळची मन:स्थिती मला आठवते. एका अर्थी ती माझ्या न लिहिता येण्याजोग्या आत्मचरित्राचाच भाग आहेत. मात्र त्या भागाचं गुप्त वाचन फक्त मलाच करता येतं.

मनात येणाऱ्या भावभावना, विचार आणि एकूणच अस्वस्थ करणारे जीवनातील अनुभव संपूर्ण विश्वासानं आणि निर्वेधपणानं ज्याच्याजवळ सांगावेत असं एकमेव ठिकाण म्हणजे साहित्य असं मला वाटलं. वेळोवेळीच्या मनाच्या सर्व अवस्था मी त्याच्याजवळ व्यक्त केल्या. हे ठिकाण मला मिळालं नसतं तर माझ्या संवेदनशील आणि जगाची अकारण चिंता वाहणाऱ्या भावनाशील मनाचं आरोग्य बिघडलं असतं. मी विकृत, अतिरेकी किंवा वेडाही झालो असतो. साहित्यानं मला ही मोठी देणगी दिली. मी अंतर्बाह्य निरोगी राहिलो.

साहित्याशी मैत्री करताना त्याला 'साहित्य' म्हणून एक अस्तित्व आहे, साहित्याचं साहित्यपण हे खास त्याचं स्वतंत्र असं व्यक्तिमत्त्व असतं हे मी कधी विसरू शकलो नाही. एक साधन म्हणून त्याला मी कधीच वापरलं नाही. त्याच्या व्यक्तिमत्त्वावर तो बलात्कार झाला असता. उलट त्याचं बाह्य अस्तित्व आणि आंतरिक व्यक्तित्व मी नीटपणे सांभाळल्यामुळं आमच्या मैत्रीला एक विश्वासार्हता आली आणि साहित्याला चैतन्याचं ऊर्जात्मक बळ प्राप्त झालं. असं दुसऱ्याचं व्यक्तिमत्त्व सांभाळून मैत्री करणं दोघांनाही हितकारक असतं हे अनेक लोकांच्या लक्षात येत नाही. मला ही मैत्री सौंदर्यशास्त्रानं शिकवली. प्रत्येक कलेला तिचं असं एक व्यक्तिमत्त्व असतं, ते सांभाळलं तर कला सर्वांगांनी विकसित होते. त्यामुळं तिच्या आशय-अनुभवाचंही बळ वाढतं आणि तिचं सुंदर शरीर रसिकावर अनेकांगांनी प्रभाव पाडतं. या प्रभावी पण प्राथमिक शरीर-सौंदर्यामुळंच तो तिच्या अंतिम आत्मिक सौंदर्याकडं, तिच्या आशयाकडं खेचला जातो हे सौंदर्यशास्त्राचं चिंतन करताना माझ्या लक्षात आलं.

मानवी जीवनातील मूलभूत स्वरूपाचा आणि समाजजीवनातील विविध प्रकारचा

पण विशिष्ट आशय साहित्याला आत्मस्थानी लाभतो, तसंच त्याचं शरीर प्रमाणबद्ध असल्यानं, त्याचे सर्व घटकावयव वाट्टेल तसे न सुटल्यानं, अंगाबरोबर सघन आणि घट्ट असल्यानं, सर्वांगांनी संवाद, विरोध आणि समतोल राखणारे असल्यामुळं त्याला अंगभूत लय प्राप्त होते. संवेदनशील रसिकाच्या मनाला ते साहित्य अशा घाटदार शरीरामुळं प्रथम वाचनातच मोहवतं आणि आपल्या आत्मस्थानी असलेल्या सर्व आशयबळाचा अर्थपूर्ण प्रत्यय देतं. हे ज्याला कळलं त्यालाच साहित्याशी उत्तम मैत्री करता येते. साहित्याच्या आत्मस्थानी असलेल्या जीवनमूल्यांचा आणि सामाजिक-सांस्कृतिक मूल्यांच्या बळामुळं त्याचा संबंध एका बाजूनं मानवी, सामाजिक, सांस्कृतिक जीवनाशी प्रस्थापित होतो आणि शरीरस्थानी अवयवीभूत झालेल्या सौंदर्यात्म मूल्यांमुळं दुसऱ्या बाजूनं कलाक्षेत्राशी प्रस्थापित होतो. साहित्याला ही दोन्ही प्रकारची मूल्यं सांभाळावी लागतात. साहित्याचं हे अंतर्बाह्य स्वरूपाचं दुहेरी अस्तित्व निर्मात्या साहित्यिकाच्याच लक्षात आलं नाही तर ही मैत्री अयशस्वी ठरते. त्यातूनच अंतिमत: साहित्यिकाला निराशा येण्याची शक्यता असते. साहित्याशी केलेली मैत्री ही सर्वार्थानं आपल्या मुलाशी केलेल्या मैत्रीसारखी असते.

सारांश, माझ्या जीवनाबरोबर आणि मनाबरोबर माझं साहित्य वाढलं, जगण्यामागची एकच एक प्रेरणा ठामपणे अशी सांगता येत नाही. त्यामागं एकाच वेळी अनेक प्रेरणा सुप्त किंवा जागृत स्वरूपात कार्य करीत असतात. त्यांतील काही आपणास माहीत होतात, काही जीवनभर अज्ञातही राहू शकतात. शिवाय जगण्याच्या प्रदीर्घ प्रवासात या प्रेरणा बदलूही शकतात किंवा विकासही पावू शकतात. जगणं हा प्रवाह आहे. तो वाहत राहणार. अशा वाहत्या प्रवाहाविषयी स्थिर स्वरूपाची विधानं केली तरी ती शास्त्रीय सत्यासारखी घेता येत नाहीत. मथितार्थानं किंवा तात्पर्यार्थानं ती स्वीकारावी लागतात. जीवनाचं हे झुंबर एका जागीच आहे असं वाटत असलं तरी ते पृथ्वीसारखं स्वत:भोवती सतत फिरत असतं आणि दिवसाच्या वेगवेगळ्या वेळच्या वेगवेगळ्या प्रमाणाच्या प्रकाशात त्या एकाचीच वेगवेगळी व्यक्तिमत्त्वं दिसतात, तरीही ते स्थिर मानून त्याच्याविषयी आपण काही निष्कर्ष काढू शकतो.

जीवनाबरोबर मन हेही प्रवास करत असतं. त्याची तर मूळ प्रकृती चंचल. सतत पुढं चालणारं, संज्ञेच्या पाण्याचा सतत खळाळत वाहणारा तो प्रवाह. या प्रवाहात दोन्ही काठांवर पसरलेल्या आणि ऋतुमानाप्रमाणं त्यातही बदल होणाऱ्या जीवनाची पडणारी हलती प्रतिबिंबं. यातील कोणतं प्रतिबिंब खरं मानायचं, कोणतं खोटं मानायचं, कोणकोणत्या प्रतिबिंबांच्या आधरे त्या जीवनाविषयीचे आणि मनाविषयीचे निष्कर्ष काढावयाचे? अशा जीवनाचा आणि अशा मनाचा वेळोवेळीचा आविष्कार म्हणजे माझं साहित्य. म्हणून त्याच्याविषयी निष्कर्षात्मक बोलता येणं खरोखर कठीण.

या सनातन पिंपळवृक्षाची म्हणजे अश्वत्थाची सळसळती पानं मोजण्याचा हास्यास्पद प्रयत्न आपण करतो. याचं खोड वरवर जाताना त्याला अनेक फांद्या फुटतात. या फांद्यांना फांद्या, त्या फांद्यांना आणखी फांद्या, आणखी फांद्यांना आणखी आणखी फांद्या फुटलेल्या असतात. पानं हलती असतात. पानांमागं पानं दडलेली असतात. पुढं पुढं फांद्यांचे शेंडे एकमेकांत मिसळून पानांचं गचपण झालेलं असतं. पानांची संख्या असंख्य असंख्य असते. आपल्याजवळ तेवढे आकडेही नसतात. शिवाय दिसतील तेवढीच आणि मोजता येतील तेवढीच पानं आपण मोजण्याचा प्रयत्न करतो. तरीही ती मोजता येत नाहीत. कारण आजची पानं उद्या नसतात. त्यांतील काही गळलेली असतात. काही नवी फुटलेली असतात. पैलूंसारख्या नव्या फांद्याही शेंड्यावर फुटलेल्या असतात. तरीही वृक्ष तोच आहे असं आपण मानतो. तो आपल्या कुवतीचा प्रश्न असतो.

...शेवटी त्याचं आपण एक रेखाचित्र काढून मोकळे होतो. हे चित्र कधीही वास्तव नसतं. वास्तवाचा तो एक आभास असतो. मी काढलेल्या प्रस्तुत रेखाचित्राकडंही त्याच भावनेनं पाहावं.

◆

साहित्य अकादमी-पुरस्कार

१५ डिसेंबर १९९० चा शनिवार. दिवसभर मी लेखन करत घरीच होतो. पुणे विद्यापीठाच्या शैक्षणिक विभागाला या वर्षीची दिवाळी-सुट्टी दिवाळी संपल्यानंतर म्हणजे २१ नोव्हेंबर ते २० डिसेंबर अशी दिलेली होती. विद्यापीठाच्या परीक्षा काही कारणांमुळं उशिरा सुरू झाल्या होत्या. पहिलं सत्रही उशिरा सुरू झालं होतं. हे सत्र संपायला उशीर लागला. म्हणून सुटीही उशिरा.

संध्याकाळची चारची वेळ. आमचे शेजारी श्री. सुरेश नवरे यांच्या घरी मंदावहिनींनी मला फोन आल्याचं सांगितलं.

मी धावत गेलो. दैनिक पुणे-सकाळचे संपादक माझे मित्र विजय कुवळेकर यांचा फोन होता. मी तो घेतला. ''हॅलोऽ मी आनंद यादव बोलतोय.''

''मी कुवळेकर.''

''बोला.''

''पेढे काढा.''

''कसले पेढे?''

'''झोंबी'ला साहित्य अकादमीचा पुरस्कार मिळाला आहे.''

कुवळेकरांनी असं म्हटल्याबरोबर मला अतिशय आनंद झाला पण मी त्यांना शांतपणे म्हणालो, ''तुम्हाला ही बातमी पी.टी.आय.वरून कळली का?''

''नाही. ती जरा उशिरा म्हणजे साडेसहाच्या सुमारास येईल पण आत्ताच मला दिल्लीहून फोन आलाय. फोन असला तरी बातमी निश्चितच आहे.''

मी कुवळेकरांच्या जवळ आनंद आणि कृतज्ञता व्यक्त केली. ''उद्या भेटतो. पेढेही घेऊन येतो.''

फोन खाली ठेवला.

आनंद झालाच पण शंकेची पाल पुन:पुन्हा चुकचुकत होती. गेली दोन वर्षं, 'झोंबी'ला हा पुरस्कार मिळणार असा अंदाज व्यक्त करणारी चर्चा साहित्यिक

मित्रांत, वाचक-स्नेह्यांत चालू होती पण ते आपुलकीचे रसग्रहणापोटी काढलेले गौरवोद्‌गार होते. वस्तुस्थिती वेगळी असू शकते. तशी ती असणं स्वाभाविकही असतं.

वस्तुस्थिती आणि अपेक्षा यांचा खो खोचा खेळ प्रत्येकाच्या मनात चालतो तसा माझ्याही मनात चालला होता. त्याचा पुष्कळसा सरावही आयुष्यात झालेला होता. या खेळात अपेक्षेनं पहिल्याच खेपेत वस्तुस्थितीची पाठ शिवली तर होणारा आनंद अत्युत्कट आणि निखळ असतो. त्याला तोड नसते. असा आनंद मला क्वचितच मिळाला असेल. प्रत्येक वेळेला वस्ताद वस्तुस्थिती हीच प्रभावी ठरे आणि अपेक्षेचं भाबडं घोडं दमून जाई. मी अपेक्षा सोडून देऊन स्वस्थ होई. मध्ये दीर्घ काळ निघून जाई. मग ध्यानीमनी नसताना अपेक्षेची पूर्ती होई. या परिपूर्तीचं स्वागत थंड आणि शांत चित्तानं होई. आनंद झालेला असे तो उशिरा का असेना पण ही प्रियश्री आपल्याकडं आली याचा. त्या वेळी काहीसा मी थकलेला असे. ठीक झालं असं वाटे. त्याचीही मग सवय होऊन जाते. तशी ती मलाही झालेली.

कमालीच्या अस्थिर वातावरणात हा पुरस्कार मिळाला होता... नोव्हेंबर १९८४ मध्ये इंदिरा गांधी पंतप्रधान असताना त्यांची हत्या झाली. त्या पंतप्रधान झाल्यापासून गेल्या चारपाच वर्षांत (१९८५ ते ९० मध्ये) तर देशातील आणि राज्यातील राजकीय वातावरण अनेक कारणांनी फारच गढूळ झालं होतं. अनेक प्रकारच्या उलथापालथी होत होत्या. राजकारण कोणत्या स्तराला जाऊन पोचणार याचा काहीच अंदाज करता येत नव्हता. त्याच परिणाम आर्थिक, सामाजिक, सांस्कृतिक, साहित्यिक वातावरणावर तीव्र स्वरूपात होत होता. सगळा भोवताल नासत चाललेला. त्यामुळं मन उदास आणि अंतर्मुख झालेलं... आपण आपल्या परीनं करीत राहावं. जीवनात चारित्र्य जपावं, नीतिमान राहावं, तोच आनंद आणि समाधान मानावं.

अशा वातावरणात कुणाला सुधारत, सांगत बसण्यात काहीच अर्थ नव्हता. गांधीजी, विनोबा, नेहरू, जयप्रकाश यांनी उभा केलेला उज्ज्वल इतिहासपट हा हा म्हणता फाडून फेकला गेला होता. लक्तरं डोळ्यादेखत बघत होतो. सगळं वातावरणच बेभरवशाचं झालं होतं.

अशी परिस्थिती असताना कुवळेकरांचा फोन आला, म्हणून त्यांना 'पी.टी.आय.ची बातमी अधिकृतपणे आली आहे का?' असं नकळत माझ्याकडून विचारलं गेलं. कदाचित कुणीतरी ती हूलही उठवली असण्याची शक्यता नाकारता येत नव्हती. पण बातमी शेवटी खरी ठरली.

संध्याकाळी सातच्या सुमारास 'सकाळ'चे प्रतिनिधी श्री. सुभाष नाईक हे येऊन माझ्या प्रतिक्रिया घेऊन गेले. पुण्यातील 'लोकसत्ते'च्या प्रतिनिधीनींही फोनवरून

स्वतंत्रपणे प्रतिक्रिया विचारल्या. त्यामुळंही माझी खात्री झाली.

१६ डिसेंबर १९९० रोजी रविवार होता. सर्वच वर्तमानपत्रांतून ही बातमी पहिल्या पानावर आली आणि तिच्यावर लेखी शिक्कामोर्तब झालं. मला अत्यानंद झाला. श्रीपाद जोशी यांनाही अनुवादाचा पुरस्कार मिळाला होता. रविवारी सकाळपासून घरी माणसांची रीघ लागली ती रात्री साडेदहापर्यंत. शेजारच्या घरीही माझ्यासाठी फोन सारखे वाजू लागले. माणसांना तिथंच हॉलमध्ये थांबवून फोन घेण्यासाठी माझी पळापळ सुरू झाली. (तोवर माझ्या घरी फोनही नव्हता. नंतर तो दोनतीन महिन्यांनी १९९१ मध्ये आला.)

१७ डिसेंबर १९९० रोजी सोमवारी सकाळी उठून मला कोल्हापूरला जायचं होतं. १७/१८/१९ असे तीन दिवसांचे कार्यक्रम मी त्या भागात जवळजवळ वीसएक दिवस अगोदर निश्चित करून बसलो होतो. दिनांक १७ ला कोल्हापुरात भास्करराव जाधव वाचनालयाच्या प्रत्येक वर्षी होणाऱ्या श्री. शाहू व्याख्यानमालेतर्फे 'तरुण सुशिक्षित पिढीच्या समस्या' या विषयावर व्याख्यान होतं. १८ रोजी सकाळी कागल येथील पूर्वीच्या माझ्या श्री. शाहू हायस्कूलचं वार्षिक स्नेहसंमेलन होतं. त्याचा प्रमुख पाहुणा म्हणून उपस्थित राहायचं होतं. त्यामागं ऋणमुक्तीची भावना होती. एकदीड दिवस कागलमध्ये मुक्काम करायचा होता. मला दिवाळी-सुट्टी दिवाळीनंतर लागल्यामुळं मी दिवाळीत कागलला जाऊ शकलो नव्हतो. सगळ्या बहिणींना आणि भाचीलाही कागलला बोलावलं होतं. १९ डिसेंबरला कोल्हापूरच्या शिवाजी विद्यापीठाच्या मराठी विभागात प्रपाठकपदासाठी उमेदवार प्राध्यापकांच्या मुलाखती घ्यावयाच्या होत्या. त्यासाठी दुपारी एकदीडच्या सुमाराला जायचं होतं.

असा कार्यक्रम ठरलेला असतानाच १६ डिसेंबर १९९० ला मराठी दैनिकांतून साहित्य अकादमीच्या पुरस्काराची बातमी प्रसिद्ध झाली नि माझ्या कोल्हापूरच्या मित्रांचा आणि कागल गावचा उत्साह उधाणला. श्री. अनिल मेहतांच्या पुस्तकांच्या दुकानीच अनेकांनी हारतुरे आणून अगोदरच गर्दी केलेली होती. १७ तारखेला तीन-साडेतीनच्या सुमाराला मी पुण्याहून कोल्हापूरला पोचलो तेव्हा या अनपेक्षित मित्रोत्साहाला मला सामोरं जावं लागलं. व्याख्यानाच्या ठिकाणीही सत्कार झाला. प्राचार्य म. दा. देशपांडे यांनी कौतुकाचं भाषण केलं.

१७ डिसेंबरच्या रात्री हॉटेल 'पर्ल'मध्ये अनिल मेहता यांनी श्री. रणजित देसाई यांच्या हस्ते माझा सत्कार करून छोटीशी पार्टी दिली. माझ्या आयुष्यातील १९९० सालाचा शेवट असा संस्मरणीय आणि अर्थपूर्ण ठरला.

सत्कारांचा श्रीगणेशा असा चोरपावलांनी सुरू झाला आणि पुढे १९९१ मधील पाचसहा महिने त्यांचा मुसळधार पाऊस माझ्यावर पडला. या पाच-सहा

महिन्यांत चाळीसभर सत्कार झाले. त्यांतून जनमानसात असलेल्या माझ्याविषयीच्या जाणिवा माझ्या मलाच स्पष्ट होत गेल्या. बहुतेक सत्कार शिक्षणसंस्था, साहित्यसंस्था, सहकारी साखर कारखान्यांच्या संस्था यांनी केले. यांतील काही सत्कार माझ्या कायमचे लक्षात राहून गेले.

रयत शिक्षणसंस्थेनं साताऱ्यात २६ जानेवारी १९९१ चा दिवस धरून त्या दिवशी सकाळी खास कार्यक्रम म्हणून सत्कार आयोजित केला होता. कार्यक्रमास दीडशे-दोनशेच्या आसपास रयतचे शिक्षक, अध्यापक, प्राध्यापक, कर्मचारी आणि पदाधिकारी उपस्थित होते. या संस्थेविषयी मला पूर्वीपासून आत्मीयता आहे. पश्चिम महाराष्ट्राच्या ग्रामीण भागात सामाजिक, सांस्कृतिक आणि शैक्षणिक क्षेत्रात या संस्थेचं मोठं कार्य आहे. या संस्थेनं आणि राजर्षी शाहू महाराजांच्या विविध शैक्षणिक उपक्रमांनी पश्चिम महाराष्ट्राच्या ग्रामीण भागात मराठी बुद्धिमत्ता पिकवली आहे. तिचे सर्वांगीण परिणाम मराठी समाजावर झालेले आहेत. पश्चिम महाराष्ट्राला राजकीय, सामाजिक, औद्योगिक, शैक्षणिक, सांस्कृतिक महत्त्व १९२५-३० पासून जे काही आलं आहे त्यातील सिंहाचा वाटा या मराठी बुद्धिमत्तेकडं जातो. रयत शिक्षणसंस्था ही सर्व अर्थांनी जगातील एक मोठी शिक्षणसंस्था आहे. अशा शिक्षणसंस्थेने वास्तविक स्वतंत्र 'रयत विद्यापीठाची' स्थापना करून आधुनिक ग्रामीण महाराष्ट्राच्या शैक्षणिक गरजांचा अभ्यास केला पाहिजे आणि त्या गरजा लक्षात घेऊन शिक्षणाची नवी मांडणी केली पाहिजे, अशी अपेक्षा माझ्या मनात १९७० पासून वाढीला लागली होती. याचं कारण महाराष्ट्राच्या शैक्षणिक धोरणातील शासनाचं अपयश हे आहे. सामान्य माणसाला केंद्रवर्ती मानून शिक्षणाची आखणी या देशाला अजूनही करता आली नाही. येथून पुढं तर ती होऊ शकेल असं देशाची नवी दिशा लक्षात घेता वाटत नाही. रयतेच्या विद्यापीठांनीच हा विचार करायला हवा. रयतेच्या प्राध्यापकांनी, पदाधिकारी मंडळींनी ही जबाबदारी ओळखावी अशी विनंती मी त्यांना एक शिक्षण-सेवक म्हणून सत्काराच्या उत्तराच्या भाषणातून केली. हे सर्व आपुलकीच्या भावनेपोटी भाषणातून बोललो. मला एवढीच संधी होती. कारण समोर रयत शिक्षणसंस्थेचं हृदय स्पंदन पावत बसलेलं मला दिसलं. पुन्हा ही माणसं एकत्र गाठता येणं कठीण होतं.

१९९१ फेब्रुवारीच्या ९ तारखेला प्रवरानगरच्या सहकारी साखर-कारखान्याचे खासदार श्री. बाळासाहेब विखे पाटील यांच्या हस्ते झालेला सत्कार असाच महत्त्वपूर्ण होता. स्वातंत्र्योत्तर काळात सहकारामुळं ग्रामीण विभागाचा कायापालट झाला. या कायापालटाचे अनेक विपरीत परिणाम ग्रामीण भागावर जसे झाले तसे काही चांगलेही झाले. असे चांगले परिणाम करणारी महाराष्ट्रात काही सहकार-केंद्रं आहेत. त्यांपैकी प्रवरानगर हे एक आहे. प्रवरानगरनं भोवतालच्या परिसराचा

औद्योगिक, सामाजिक, शैक्षणिक, सांस्कृतिक असा चांगलाच कायापालट केला आहे. विशेषत: राजकारणापेक्षा प्रवरानगरनं समाजाची ही क्षेत्रं महत्त्वाची मानली. भौतिक कायापालटापेक्षा भौतिकाला वाकवणारी मानवी बुद्धिमत्ता महत्त्वाची मानून ग्रामीण भागाचा शैक्षणिक विकास केला. निरनिराळ्या प्रकारचं शिक्षण देणाऱ्या शाखा-उपशाखा काढल्या. सांस्कृतिक विकास करण्यासाठी विविध उपक्रम दूरदृष्टी ठेवून आखले. या क्षेत्रात पुरस्कार ठेवले. विचारवंतांची व्याख्यानं वेळोवेळी ठेवली. साहित्यिकांना प्रोत्साहन दिलं.

अशा सहकार-केंद्रांविषयी मला नेहमीच आपुलकी वाटत आलेली आहे. त्यामुळंच बाळासाहेब विखे पाटील, यशवंतराव गडाख, नागनाथआण्णा नायकवडी, तात्यासाहेब कोरे, रत्नाप्पाण्णा कुंभार यांच्या सहकार-कार्याविषयी मला आदर आणि आपुलकी वाटत आलेली आहे. मला ही ग्रामीण विभागातील सामान्यांची आशास्थानं वाटतात. ग्रामीण विभागात सामाजिक, सांस्कृतिक जागृती व्हावी, या हेतूनं उपक्रम योजणारी, आस्था ठेवणारी, तसं कोणी करत असेल तर सक्रिय साहाय्य करणारी ही मंडळी आहेत. उद्याची आधुनिक ग्रामीण संस्कृती हीच केंद्रं घडवू शकतील असं मला मनापासून वाटतं. सहकारातून केवळ राजकारणाची उपज करणाऱ्या मंडळींविषयी मला आत्मीयता नाही. ही केवळ राजकारणी मंडळी ग्रामीण विभागाचा वरील अंगांनी विकास करतील असा भरवसाही वाटत नाही.

या सत्काराची स्मृती म्हणून बाळासाहेब विखे पाटील यांनी मानपत्र, फेटा आणि कृष्णार्जुन-रथाची रौप्यप्रतिमा मला भेट दिली.

ग्रामीण साहित्य परिषदेतर्फे औरंगाबादला 'झेंबी'वर परिसंवाद आणि सत्कार झाला. चळवळीतील माझ्या मित्रांनी अभिमानानं आणि आत्मीयतेनं केलेला हा आनंद-सोहळा होता. या चळवळीच्या निमित्तानं मला ग्रामीण महाराष्ट्र पाहता आला. ग्रामीण तरुण पिढीच्या मानसिक कोंडीचं स्वरूप अनुभवता आलं. हताश झालेल्या तरुण पिढीला प्रत्यक्ष जगण्यासाठी काहीतरी जोरकस आशावादी मानसिक आधार देण्याची गरज होती. 'अत्यंत प्रतिकूल परिस्थितीत शिक्षण घेऊनही नोकरी मिळत नसेल तर ते शिक्षण घ्याच कशाला? त्यासाठी आयुष्यातील वर्षं आणि पैसा वाया घालवाच कशाला' असा प्रश्न तरुण कोवळ्या मनांना पडत होता. या प्रश्नाचं उत्तर त्यांना पटेल अशा भाषेत देण्याची गरज होती. 'शिक्षणाचं महत्त्व केवळ 'नोकरी'साठी नसून स्वत: शहाणं होण्यासाठी, व्यक्तिमत्त्वातील विविध गुणांचा विकास करण्यासाठी आहे. त्यामुळं सुजाणपणे, समजूतदारपणे, वस्तुनिष्ठपणे जीवनाचा आणि त्यातील प्रश्नांचा विचार करता येतो आणि ते सोडवता येतात. म्हणून कितीही प्रतिकूल परिस्थिती असली, घरी, दारी, समाजात प्रत्यक्ष-अप्रत्यक्ष विरोध असला तरी शिक्षण हे घेतलंच पाहिजे' असे विचार तरुण पिढीसमोर मांडण्याची गरज होती.

योगायोगानं मी स्वत:च या परिस्थितीतून गेलो होतो. ग्रामीण साहित्याच्या चळवळीकडं वळलो होतो. आता ही चळवळच मला माझे अनुभव लिहायला प्रवृत्त करत होती. संघर्षाचा एक नमुना तरुण पिढीसमोर ठेवायला सांगत होती. त्यातूनच 'झोंबी'ची निर्मिती झाली. तिला भारतीय पातळीवरील साहित्य अकादमीचा पुरस्कारही मिळाला.

ग्रामीण साहित्य चळवळीला हे श्रेय 'झोंबी'च्या निमित्तानं मिळालं असं मित्रांना वाटत होतं. गेली बारा-तेरा वर्षं आम्ही सर्व जण चळवळीचं कार्य संघटितपणे एकजीव होऊन करत होतो. त्यातून परस्परांविषयी एक आत्मीयता निर्माण झाली होती. त्यामुळं स्वाभाविकपणेच हा सत्कार हृद्य झाला.

कार्यक्रमाच्या वेगळेपणामुळंही तो लक्षात राहिला. सकाळी नऊ वाजता त्यांनी 'झोंबी'वर परिसंवाद ठेवला होता. सायंकाळी माझी 'झोंबी'वर विस्तृत मुलाखत झाली. ज्या पुस्तकाला पुरस्कार मिळाला त्याचे अंतरंग त्यामुळे सर्वांना कळले. केवळ सत्कार, गौरव यांचीही समाजात प्रेम आणि कृतज्ञता व्यक्त करण्यासाठी गरज असते. पण 'झोंबी'वर लक्ष केंद्रित करण्याचं औचित्य औरंगाबादच्या मित्रांनी साधलं. म्हणून तो कार्यक्रम विशेष लक्षात राहिला.

माझ्याकडून कधीही विसरला जाणार नाही तो माझ्या गावानं केलेला माझा सत्कार. १६ डिसेंबर १९९० ला बातमी प्रसिद्ध झाली आणि मी कोल्हापुरातील कार्यक्रम उरकून १७ ला रात्री उशिरा कागलला जाऊन पोचलो.

दिनांक १८ डिसेंबर १९९० च्या सकाळी साडेनऊ ते रात्री साडेआठपर्यंत घरीदारी गर्दी उसळली. श्री. शाहू हायस्कूल, माने महाविद्यालय, कागल हायस्कूल या तिन्ही ठिकाणी सत्कार झाले. वक्त्यांच्या उत्साहाला उधाण आलं होतं. 'पूर्वी आम्ही गोपाळ कृष्ण गोखल्यांचं कागल, राजर्षी शाहू महाराजांचं कागल असं कुठं बाहेरगावी गेलो तर सांगत होतो. आता आम्ही 'आनंद यादवांचं कागल' असं भारतात कुठंही गेलो तरी सांगू,' असा अतिशयोक्तीचा सूर आयोजकांनी लावला होता. त्या सुरामागील प्रेम आणि जिव्हाळा मला समजत होता.

या तिन्ही ठिकाणच्या सत्कारांना सलग एकाच सत्काराचं दीर्घ रूप प्राप्त झालं होतं. मोठी गर्दी उसळली होती. तिन्ही ठिकाणच्या वेळा तशा ठरल्या होत्या. पण मानवी उत्साहाला वेळेचं भान नसतं याचा प्रत्यय आला. एके ठिकाणचा सत्कार झाला की दुसऱ्या ठिकाणी गाडी जाई. गाडीमागोमाग तरुण मंडळींची गर्दी धावत दुसऱ्या ठिकाणी येई. शिवाय मूळची त्या त्या ठिकाणची गर्दी वाट बघत असे ती वेगळीच. गावभर उत्साहाचं वातावरण हिंदकळताना दिसत होतं. या उत्साहाचं रूप पूर्वी मला कधीच अनुभवाला न आलेलं आणि ज्याची कल्पनाही करता येणार नाही असं पूर्णपणे अनोखं होतं.

ज्या मातीत 'झोंबी' घडली ती माती, ज्या माणसांच्या साक्षीनं झोंबी झाली ती

माणसं, ज्या शाळा-हायस्कूलमध्ये ती घडली त्या शाळा-हायस्कूल्सचे विद्यार्थी, ज्या शिक्षकांच्या प्रोत्साहक उपस्थितीत ती चालू झाली ते शिक्षक, ज्या गावच्या घरांनी दारात, गल्लीत येऊन पाहिली ती घरं-दारं, गल्ल्या, 'झोंबी'ची नायिका असलेली माझी आई, 'झोंबी'तील इतर पात्रं असलेली माझी भावंडं, 'झोंबी'चा परिसर सगळे सगळे तिथं वय विसरून प्रत्यक्ष हजर होते. 'झोंबी' जिवंत होऊन वावरत होती. 'झोंबी'तील सर्व जिवंत घटकांचं, वातावरणासह संमेलन भरलं होतं. 'झोंबी'तील पात्रं आपणच आपला सोहळा साजरा करत आहेत, अशी चैतन्यमय स्थिती झालेली. उत्स्फूर्त भावकल्लोळांची ती झोंबी-देवीची धुंद स्थानिक जत्रा चालली होती. सगळ्या गावाच्या अंगात देवी संचारली होती. मी तिच्यात आपोआप बळी जाईन की काय असं वाटू लागलं होतं. अंगावर काट्यांचं जंगल आणणारा तो घोर अनुभव होता; उग्र, भयानक तरी दिव्य-भव्य वाटणारा, मला गर्भगळीत करून टाकणारा. भूत आणि वर्तमान, सुख आणि दुःखं, वास्तव आणि मनोमय, अर्धवट जागृती, अर्धवट सुप्ती यांचं एकजीव रसायन पिऊन मला तिर्यक समाधीतील धुंद अवस्था प्राप्त झाली होती. मी झोपेत आहे की जागा आहे काहीच कळेनासं झालं होतं. अशा माझ्या मनःस्थितीचा अनुभव मला पूर्वी कधीही आला नव्हता. आजही तो आठवताना मला त्याची भीती वाटते. पुन्हा तो कधी येऊ नये, मला तो झेपणार नाही. मी मरेन किंवा वेडा होऊन जाईन असं वाटतं.

हा सोहळा डिसेंबर १९९० मध्ये झाला. पुन्हा दोन-तीन सत्कार १९९१ जानेवारीच्या २७-२८ तारखांना कागलमध्येच झाले. ब्राह्मण-सभेनं एक छोटा सत्कार आयोजित केला होता. हायस्कूलमधील माझे इंग्रजीचे अध्यापक प्र. ना. जोशी यांनी पुढाकार घेऊन तो आयोजित केलेला. घरगुती पद्धतीनं सगळ्यांशी एका हॉलमध्ये गप्पा मारता आल्या.

रात्री आणखी एक अतिशय हृद्य सत्कार सणगर समाजातर्फे झाला. घोंगडी विणणारा आणि गावोगाव जाऊन ती विकणारा सणगर समाज. हा एक मागासवर्गीय समाज आहे. माझे चित्रकलेचे प्राथमिक शिक्षक असलेले ज्ञानदेव बाळकृष्ण सणगर हे याच समाजातले. त्यांना माझ्याविषयी सतत अभिमान वाटत आलेला. गावी कधीही गेलो की त्यांच्याकडं जाऊन आल्याशिवाय मला चैन पडत नसे. ते निवृत्त झालेले तरी घोंगडी विकण्याचा व्यवसाय अजूनही करतच होते.

गावात सणगर समाजाची छोटीशी गल्ली आहे. तिला लागूनच आमच्या गणगोतांची चार-पाच घरं आहेत. या गल्लीला सणगर गल्ली म्हणूनच ओळखलं जातं. या गल्लीतल्या सणगर समाजातच मी लहानाचा मोठा झालो. खेळलो. या समाजातील अनेक मित्र मला बालपणापासून लाभलेले. लग्नसमारंभ, मयत-मर्तिक, घरगुती मोल-मदत, उसनंपासनं या समाजाचं आम्हाला सतत मिळत

आलं. या समाजाची सगळी घरं मला लहानपणी संपूर्ण मोकळी होती.

मला पुरस्कार मिळाल्यावर या समाजाला माझा फार मोठा अभिमान वाटला. यशवंत सणगर, सणगर मास्तर, बाबू सणगर, धनगर समाजातील तरुण कार्यकर्ते शिवाजी माळकर यांनी माझ्या कौतुकाची भाषणं केली. मला एक उत्तम घोंगडं भेट म्हणून दिलं. अजूनही या घोंगड्याचं मोल मला अमोल वाटतं. घोंगड्याशी माझा संबंध माझ्या जन्मापासूनचा आहे. माझ्या बहुतेक सत्कारांत मला शाल मिळे; पण गल्लीत शाल वापरणारं कुणी प्रतिष्ठित आणि सुशिक्षित कुटुंब नाही. घोंगडी वापरणारी घरं मात्र सगळीच आहेत. मला या समाजानं शाल दिली असती तर आवडलं नसतं. ते आपल्यापासून मला वेगळं काढताहेत असं वाटलं असतं. घोंगडं दिल्यामुळं मला त्यांनी आपल्यातलाच एक मानून आपल्यात सामावून घेतल्याचा आनंद झाला. हळूहळू गल्लीपासून आणि या माणसांपासून मी शरीरानं दूरदूर चाललो होतो. पण मनानं या माणसांतच होतो याची त्यांनी घरगुती पावती दिली.

हा समाज खूप गरीब आहे. कष्टाळू आहे. सकाळी सहा वाजता उठून कामाला लागतो ते संध्याकाळी सहा-सातपर्यंत कष्टाची कामं करतो. पोटाला भाकरी मिळवतो. कुणाच्या अध्यात नाही का मध्यात नाही. अशा समाजानं मला दोनशे रुपयांच्या आसपासचं घोंगडं वर्गणी काढून देणं हे त्याला परवडण्यासारखं नाही. तरीही त्यानं आत्मीयतेपोटी ते मला दिलं. मी गहिवरून गेलो. याच समाजानं मला १९५५ साली रत्नागिरीला शिक्षणासाठी जात असताना चार-चार आणे वर्गणी काढून जमेल तेवढी मदत केली होती.

२८ जानेवारी १९९१ ला संध्याकाळी कागल नगर परिषदेतर्फे माझा आणि आईचा सत्कार ठेवला होता. निमंत्रण-पत्रिका काढल्या होत्या. गावात जागोजागी मोक्याच्या ठिकाणी कार्यक्रमाचे बोर्ड लावले होते. नगर परिषदेसमोरच्या छोट्या प्रांगणात हा सत्कार होता. प्रांगण गच्च भरून गेलेलं. माणसं दाटी करून रस्त्यावर मागच्या बाजूला उभी राहिलेली.

कागलवर मनापासून प्रेम करणारे आणि कागलचं मनापासून ज्यांच्यावर प्रेम आहे असे राजे विक्रमसिंह घाटगे यांच्या अध्यक्षतेखाली हा सत्कार होता. कागल ही घाटगे घराण्याची जहागीर होती. नंतर तिचं संस्थान झालं. राजर्षी शाहूमहाराज हे कागलच्या घाटगे घराण्यातीलच. ते कोल्हापूरला दत्तक गेले. राजर्षींचे विक्रमसिंह हे चुलत नातू. अतिशय सुसंस्कृत व्यक्तिमत्त्व. समाजासाठी काही करण्याची मनापासूनची ओढ. हा वारसा त्यांनी राजर्षींकडून घेतलेला. साहित्यावर आणि गुणी माणसांवर मनापासून प्रेम करणारे. 'झोंबी'ला अकादमी पुरस्कार मिळायच्या दहा-अकरा महिने अगोदर (१३ फेब्रुवारी १९९० रोजी) 'झोंबी' वाचून प्रत्यक्ष भेटण्यासाठी

पुण्याला आले.

ज्या राजर्षींनी कागलला नाना प्रकारच्या सुविधा उपलब्ध करून दिल्यामुळं माझ्यासारख्या शेतकऱ्याच्या पोराला शिकता आलं, त्या राजर्षींचा प्रत्यक्ष नातू आपल्या घरी 'झोंबी'चा वाचक या नात्यानं कोल्हापुराहून पुण्यास येतो आहे त्या कल्पनेनंच मला आनंद झाला.

राजघराण्यातील व्यक्तींच्या केवळ दर्शनासाठी लहानपणी तहानभूक विसरून मी कागलचं दैवत असलेल्या गैबीच्या वाटेवर दोन-दोन तास तिष्ठत उभा असे. उरुसाच्या निमित्तानं राजे बाळ महाराज आणि त्यांचा परिवार गैबीचं दर्शन घेण्यासाठी येत असे. सगळं गाव त्यांना पाहण्यासाठी रस्त्याच्या दोन्ही बाजूंनी गर्दीनं उभं राही. आम्ही पोरं गर्दीत चेंगरली जात असू. लहान असल्यामुळं मोठ्या माणसांच्या मागून दर्शन घडायचं नाही. मग पुढं जाण्यासाठी धडपडत असू. तर मोठी माणसं मागं ढकलून देत. अशी केविलवाणी अवस्था होत होती. चुटपुटतं दर्शन होई. तेवढ्यानंच 'धन्य झालो' असं वाटे. १९५० पर्यंतच्या काळात गावची श्रद्धा या घराण्यावर फार मोठी होती. पुढं लोकशाही आली.

या पार्श्वभूमीवर राजे विक्रमसिंह घाटगे घरी आले होते. माझ्या जीवनातील नाट्यमय प्रवास आठवून ते भारावून गेले होते. "प्राध्यापक आनंदराव, राजर्षी छत्रपती शाहू महाराजांनी आपल्या कर्तृत्वानं महाराष्ट्रात प्रचंड लौकिक मिळवला त्याला तुलना नाही. त्यामुळं महाराष्ट्राला कागलचं नाव माहीत झालं पण तुमच्या 'झोंबी'नं कागलचं नाव महाराष्ट्राच्या बाहेर जगाच्या कोनाकोपऱ्यात जात आहे. या पुस्तकाची अनेक भाषांत आता भाषांतरं होतील. कागलच्या मातीचा गंध जगातील लोकांना मोहून टाकील अशा योग्यतेचं तुमचं पुस्तक आहे."

...माझे डोळे डबडबून आले. त्या क्षणी तरी झोंबीच्या लेखनाचं पुरेपूर सार्थक झालं असं वाटलं.

२८ जानेवारी १९९१ ला त्यांनी आयोजित केलेल्या सत्काराला मी आनंदानं गेलो. भरघोस कार्यक्रम झाला. हा कार्यक्रम सामाजिक, सांस्कृतिक हेतूंनी ठेवला होता. त्यामुळं सगळ्या राजकीय पक्षांतील लोक आले होते. सर्व क्षेत्रांतील प्रतिष्ठित मंडळी उपस्थित होती. मान्यवरांची भाषणं झाली. शेवटी विक्रमसिंह घाटगे यांचं अध्यक्षीय भाषण झाल्यावर मी बोललो...

...कागल गावानं माझ्यावर खूप प्रेम केलं होतं. त्यामुळं माझ्या मनात गावाविषयी निरशा दुधाच्या सायीसारखा दाटदाट कृतज्ञताभाव भरून आला होता. म्हणून कागल गाव, तेथील कर्तृत्ववान भली माणसं, साहित्यिक, कलावंत, कवी, चित्रकार, सिनेनिर्माते, चित्रपटक्षेत्रातील स्त्री-पुरुष कलावंत, कुस्त्या करणारे पहिलवान, गावच्या कुस्त्यांचे फड, गाड्यांच्या शर्यती, बकऱ्यांच्या टकरी यांच्या आठवणी

मनात दाटून आल्या होत्या. कितीतरी मोठी परंपरा कागलच्या मातीला आहे याची मला जाणीव होती. त्यांच्यापुढं मी काहीच नव्हतो. मात्र ही परंपरा जागवण्याचा माझ्या दृष्टीनं मी प्रयत्न केला होता. - हा आशय येईल असं काही बोललो.

दुसऱ्या दिवशी म्हणजे २९ जानेवारी १९९१ च्या सकाळी घरी येऊन मित्र आणि लोक झालेल्या कार्यक्रमाचं तोंड भरून कौतुक करू लागले. त्यांच्या दृष्टीनं तो अपूर्व कार्यक्रम होता... कागलात आतापर्यंत गावपातळीवर राजकीय पक्षांच्याच सभा आणि कार्यक्रम होत असत. सांस्कृतिक, सामाजिक कार्यक्रम होत नसत असं नाही पण त्यांचं स्वरूप गल्लीपुरतं, एखाद्या हॉलपुरतं किंवा शाळा-कॉलेजपुरतं मर्यादित असे. त्यांना संपूर्ण गावाचं व्यापकपण प्राप्त झालेलं नसे. म्हणून हा कार्यक्रम त्यांना मोठा वाटला. बालपणी गल्लीत, शाळेत, गावात असलेले माझे मित्र, मला मदत करणारे संबंधित, प्रतिष्ठित नागरिक हे सर्व जीवनाच्या विविध क्षेत्रांत विखुरले होते. या सर्वांना माझ्याविषयी, माझ्या साहित्याविषयी आपुलकी, आत्मभाव होता. त्यामुळं गर्दीला मोठी हृद्यता प्राप्त झाली होती. लोक नि:शब्द, अचल, डोळे खिळवून चित्रासारखे उभे राहिलेले मी पाहत होतो. उदंड होत होतो.

गावाच्या कार्यक्रमाला हृद्यता होती, तर दिल्लीच्या कार्यक्रमाला भव्यता होती. या समारंभानिमित्त मी प्रथमच दिल्लीला जात होतो. कार्यक्रमाच्या आदल्या आणि नंतरच्या दिवशी दिल्ली पाहून घेतली. दिल्लीला मी, माझी कन्या कीर्ती आणि माझे मित्र-प्रकाशक अनिल मेहता असे तिघं जण गेलो होतो. मेहतांनी कामानिमित्तानं पुष्कळ वेळा दिल्ली पाहिली होती. या वेळी ते कार्यक्रमासाठी आणि इतरही काही कामं करण्यासाठी आमच्याबरोबर आले होते. मी आणि कीर्ती दिल्ली बघण्यासाठी बाहेर पडत होतो आणि मेहता आपल्या कामांसाठी जात होते.

मुंबईच्या तुलनेनं नवी दिल्ली विस्तीर्ण आहे. रस्ते रुंद आहेत. निसर्गाचा उपयोग करून घेतलेला आहे. गगनचुंबी इमारतींची गर्दी नाही. जुने अवशेष सांभाळलेले आहेत. नव्या सरकारी वास्तू भव्य आहेत; पण रस्त्यावरचे विविध प्रकारचे मांडलेले बाजार आणि सामान्य जनतेच्या रूपानं तिथं वावरणारं दारिद्र्य, लाचारी बघून मनाला चटके बसत होते. माझा देश गरीब लोकांचा आहे. त्यांच्यासाठी मनापासून काहीच केलं जात नाही, याची जाणीव तिथंही तीव्रतेनं होत होती. जगातील श्रीमंत देशातील लोक भारताच्या राजधानीत सतत जात-येत असतात. त्यांच्या स्वागताचा शाही डौल दूरदर्शनवर मी सतत पाहतो पण ही भारतीय लोकशाहीतील केविलवाणी जनता या परदेशी लोकांच्या नजरेस पडत असेल. ते आपल्या मनाशी भारताविषयी काही खूणगाठी मारत असतील, या कल्पनेनं अतिशय वाईट वाटत होतं. मन राजकारणाविषयी जास्तच उदास होत होतं.

विमान-प्रवासही प्रथमच घडत होता. लहान मुलाच्या जिज्ञासेनं विमानातून खाली सतत पाहत होतो. विमान पुरेसं उंचावरून प्रवास करताना पृथ्वीपासून आपण अलग झालेले आहोत, याची जाणीव एका बाजूला हुरहुर लावत होती आणि दुसऱ्या बाजूनं आनंददायक वाटत होती. झाडं, वनस्पती, दऱ्याखोरी, डोंगर-पर्वत, इमारती, पर्यावरण यांनी पृथ्वी नटल्यासारखी दिसत होती, तिच्या अंगाखांद्यावरचे ते दागिने शोभून दिसत होते. पृथ्वीला वसुंधरा का म्हणतात हे आकाशातून पाहिल्यावर ते किती सार्थ आहे हे प्रथम कळलं. समाजातील गलबला, संघर्ष, हेवेदावे, खून-मारामाऱ्या, दारिद्र्य-उपासमार हे मनातून पार नष्ट झालं होतं. ती जळमटं अतिक्षुद्र वाटत होती. त्यापेक्षा माझी पृथ्वी किती सुंदर, सर्व तारे-तारका, ग्रह-उपग्रह यांच्यापेक्षा वेगळ्या व्यक्तिमत्त्वाची आहे, असा विचार मनात कारंजत होता. माझी वसुंधरा, माझी माती; म्हणून मला विराट विश्वाच्या पसाऱ्याच्या पार्श्वभूमीवर तिचा अभिमान वाटत होता. तिच्या भोवतीच्या विविध आकारांतील ढगांनी अंगाखांद्यावर निरनिराळ्या देखण्या रंगांची आरास मांडली होती. या मायमाउलीभोवती एक तरी प्रदक्षिणा पूर्ण व्हावी, तोवर विमान खाली उतरूच नये असं वाटत होतं. मन दाट उत्कट आनंदात तरंगत होतं. त्यात दुसरंतिसरं काहीही येत नव्हतं. सरकारी खर्चानं हा प्रवास होत असल्यामुळं माझी मध्यमवर्गीय भरारी विमानाच्याही पुढं चालली होती. जीव स्वच्छ, निर्मळ, निळ्याभोर आकाशी आनंदात डुंबत होता.

भारतीय साहित्य अकादमीतर्फे दिल्लीला होणारा हा समारंभ १७ ते २० फेब्रुवारी १९९१ असा चार दिवसांचा होता. दि. १७ ला १९९० च्या साहित्य अकादमी पुरस्कार-प्राप्त पुस्तकांचं प्रदर्शन आणि अकादमीचे अध्यक्ष बीरेंद्रकुमार भट्टाचार्य यांचं स्वागतपर अध्यक्षीय भाषण, दि. १८ ला प्रसिद्ध मराठी कवी व समीक्षक विंदा करंदीकर यांचं साहित्य-कलेचं अनन्यसाधारण महत्त्व सांगणारं सांवत्सरिक भाषण, दि. १९ ला पुरस्कार प्रदानाचा गाभ्याचा आणि महत्त्वाचा समारंभ आणि दि. २० ला पुरस्कारप्राप्त साहित्यिकांचं संमेलन व त्यांची स्वतःच्या पुरस्कारप्राप्त साहित्यकृतींचा परिचय करून देणारी भाषणं असे कार्यक्रम होते.

या विविध कार्यक्रमांच्या निमित्तानं साहित्यिक एकमेकांना भेटत होते, परिचय करून घेत होते पण एकमेकांच्या भाषांतील साहित्य समजून घेणं किंवा समजून देणं ही प्रक्रिया नीटशी होऊ शकत नव्हती. त्या वातावरणात आणि कार्यक्रमात औपचारिक प्रसन्नता, तात्कालिक गाठीभेटी एवढंच शक्य आणि उचित होतं. त्याचा एकूण सांस्कृतिक डौल मोडून सखोल चर्चा किंवा वाद करू नयेत, केवळ गौरवात्मक प्रतिक्रिया व्यक्त करावी एवढंच बहुतेकांना वाटत होतं. दि. २० ला झालेल्या कार्यक्रमातील साहित्यिक भाषणं ठीक वाटली. भट्टाचार्यांचं अध्यक्षीय

भाषण भारतीय व्यापक पातळीवर साहित्यविषयक हालचाली कोणत्या स्वरूपाच्या सुरू आहेत याची माहिती देणारं होतं, तर करंदीकरांचं साहित्यकलेचं मानवी जीवनातील महत्त्व सांगणारं भाषण भेदक दृष्टीचं होतं.

१९ फेब्रुवारी १९९१ रोजी प्रमुख समारंभ झाला. भारतीय पातळीवरचा हा सोहळा होता. बावीस भारतीय भाषांतील बावीस पुरस्कारविजेते साहित्यिक आणि त्यांचे संबंधित आले होते. दिल्लीतील अनेक निमंत्रित हिंदी साहित्यिकही उपस्थित होते. दूरदर्शन-आकाशवाणीचं युनिटही आलं होतं.

पुरस्कार मिळालेल्या साहित्यिकाला व्यासपीठावर प्रथम बोलावलं जात होतं. त्याला बसण्यासाठी खास वेगळी खुर्ची सर्वांच्या लक्षात येईल, वेगळेपणानं उठून दिसेल अशा रीतीनं ठेवलेली होती. तिच्यावर साहित्यिकाला बसण्यास सांगितलं जात होतं. त्याच्या साहित्याचा व त्याचा विस्तृत गौरवात्मक परिचय करून दिला जात होता. नंतर हार घालून सत्कार व पुरस्कार प्रदान केला जात होता.

भारतीय साहित्याचे सन्मान्य प्रतिनिधी इथं आलेले आहेत याची जाणीव सर्व निमंत्रितांना होती. त्यामुळं त्या कार्यक्रमाला गांभीर्य आणि प्रौढता प्राप्त झाली होती. सर्व जण जिथल्या तिथं एका जागी स्थिर बसलेले होते आणि त्यांच्यात नि:शब्द शांतता होती.

कार्यक्रम संपल्यानंतर चहापान होतं. त्यात सर्वांचा परस्पर परिचय करून घेताना कळलं की भारतीय साहित्यक्षेत्रातील रथी-महारथी तिथं आलेले आहेत. हा माझ्या आयुष्यातील तोपर्यंतचा सर्वोच्च वाङ्मयीन सन्मान होता. या श्रेष्ठ रथी-महारथींच्या साक्षीनं आपण भारतीय पातळीवर सन्मानित होत आहोत या जाणिवेनं मी समाधान पावत होतो आणि कुठल्या तरी अज्ञात कारणानं गंभीर होत होतो.

भारतीय साहित्य अकादमीचा पुरस्कार हा सन्मान नसून भारतीय साहित्य-संस्कृतीनं माझ्या साहित्याला दिलेली ती साहित्य-कार्याविषयीची राष्ट्रमान्य पावती होती. साहित्य-निर्मितीचा विचार आणखी व्यापकतम पातळीवर केला पाहिजे, असं ती मला सुचवीत होती. मी ती विशेषतर जबाबदारी श्रद्धापूर्वक मनोमन स्वीकारत होतो. 'समारंभ' या संस्कृत शब्दाचा नीट अर्थ मला बसल्या बसल्या त्याक्षणी प्रथमच कळत होता. तो सोहळा नसतो संस्कार असतो, असं ते वातावरण मला धीरगंभीरपणे सांगत होतं.

साहित्यविषयक कृतार्थ भावनेनं मी पुण्याला परतलो.

'झोंबी'ला एकूण सात-आठ पुरस्कार मिळाले. साहित्य अकादमीचा पुरस्कार या अनुक्रमात पाचवा होता. सांगण्याचा हेतू असा की, 'झोंबी' अनेक कारणांनी लोकप्रिय झाल्यानं जनमानसात माझ्या समारंभाचा उत्साह ओसंडत होता. १५

डिसेंबर १९९० ते १५ मे १९९१ या सहा महिन्यांत महाराष्ट्रभर सत्कारांचे अनेक कार्यक्रम झाले.

याला पूरक आणखी एक गमतीचं कारण झालं. जानेवारी-फेब्रुवारी हे दोन महिने महाराष्ट्रात विशेषत: पश्चिम आणि मध्य महाराष्ट्रात शाळा-कॉलेजांमध्ये वार्षिक स्नेहसंमेलनांचे दिवस म्हणून ओळखले जातात. हे हेरून ग्रामीण विभागातील महाविद्यालयांनी मराठी चतुराई केली. 'तुमचा आम्हाला सत्कार करावयाचा आहे. स्नेहसंमेलनाचे प्रमुख पाहुणे म्हणून तुम्ही आम्हाला हवे आहात. तुम्ही कोणतीही तारीख द्या. ती आम्हाला मान्य असेल,' अशा मागण्या सुरू झाल्या.

आताशा मी गैरसोईचे किंवा दगदगीचे होतात म्हणून स्नेहसंमेलनांच्या कार्यक्रमांना नकार देत होतो पण आता स्नेहाचे, आपुलकीचे प्रतीक मानल्या गेलेल्या सत्काराला कसा नकार द्यायचा हे मला कळेना. नकार देणं म्हणजे त्यांचा औपचारिकरीत्या अपमान करणं असं वाटू लागलं. म्हणून मी तारखांची जुळवाजुळव करून सत्कार-संमेलनं यांना या वेळी गेलो.

त्यामुळं सतत प्रवास करणं भाग पडू लागलं. अनियमित जेवण, पथ्यपाणी सांभाळता न येणं, प्रवासात व कार्यक्रमाच्या वेळी खुर्चीवर सतत झालेल्या बैठेपणामुळं अपचन होणं, कमालीचा शिणवटा येणं, थकून जाणं, झोप न मिळणं, विश्रांती न मिळणं, उत्साहानं भेटणाऱ्या लोकांसाठी सतत उत्साह ठेवणं, आपल्याकडून नकळत का होईना त्यांचा अपमान होऊ नये याची दक्षता घेणं इत्यादींमध्ये माझ्या सगळ्या शारीरिक शक्ती खर्च होऊ लागल्या.

नंतर नंतर फार हाल होऊ लागले. सत्कार नको नको वाटू लागले. लेखनाला हातच न लागल्यानं अस्वस्थता येऊ लागली. सगळा वेळ इकडंतिकडं करण्यात वाया जातो आहे असं वाटू लागलं. सत्कारातील पोकळ डामडौल, नुसताच उत्साह, त्यात सत्कारमूर्तीच्या मानसिक अवस्थेचा विचार गौणस्थानी जाणं, यामुळं आतल्या आत माझाच मला राग येऊ लागला.

...तरीही मला त्या ग्रामीण समूह-जीवनात चंद्रबळ आणून सामील व्हावं लागत होतं. द्विधा अवस्थेमुळं घोर निराशा येऊ लागली पण मला ते सत्कार टाळता येईनातसे झाले होते. खोल खोल कुठंतरी वाटत होतं; आपला देश, आपली भारतीय जनता ही अशीच आहे. आताशा कुठं तिला स्वातंत्र्य मिळालं आहे. आज ना उद्या तिला सुजाण प्रौढपणा येऊ शकेल. अजून ती एका अर्थी सांस्कृतिक आणि ज्ञानात्मकदृष्ट्या अज्ञानातच आहे. जुन्यातून नव्याकडं जाताना फक्त वरवरचा डामडौलच तिच्या नजरेत भरतो. आपण याच मातीत जन्मलो आहोत, म्हणून त्या दुबळ्या माउलीला आपल्याविषयी वात्सल्य वाटतं आहे. आपण काही झालं तरी तिचा अपमान करता कामा नये, हीच भावना प्रबळ होत

होती.

याच भावनेपोटी सत्काराला उत्तरं देताना भाषणातून बोलत होतो. ग्रामीण समाजाला किती दूरचा आणि प्रचंड प्रवास करावयाचा आहे, हे सांगत होतो. हालअपेष्टा सोसत मिळेल त्या वाहनानं धक्के-दणके, हिसके खात खात प्रवास करत होतो. त्याचे कासरे माझ्या हातात राहिले नव्हते. मागं गाडीभर कामं खोळंबून पडली होती. ती कधी आणि कशी उरकायची हा प्रश्न प्रवासातील समोरच्या डोंगरासारखा माझ्यासमोर उभा राहत होता.

◆

आईचे शेवटचे दिवस

२८ मार्च १९९१ रोजी सकाळी सहा वाजताच कागलहून फोन आला, ''दादा, मी जनार्दन सणगर बोलतोय.'' माझ्या लहान भावाचा मित्र.

''काय रे?''

''तुमच्या आई आज पहाटे पाच वाजता वारल्या. ताबडतोब निघून या.'' काय आहे ते सरळ बोलून तो मोकळा झाला.

अनपेक्षित बातमी ऐकून मी पुन्हा खात्री करून घेतली. ती अनपेक्षित, अकस्मात असली तरी खरी होती.

''तुम्ही लगेच येता न्हवं?''

''होय होय. मी लगेच निघतो.''

''तुम्ही येऊस्तवर प्रेत ठेवायचं काय?''

''ठेवा. मी लगेच निघतोय.''

मी फोन खाली ठेवला आणि मटकन अंथरुणावर बसलो. फोन माझ्या खोलीत होता. त्याच्याकडं बघता बघता डोक्यात गरगरू लागलं. क्षणभर तसाच डोकं धरून बसलो.

घटकाभरानं सावरलो. शांत राहायचं ठरवलं... घरात मृत्यूचे प्रसंग अनेक वेळा येऊन गेले. त्यांच्या अनुभवांनी शहाणपण शिकत आलो. आपण वडीलधारे आहोत. हे सर्व मलाच निभावून न्यायचं आहे. इतरांना धीर द्यायचा आहे. आपला धीर सुटला आहे असं जर इतरांना दिसलं तर ते स्वतःला सावरू शकणार नाहीत. सगळं घरदार कोसळेल या जाणिवेनं सगळ्यांना सांभाळत आलो. आताची परीक्षा आणखी मोठी होती.

उठलो. स्मिताला शांतपणे सांगितलं.

आशूची वार्षिक परीक्षा सुरू होणार होती. स्मिताला पुण्यातल्या घरातच असणं जरूर होतं. या दोघांच्याही मनावर शोककळा पसरू नये, कागलमधील

रडण्याभेकण्याचा, आत्या-काका यांच्या आक्रोशाचा आशूच्या कुमार-कोवळ्या मनावर विपरीत परिणाम होऊ नये म्हणून मी एकट्यानंच जायचं ठरवलं.

जाताना स्मिताला म्हणालो, ''कुणी विचारलं तर आई वारल्याचं सांगू नको. बातमी फुटू देऊ नका. लोक उगीच सहानुभूतीनं पाह्यला लागतात. घरी माणसांची गर्दी होते. सुतकी चेहरा करून बसावं लागतं. 'आई गंभीर आजारी आहे, म्हणून मी गेलोय' असं सांग. मी चलतो. विद्यापीठात फोन करून कळव. कधी परतेन ते सांगता येत नाही. आशूशी याबाबत चर्चा करू नको.''

पावणेआठची पुणे-कोल्हापूर बस मिळाली. गर्दी नव्हती. दोन सीटच्या बाकड्यावर एकटाच बसलो. पाच तासांचा प्रवास कधी संपणार हा? आई अशी अचानक कशी गेली? आजारी तर नव्हती. मग असं कसं झालं?...

सगळं अनाकलनीय होतं.

''काही झालं तरी आता आई नाही.'' मी स्वत:शी पुटपुटलो. माझ्या नकळत एक दीर्घ नि:श्वास बाहेर पडला.

गाडी पुणं सोडून बाहेर आली होती. खिडकीतून डोंगर, दऱ्या, झाडी, आकाश पाहू लागलो. आईच्या आठवणी आत दाटू लागल्या. डोळ्यांसमोरून निसर्ग सरकत असला तरी आतल्या डोळ्यासमोर आई हिंडत-फिरत होती. क्वचित आतलं-बाहेरलं एकमेकात मिसळत होतं. आई आकाशातही दिसत होती.

१९७८ सालच्या जानेवारीत झालेल्या दादांच्या मृत्यूनंतर वर्षभरात घरदार मानसिक निराधारतेतून वादळात अर्धवट उखडून पडलेल्या झुडपासारखं पुन्हा सावरलं. नंतर आपापल्या उद्योगाला लागलं. या काळात म्हणजे १९८०-८१ मध्ये आईचं वय सत्तरीच्या आसपास आलं होतं. तिच्या कपाळावर नशिबासारखा असणारा कुंकवाचा ठळक, अबोल आधार कायमचा पुसला गेला होता. आता ती कुणाशी भांडण करू शकत नव्हती. हळूहळू एकटी पडत चालली होती. तिच्या लक्षात आलं होतं की, तिचे दोन्ही भाऊ, आत्त्या, चुलता, दोन्ही चुलत बहिणी आणि आता आपला नवरा सगळे सगळे पुढं गेले आहेत. आपण एकटेच मागं राहिलो. बरोबरीच्या मैत्रिणीही हळूहळू निघून गेल्या. दु:ख सांगायला, थकलेल्या मनाला विरंगुळा द्यायला आता मागं कुणी कुणी राहिलं नाही. कुठं जायचं नि कुणाकडं जाऊन मनात साठणारं बोलत बसायचं? घरात नकोसं झालेलं मांजरीचं पिलू एकटंच माळावर नेऊन सोडावं, त्याला त्या उजाड, एकाकी विस्तीर्ण रानात काय करावं ते कळू नये, अशी तिची मन:स्थिती झाली होती. काय हवं, काय नको ते तिलाच कळत नव्हतं. ही न कळणारी, गूढ अस्वस्थता घेऊन ती वावरत होती.

दादाच्या मृत्यूनंतर काही दिवस ती, माझा भाऊ दौलत आणि नात फुलाबाई यांच्याबरोबर परड्यातल्या छपरात राहत होती. वर्षभरात दौलतचं लग्न झालं.

लगेच नवीन झालेल्या नेमणुकीमुळं त्याला चिपळूणला जावं लागलं. त्याची बायकोही कोकणातच नोकरी करत होती. तिथंच त्यानं संसार थाटला. आईचा आवडता शेवटचा मुलगा तिच्याजवळ होता तोही अशा रीतीनं तिच्यापासून दूर परगावी गेला.

फुला धोंडूबाईची मुलगी. तिला आईनं आपल्याकडं ठेवून घेतलेली. मुलीच्या ठिकाणी मानून तिला वाढवली. तिचा जन्म शाळेच्या दाखल्यावर १ जून १९५९ असा आहे. दौलतच्या लग्नात तिला एकोणिसावं वर्ष चालू होतं. १९७५ मध्ये कधीतरी तिचं शिक्षण बंद झालं. नववीपर्यंत कशीबशी शिकली. घरची कामं खूप करावी लागत असल्यामुळं तिलाही शाळेला जाण्याचा उत्साह राहिला नसावा. आईलाही ते निमित्त झालं. तिनं तिला कामं करण्यासाठी घरातच ठेवली.

फुला समजूतदार, कष्टाळू, प्रेमळ आणि लाजाळू मुलगी होती. तिला जन्मजात शहाणपण लाभल्यासारखं झालं होतं. १९७९ च्या फेब्रुवारी-मार्चमध्ये दोन महिने पुण्याला ती आमच्याकडं आशुतोषला सांभाळण्यासाठी राहिली होती. तिच्यावर खुशाल घर सोपवून मी आणि स्मिता नोकरीला जात होतो. कुठंतरी चांगल्या घरी ती पडावी असं दौलतचं लग्न झाल्यापासून आम्हा सर्वांना वाटत होतं.

मे १९७९ मध्ये मी आईला भेटण्यासाठी आणि तिच्याबरोबर चार-पाच दिवस राहण्यासाठी एकटाच कागलला गेलो.

चित्र वेगळं दिसत होतं. आई आणि फुला परड्यातल्या छपरात राहत होती. आई जास्तच बारीक झाली होती. शिवाला शेताची छोटी पट्टी देऊन मोठी पट्टी तिनं स्वत:कडं ठेवलेली. एक म्हैस सांभाळलेली. स्वत: शेत कसत असलेली. फुला म्हशीला चारून, फिरवून आणत असे. शेतात कष्ट करण्याची ताकद अंगात नसतानाही आई ते करत होती. मी तिला म्हणालो, "म्हैस विकून आणि सगळंच शेत शिवाला देऊन घरात बसून खा. कष्ट करू नकोस. तुला लागतील तसे पैसे मी पाठवून देत जाईन. मला फक्त कळवत जा. पैशांची चिंता करू नको. नाही तर माझ्याकडं पुण्याला चल. तुझ्या नातवाला खेळवत ऱ्हा. स्वाती-कीर्तीला तू तिकडं हवी आहेस. तुझ्यासंगं बोलत बसायला त्यांस्नी खूप आवडतं. तू चलच आता माझ्याबरोबर पुण्याला."

माझं म्हणणं तिला पटलं नाही. म्हैस बाळगून आणि शेतात राबून तिला कागलातच राहायचं होतं. मी, आप्पा, दौलत यांच्यापैकी कुणाकडं राहायचं नव्हतं. शिवाला तर कधीच वेगळून टाकलं होतं. मानापमानाची भावना तीव्र झाली होती. अहंकार अजूनही शाबूत होता. आपल्या मुलामुलींसाठी केलेलं तिच्या लक्षात राहत होतं. आम्ही मुलांनी तिच्यासाठी काहीबाही केलं होतं, ते तिच्या लक्षात राहत नव्हतं. आठवण करून दिली तर तिचा अपमान होई. राग अनावर उसळे. 'माझ्या

पोटाला येऊन तुम्ही एवढंसुदीक करायला नको?' असं ती उलटं विचारे. रागानं उसळलेली बघून, भावनाविवश झालेली बघून, अधिक बोललो तर शोकाकुल होऊन रडायला लागेल म्हणून मी गप्प बसे. शांतपणानं तिची समजूत काढण्याचा प्रयत्न करी. याचा अर्थ ती आम्ही मुलं तिच्यापुढं पराभूत, लाचार आहोत असा घेई. मग तिला आपण मुलाबाळांसाठी किती कष्ट उपसले हे सांगण्यासाठी अधिकच जोर येई. अभिनिवेशानं बोलू लागे.

सांगून झालं की आतून थकून निराश होऊन जाई. "जगण्यात काय राम ऱ्हायला न्हाई बघ. माझा जलम माझ्या न्हवऱ्यानं नि तुम्ही पोराबाळांनी पोतिरा पोतिरा करून टाकला. मला आता जगायची इच्छा न्हाई," असं म्हणून छपरात उठून जाई. एकटीच डोक्याला हात लावून बसे.

तिची समजूत कशी काढावी याचं मला कोडं पडे.

...नेमकं काय हवं आहे हे तिचं तिलाच कळत नसे. तटस्थपणे विचार करण्याची कुवत त्या अज्ञानी स्त्रीमनाजवळ नव्हती. जन्मभर ती अशीच जगत आली. आयुष्याच्या शेवटच्या टप्प्यावर तिच्या स्वभावात काही फरक पडेल, ही अपेक्षा करणं मला अनाठायी वाटत होतं. मी गप्प बसे. तिला कसं जगावंसं वाटतं तसं जगू द्यावं, असा निर्णय मी मनाशी पुन:पुन्हा घेई.

प्रत्येक वर्षी दिवाळी-सुट्टी आणि उन्हाळी-सुट्टी गाठून कागलला जाऊन येत होतो. तिची चौकशी करत होतो. खर्चाला लागतील तसे पैसे देत होतो. लक्ष्मी आणि आनसाबाई या लेकींना अधूनमधून ती कागलला बोलावून घेत होती. प्रसंगी चार-दोन पैसे देऊन त्यांना मदत करत होती. एखाद्या वेळेस लुगडं-चोळी घेऊन देत होती. आनसाबाईचं पहिलं बाळंतपण तिनं कागलमध्येच केलं. तिला सुना कधी आपल्या वाटल्या नाहीत. ती त्यांच्यात कधी रमली नाही. लेकींमध्ये मात्र रमून जात असे. विशेषत: लक्ष्मीजवळ ती आपलं मन मोकळं करी. लक्ष्मीही आईच्या मताला पुष्टी देत देतच तिचं ऐकत असे. त्यामुळं आईच्या मनाला मुक्तता मिळे. 'आपलं बरोबर आहे. आपलं म्हणणं कुणाला तरी मनापासून पटतं आहे,' अशी तिची मनोधारणा होई आणि तिला जगायला बळ मिळे. तिच्या या दोघीही लेकी तिला धरून राहत असत. मात्र धोंडूबाई कागलातल्या कागलात असूनही धोंडूबाईचं आणि तिचं फारसं कधी पटलं नाही.

१९८० आणि १९८१ या दोन वर्षांत शिवाला मुलाच्या पाठीवर मुलगी झाली, आनसाला मुलगी झाली, आप्पाला मुलगा झाला, दौलतला मुलगा झाला. धोंडूबाईचा संसार अगोदरच मार्गी लागला होता. लक्ष्मीला मूलबाळ नसलं तरी तिचा संसार सुरळीत चालला होता. हे सगळं बघून आई मनोमन सुखावली होती. तिच्या मुलामुलींचे संसार फळाफुलांनी बहरून येऊ लागले होते. सगळी नातवंडं

पाहायला मिळाली होती. लेकांचे संसार नीट चालतील की नाही अशी पाल तिच्या मनात अधूनमधून चुकचुके. 'एखाद-दुसरं पोरगं हुईस्तवर लेकींचं काही खरं नसतं बघ' असं ती लेकींविषयी नेहमी बोलत असे. आईच्यादेखत दादाच्या दोन-तीन चुलत्यांचा वंश नीटपणे वाढला नव्हता. म्हणून आईला वाटे की आपल्या प्रत्येक मुलाला मुलगा असावा. त्यामुळं आपल्या वंशाचा वेलविस्तार नीटपणे वाढेल. तिची ती पारंपरिक भावना फळाला आली होती.

तिच्या मनात घर करून राहिलेली आणखी एक काळजी होती. डोळ्यादेखत तिच्या थोरल्या नातीचं म्हणजे फुलाबाईचं लग्न व्हावं आणि तिचाही संसार मार्गी लागावा असं तिला वाटत होतं. 'आम्ही सगळी मुलं आमच्या संसारात आमच्या बायकांबरोबर रमून गेलो होतो, त्यामुळं फुलासाठी स्थळं शोधण्याकडं आम्ही कोणीही लक्ष घालत नाही, तिची आई तर तिच्या जन्मापुरतीच तिची राहिली होती,' असा ती आम्हा सर्व भावांवर आरोप करत असे. फुलाचं लग्न व्हावं म्हणजे आपण मरायला मोकळं होऊ असं ती म्हणे.

या काळजीमुळं ती दौलतचं लग्न झाल्यापासून फुलाबाईसाठी 'जागा' शोधत राहिली होती. अडीच-तीन वर्षं धडपड सुरू होती. आप्पाला हक्कानं मदतीला घेत होती. आप्पाही नोकरी सांभाळून स्थळं शोधण्यासाठी मनापासून मदत करत होता.

फुलाला तेविसावं वर्ष सुरू झालं होतं. एवढ्या जास्त वयाची अविवाहित मुलगी आमच्या घरात आतापर्यंत एकही राहिली नव्हती. त्यामुळं आईचा जीव कासावीस होत होता. 'अठरा ते वीस वर्षांच्या आत मुली उजवल्या पाहिजेत,' असं तिचं ठाम मत होतं. त्यामुळं तिला घोर-घोर लागून राहिला होता. हा घोर काही प्रमाणात खराही होता. ग्रामीण समाजात जुन्या समजुती अजून रेंगाळत होत्या.

फुलाच्या तिन्ही मामांच्या म्हणजे आमच्य बायका आरंभी नववी किंवा एस.एस.सी.पर्यंत शिकलेल्या होत्या. तिघंही मामा सुशिक्षित आणि 'नोकरदार' होते. ते फुला पाहत होती. पुण्याला आमच्या घरी दोन-अडीच महिने राहून तिनं पुणं पाहिलं होतं. माझ्याकडं येणारी सुशिक्षित मित्रांची कुटुंबं तिनं पाहिली होती. तिला वाटे आपल्यालाही आपल्या मामांसारखा सुशिक्षित नवरा मिळावा. पण आताशा शिक्षक, अध्यापक, कारकून, हिशेबर्नीस यांची उपवर मुलीविषयीची अपेक्षा निदान ती एस.एस.सी. असावी अशी असे. शिवाय तशी फुला चार जणीत मिसळून जाई. स्वभावानं सौम्य होती. त्यामुळं उठून दिसत नसे. पण तिची मानसिक जाणीव वाढली होती.

मी ही गुंतागुंत समजून होतो. त्यामुळं फुलाच्या लग्नाचा प्रश्न मोठा वाटत होता पण आईला तिच्या मनाची फिकीर फारशी नव्हती. 'कुठला तरी त्यातल्या त्यात बरा जागा असला म्हंजे झालं. वतनदाराची लेक असती तर तिच्या मनाजोगं

जागं बघितलं असतं. कोण करणार हिच्यासाठी लग्नाचा भरमसाट खर्च?' अशी आईची भाषा होती.

तिच्या या मताचा पडताळा मार्च १९८१ मध्ये आला होता. थोडीबहुत शेतीवाडी असलेला एक जण आला पण मुलगा फुलाला पसंत नव्हता. घरात कुणालाच पसंत नव्हता. तरी आईनं हट्ट धरला. तिची समजूत काढण्याचा सगळ्यांनी खूप प्रयत्न केला. तरीही आई हट्ट सोडीना. "हिचा गूळभात केला न्हाईस तर मी एक घटकाभरसुदीक या घरात ऱ्हाणार न्हाई. कुठंतरी जाऊन हिरीत जीव देईन." आई निकरानं बोलली.

घरातली सगळी जणं घाबरली. फुलाबाईनं रडत, भेकत नाइलाजानं होकार दिला.

साखरपुडा झाला.

"पोरगी जून झाली की तिच्यासंगं कुणीच लगीन करणार न्हाई. लोकांस्नी वाटंल पोरीच्या अंगात काय तरी दुर्गुण हाय, म्हणूनच तिचं लगीन हुईत न्हाई." अशी जी आईची काळजी होती त्यातनं ती मुक्त झाली.

पण फुलाच्या डोळ्यांचं पाणी खळेना. दिवसभर रडून रडून ती थकत होती. घरातली सगळी माणसं अस्वस्थ झाली. फुलावर सगळ्यांचाच जीव होता.

दिवस चालले होते.

आप्पा पुण्याला आला होता. त्यानं सर्व काही मला सांगितलं. मला अतिशय वाईट वाटलं.

'मुलीची व घरच्या सर्वांचीच इच्छा नसल्यामुळं फुलाचा साखरपुडा रद्द समजावा,' असं नव्या पाहुण्यांना कळविण्यास मी आप्पाला सांगितलं. तसंच फुलाला दुसरं स्थळ बघण्यासाठी कसून प्रयत्न कर असंही त्याला सुचवलं. आईला याचा पत्ता लागू नये असंही सांगितलं.

१९८१ च्या मे महिन्यात दुसऱ्या आठवड्यात मी कागलला गेल्यावर आप्पा, मी आणि स्मिता अशी सगळ्यांनी मिळून आईची समजूत परोपरीनं काढली. 'फुलासाठी येत्या गणेशचतुर्थीच्या आत दुसरा जागा काढतो का न्हाई बघ आणि न्हाईच निघाला तर तू आणि मी मिळून पंढरपूरला जाऊ. तिथं चंद्रभागा नदीच्या डोहात दोघंबी जीव देऊ. बुडताना तुला तिथं धीर द्यायला मीच प्रत्यक्ष पाहिजे. गणपतीच्या सणात तिथं नदीला पाणीबी भरपूर आलेलं असतंय. सुखानं गणपतीबरोबरच जीव देऊन टाकू. कसं?' असंही बोललो.

या मताला सगळ्यांसमोर तिला नकार देता येईना. ती हसू लागली आणि मी माझा मतलब साधून घेतला.

फुलाचीही समजूत काढली. 'फार अपेक्षा करू नको. बऱ्यापैकी जागा आम्ही

काढतो. त्यासाठी मनाची तयारी ठेव. आम्ही काळजी घेतो.' तिच्या रडण्याला सगळ्यांनी मिळून आवर घातला.

योगायोगानं आणि फुलाच्या नशिबानं बऱ्यापैकी स्थळ आलं. आप्पाच्या धडपडीमुळं ते मिळालं. ऑगस्ट १९८१ च्या शेवटी शेवटी तिचा साखरपुडा झाला. मी आणि आप्पा जाऊन माझ्या नजरेनं मुलाचं घरदार, शेत बघून आलो. एकूण बरं होतं. कष्ट करून खात होते. मुलगा थोडा शिकलेला आणि धट्टाकट्टा होता. जोडा जमला होता. दोघांनी एकमेकांना पसंत केलं होतं. फेब्रुवारी ८२ मध्ये हुपरीला देवाच्या साक्षीनं लग्न करण्याचं निश्चित केलं. आवश्यक तो खर्च करण्याचं मी कबूल केलं.

ठरल्याप्रमाणं साध्या पद्धतीनं लग्न पार पडलं. आईचा जीव भांड्यात पडला. फुलाची समजूत निघाली. आम्हा सर्वांना समाधान वाटलं. माझी फार मोठी जबाबदारी पार पडली. मी आता माझ्या संसाराकडं वळायला पूर्ण मोकळा झालो.

आई मोकळी मोकळी झाली. कागलला परत आल्यावर मला ती म्हणाली, "आन्दा, तुम्ही आता सगळी जणं आपापल्या संसाराला लागलासा. माझी नातबी संसाराला लागली. आता तुमचं तुम्ही बघायचं. माझ्या पोरींस्नी तेवढी अधनंमधनं वटकाणं लावा. दिवाळी-पाडवा एवढा एक सण जरी त्यांस्नी बलवून म्हायार केलंसा तरी रग्गड झालं."

"तुझं तू त्यान्सी बलवत जा नि करत जा. एकदा सोडून तीनदा केलंस तरी तुला कुणी इचारणार न्हाई. मी पैसे पाठवून देत जाईन."

"माझी आता जगायची इच्छा न्हाई बघ. माझ्या संसारात माझ्या नशिबानं जलमभर माती कालीवली, पर देवा भगवानानं शेवटाला संसाराचं सोनं केलं. सगळी मार्गाला लागली. आता माझी कायबी इच्छा ऱ्हायली न्हाई. मरायला मोकळी झाले."

"पर आम्ही मरू दिलं पाहिजे न्हवं? अजून धा वर्सं तरी तू आम्हाला पाहिजेस. येती धा वर्सं तुला कायबी हुणार न्हाई याची खात्री ठेव. बाकीचं देवा भगवानावर सोडून देऊ."

तिनं दीर्घ उसासा टाकला.

त्या वर्षीचा फुलाचा दिवाळीसण आईनं आनंदानं केला. तिला खर्चासाठी भरपूर पैसे दिले होते. तिच्या मनासारखं सगळं व्हावं अशी इच्छा होती.

नंतर दोन-एक वर्षांनी फुलाला मुलगा झाला. आईला पहिल्या नातीचा पहिला मुलगा बघायला मिळाला. ती खूश झाली.

१९८३ नंतरची आईची पाच-सहा वर्षं सुखा-समाधानात गेली. ती अधिकाधिक बारीक होत चालली होती. तरीही ती स्वतंत्र छपरातच राहत होती. संध्याकाळी

दारात येऊन बसत होती. जाणारे-येणारे कुणी ओळखीचे चेहरे दिसले तर त्यांच्याशी बसल्या बसल्या गप्पा मारत होती.

त्या पाच-सहा वर्षांत आम्ही सगळीच भावंडं आपापल्या संसारात चांगले रुळलो. मुलाबाळांचे बाप झालो. त्यांना वाढवू लागलो. आमच्या संसाराचं हे प्रौढतेकडं सरकत जाणारं चित्र आई तटस्थपणे पाहत होती. नातवंडांत रमत होती. कधी बाजारात जाऊन त्यांना काहीबाही आणून देत होती.

१९८९ च्या नोव्हेंबर-डिसेंबरमध्ये तिला अनपेक्षितपणे हृदयविकाराचा झटका आला. म्हैस आणि शेतीची एक पट्टी ती सांभाळून होती. या म्हशीला बाटूक आणण्यासाठी ती शेतावर गेली होती. ज्वारीची कणसं न आलेली हिरवी धाटं तिनं तासलून काढली. त्यांचा बिंडा बांधला. बिंडा उचलता उचलता तिला चक्कर आली. तशीच चार-पाच पावलं जाती न जाती तोवर भोवळ येऊन बिंड्यासकट जमिनीवर कोसळली. तिला श्वास घेता येणं अशक्य झालं.

जवळच मांगवाडा होता. त्यातील दोघा माणसांच्या लक्षात ही गोष्ट येताच ते तिच्याकडं धावले. तिला बिंड्यासकट हळूहळू घरी आणून पोचवली.

आप्पानं डॉक्टरी इलाज तातडीनं केले. सौम्यसा हार्ट-अ‍ॅटॅक येऊन गेल्याचं डॉक्टरांनी सांगितलं.

डिसेंबरच्या शेवटी तिला भेटण्यासाठी म्हणून कागलला गेलो. आप्पा आणि अनिता तिची व्यवस्थितपणे काळजी घेत होते. तिच्या इच्छेप्रमाणं तिचं जेवण छपरात नेऊन देत होते. ती आता पूर्णपणे विश्रांती घेत होती.

"तब्येतीची काळजी घे, शांतपणानं न्हात जा. काय उचलाउचल करू नको. शेतात अजिबात जाऊ नको. म्हैस इकून टाक आता. तिचा तुला आता कायबी उपयोग न्हाई. तिचं शेणघाण काढणं, फिरवून आणणं, पाणी पाजणं यातलं तू आता काय म्हंजे कायबी करायचं न्हाई. कुणासंगं वाद तर अजिबात घालायचा न्हाई. डोक्याला तरास करून घ्यायचा न्हाई. त्यामुळं रक्तदाब वाढतो आणि हृदयविकाराचा झटका येतो." तिला मी सविस्तर शांतपणे, समजून सांगितलं. रक्तदाब, हृदयविकाराचा झटका म्हणजे काय तेही फोड करून स्पष्ट केलं. तिचा तापट, स्वाभिमानी, सतत बोलणारा, भणभण करणारा स्वभाव या विकाराला कारणीभूत कसा होतो तेही सांगितलं.

हार्ट-अ‍ॅटॅक आल्यामुळं ती काहीशी भ्याल्यासारखी झाली होती. मी सांगत होतो ते सगळं मनापासून ऐकत होती. त्याप्रमाणं वागायचं आणि राहायचं कबूल करत होती.

दौलत काही वर्षं कोकणात राहून तिथून कोल्हापूर जिल्ह्यात स्वत:ची आणि पत्नीची बदली करून घेण्यासाठी धडपडत होता. त्याच्या धडपडीला यश आलं.

त्याची आणि त्याच्या पत्नीचीही बदली कोल्हापूर जिल्ह्यात झाली. नंतर त्यानं कागलमध्ये स्वतंत्र जागा विकत घेऊन छानदार दगडी बंगला बांधला. १९९० च्या मे महिन्यात त्याचा वास्तुशांत समारंभ होता. त्यासाठी पुण्याहून आम्ही सगळे जण गेलो होतो.

दौलतनं आपलं घर सजवलं होतं. आई आणि दादा यांचे फोटो मोठे करून घेऊन आपल्या दिवाणखान्यात लावले होते. आतापर्यंत दौलतला दोन मुलगे झाले होते. त्याचं हे सगळं वैभव बघून आईला धन्यधन्य वाटलं.

संधी साधून मी आईला म्हणालो, "आई, आता तू दौलतच्या बंगल्यात ऱ्हायला जा गं. सगळा जन्म छपरात आणि खोपटात काढलास. माझ्याकडं पुण्याला चल म्हटलं तर 'नगं बाबा, माझ्या जिवाला करमणार न्हाई,' म्हणतीस. आता दौलतनं कागलातच बंगला बांधलाय. तुझा त्यो लाडका ल्योक हाय. तशात न्हवरा-बायकू दोघंबी नोकरी करत्यात. तुझं दोन्ही नातू आणि बंगला दीसभर सांभाळत बस की तिथं आनंदानं. दौलतचीबी तशी इच्छा हाय." मी आईला बोललो.

"नगं रं, बाबा. बंगल्यात मला भाकरी गॉड लागणार न्हाई. तिथं चूल न्हाई. सगळा गॅसवरचा सैपाक. मला न्हाई त्या भाकरीची नि अन्नाची चव लागत. माझं छप्पर बरं हाय बघ. डोळ्याम्होरं शेताची पट्टी, निकं बघितली तरी माझा आजार पळून जातोय. हितं कुठं येऊन चोवीस तास खुडूक कोंबडीगत घरात बसू?"

मी निरुत्तर झालो.

दोन-तीन महिन्यांनी मी पुन्हा कागलला गेलो. आईची प्रकृती ठीक वाटली. तिचं शेत तिनं आपल्याकडंच ठेवलं असलं तरी त्याची संपूर्ण देखभाल आप्पा माणसं लावून करवून घेत होता. तिची म्हैस मात्र विकून टाकली. स्मितानं आईसाठी नवं लुगडं माझ्याबरोबर पाठवलं होतं. ते आईला देताच आई हरखून गेली.

मी तिच्या प्रकृतीविषयी आप्पाकडं चौकशी केली पण ती आपल्या तंत्रानंच वागत होती. तिला दम लागत होता. विशेषत: सकाळी उठल्यावर तिचा श्वासोच्छ्वास करताना जास्त त्रास होत होता. रक्तदाबाचा विकार काबूत राहावा आणि दम लागू नये म्हणून डॉक्टरांनी तिला गोळ्या दिल्या होत्या. आप्पानं त्या आणल्या होत्या. इतरही औषधं आणली होती. पण आई ती नियमितपणे घेत नव्हती अशी आप्पाची तक्रार होती. दादाप्रमाणंच ती गोळ्या दाढेखाली फोडून खात होती. पाण्यासह गिळत नव्हती. तिला सारखी भीती वाटे की त्या घशात अडकतील आणि श्वास कोंडून तिचा जीव जाईल. गोळीचा बराचसा अंश तिच्या दाढांत अडकून राही. लगेच ती चूळ भरून थुंकून कडवट झालेलं तोंड साफ करी. शिवाय औषधं नियमितपणे घेत नसे. दिवसभर आप्पा नोकरीसाठी कोल्हापुरास जाई. इकडं आई

आप्पाच्या बायकोला दाद देत नसे.

आप्पा आल्यावर आईला 'गोळ्या-औषध घेतलंस का?' म्हणून विचारी. कधी 'नाही' म्हणून सांगे. कधी 'घेतलं' म्हणून सांगे. कधी 'नगंत मला औशिदं' म्हणून तिटकारून बोले. आप्पाला काही करता येत नसे. आईला मी समजून सांगितलं होतं, त्याचा काहीही परिणाम तिच्यावर झालेला दिसत नव्हता.

मी विचारलं, ''असं गं का करतीस आई? आप्पानं एवढं पैसे खर्च करून तुझ्यासाठी गोळ्या-औशिदं आणल्यात ती नेमानं का घेत न्हाईस?''

''गोळ्या घेतल्या तर माझं पोट डब्ब हुतंय. परसाकडला साफ हुईत न्हाई आणि आता मला चक्करबिक्कर काय येत न्हाई. म्हातारपणामुळं दम लागतोय. त्यो काय गोळ्यांनी बरा हुणार हाय काय? सांभाळून ऱ्हायलं म्हंजे झालं.'' ती म्हणाली.

तिचा स्वभाव लक्षात घेता तिचा हा अडाणी गैरसमज दूर करणं माझ्या कुवतीच्या बाहेरचं होतं. तरीही मी समजून सांगण्याचा प्रयत्न केला. डॉक्टरांना जाऊन भेट आणि गैरसमज दूर करून घे म्हणून सांगितलं. या पलीकडं तिला मी दुसरं काही सांगू शकत नव्हतो.

तिच्या जेवणाखाण्याविषयीचीही अशीच आप्पा-अनिताची तक्रार होती. अनिता तिला रोज सकाळी न्याहारीसाठी गरम पोहे करून देत होती. स्वत: आप्पा सकाळी छपरात जाऊन तिची चौकशी करून पोहे देई आणि कोल्हापूरला जाण्याच्या सकाळच्या घाई गडबडीत मग्न होई. अनितानं आप्पाच्या लक्षात आणून दिलं की आई स्वत: पोहे न खाता ते शिवाच्या मुलांना देते. स्वत: न खाता तशीच बसते. आप्पाला वाटे की आपण तिच्यासाठी दिले होते तर तिनंच ते गरम गरम खावेत पण ती उपाशी राही. उपाशी पोटावरच औषधं घेई. त्याचे तिच्या पोटावर परिणाम होत. त्यामुळं तिच्याशी कसं वागावं आप्पाला कळत नसे...

बस साताऱ्याजवळ आली आणि तिच्यात काहीतरी बिघाड झाला. वेग कमी कमी होत गेला. गाडी थांबवून ड्रायव्हरनं इंजीनमध्ये काही पाहिलं. 'हायस्पीडचा गिअर पडेना झालाय' असं काहीतरी तो म्हणाला.

मी कपाळावर हात मारून घेतला. गाडी तशीच रखडत रखडत साताऱ्यापर्यंत आणली आणि वर्कशॉपमध्ये नेली. –नेली पण ती लवकर बाहेर येईना.

मी आणखी अस्वस्थ झालो. स्टँडवर एकटाच लांब जाऊन फेऱ्या मारू लागलो. आईचं शेवटचं दर्शन होतंय की नाही याची चिंता वाटू लागली. आता दर्शन नाही झालं तरी पुन्हा कधीही कधीही नाही...

...आजपर्यंत घरातल्या मृत माणसांचं दर्शन एका अनामिक भय-भावनेपोटी मी टाळत आलो होतो. 'तुम्ही उरकून घ्या. प्रेत जास्त वेळ ठेवू नका. मी येतोच

आहे, कदाचित मला उशीर झाला तर खोळंबू नका. वेळेसरी सगळं करा,' असं सांगत आलो होतो.

पण आईचं दर्शन घेण्याची तीव्र इच्छा झाली होती. तिच्या दोन्ही हातांना हातात घ्यावं. पायांना कुरवाळून स्पर्श करावा असं वाटत होतं.

दीड तासानं बस वर्कशॉपमधून बाहेर आली. नंतर मात्र तिनं वेग घेतला पण कोल्हापूरला एक वाजता जाऊन पोचणारी गाडी अडीच-पावणेतीन वाजता जाऊन पोचली.

मी तीन-सव्वातीन वाजता कागलला जाऊन पोचलो.

सगळं संपलं होतं.

माझी वाट बघून बघून सगळं उरकून घेतलं गेलं होतं.

मला बघून भावंडांनी आक्रोश मांडला.

मी कोसळण्याच्या बेतात आलो होतो.

महाप्रयासानं स्वत:ला बजावलं.

आतून कठोर आणि वरून शांत शांत.

सगळ्या भावंडांना जवळ घेतलं.

पाठीवरून हात फिरवून धीर दिला.

सांत्वन करत भिंतीला टेकून बसलो.

सगळी जणं ठणठणीत पोरकी झालेलो...

आईच्या निधनाचा २८ मार्च १९९१ हा गुरुवारचा दिवस. शनिवारी पौर्णिमा. ती पार पडल्यावर लगेच रविवारी उत्तरक्रिया आणि इतर सर्व विधी उरकून मोकळे होण्याचा निर्णय सगळ्यांनी मिळून घेतला.

गुरुवारी पहाटे पाच-साडेपाचच्या दरम्यान कधीतरी आईचं निधन झालं. पावणेसहाच्या सुमारास लक्ष्मीला शंका आली. नेहमी पहाटे लवकर उठणारी आई अजून कशी उठली नाही, म्हणून लक्ष्मी उठून बसली. आईजवळच छपरात ती झोपली होती. तिनं आईला हाक मारली. 'ओ' देईना म्हणून चिमणीच्या उजेडात तिनं आईला न्याहाळलं. आई गाढ झोपल्यासारखी दिसत होती. तिनं हलवून पुन्हा आईला हाक मारली. 'ओ' दिलीच नाही, म्हणून लक्ष्मीला दाट शंका आली. चटकन उठून तिनं आप्पाला हाक मारून बोलावून घेतलं.

आप्पा धावत आला. त्यानं हात लावून पाहिलं तर आईचे हात-पाय गार पडलेले. अंग हलायला तयार नाही. गाढ झोपल्यागत चेहरा. तो धावत डॉक्टरांच्याकडं गेला.

डॉक्टर आले नि तपासणी करून सांगितलं, ''दीडेक तासाभरापूर्वी प्राण गेलाय. झोपेतच हार्ट-अ‍ॅटॅक येऊन गेलेला दिसतोय.''

सगळा कारभार संपला होता. वयाच्या ऐंशीव्या वर्षी तिचं निधन झालं. स्थानिक घटनांच्या संदर्भानं तिचा जन्म १९११-१२ च्या आसपास कधीतरी झाला असावा असा अंदाज मी काढला होता.

एवढं वय झालं होतं पण ती दीर्घकाळ आजारानं अंथरुणाशी कधी खिळून पडली नव्हती. मृत्यूपूर्वी पंधराएक दिवस तिच्या पायांवरच किंचित सूज आली होती. ती सूज जावी म्हणून आप्पानं तिला औषधं आणली होती. ती औषधं मात्र तिनं काळजीपूर्वक खाल्ली. आठएक दिवसांत सूज उतरली. मग ती पुन्हा हिंडू-फिरू लागली.

तिच्या देवानं तिचं शेवटचं मागणं पूर्ण केलं. दि. २७ मार्चलाच लक्ष्मी दोन-तीन मैलांवर असलेल्या कोगनोळी गावाहून तिला भेटायला आली होती. लक्ष्मी आल्यामुळं दाराच्या तोंडाला बसून आईसह सर्वांनी मिळून रात्री अकरा वाजेपर्यंत गप्पा मारल्या.

आप्पाला आणि अनिताला पहाटे लवकर उठून कामाला जुंपून घ्यावं लागतं. म्हणून आप्पा आईला म्हणाला, ''आई, अकरा वाजून गेलं. जाऊन झोपा जावा आता. लक्ष्मी दोन दिवस ऱ्हाणार हाय. उद्या थोड्या गप्पा शिलकीला ठेवू या. मलाबी उद्या सकाळी लवकर उठायचं हाय. तुझ्याबी 'डोळ्यांवर दीसभर झापड येती' म्हणतीस. म्हणून रातभर भरपूर झोप घ्यावी. म्हंजे दीसभर अंगात तरतरी ऱ्हाती नि डोळ्यावर झापड येत न्हाई.''

सगळे झोपायला गेले.

आई जाऊन गाढ झोपली ते सकाळी उठलीच नाही. तिच्या इच्छेप्रमाणं तिला हसता-खेळता, बोलता-चालता मरण आलं. देवाजवळ तिचं एवढंच मागणं होतं. दुसरं काही नव्हतं.

तिच्या निधनाची बातमी गावभर वाऱ्यासारखी पसरली. 'झोंबी-नांगरणी' या माझ्या पुस्तकांमुळं ती सर्वांना एक कर्तृत्ववान स्त्री म्हणून माहीत झाली होती. कागलला तिचेही सत्कार झाले होते. त्यात जाहीरपणे तिचं कौतुक केलं गेलं होतं. वर्तमानपत्रात तिच्या मुलाखतीसह फोटो प्रसिद्ध झाले होते. अनेक वाचक जिज्ञासेनं तिला भेटायला येऊन गप्पा मारत होते. महिला मंडळातर्फे तिच्या हस्ते पारितोषिकं वाटण्यात आली होती. मरणापूर्वी तीनएक महिने तिला असे सुखाचे दिवस आले होते. त्यामुळं प्रेतयात्रेला गर्दी झाली. अबोला, रुसवा, फुगवा, भांडणं विसरून सगळे भाऊबंद, पै-पाहुणे आले. गल्लीतली, घराघरातली माणसं आली. जातपात न मानता मांग, चांभार, महार, सणगर, धनगर अशी मंडळी आली. कागलचे शिक्षक, अध्यापक आले. फक्त मी मात्र त्या यात्रेत नव्हतो.

२९ मार्च १९९१ ला कोल्हापूरच्या दैनिकांत तिच्या निधनाची बातमी प्रसिद्ध

झाली. ती अनपेक्षित होती. कागलच्या वार्ताहरांनी ती दिली असावी. परिणामी कागल पंचक्रोशीत, कोल्हापूर जिल्ह्यात ती अनेकांना कळली. माझे अनेक मित्र, साहित्य-रसिक, इतर मान्यवर शनिवारी-रविवारी येऊन सांत्वन करून गेले. एवढ्या मोठ्या लोकांनी कागलला आमच्यासाठी यावं अशी अपेक्षा मी स्वप्नातही केली नव्हती. आमचं घरदार आणि मी अवघडून गेलो.

आईनं मरेपर्यंत छप्पर सोडलं नाही. आपली पिलं मोठी झाली की मांजरी ते घर सोडून हळूच कुठंतरी एकटीच जाते. स्वतंत्र राहते. तिचा हेतू मोठी झालेली आपली पिलं स्वतंत्रपणे वाढावीत, असा असावा. पशु-पक्षीही आपल्या मोठ्या झालेल्या पिलांपासून असेच अलग होतात. ती नैसर्गिक प्रेरणा आईच्या सुप्त स्त्रीमनात कार्य करीत असावी.

तिच्या या स्वतंत्र वृत्तीमुळं ती हळूहळू एकटी होत गेली. तिच्या थोरल्या नातीचं लग्न झाल्यावर तिचा एकटेपणा आम्हा सर्वांना विशेष जाणवू लागला. नंतर ती आपलं शेत आणि म्हैस यात रमत गेली. म्हैस फिरवायला, चारायला, पाणी पाजायला नेण्याच्या निमित्तानं ती हिरव्या माळावर, निळ्या आकाशाखाली, तळ्याच्या काठी हिंडत-फिरत राही.

सारा जन्म तिनं हिरव्या निसर्गात, आभाळ आणि पाणी यांच्या सान्निध्यात काढलेला. त्या भूमिकन्येची ती तीन दृढ नाती होती. तिच्या मूळबंधाशी ती निगडित होती. म्हणून ती नेहमी कळत-नकळत त्यांच्याकडंच ओढली जात असे.

छपरात तिची धडोती, आंथराय-पांघरायची कातरं-बोतरं, मातीची चूल, थोडं जळण, जेवणाची एक पेटी, एक मिणमिणती रॉकेलची चिमणी या पलीकडं काही नव्हतं. निसर्गाशी ते स्वाभाविकपणे जोडलं होतं. वाऱ्याची साधी झुळूक जरी आली तरी ती छपरात फाटक्या कुडातून सहज शिरे. कुंभारी कौलांतनं किरणं सहज आत उतरत. साधी जमीन बडवून, सारखी करून तिची भुई केलेली. दारात बसलं की बाहेरच्या निसर्गाशी नातं जोडलं जाई. कळकीच्या वाशांचं उचलून उघडायचं नि झाकायचं दार. अशी त्या छपराची मांडणी. एका बाजूनं ते भौतिक दारिद्र्याचं खच्चून भरलेलं पेव होतं आणि दुसऱ्या बाजूनं आईच्या निर्मळ नैसर्गिक आनंदाचं निधान होतं. ती त्यात शेवटी शेवटी सुखी आणि कृतार्थ होती. सुखसोईंना तिनं जगण्यासाठी स्पर्शही केला नाही. स्वाभाविक जगली. नाइलाजानंच औषधं घेतली. पिकून पडलेल्या फळासारखी हळूहळू सुकत, बारीक होत गेली नि शेवटी तेल संपलेल्या ज्योतीगत नाहीशी झाली...

रविवारी उत्तरक्रिया आणि इतर विधी उरकून मी मोकळा झालो. हे सगळं उरकत असताना पोरकेपणाची जाणीव दाट दाट होत चाललेली. मनोमन घरातल्या सर्वांनाच होत होती. आईचा संसार संपला होता. दादाच्या निधनानं तो अर्धा संपला

होता. दोघांच्या जन्म-मृत्यूमधील जीवनाची सगळी वळवळती गुंतवळ आता पूर्णपणे संपुष्टात आली. ती किती अर्थपूर्ण तरीही किती अर्थशून्य!

संध्याकाळ झाली तरी परगावचे माझे आणि आप्पाचे मित्र येऊन भेटून जात होते. मालवणहून नुकतेच कागलात येऊन दाखल झालेले, पन्नाशी ओलांडलेले, हायस्कूलला असलेले आणि 'झोंबी'मुळं आईचे मित्र झालेले अध्यापक अत्रे आम्हाला भेटायला आले. आईच्या स्वभावाविषयी त्यांनी आम्हाला खूप काही सांगितलं. 'आता मरायला मोकळी झालोय बघा. आता कुणाची काळजी न्हाई. जीव समाधानी हाय. गावच्या गंगेगत नुसतं लांबनं बघत ऱ्हायाचं. तिच्याच पाण्यावर गाव वाढत असतं. पर ती आपली एका बाजूला लांब असती. जिवात थंडगार असती. तसा माझा जीव अगदी निर्मळ, थंडगार झालाय.'

त्यांच्या बोलण्यातून आणखी एक गोष्ट कळली. आईचं निधन झाल्याची बातमी कळताच कागलच्या शिक्षणसंस्थेनं एक शोकसभा घेतली. दुखवट्याचा ठराव पास केला आणि आईच्या निधनानिमित्त हायस्कूलला सुट्टी जाहीर केली.

ऐकून मी गहिवरलो. आई कुणी राजकीय पुढारी, संस्थाचालक, देणगीदार किंवा संस्थेची सेवक वगैरे काही नव्हती. तरीही गावानं उत्स्फूर्तपणे तिच्या एकूण जीवनाविषयी दाखवलेला आदरभाव मला फारच अर्थपूर्ण वाटला.

रविवारचा दिवस असाच गेला. मला नेहमीच्या पुढील कामांना लागणं अटळ होतं. सोमवारी सकाळी लवकर उठून सहाची कागल-पुणे गाडी पकडली.

कागल उदास दिसत होतं.

गाडीनं वेग घेतला तसा आईच्या आठवणीत आणि आलेल्या पोरकेपणात पूर्ण बुडून गेलो. भल्या पहाटे उठून घरकामाला लागणारी, सकाळी नऊच्या सुमाराला मळ्याकडं जाण्यासाठी शेरडांचं नि ढोरांचं खिंडार दावणीतून सोडणारी, डोईवर जेवणाची वजनदार पाटी घेतलेली, पोट वर आलेली, तरीही काखेत रांगतं पोर घेतलेली, मागून बारक्या पोरांची पलटण असलेली, मळ्याकडं दिसाभराच्या कष्टासाठी चाललेली आई माझ्यासमोर सारखी दिसत होती. कुणाकडूनच तिच्या काही अपेक्षा नव्हत्या. ती फक्त वाट्याला आलेलं जगणं जगत होती.

गावचे लोक आपला सत्कार करतील, आपल्याला 'कार'मध्ये बसवून सभास्थानी नेतील, आपल्याला जाहीरपणे गावाच्या साक्षीनं लुगडं-चोळीचा आहेर करतील, वर्तमानपत्रात आपली छायाचित्रं प्रसिद्ध करतील, आपल्या बातम्या, मुलाखती येतील, आपल्या हस्ते महिला मंडळाची पारितोषिकं वाटली जातील, यांची तिनं स्वप्नातही कधी कल्पना केली नव्हती. तिला ते पाहायला, भोगायला मिळालं.

कागलच्या शिक्षणसंस्थेनं तिच्या निधनाची शोकसभा घेतली, दुखवटा पाळण्यासाठी कागलच्या तरुण विद्यार्थी पिढीला सुट्टी दिली, ही बातमी आईच्या स्वर्गीय आत्म्याला

कळली तर ती धन्य धन्य होऊन कागल गावाच्या मुखावरनं मायेचा मवाळ हात फिरवून त्याची अलाबला घेईल. त्याला कुणाची नजर लागू नये म्हणून मिरची, मीठ, मोहरी घेऊन त्याची दृष्ट काढील आणि तोंड भरून खुल्या दिलानं औक्षणाचा आशीर्वाद देईल.

◆

माय-गावाचा प्रवास

१९९२ च्या उन्हाळ्याच्या सुट्टीत माझा मुलगा आशुतोष कागलला गेला होता. आता तो तेरा वर्षांचा झालेला. त्याचा तो मनापासून अभ्यास करत होता. प्रत्येक वर्षी उत्तम गुण मिळवून वरच्या वर्गात जात होता. तशी त्याच्या शिक्षणाची चिंता नव्हती पण प्रथमच तो कागलला एकटा गेल्यानं त्याच्याविषयी मनाला एक बारीकशी काळजी लागून राहिली होती. त्याचं कागलहून पत्र आल्यावर तर घोर लागला. महिनाभर तिकडं माझे पुतणे राजा, संतोष, संदीप यांच्याशी तो रमला होता. दहा-पंधरा दिवस गेल्यानंतर त्याचं खुशालीचं पत्र आलं. त्याच्या आयुष्यात आम्हा आई-वडिलांना लिहिलेलं त्याचं ते पहिलं पत्र. आणि त्यात त्यानं 'मी सातमोटेच्या विहिरीत सध्या पोहायला शिकतो आहे. मला आता बऱ्यापैकी पोहायला येतं आहे,' असं काहीसं लिहिलं होतं.

ते वाचून माझं धाबं दणाणलं. खेड्यात लहान मुलं नद्या, विहिरी, तळी, तलाव यांत पोहताना बुडून मेल्याचं लहानपणापासून पाहत होतो. ऐकत होतो. वर्तमानपत्रातून तशा बातम्या वाचतही होतो. खुद्द मीच लहानपणी दोनदा बुडताना वाचलो होतो.

पण आशूला याच वयात पोहायला येणं आवश्यक वाटत होतं. म्हणून तो पोहायला शिकलाच पाहिजे असंही वाटलं.

"मी चार दिवस कागलला जाऊन येतो. येताना आशूला घेऊन येतो. एवीतेवी तो पोहायला शिकतोच आहे, तर त्याला नीटपणे कसं पोहायला येईल, याबद्दल थोडं शिकवता आलं तर मीही शिकवण्याचा प्रयत्न करतो." मी स्मिताला म्हणालो. सुट्टीचे दिवस होते. स्मितानं मला परवानगी दिली. स्मिताला जरी मी असं म्हणालो तरी आतून भलतीच काळजी वाटत होती. म्हणून मी तातडीनं कागलला गेलो.

माझे सगळे पुतणे आता चांगले पोहायला शिकले आहेत याचा मला कागलात पडताळा आला. ते आता मोठे झाल्याचं जाणवत होतं. गावाकडं भावा-बहिणींचे

संसार बरे चालले होते. सगळे आपापल्या संसारात रमले होते. कष्टपाणी करून आपापली मुलं वाढवीत होते. मुलं मोठी झालेली होती. आतल्या आत माझी गावाकडच्या भावंडांची काळजी पुसट, नष्ट होऊन चालली होती.

आशूच्या तुलनेत राजा सोडला तर त्याचे चुलत भाऊ लहान होते. तरी ते उत्तम पोहत होते. आशू पुण्यासारख्या शहरात राहत असल्यामुळे त्याला ही विद्या सहजासहजी अजून मिळाली नव्हती. तिच्यासाठी त्याला जाणीवपूर्वक प्रयत्न करावे लागत होते. मलाच तो माझा पराभव वाटला. बाकीच्या लहान भावांनी आपल्या मुलांना कधीच पोहायला शिकवलं. मी मात्र यात कमी पडलो.

कागलला गेल्यावर या जाणिवेनं मी सल्ग तीन-चार दिवस आशूबरोबर सातमोटेच्या विहिरीवर जाऊन त्याला पोहायला शिकवू लागलो.

...कितीतरी वर्षांनी या सातमोटेच्या विहिरीवर आलो होतो. चाळीस-पंचेचाळीस वर्षांनी पुन्हा हिच्या पायऱ्या उतरत होतो. दह-बारा वर्षांचा असेन. गावातली सगळ्यात मोठी ही विहीर. एका वेळी सात मोटा हिच्यावर चालत असत. हिचा आवाका मोठा. पाणी बारमाही भरपूर. तिला मोठे मोठे झरे-जिवाळे होते. या विहिरीच्या पाण्यात जो पूर्णपणे घेर धरून वेढा काढेल तो खरा पोहणारा अशी त्या विहिरीची प्रसिद्धी. म्हणून नजीकच्या अनेक विहिरी सोडून पोरं त्या विहिरीवर स्वत: परीक्षा घेण्यासाठी पोहायला जात. मीही त्यांच्यातून गेलेलो.

आमच्या हायस्कूलजवळच ही विहीर आहे. या विहिरीनं सौजन्याची मूर्ती असलेल्या आमच्या 'उफराटे' मास्तरांचा विचित्रपणे बळी घेतला.

उन्हाळ्याचे दिवस सुरू झाले होते. पंधरा मिनिटांच्या सुट्टीत एक चलाख विद्यार्थी पोरगं विहिरीकडून पळत हायस्कूलमध्ये आलं. उफराटे सर मुख्याध्यापक होते. त्यांना त्यानं "सर, अमकातमका विद्यार्थी सातमोटेच्या विहिरीत पोहताना बुडाला. चला चला लवकर" म्हणून सांगितलं.

उफराटे सर बऱ्यापैकी पोहणारे होते. हातातलं काम टाकून ते कधी नव्हे ते दोनअडीच फर्लांगावर असलेल्या विहिरीच्या दिशेनं जोरात पळाले. विद्यार्थी मरेल ही भीती, मुख्याध्यापकाची जबाबदारी म्हणून भीती, आपलाच विद्यार्थी म्हणून काळजी या सगळ्यासह ते जीव लावून जोरात पळत होते आणि ते विहिरीजवळ आल्यावर कोसळले. हार्ट-ॲटॅक येऊन, रक्त ओकून तिथंच गतप्राण झाले. मुलांचे आवडते शिक्षक. कुणाही विद्यार्थ्याला त्यांनी कधीही छडी उगारली नव्हती. सर आपणाला काही करणार नाहीत या विश्वासापोटीच या चलाख विद्यार्थ्यानं ही केवळ खोडकरपणानं 'विद्यार्थी बुडाल्याची खोटीच बातमी' सरांना सांगितली होती. कारण त्या दिवशी 'एक एप्रिल' होता. पण त्याची ही 'एप्रिल फूल'ची थट्टा जीवघेणी ठरली.

लहानपणी सात मोटांचा रथ एका रांगेत इथं चाललेला दिसे. पाणी पाटात उसळे. काही मोटा खाली जाताना दिसत, तर काही मोटा पाणी घेऊन वर जाताना दिसत. प्रत्येक मोटचाकाचा आवाज वेगळा. आवाजांचं इंद्रधनुष्य, सात मोटांचं इंद्रधनुष्य, सात बैलजोड्यांचं इंद्रधनुष्य असं दृश्य पुढच्या युगायुगातही आता कुणाला पाहायला मिळणार नाही. सगळं विलक्षण होतं. आता मोटा गेल्या. आता या विहिरीवर विजेचा पंप बसवला होता. तो एखाद्या राजकारणी चोरासारखा सावकाश पाणी शोषून घेऊन वरच्या पाटात टाकत होता. मोटांचं जिवंत चैतन्य जाऊन अवकळा आल्यासारखं झालं होतं.

कित्येक वर्षांनी पोहायला उतरत होतो. त्यामुळं मला पोहायला येईल की नाही याची दाट शंका येत होती. हळूच पायरीकडेला पोहून पाहिलं. जमलं. विश्वास वाटला. मग आशूला घेऊन विहिरीत उतरलो. जेवढं शिकवता येईल तेवढं तीन-चार दिवस शिकवलं. त्याचा तो पोहू लागला. पंधरा दिवसांत त्यानं चांगली प्रगती केली होती.

या पोरांच्या आणि त्या विहिरीच्या सहवासात त्या तीन-चार दिवसांत माझं बालपण माझ्या मनात चांगलंच तरारून पुन्हा उगवू लागलं. आता मी साठीच्या घरात आलो होतो. वाटत होतं, आता या विहिरीवर पुन्हा येता येणार नाही. मुद्दाम आलो तरी पोहणं योग्य होणार नाही. कदाचित विहिरीचं हे शेवटचंच दर्शन असेल. पुन्हा कशाला येतोय मी या आडरानात. कागलात ज्या शेतामळ्यांत आपलं बालपण गेलं, जिथं आपण कुळवकाठी केली, मोट मारली, नांगर हाकला, खुरपणी-भांगलणी केल्या, गुरं चारली, गवतं कापली त्या आपल्या मायमातीत कित्येक वर्षांत गेलो नाही. ती दुसऱ्याच्या मालकीची असली तरी आपण तिच्यात वाढलो आहे.

माझ्या पायांना त्या शेतमळ्यांची ओढ लागली.

''संतोष, संदीप, आशू आज आपण आपल्या गावची रानं बघू या. तुमचे आजी-आजोबा, आत्या, काका कुठल्या शेतात, मळ्यात राबत होते ते तुम्हाला दाखवतो. माझंही बालपण कुठं कुठं कसं गेलं, त्याच्याही खुणा मी तुम्हाला दाखवतो. याची माहिती तुम्हा सर्वांना पाहिजे. चला; सकाळी सकाळी रानं बघून येऊ आणि दुपारी विहिरीवर पोहायला जाऊ.'' मी मुलांना म्हणालो.

आम्ही लहानपणी केलेले तिन्ही मळे, कोरडवाहू शेतं. त्यांना जायच्या वाटा, तिथली झाडं, विहिरी, रानांच्या खुणा, ओढे, गवतीरानं आणि तिथल्या मला आठवणाऱ्या घटना, गोष्टी सांगत त्यांच्या जागा दाखवत त्यांना घेऊन फिरलो. खरं तर त्यांना दाखवण्याच्या मिषानं मीच मला घेऊन फिरलो. माझ्या आठवणी त्या मळ्यांना, शेतांना झाडं-विहिरी यांना, ओढे-वाटांना मी करून दिल्या. त्यांच्यावर

पावलांचे हात करून फिरलो. पुन्हा आता इथं येता येणं शक्य नाही... मातीमाये, मला खूप खूप दिलंस. माझं साहित्य, प्रसिद्धी, प्रतिष्ठा हे सारं तुझंच पीक आहे. मीही तूच आहे. तुझीच मूर्ती होऊन मी वागलो, भटकलो, जगलो. मरणानंतर ही तुझीच असलेली माझी माती कुठं सांडणार आहे माहीत नाही.

१९९५ च्या जुलै-ऑगस्टमध्ये असंच चार-पाच दिवस पुन्हा कागलात राहता आलं. ते माझं माय-गाव असल्यामुळं तिथं राहण्याचा कंटाळा कधीच येत नसे. ३० जुलै १९९५ रोजी स्मिताच्या आईचं दुर्दैवी निधन झालं. स्मिता त्यांना मावशी म्हणत असे. स्मिताची सख्खी आई स्मिताच्या ल्हानपणी वारली. म्हणून स्मिताच्या वडिलांनी आपल्या पत्नीच्या सख्ख्या लहान बहिणीशी लग्न केलं होतं. लहान मुलांचं संगोपन नीट व्हावं हा हेतू होता.

मावशीचं निधन झाल्यामुळं मी आणि स्मिता ३१ जुलै १९९५ ला दोघं कागलला गेलो. अनेक दिवसांनी मी आणि स्मिता असा दोघांनी एकत्र प्रवास केला. एरवी मुलं बरोबर असत. अलीकडच्या अनेक वर्षांत तर स्मिता मुलांना घेऊन कागलला जात असे. मी लेखनाच्या निमित्तानं, घरात कुणीतरी असलं पाहिजे, म्हणून एकटाच पुण्यात राहत होतो. अध्येमध्ये काही ना काही निमित्तानं कागलला एखाद-दुसरा दिवस एकटा जाऊन, राहून येत होतो. स्मितासह किंवा सर्व मुलांसह प्रवास असा बऱ्याच वर्षांत झाला नव्हता. त्याची जाणीव या प्रवासात तीव्रतेनं झाली. लग्न झालं तेव्हा म्हणजे १९६२ साली असेच दोघं वावर-यात्रेला गेल्याचं आठवलं, नंतर नोकरीच्या ठिकाणी पंढरपूरलाही नवा संसार थाटण्यासाठी दोघंच गेल्याचं आठवलं. त्या सुख-दुःखांच्या संसाराचंही आता चौथं, शेवटचं चरण सुरू झालं होतं. मन हळवं, भावनाशील होऊन भरून आलं. पण व्यक्त करू शकलो नाही. स्मिता शोकाकुल होती. जाताना तिला नेहमीप्रमाणं गाडी लागलीच. डोळे मिटून ती माझ्या मांडीवर डोकं टेकून पडून राहिलो. मुकाट होती. मी तिला हळुवार थोपटत होतो. मला आता साठावं वर्ष सुरू होतं. स्मिता आणखी दोन वर्षांनी साठीत येणार होती.

मावशींच्या निधनामुळं घरातलं शेवटचं वडीलधारं माणूस गेलं. माझे आणि स्मिताचे असे दोघांचेही आई-वडील काळाच्या पडद्याआड अंतर्धान पावले. घरातली मातापितरं अशा रीतीनं गेली की घरातील सर्व माणसांना एकत्र बांधून ठेवणारं सूत्र हरवलं जातं. ते वेळीच लक्षात येऊन कुणीतरी वडीलधाऱ्यानं हळूच त्याची जागा घेऊन विसकळीत होऊ पाहणारं घर पुन्हा एकत्र बांधण्याची गरज असते. आमच्या घरी मी ते सूत्र पकडून ठेवण्याचा प्रयत्न करत होतो. स्मिताच्या घरी कागलला असलेल्या आक्कांवरच ही जबाबदारी येणार होती.

चार दिवस कागलातच होतो. मित्र, नातेवाईक यांच्या गाठीभेटींत दिवस जात होते. आमच्या दोघांच्या घरांतील वडीलधारी पिढी संपल्याची जाणीव जशी मला झाली, तशी गावातील मला जाणणारी, खडकावरून खडखडत गेलेल्या माझ्या जीवनाची प्रत्यक्ष साक्ष असलेली वडीलधारी पिढीही गावातून संपत आल्याची जाणीव मला झाली. माझे अनेक समवयस्क मित्रही जगण्याच्या लढाईत हरून मरण पावले होते. गल्लीतला गजानन दत्तू नाळे नुकताच वारल्याचं कळलं. त्याच्या अगोदर दोनएक वर्षांपूर्वी आबाजी सणगर गेल्याचं कळलं. नानू सणगरांचे विष्णू आणि शिवाजी हे दोन मुलगे होते. ते शेती करत होते. पाण्याच्या पंपातील विजेचा झटका बसून ते दोघंही विहिरीतच गतप्राण झाले. वसंत पाटील हृदयविकाराचा झटका येऊन रक्त ओकून गेला. मधुमेहानं सदा सणगर गेला. पक्षाघाताच्या तीव्र झटक्यानं मधू सणगर गेला. मुरलीधर सणगरला कानाचं ऑपरेशन झाल्यामुळं कमी ऐकू येऊ लागलं. एका मस्तीत हुतूतू, आट्यापाट्या खेळणारा दणकट शरीराचा बाबू सणगर हृदयविकाराचा एक झटका येऊन गेल्यामुळं किती जवळजवळ पाय टाकत चालला होता. जवळचा मित्र शिर्पा मांग तर कधीच पुढं निघून गेला. दारिद्र्य, जगण्यासाठी रात्रंदिन धडपड, प्रतिकूल परिस्थिती, काळाचा वेडावाकडा धबडगा यांत फार थोडे टिकून राहिले होते. त्यांना भेटून घ्यावंसं वाटू लागलं. चार दिवस सगळ्यांना भेटत राहिलो. सगळे मित्र साठीच्या आसपासच थकल्यासारखे झाले होते. त्यांच्या घरातील बायका, मुलंबाळं उपाशी जगत असल्यासारखी वाटत होती. मळकट-कळकट, फाटकी धडोती बघून मन खंतावत, उदासत होतं. सगळे कसे हरल्यासारखे, पराभूतासारखे दिसत होते. स्वातंत्र्यानंतरच्या पंचेचाळीस-पन्नास वर्षांच्या सुधारणा, विकास-योजना, गरिबी हटावच्या घोषणांचा पाऊस गेला कुठं? माझ्या या गरीब मित्रांच्या अंगणात त्याचे चार शिंतोडेही पडले कसे नाहीत?

गावात चार स्वातंत्र्यसैनिक वडीलधारे होते. त्यांना पेन्शन मिळत होती. त्यांना अनेक दिवसांत भेटलो नव्हतो. त्यांनाही भेटून यावंसं वाटू लागलं. विष्णोबा सणगरांचं ठीक चाललं होतं. पण त्यांचं पूर्वीचं उद्योगधंद्याच्या भरभराटीच्या वेळचं सगळं वैभव नष्ट झालं होतं. गल्लीचं भूषण वाटणारं ते सगळंच घर अवकळा आल्यासारखं झालेलं. पाचही भावांच्यामध्ये इस्टेटीच्या वाटण्या नीटपणे झाल्या नव्हत्या. कोर्टकचेऱ्या सुरू होत्या. उद्योगधंदा उतरतीला लागला. आता कुणी कुणी वाटणीला आलेले शेतीचे तुकडे सांभाळत आहेत. कुणी तसेच पोटापाण्यासाठी धडपडत आहेत. प्रत्येकाला मुलं-बाळं बऱ्यापैकी असल्यानं चणचण भासत असावी. विष्णोबांच्या घरी आता पूर्वीसारखी वर्तमानपत्रं, साप्ताहिकं येत नाहीत. सार्वजनिक वाचनालयात ते वाचन करतात. घरी पूर्वीसारख्या बौद्धिक बैठकीही आता झडत नाहीत. राजकारणाला विपरीत दिशा लागली, विपरीत माणसं राजकारण करू

लागली. बौद्धिक, ग्रंथवाचन, चर्चा विसरली. आता कुस्त्यांचे डावपेच शिकू लागली. आखाड्यात शड्डू ठोकून उतरू लागली. असं त्यांना वाटत होतं. ते आता थकले होते. खूपच कमी बोलत होते. प्राप्त राज्कीय परिस्थितीत निराश, उदास झालेले दिसले.

शेतावर जात असताना भरधाव येणाऱ्या ट्रकखाली सापडून लक्ष्मण मिसाळ यांचा उजवा पाय तुटला होता. तो कधी तुटला माहीतच नाही. बऱ्याच वर्षांत मी त्यांच्याकडं गेलो नव्हतो. त्यांच्याविषयी अनवधानानं मी कधी चौकशीही केली नव्हती. एखादा-दुसरा दिवस कागलला गेलो तरी गोतावळ्याला भेटण्यात, त्यांच्या अडीअडचणी समजून घेण्यातच माझे दिवस निघून जात होते. घाईघाईनं पुण्याला परतत होतो. नोकरीतील जबाबदारी वाढली होती, म्हणून निवांतपणा मिळत नव्हता.

सकाळी दहाच्या सुमारास मिसाळांना भेटण्यासाठी गेलो होतो. मळकट-कळकट अंथरुणावरच बसून ते नातवाच्या इतिहासाचं क्रमिक पुस्तक वाचत होते. कोरडवाहू फार थोडी शेती त्यांच्या वाटणीला आली होती. ती आता त्यांची पोरं पाहत होती. त्यांना बाहेर जाता येणंच अशक्य होतं.

चौकशी केली. अनेक दिवसांनी भेटल्यामुळं गहिवरले. जुन्या आठवणींत रमले. 'पहिल्यासारखं आता काय व्हायलं न्हाई' असं अर्ध्या गमावलेल्या पायाकडं बघत, त्याच्यावरून हळुवार हात फिरवत, मधूनच वाढलेली दाढी खाजवत बोलत होते. ...माझ्यासमोर तरुण वयातील वाघासारखा आक्रमक दिसणारा एक पैलवान उभा राहिला. बेचाळीसच्या क्रांतीतील पोस्टाच्या तारा तोडणारा, सरकारी खजिना धाडसानं लुटणारा चित्ता आठवला. आता तो शक्ती, रुबाब, शरीर हरवलेल्या म्हाताऱ्या बैलासारखा दिसत होता.

गंगाराम कांबळेंना भेटण्यासाठी महारवाड्यात गेलो. बऱ्याच दिवसांत तिथं गेलो नव्हतो. तिथलं काहीच कळलं नव्हतं. गंगारामचं वय आता ९४-९५ आहे पण प्रकृती चांगली होती. चेहऱ्यावर तेज दिसलं. किल्ल्याजवळच्या माने-मेस्त्रींच्या मळ्यात माझ्या लहानपणी सालगडी म्हणून चाकरीला होते. त्याच्या शेजारीच आम्ही केलेला बाळूगडीचा मळा होता. त्या काळात त्यांनी लक्ष्मण मिसाळाबरोबर बेचाळीसच्या क्रांतीत कार्य केलेलं... मी घटकाभर गप्पा मारत बसलो.

ते म्हणाले, "म्हारवाडा आता सुखाला लागलाय, मुनसीपालटीत तीस पोरं नोकरीत हाईत. गावाची झाडलोट करत्यात. गटारं सोच्छ करत्यात. गावाबाहीर गाडीनं कचरा न्हेऊन टाकत्यात. त्येंचं बरं चाललंय. म्हैन्याच्या म्हैन्याला पगार येतोय. त्यामुळं त्येंची पोरंबी नेमानं शाळंला जात्यात. शिकत्यात, कामं मिळीवत्यात. शिकल्यामुळं आता हितनंफुडं आणखी शाणी हुतील. 'बाबा सायबांची' ही किरपा.

पोरांस्नी शिकण्याची चटक लागली.''

त्यांचं बोलणं ऐकून बरं वाटलं. महारवाड्यातून हिंडलो. कुणाकुणाची घरं शोधली. माझ्यापेक्षा साताठ वर्षांनी मोठी असलेली बहुतेक जणं जन्माला कंटाळून कायमची पुढं निघून गेली होती. त्यांना दिवस चांगले आलेच नाहीत. माझ्यापेक्षा साताठ वर्षांनी लहान असलेल्या पिढीतले पाच-सहा जण शिकले होते. ते गाव सोडून नोकरीसाठी शहरात गेले होते. नंतर गावाकडं, महारवाड्याकडं कधीच फिरकले नाहीत. गावच्या उरसासाठी एकदा-दोनदा 'सायबा'चा पोशाख करून गावातनं आणि महारवाड्यातनं स्वत:ला मिरवून, दाखवून परत गेले होते. त्यांचे आईबाप मागं तसेच फेकलेल्या टरफलासारखे राहिलेले बघून वाईट वाटलं. 'बाबासाहेबांनी' हे शिकवलं नव्हतं.

महारवाडा स्वच्छ वाटला. बघून बरं वाटलं. मरीआईच्या देवळात जाऊन आलो. जुनं छप्परवजा देऊळ पाडून नवं मोठं देऊळ बांधलं होतं. रात्री भजन करायचा तक्क्या स्वच्छ दिसला पण तिथं आता भजनं होत नाहीत, असं सांगण्यात आलं. वस्तीजवळच असलेलं तळं पूर्ण बुजवलं होतं. डासा/चिलटांचं ते माहेरघर होतं. बुजवलेलं बघून बरं वाटलं. तळ्याच्या जागी शाहू-उद्यान झालं होतं. पोरंटोरं संध्याकाळी तिथं खेळत होती.

चंदूलाल हे मुस्लीम समाजातले स्वातंत्र्यसैनिक. त्यांना उभ्या उभ्या दारातच भेटलो. त्यांचा माझा औपचारिक परिचय होता. त्यांनी घराच्या सोप्यात छोटं दुकान थाटलं होतं. औपचारिक चौकशी केली. उपचार म्हणूनच 'बरं आहे, ठीक आहे,' असं बोलले. त्यांच्या समाजाचं वारं वेगळ्या दिशेनं वाहत होतं. त्यांना त्यातून वगळल्यासारखं केलेलं. चौघंही सैनिक कोणत्या पक्षात अगर गावच्या राजकारणात सक्रिय नव्हते. त्या क्षेत्रात त्यांच्यापैकी कुणालाच कोणतंही स्थान नव्हतं.

माझ्या गणागोतांची मुलं भरपूर वाढली होती. चुलत घराणी फांद्यांसारखी फुटली होती. ज्यानं त्यानं आपापले स्वतंत्र संसार थाटले होते. कुणी चक्की काढली, कुणी दुकान काढलं होतं, कुणी रस्त्यावर कामगार पुरवण्याचं कंत्राट घेतलं होतं, कुणी शिपाई म्हणून बँकेत, मुनशीपालटीत नोकरीत होतं. दोघंतिघं राजकारणात घुसून काही मिळवता येईल का ते बघत होते, तर कुणी रोजगार करत होते. ही घरं फुटली नव्हती तेव्हा चुलत्यांना काका-काकूंना भेटण्यासाठी जात होतो. त्या वेळी आपुलकी होती. पण काळाच्या ओघात चौघंही काका वारले होते. त्यांच्या बायका एखादा अपवाद सोडला तर त्यांच्या मागोमाग निघून गेल्या होत्या. त्यांची मुलं ओळख दाखवेनाशी झाली होती. त्या मुलांच्या बायका परक्या गावावरून आलेल्या. कुणाची कोणती बायको आणि कुणाची कोणती पोरं यांचा पत्ता मलाही नीटसा लागत नव्हता. सुरुंग उडून एका मोठ्या खडकाच्या ठिकऱ्या

ठिकऱ्या होऊन दाही दिशांना दूरदूर फेकल्या जातात, पुन्हा त्या कधीच एकत्र येत नाहीत. एकमेकांशी संबंध दुराव्यामुळं राहू शकत नाही, अशी स्थिती आप्तस्वकीयांची झाली होती. काळानं उडवलेला सुरुंग मोठा भीषण असतो— त्यातीलच मीही एक ठिकरी.

अनेक वर्षांनी मी जुलै-ऑगस्टमध्ये गावाकडं आलो होतो. शैक्षणिक क्षेत्रातल्या नोकरीत असल्यामुळं उन्हाळ्याची आणि दिवाळीची सुट्टी पडल्यावरच नोव्हेंबरात किंवा मे महिन्यात मी गावाकडं येऊ शकत असे. जुलै-ऑगस्ट हे शैक्षणिक वर्षारंभाचे दिवस असत. त्यामुळं त्या काळात पुण्यात असणं गरजेचं असायचं पण या वेळी मी निवृत्तीपूर्व दीर्घ रजा काढली होती. त्यामुळं मुक्त मोकळं वाटत होतं.

यंदाचा १९९५ चा पाऊस फारच उशिरा म्हणजे जुलै पंधरानंतर सुरू झाला होता. उशिरा सुरू झाला तरी संततधार होती. त्यामुळं ऑगस्ट महिन्यात नद्यांना पूर आला होता. पेरण्या झाल्या होत्या. गावाचं ऑगस्टमधलं रूप अनेक दिवसांत अनुभवलं नव्हतं. म्हणून रोज एकेक दिशा धरून तिन्ही-चारी दिशांना गावाबाहेर जाऊन शेतीभाती बघून आलो होतो. गावाच्या दक्षिणेची नदी बघून आलो. पूर आला होता पण मर्यादित होता. पाणी विस्तारलं नव्हतं. त्यामुळं भोवतीची गवती रानं, उसाची रानं शाबूत होती. पुराचं पाणी त्यात घुसलं नव्हतं. दुधगंगेच्यावरती पश्चिमेला काळम्मा वाडीचं धरण झालं होतं. त्याचा हा परिणाम होता. या धरणामुळं आसपासची बरीच शेती बागाईत झाली होती पण खाणारी तोंडं तितकीच वाढली होती.

गावाच्या पूर्वेचा माळ हा माझ्या आवडीचं ठिकाण. त्या माळावर माझं बालपण गेलेलं. तिकडं गेल्यावर दिसून आलं की माळालगतच्या कोरडवाहू जमिनीत पेरण्या पूर्ण झालेल्या आहेत. पिकं उगवून चार चार बोटं वर आलेली आहेत. चिमण्या ती उपटून त्यांच्या बुडाशी असलेलं बियाण्याचं धान्य खातात. त्यांनी ती पिकं उपटू नयेत म्हणून शेतकऱ्यांची पोरं रानात उभी राहून शेतावर चिमण्या उतरणार नाहीत याची काळजी घेत आहेत. पाखरांचे भिरे, थवे आले की आरडाओरडा करून ते पांगवत आहेत. ...माळरानंही हिरवी झाली आहेत. त्यांच्यावर गुरं आनंदानं चरताहेत, जगताहेत. त्यांच्या चरण्यामुळं गवतातून उडणारे किडे, कीटक यांना निरनिराळी पाखरं, बगळे खाद्यासाठी पकडत आहेत, त्यांना खाऊन जगत आहेत. गुरं चरली, त्यांची पोटं भरली की त्यांचे मालक-मालकीण चरव्या, कासंड्या भरून त्यांची दुधं काढतात. डेअरीला विकतात, खातात, पितात, त्यावर जगतात. माळावर येताना शिंप्याच्या विहिरीत पाणी केवढं आलं आहे हे सहज डोकावून पाहिलं होतं. विहीर चौथाई भरली होती. तिच्यात वेरुळा फिरताना दिसला. हा पाणसर्प पाण्यातल्या बेडक्या, मासे, पाणनिवळ्या इतर किडे खाऊन बहुधा

जगत असावा.

...या सर्वांचंच जीवन एकमेकांवर अवलंबून असतं, याचा प्रत्यक्ष पडताळा तिथं येत होता. माणसांची एक पिढी काळाच्या आड गेल्याशिवाय दुसऱ्या पिढीला जगण्यासाठी मोकळी जागा मिळणार कशी? माझ्या अगोदरची पिढी अशीच नकळत पंचमहाभूतांत मिळून तिचं खत झालं. त्या खतावरच ही हिरवी नवी पिकं येतात. माझ्या घरातील, स्मिताच्या घरातील वडीलधारी पिढी गेली. आता आमची पाळी आहे. ती वेळ हळूहळू जवळ येत चालली आहे. आपणही मानसिक तयारी केली पाहिजे. नंतरच्या पिढीला जागा स्वच्छपणे मोकळी करून दिली पाहिजे... परतताना मनात असे काही विचार स्वैरपणे येत होते. पावसानं भोवताली सगळं हिरवं हिरवं करून टाकलं होतं. त्याच्यात मन पुन:पुन्हा ढोरासारखं गुंतत होतं... हे मन आता जगाच्या आणि जगायच्या हिरवळीतून काढून घेतलं पाहिजे. जाण्याची तयारी केली पाहिजे. हे कागल आता फुलत, फळत, पिढ्या बदलत, पिकं बदलत, उन्हाळे, पावसाळे करत इथंच राहणार आहे. त्यातली माणसंही अशीच बदलत जाणार आहेत. अशा वेळी 'हे माझं गाव, हे माय-गाव' असा धोशा मनानं सारखा लावून उपयोगाचं नाही. या गावातून मुक्त झालं पाहिजे.

...आपलं माय-माउलीचं खरं गाव 'ते' आहे. पण 'ते' नेमकं कुठं आहे हे काहीच माहीत नाही. सगळा अज्ञात अंधार.

घोर काळोख!

तरी निजधामाला परत फिरायचं आहे...

...परत फिरणं म्हणजे निवर्तणं.

...निवर्तणं, निवृत्त होणं... एकाच संस्कृत शब्दधातूची दोन रूपं...

निवृत्त होणं... या नोकरीतून... या प्रपंचातून...

या घरादारातून... या गावातून... या जगातून...

या सर्वस्वासह या देहातून...

या देहातील या प्राणांची ज्योत ज्याची त्याला परत करणं...

त्या दिव्य महाज्योतीत विलीन होणं.

विलीन... लीन... दीन...

...लांब लांबचा अटळ प्रवास!

- अज्ञ जागी ज्योत कोठे
तू तुझी गा टांगलेली.
वाट नाही माहिती अन्
रात्र भवती दाटलेली.
दूरच्या तरिही प्रवासा
चालण्या मज धीर द्यावा;
परत फिरुनी येत आहे
माझिया गा माय-गावा.
माझिया मी माय-गावा...

◆

परदेशातली मराठी माणसं

१६ ऑक्टोबर १९९२ च्या पहाटे चार वाजता विमानानं आम्ही परदेश-प्रवासाला निघालो. मी, माझे प्रकाशक मित्र अनिल मेहता आणि सौ. अंजली मेहता असे तिघं जण होतो. निमित्त होतं 'माझं लंडन' या मीना प्रभू यांच्या पुस्तकाच्या दुसऱ्या आवृत्तीचं लंडनमध्ये प्रकाशन. हा प्रकाशन-समारंभ लंडनमधील महाराष्ट्र मंडळ आणि मीना प्रभू यांच्या सहकार्यानं दि. १८ ऑक्टोबर १९९२ ला साजरा होणार होता. त्या वेळचे भारताचे संरक्षणमंत्री श्री. शरद पवार यांच्या हस्ते प्रकाशन आणि मी होतो पुस्तकावर बोलणारा प्रमुख वक्ता. मेहता पब्लिकेशन, पुणे यांनी प्रसिद्ध केलेलं हे पुस्तक.

या पुस्तकाच्या पहिल्या आवृत्तीच्या वेळी माझा आणि मीना प्रभूंचा परिचय झाला. श्री. मेहता माझे जुने मित्र असल्यामुळं पुष्कळ वेळा एखाद्या महत्त्वाच्या हस्तलिखिताच्या संदर्भात ते माझा सल्ला घेत असत. 'माझं लंडन'चं हस्तलिखित याच हेतूनं त्यांनी माझ्याकडं वाचायला दिलं होतं. मला ते लेखन आवडलं. आजवरची स्थलवर्णनं आणि प्रवासवर्णनं यावरील मराठी पुस्तकं आणि हे पुस्तक यात मूलभूत फरक होता. मराठीतील अशा प्रकारची पुस्तकं ही बाहेरून वर्णन करणारी, तात्कालिक वृत्तीनं अनुभव घेणारी वाटत असत. पण 'माझं लंडन'ची लेखिका लंडनमध्ये अनेक वर्षं राहिलेली, मनापासून त्या शहरावर प्रेम करणारी होती. तेथील समाजात राहून आतून अनुभव घेतलेली आणि अतिशय स्वाभाविक स्वरूपाची सौंदर्यदृष्टी असलेली.

...बाईंना मी तोपर्यंत पाहिलंही नव्हतं. कोण, कुठल्या हे माहीतही नव्हतं. पण त्या पुस्तकातून त्यांची व्यक्त झालेली जाणकारी विशेष लक्षणीय वाटली. लंडन शहराकडं, त्या शहराच्या इतिहासाकडं, मांडणीकडं, सौंदर्याकडं पाहण्याचा त्यांचा दृष्टिकोन आणि व्यक्तिमत्त्व प्रौढ आणि परिपक्व वाटलं. त्यावरून त्या साधारणपणे वयाच्या साठीत किंवा साठीच्या आसपास असाव्यात असा माझा अंदाज होता.

पण जेव्हा पहिल्या आवृत्तीच्या पुस्तक-मुद्रणाच्या वेळी त्यांची माझी पहिली भेट मेहतांच्या कार्यालयात ओघाओघात झाली तेव्हा त्यांचं व्यक्तिमत्त्व आणि वयही माझ्या कल्पनेपेक्षा कमीच निघालं. शब्दलेखन आणि मराठी भाषेचा वापर या बाबतीत त्या काटेकोर पद्धतीनं विचार करत होत्या. १९६६ पासून म्हणजे गेली पंचवीस वर्षं लंडनमध्ये राहूनही मराठी बोलताना त्यांच्या तोंडी एकही इंग्रजी शब्द येत नव्हता. त्या शब्दांच्या अर्थाविषयी चिकित्सक आणि व्याकरणदृष्ट्या शब्दलेखनात अचूकता अपेक्षित करणाऱ्या असल्यामुळं मेहतांच्या संस्थेतील प्रूफकरेक्टरचे आणि त्यांचे मुद्रणदोषांच्या बाबतीत मतभेद निर्माण होऊ लागले. त्यामुळं मेहतांनी त्यांची माझी ओळख करून दिली आणि त्यांना नव्या शब्दलेखन पद्धतीविषयी, तिच्यातील काही पर्यायांविषयी मी सांगावं असं सुचवलं. अधूनमधून मेहतांच्या कार्यालयात गाठीभेटी होऊ लागल्या. त्यातून परिचय वाढत गेला. त्यांच्या पुस्तकाविषयी, लेखनाविषयी चर्चा होऊ लागल्या... त्यातूनच त्यांच्या कार्यक्रमासाठी माझं लंडनला जाणं घडलं.

लंडनला जायचं निश्चित झाल्यावर मी आणि मेहता यांनी सर्व तयारी केली. प्रपंचाच्या आणि इतर कामांच्या धबडग्यात आजवर महाराष्ट्राच्या बाहेर माझा फारसा प्रवास घडला नव्हता. कामासाठीच एकदा भारताच्या दक्षिणेस हैदराबाद, मद्रास, पाँडेचरीपर्यंत आणि उत्तरेस दिल्लीपर्यंत जाऊन आलो होतो.

आता अनपेक्षितपणे परदेशचा प्रवास करायची संधी आली होती. म्हणून मनात योजलं की मनावरची सर्व सांसारिक ओझी बाजूला ठेवून देऊन नव्या, ताज्या मनानं प्रवास करायचा.

आजवर महाराष्ट्रात भरपूर हिंडलो. पश्चिम महाराष्ट्रात माझं जीवन, नोकरी आणि कारकिर्द घडली. महाराष्ट्रात प्रवास करताना हा माझा महाराष्ट्र, ही माझी भूमी, इथं माझी मराठी संस्कृती, इतिहास, परंपरा, पिकं, राहणी, धर्म वावरतो आहे, मी भारतीय आहे ही जाणीव होती. पश्चिम महाराष्ट्राच्या तुलनेत मी कोकण, गोवा, मराठवाडा, विदर्भ पाहत होतो आणि भारताच्या तुलनेत महाराष्ट्राचा निसर्ग, भूगोल, समाज, प्रगती अनुभवत होतो.

आजवरच्या आयुष्यात प्रवास करताना केवळ सैंदर्यप्रेरित अनुभव कधी घेतला नव्हता. असा अनुभव घेण्याचं माझं एक स्वप्न कितीतरी दिवसांचं होतं. ते आता परदेश-प्रवासात साकार होणार होतं; म्हणून मी विशेष उत्साही होतो.

मुंबईच्या विमानतळावर लुफ्तान्सा कंपनीच्या प्रचंड विमानात पहाटे साडेतीन वाजता मी, मेहता आणि सौ. अंजली मेहता १६ ऑक्टोबर १९९२ रोजी चढलो. विमानानं बरोब्बर चार वाजता उड्डाण केलं. पाचएक मिनिटांतच आम्ही आमच्या आसनांवर स्थिरावलो. मनावरचे सगळे ताण नष्ट झाले. सगळ्या सव्यापसव्यांतून

मुक्त झाल्यामुळं मन स्वस्थ झालं. बाहेरचं काहीच दिसत नसल्यामुळं आमच्या आसनांवर आमचे डोळे हळूहळू मिटू लागले. रात्रभर खडं जागरण झालं होतं. तशात हवाई-सेविकांनी उबदार छोट्या ब्लँकेट्स पुरवल्या.

...डोळे तारवटले होते तरी गाढ झोप काही येईना. पेंगत्या मनात अनेक चित्रं येऊ-जाऊ लागली. काहीबाही चमत्कारिक आठवू लागलं... आपला प्रवास कुठून सुरू झाला आणि या घडीला आपण कोणता विलक्षण प्रवास सुरू केला आहे. पाच-सहा वर्षांचा असताना प्रथम आईबरोबर शेतावर जात असे. तिच्याबरोबर जाता-येताना काही वाटत नसे. पण जेव्हा तिनं एके दिवशी वडिलांच्या न्याहारीचं गठळं फडक्यात बांधून देऊन मला एकट्यालाच शेतावर नेऊन पोचवायला सांगितलं; तेव्हा गावातनं शेतापर्यंत एक मैलभर आपल्याला एकटंच जावं लागणार आहे, तो प्रवास एकट्यालाच करावा लागणार आहे याची तीव्रतेनं आठवण झाली. त्या प्रवासात मध्ये एक वाहता ओढा होता, तो मला एकट्यालाच पार करावा लागणार होता. त्यानंतर आमराई लागणार होती. तिच्यात काळतोंड्या वानरांचे कळप होते. त्यातल्या एखाद्या हुप्प्यानं जर मला थोबाडात मारून भाकरीचं गठळं पळवलं तर माझी धडगत नव्हती. भाकरीच्या गठळ्यात आमटी आणि कढी असल्यामुळं सबंध प्रवासभर ठेच न लागता, नाकासमोर बघून मला चालावं लागणार होतं. ते गठळ्यात सांडलं तर दादाचं (म्हणजे वडिलांचं) दोन-चार दणकं खावं लागणार होतं. हा पहिला जबाबदार प्रवास मी पहिल्या दिवशीच यशस्वीपणे पार पाडला होता. पण घरातून बाहेर पडलो तेव्हा मात्र तो फार फार लांबचा आणि धोक्याचा वाटत होता. माझ्या आयुष्याला चिकटलेला हा पहिला पायीपायी प्रवास आणि आजचा आठनऊ तासांचा विमानातील अंतराळ-प्रवास. माझ्या आयुष्याच्या प्रवासात किती अंतर पडलं होतं. मी शेकडो मैल सुखानं परदेशी चाललो होतो. निराधार विमान अंतराळातून प्रवास करत होतं. तरी मी निर्धास्त होतो...

अधूनमधून डुलकी येत होती. तरीही गाव ते शेत, शेत ते शाळा, शाळेसाठी गाव सोडणं, कागल ते रत्नागिरी, रत्नागिरी ते कोल्हापूर, कोल्हापूर ते पुणं, पुणं ते पंढरपूर, पुन्हा पंढरपूर ते पुणं असा मनोमनीचा प्रवास सुरूच होता... त्यातच मी गुंतून जात होतो. मध्ये मध्ये काय काय घडत होतं, कुठली कुठली माणसं भेटत होती, कुठं कुठं वस्त्या पडल्या होत्या... मनात सगळी गर्दी उडून गेली होती... प्रचंड अंतर तोडल्याची जाणीव होत होती... महायुद्धाच्या काळात आभाळात उंच उंच उडणारं विमान माळाला गुरं राखताना भुईवरून कौतुकानं पाहिल्याची आठवण मधूनमधून उगीचच होत होती.

...जाग ते झोप, झोप ते जाग असं करत करत प्रदीर्घ पहाट अनुभवून बरोबर साडेआठ तासांनी फ्रँकफर्टला येऊन पोचलो. तिथून सकाळी साडेनऊला लंडनला

निघालो.

तासादीड तासात लंडनच्या आकाशात अलो. आकाशातून दिसणारं लंडन खरं वाटणार नाही इतकं प्रचंड पसरलं होतं. या शहरावर बराच वेळ विमान चाललं आहे असं वाटत होतं. लंडनइतकाच लंडनचा विमानतळही प्रचंड वाटत होता. एखाद्या मोठ्या एस.टी. स्टँडवर बसेसची गर्दी असावी, अशी विमानं जा-ये करताना दिसत होती.

मीनाताई आम्हाला नेण्यासाठी आल्या होत्या. त्यांच्याबरोबर प्रथम त्यांच्या ट्विंकनमच्या 'अजंठा' या सुंदर, रेखीव, प्रसन्न घरी गेलो. दुपारचं जेवण त्यांच्या पाण्याच्या टाक्यांतील मोठ-मोठे रंगीत मासे पाहत घेतलं आणि नंतर त्यांनी त्यांच्या मार्बलआर्चजवळच्या फ्लॅटवर आम्हाला पोचवलं. लंडनच्या मुक्कामात आम्ही या फ्लॅटवरच राहणार होतो.

मेहतांना म्हणालो, "मेहता, खरंच आपण परदेशच्या प्रवासाला निघालो आणि काहीही मोडता आला नाही. कोणत्याही विमानतळावरून आपणाला परत मायदेशी हाकललं नाही. दैव बलवत्तर दिसतं आहे. आयुष्यातील ही पहिलीच महत्त्वाची गोष्ट आहे की ती करायची ठरवल्यावर विनासायास सुरू झाली आणि हातातही आली. तिच्यासाठी पुन:पुन्हा प्रयत्न करावे लागले नाहीत... पहिल्या प्रयत्नातच उत्तम नोकरी मिळाल्यावर जो आनंद होतो तस्सा आनंद मला झाला आहे."

१६ ऑक्टोबर १९९२ ची ती संध्याकाळ आणि सबंध रात्र संपूर्णपणे झोप घेण्यात गेली.

१८ ऑक्टोबरच्या संध्याकाळी 'माझं लंडन'चा प्रकाशन-समारंभ होता. लंडनमधील मराठी माणसं महाराष्ट्र मंडळात एकत्र येणार होती. महाराष्ट्र मंडळाचा हीरकमहोत्सव होता. मंडळाची स्थापना होऊन साठ वर्षं पूर्ण होत होती. याचा अर्थ मराठी माणूस लंडनमध्ये स्वातंत्र्यपूर्व काळाच्याही अगोदर म्हणजे १९२० ते १९२२ पासून वास्तव्य करून राहत असला पाहिजे. १९३०-३२ साली त्याला लंडनमध्ये महाराष्ट्र मंडळ स्थापन करण्यासाठी प्रेरणा झाली; याचा अर्थ १९३० च्या आसपास लंडनमध्ये बरीच मराठी माणसं असली पाहिजेत. त्यांनी त्यांची छोटीशी संघटना दूरदृष्टीनं उभी केली असली पाहिजे... आजचा दिवस हा अशा संघटित, दूरदृष्टीच्या मराठी मनाचं प्रतीक म्हणून साजरा होतो आहे. अश मराठी मनाचं प्रतीक मनासमोर उभं राहून त्याच्या तोलामोलाचे चार शब्द आपणाला बोलायचे आहेत. आपण कसून तयारी केली पाहिजे. मीनाताईंच्या पुस्तकावर बोलणं हा पूर्वार्ध असेल पण लंडनमधील हीरकमहोत्सवी मराठी मनासमोर बोलणं हा उत्तरार्ध असेल. तो अधिक महत्त्वाचा. बोलण्यात आपण कमी पडता कामा नये...

महाराष्ट्र सोडून इंग्लंडसारख्या विकसित देशात येणं, तिथं जीवनात संघर्ष करून स्थिर होणं, युरोपीय जीवनात, तेथील राष्ट्रात आपल्यासाठी जागा करून घेणं, तिथं प्रतिष्ठा मिळवणं या गोष्टी साध्या नाहीत. माझ्या मराठी माणसानं हे इथं येऊन मिळवलं आहे. त्यामुळं इथं येऊन स्थायिक होणारा प्रत्येक मराठी माणूस अव्वल दर्जाचा बुद्धिमंत, आत्यंतिक महत्त्वाकांक्षी, वेधक विचारवंत, कमालीचा धीट, धाडसी आणि चिवटपणा असलेलाच असणार. मराठी बुद्धीचा, विचारशक्तीचा अर्क या लंडनमध्ये स्थायिक झाला आहे; त्याच्यासमोर तसंच काही आपण बोललो तर इथं आपली प्रतिष्ठा राहणार, नाही तर आपलं हसं होईल. हीरकमहोत्सव म्हणजे साधी गोष्ट नव्हे. भारताचे संरक्षणमंत्री या कार्यक्रमाला येणार म्हणजे काही साधा समारंभ असणार नाही... शरद पवारांच्या संदर्भात एक गोष्ट मात्र मनोमन सारखी खटकत होती. गेल्या वर्षी कधीतरी त्यांनी या महाराष्ट्र मंडळाला काही आर्थिक मदत दिली होती. विकसित देशातील या कर्तृत्ववान मराठी माणसांनी आपल्या अविकसित मातृभूमीकडून मदत स्वीकारलीच कशी? त्यांच्या पराक्रमी आणि स्वाभिमानी मनाला ती अपमानास्पद तर वाटली नसेल? अशी चिंता वाटत होती.

...माझ्या मनावर अधिकाधिकच ताण येत चालला होता. दिनांक १८ ऑक्टोबरच्या सकाळपासून संध्याकाळपर्यंतच्या काळात माझ्या मनावर हा ताण होता.

संध्याकाळी आम्ही कार्यक्रमाला गेलो. नियोजन-क्रमानुसार मी कार्यक्रमात बोललो. पूर्वार्धात 'माझं लंडन'विषयी बोलून उत्तरार्धात लंडनमधील महाराष्ट्र मंडळाकडून भारत आणि महाराष्ट्र कोणत्या अपेक्षा करतो ते मी सांगितलं. परदेशस्थ मराठी माणसांनी भारतीय आणि महाराष्ट्रीय सांस्कृतिक मानसिकता जोपासण्याची कशी गरज आहे, तेच मराठी माणसाचं खास मराठीपण, त्याचं व्यवच्छेदक वैशिष्ट्य कसं आहे हेही सांगितलं. 'संस्कृतीचा आणि भाषेचा अनिवार्य संबंध आहे. मराठी संस्कृती जपावीशी वाटत असेल तर मराठी भाषा बोलता, वाचता आणि लिहिता आली पाहिजे. तरच तिच्याद्वारा सांस्कृतिक देवघेव करता येईल. संस्कृतीचं आकलन होईल आणि सांस्कृतिक जीवनही जगता येईल. मातृभाषा आणि मातृसंस्कृती दोन्ही एकमेकींवर अवलंबून असतात. इंग्रजी भाषा ही तुमची व्यवहार-भाषा आहे. हा समाजव्यवहार प्रामुख्यानं ज्ञानात्मक आणि आर्थिक आहे. एवढ्या पातळीवरच इंग्रजी भाषा ठेवा. ती पातळी फार महत्त्वाची आहे म्हणून ती स्वयंपाकघरात, देव्हाऱ्यावर आणण्याची गरज नाही. कारण ती दोन्ही मातृस्थाने आहेत,' असा विचार मांडला.

महाराष्ट्र मंडळातील एकूण वातावरण बघून मला ऐनवेळी हाच विचार मांडावासा वाटला. मीना प्रभू आपल्या भाषणात म्हणाल्या की 'इथं जमलेल्या

मराठी तरुण पिढीला मराठीबद्दल प्रेम आहे, आदर आहे पण तिला मराठी चांगली वाचता येत नाही... अशा मंडळींच्या सोईसाठी आमची मुलगी 'माझं लंडन'चं इंग्रजीमध्ये भाषांतर करीत आहे...' मला हे त्यांचे जाहीर उद्‌गार ऐकून फार वाईट वाटलं. इथल्या मराठी मुलांची मानसिकता वस्तुनिष्ठ स्वरूपात दण्णदिशी कळली.

कार्यक्रमाच्या आरंभी मी श्रोतृवर्गातच बसलो होतो. कारण आरंभी मुलांचे सांस्कृतिक कार्यक्रम सुरू होते. त्या वेळी एक मुलगी माझ्याकडं आली. माझ्या हातातील पेन पाहून मला म्हणाली, "एक्स्क्यूज मी. मी जरा तुमचं पेन दोन मिनिटं बॉरो करू का?" असं तिनं मला विचारलं. त्यावरून नव्या पिढीच्या मराठी भाषेची मला स्पष्ट कल्पना आली.

या मंडळात आलेल्या लोकांचं उत्साही वर्तन, बोलणं, हळदी-कुंकवाच्या कार्यक्रमातल्यासारखं वाटलं. स्त्रिया-मुली यांचं सणासुदीसारखं खास नटणं, हायस्कूलमधल्या वार्षिक स्नेहसंमेलनात जसे मुलांचे कार्यक्रम होतात तसले शरद पवार (संरक्षणमंत्री, भारत) यांच्यासमोर केलेले मुलांचे कार्यक्रम, कुणी कुणी अजून वर्गण्या दिल्या नाहीत त्या आत्ताच कशा मागून घेणं योग्य आहे, यासंबंधीच्या कार्यकर्त्यांच्या मोठमोठ्यानं चाललेल्या चर्चा हे सगळं पाहून आणि ऐकून या मंडळाविषयी माझा फार मोठा अपेक्षाभंग झाला. भारताचे संरक्षणमंत्री आले आहेत, याची तिळमात्र कल्पना जबाबदार व्यक्तींमध्ये दिसली नाही. या लोकांत संघटन आणि संयोजन यांचा पूर्ण अभाव जाणवला. त्यांनी महाराष्ट्राकडेच देणगीदाखल हीरकमहोत्सवानिमित्त मदत मागितली. वास्तविक महाराष्ट्र मंडळानं महाराष्ट्राला काही द्यायच्या ऐवजी हेच मंडळ महाराष्ट्राकडून मदत मागतं आहे, ही गोष्ट मला आता केविलवाणी वाटली.

काही स्त्रिया नथ घालून नऊवारी नेसून व लिपस्टिक वगैरे लावून आलेल्या. त्यांना त्यातच मराठीपण साठवलेलं आहे असं वाटत असावं...

... आपला नवरा, बाप, मुलगा लंडनमध्ये नोकरी करतो, आपण या शहरात राहतो यातच त्यांना धन्यता वाटत असावी. जणू त्यांच्या ध्येयाची पूर्ती होऊन त्या 'धन्यधन्य' झाल्यासारख्या वागत, बोलत होत्या. त्यांच्या बोलण्यात एक प्रकारचा उथळपणा मला जाणवत होता.

...म्हणून मी ऐनवेळी मराठी संस्कृती, मराठी भाषा, मराठी मन आणि या सर्वांविषयी असायला हवा तो स्वाभिमान यांविषयी बोललो.

कार्यक्रम झाल्यानंतर माझ्या मनात विचार सुरू झाला तो लंडनमधील मराठी माणसानं केलेल्या माझ्या भ्रमनिरासाविषयी. प्रत्यक्षातील मराठी माणूस वेगळाच निघाला. त्याचा शोध घेण्याची मला ओढ लागली. म्हणून मी मीनाताईंना विचारलं की, 'लंडनमधील मराठी माणसांची एक अनौपचारिक बैठक मला घ्यावीशी वाटते.

त्यांना मला नीटपणे समजून घ्यावंसं तीव्रतेनं वाटतं आहे. एखादी बैठक आपणाला आयोजित करता येईल का?'

'जरूर करू. आपण प्रथम प्रवास आटपून घेऊ. प्रवासाहून शेवटी जेव्हा लंडनमध्ये परत येऊ त्या वेळी बैठक निश्चित घेऊ.'

आम्ही पंधरा-वीस दिवसांचा दौरा आटपून लंडनला परत आलो आणि शनिवार दि. ७ नोव्हेंबर १९९२ च्या रात्री बैठक आयोजित केली. दुसऱ्या दिवशी रविवार असल्यानं सर्वांना ती सोईची होती. चाळीसएक लोक आले होते. हा गप्पांचा कार्यक्रम असला तरी चांगला रंगला. मी सर्वांना प्रश्न विचारत होतो. त्यांची उत्तरं ज्यांना जशी वाटतील त्यांनी तशी मुक्तपणानं द्यावीत अशी मी अपेक्षा केली होती. प्रश्न व्यापक पातळीवरचे होते. कुणाही एका व्यक्तीला उद्देशून नव्हते. या प्रश्नांतून लंडन-इंग्लंडमधील मराठी माणसाची मानसिकता व्यक्त झाली. त्यांची विविध आणि महत्त्वाची मतं ऐकायला मिळाली. मी प्रश्न विचारीन तसे ते बोलत होते :

१) महाराष्ट्रात आणि भारतातही गुणांना, गुणवत्तेला संधी नाही म्हणून बाहेर पडावं लागलं. नाइलाज झाल्यानंच देश सोडावा लागला.

२) आमच्या मुलांना महाराष्ट्रात ९५ टक्के मार्क्स मिळवण्याची कुवत नाही. कारण तेवढे मार्क्स मिळाले तरच त्यांना मेडिकलला प्रवेश मिळतो. इथं त्याहून कमी मार्क्स मिळणाऱ्या विद्यार्थ्यांनाही इच्छा असेल तर मेडिकलचं शिक्षण मिळू शकतं. आमच्या मुलांना त्यांच्या इथल्या जन्मामुळं ब्रिटिश नागरिकत्व मिळालेलं असतं. त्यांचं इथंच शिक्षण झालं तर त्यांना इथं नोकऱ्या मिळू शकतात. मग मुलांना केवळ मराठी भाषा, मराठी संस्कृती यावी म्हणून आम्ही तिकडं महाराष्ट्रात आता कशाला यावं?

३) समजा आम्ही महाराष्ट्रात आता आलो तर पुन्हा आम्हाला तिथं प्रचंड जीवनसंघर्ष करावा लागेल. तिथं पदोपदी निर्लज्जपणे भ्रष्टाचार चाललेला असतो. माणसाच्या प्रामाणिकपणाला, सरळपणाला किंमत नाही. म्हणून आमच्यासारखी माणसं तिथं सचोटीनं जगू दिली जात नाहीत मग तिथं कशाला यावं?

४) तरीही आम्हाला महाराष्ट्राची ओढ आहे नाही असं नाही. पण इंग्लंडमध्ये जन्मलेल्या आमच्या मुलांना महाराष्ट्राची, भारताची तेवढी ओढ नाही. त्यांचं बालपण इथंच गेलं आहे. ती इथल्या मातीत, माणसांत, समाजात वाढली आहेत. त्या सर्वांचे संस्कार त्यांच्यावर झालेले आहेत. त्यामुळं ती इथंच राहू इच्छितात. त्यांची ही इच्छा आमच्या लक्षात येते. शिवाय आम्हाला त्यांचं महाराष्ट्रातील, भारतातील भवितव्यही कठीण दिसतं. अशा मुलांपाशी आम्ही महाराष्ट्राचाच आग्रह कसा काय धरणार?

५) आमच्या मुलांना ओढ असते ती महाराष्ट्रातील नातेवाइकांची; आजी-आजोबा, मामा-मावशी, काका-काकी यांची. पण त्यांच्या नंतरच्या पिढीला ती असण्याचं काही कारण नाही. निदान ती खूपच कमी झालेली असेल. त्यामुळं ही मुलं इंग्लिश-मराठी माणसं म्हणूनच लंडन-इंग्लंडमध्ये राहतील. ती महाराष्ट्रात जातील असं वाटत नाही.

६) आमच्या मुलांना आम्ही मराठी बोलायला निश्चितपणे शिकवतो. पण ती एकाच वेळी दोन भाषांच्या (म्हणजे मराठी आणि इंग्रजी यांच्या) लिप्या शिकू शकत नाहीत. अभ्यासक्रमात नसलेल्या देवनागरी लिपीचं त्यांना अकारण ओझं वाटतं. त्यांना त्रास होतो. त्यामुळं ती पुढंपुढं मराठी वाचतीलच असं नाही. मराठी न वाचता येणारी ती मराठी माणसं असतील. त्यांच्या मुलांना तर मराठी बोलता येईल की नाही याचीच शंका आहे. अर्थात त्यांना मराठी वाचता येणारच नाही हे उघड आहे.

७) इंग्लंडमध्ये आलेल्या मराठी माणसानं आपल्या देशाचा, भाषेचा, संस्कृतीचा अभिमान ठेवला पाहिजे, अशी अपेक्षा एका वयस्क असलेल्या गृहस्थांनी केली... पण ती अपेक्षाच होती. वस्तुस्थिती वेगळी आणि स्पष्ट होती.

८) मराठी (भारतीय) मुलं ही बुद्धिमान असतात, त्यांची बुद्धिमत्ता अधिक असते, असा युरोपीय व्यक्तींनी सर्व्हे करून निष्कर्ष काढला आहे; त्याचा मानसिक आधार इंग्लंडमधील मराठी माणसांना मिळताना दिसला.

९) आता जगात जागतिक व्यक्तिमत्त्वाची घडण होऊ लागलेली आहे. तेव्हा कोणता एखादा देश उपऱ्या माणसांना हाकलून देईल असं वाटत नाही. आपण सर्व माणसंच आहोत ही मानवतावादी भूमिका युरोपसारखा सुधारलेला खंड स्वीकारील असं वाटतं.

१०) मीना प्रभू यांचा अठरा वर्षांचा मुलगा आशुतोष म्हणाला की, 'मी इथं उपरा आहे नक्की. माझा देश मला भारतच वाटतो. मी मराठी माणूसच आहे हे निश्चित. पण मला माझ्या जीवनात स्थिर व्हायचं असेल तर महाराष्ट्रापेक्षा, भारतापेक्षा मला इथंच (इंग्लंडमध्ये) स्थिर व्हावं असं वाटतं. कारण इथला समाज स्थिर व्हायला अधिक योग्य वाटतो. महाराष्ट्रातील मराठी समाजातील मुलं मला बुद्धिमत्तेच्या बाबतीत लक्ष न देणारी, कमी शिस्तशीर, अभ्यास नसलेली, वेळ वाया घालवणारी, काहीशी गबाळेपणानं विचार करणारी वाटतात. माझ्या आतापर्यंत ज्या सवयी लंडनमध्ये घडल्या त्या सवयींना अनुकूल अशी इंग्लंडमधीलच मुलगी पत्नी म्हणून अधिक पसंत करीन. तसं होणं स्वाभाविक आहे. कारण इथल्या मुलामुलींच्या सहवासात मी जास्त आहे...' आशुतोष पुष्कळ वेळा महाराष्ट्रात येऊन राहून गेलेला आहे.

११) एक जण असं म्हणाले की, इंग्लंडमधील मराठी माणसं ही गंजलेल्या

निकामी पत्र्यासारखी होऊन गेलेली आहेत. ही माणसं मराठी भाषा, संस्कृती, रीतीरिवाज यांच्या जुन्या कल्पना उराशी धरून बसलेली आहेत. ती महाराष्ट्रातल्या आजच्या मराठी माणसासारखी नाहीत. गेल्या चाळीसएक वर्षांत भारतातील मराठी माणूस खूप बदलला आहे. त्या मराठी माणसाला, संस्कृतीला, रीतीरिवाजांना इथली मराठी माणसं तुल्यबळ राहिली नाहीत. प्रामुख्यानं ही जुन्या काळातील आहेत. त्या काळात गोठल्यासारखी यांची अवस्था झालेली आहे.

त्याचं उदाहरण मला महाराष्ट्र मंडळातील कार्यक्रमाच्या वेळी परस्परांशी गप्पा मारताना मिळालं होतं. महाराष्ट्रातून मॉरिशसमध्ये जाऊन पूर्वीच कधीतरी ज्यांचे पणजोबा-आजोबा स्थायिक झालेले असे पन्नाशीच्या आसपासचे गृहस्थ भेटले होते. साधारणपणे शंभरएक वर्षांपूर्वी त्यांचे पूर्वज तिकडं गेले असावेत. त्या गृहस्थांना आता मराठी भाषाही नीटपणे येत नव्हती. ते जुने जुने शब्द बोलत होते. आजचा महाराष्ट्र त्यांना नीटपणे माहीतसुद्धा नव्हता. त्यांचा महाराष्ट्राशी काहीच संबंध उरला नव्हता. महाराष्ट्रात त्यांचे कुणीही नातेवाईक नव्हते. त्यामुळं मला ते मराठीच वाटेनात.

१२) चर्चा थंडावत चालली म्हणून मी आणखी एक प्रश्न मांडला : जगातील राष्ट्रांच्या जीवनात कधी कधी तीव्र संघर्ष होतात. त्या वेळी उपऱ्या माणसांना हाकलून दिलं जाण्याची शक्यता असते; याचा तुम्ही कधी विचार केला आहे काय?

या प्रश्नाला अनेकांनी उत्तरं दिली.—

- युरोपियन राष्ट्रंच एकत्र येऊ घातलेली आहेत. त्यांचंच आता एक फेडरेशन होण्याची शक्यता आहे. त्यामुळं उपऱ्या लोकांना कुणी हाकलून देईल असं वाटत नाही.

- इंग्लंड हे कॉमनवेल्थ राष्ट्र आहे. तिथं लोकशाहीची जुनी परंपरा आहे. ती अजून आहे. ज्यांना ब्रिटिश नागरिकत्व मिळालं आहे, त्यांचा प्रश्न निर्माण होईल, असं वाटत नाही. कारण प्रत्येक नागरिकाला इथं समान संधी आहे. तसंच फेडरेशन झालं तरी संधी व्यापक होईल. युरोपातील सर्व राष्ट्रांमध्ये संचार करता येईल असं वाटतं.

- कदाचित अल्पसंख्याकांना हाकलूनही दिलं जाईल. उपऱ्यांना कमी लेखतील. पण त्यांना उद्याची नवी पिढी तोंड देईल. तिची कत्तलही होऊ शकेल. तिलाही उद्याची नवी पिढी तोंड देऊ शकेल. ते प्रश्न त्या पिढीचे आहेत. मग आपण उगीच उद्याची काळजी करून आजचं सुखाचं जीवन का गमावून बसायचं? शिवाय 'हाकलून देतील की नाही' हे अनिश्चितही आहे. जे अनिश्चित आहे, त्यातील अमुक एक खरंच होणार आहे, असं गृहीत धरून विचार करणं भ्रामक असतं. आजचे

वास्तव प्रश्न आणि स्थिती महत्त्वाची असते. आपण तिचा विचार करायला शिकलं पाहिजे.

१३) मूळचे नागपूरचे असलेले आणि आता लंडनमध्ये स्थायिक झालेले एक डॉक्टर म्हणाले की, 'सध्या इंग्लंडमध्ये दक्षिण आफ्रिकेतील गुजराती आलेले आहेत. त्यांतील काही स्थायिक होण्यासाठी लंडनमध्येही आले आहेत. त्यांना दक्षिण आफ्रिका सरकारनं देशाबाहेर हाकलून दिलं आहे. ते देश आता स्वतंत्र होत असल्यानं आणि ते देश पूर्वी ब्रिटिश साम्राज्याचा भाग असल्यानं दक्षिण आफ्रिकेतील गुजराती माणसांची अशी अवस्था निर्माण झालेली आहे. साम्राज्याच्या काळात साम्राज्यांतर्गत देशांतील कुणीही नागरिक हा ब्रिटिश नागरिक समजला जाई. कुणीही साम्राज्यांतर्गत देशातील माणूस ब्रिटिश नागरिकत्व स्वीकारून कोणत्याही देशात स्थायिक होऊ शकत असे.'

नैरोबीतून आलेले एक गुजराती गृहस्थ त्यांना म्हणाले की, 'आम्ही भारतीय गुजराती नाही. आम्ही नैरोबियन गुजराती आहोत. भारताशी आमचा संबंध नाही. आमच्या अनेक पिढ्या नैरोबीमध्ये गेल्या आहेत. भारताविषयी मला तशी काही आपुलकी राहिलेली नाही. कारण माझं बालपण, तरुणपण नैरोबीतच गेलं आहे.'

हे ऐकून डॉक्टर पुढं मला म्हणाले, ''तसंच आमच्या मुलांच्या नंतरच्या पिढ्यांचंही होऊ शकेल असं मला वाटतं.''

१४) गप्पांचा समारोप करताना यजमान असलेल्या मीना प्रभू म्हणाल्या की, 'चीनबाहेर गेलेल्या आणि तिकडंच स्थायिक झालेल्या चिनी लोकांना चीनविषयी नवी माहिती मिळावी म्हणून, आपुलकी वाटावी म्हणून त्यांच्यासाठी आणि विशेषत: त्यांच्या मुलांसाठी चीनमध्ये सरकारनं सध्या शाळा काढल्या आहेत. त्यांना चीन देशाविषयी, संस्कृतीविषयी, भाषेविषयी प्रेम कसं वाटेल याचं शिक्षण त्या शाळांतून दिलं जातं. ही मुलं परदेशातील आपापल्या सुट्ट्यांच्या काळात चीनमध्ये येतात आणि हे शिक्षण घेऊन पुन्हा परत जातात. त्यामुळं त्यांची मातृभूमीशी नाळ पक्की जोडली जाते.

अशा प्रकारच्या शाळा आणि सांस्कृतिक केंद्रं भारत सरकारनं भारतात काढावीत आणि अनिवासी भारतीय मुलांना शिक्षण देण्याची व्यवस्था निर्माण करावी.'

या समारोपावर गप्पांमध्ये आपलं मत व्यक्त करताना मला कमलनाथ सामंत म्हणाले की, 'भारत सरकार इतक्या शाळा काढू शकेल असं मला वाटत नाही. भारत सरकारला आणि महाराष्ट्र सरकारलाही अनिवासी भारतीय आणि मराठी माणसाविषयी एवढं प्रेम नाही. आम्हा अनिवासी भारतीय, मराठी माणसांचे काही राष्ट्रीय, सामाजिक, सांस्कृतिक प्रश्न, समस्या आहेत याचं भारताला भानच नाही. म्हणून आम्ही माणसं इंग्लंड सोडून परत भारतात, महाराष्ट्रात आलो तर आमच्यासाठी

ती सरकारं आणि समाज काही करतील असा विश्वासही वाटत नाही.

१५) गप्पांमध्ये मी आणखी एक प्रश्न सहजपणे विचारला. 'इथं युरोपमध्ये व्हाइट निग्रोंच्या प्रश्नांसारखे काही प्रश्न मराठी समाजात निर्माण होतात काय?'

त्याला उत्तर मिळालं की, 'मराठी, भारतीय माणसाच्या बाबतीत असे प्रश्न निर्माण होऊ शकत नाहीत. याला कारण मराठी किंवा भारतीय माणसाची आणि युरोपातील मूळच्या गोऱ्या लोकांची शारीरिक ठेवण एकसारखी आहे. - मराठी माणसाला गोऱ्या माणसाचं आकर्षण आहे,' असंही सांगण्यात आलं.

१६) महाराष्ट्रातून केवळ शिक्षणासाठी लंडनमध्ये राहिलेल्या कु. पुराणिक आणि कु. कुलकर्णी या दोन मुलीही प्रस्तुत कार्यक्रमाला आलेल्या होत्या. दोघीही मुंबईच्या. लंडनमध्ये येऊन त्यांना पाच-सहा महिने झाले होते. अजून तीन-चार महिने राहून त्या भारतात परतणार होत्या.

त्यांना मी सहज विचारलं की, 'तुम्हाला लंडन कसं वाटलं? इथं कायमचं राहावंसं वाटतं का?'

त्यांनी सांगितलं की, 'आम्हाला इथं मुळीच राहावंसं वाटत नाही. इथला नवरा मिळाला तरी आम्हाला तो नको आहे. इथं इतर मराठी माणसं स्थायिक असूनही आम्हाला उपऱ्यासारखं वाटतं. इंग्रजी माणसं आम्हाला आणि इथल्या एकूणच मराठी माणसांना आत्मीय भावनेनं वागवत नाहीत. त्यांना मराठी माणसं ही इथं आलेली एक कटकट वाटते. त्यांच्या इंग्रज पूर्वजांनी साम्राज्य स्थापन करण्याच्या फंदात पडून काही चुका केल्या आणि त्या चुका आताच्या इंग्रज तरुण पिढीला निस्ताराव्या लागत आहेत असं त्यांना वाटतं. त्यांच्या या मनोमनीच्या तिरस्कार-वृत्तीमुळं आम्ही इथं एकाकी पडतो आहोत. आमच्या समाजात जाण्याची आम्हाला सतत ओढ लागलेली असते. कधी एकदा हे शिक्षण संपवून मुंबईला जाईन असं आम्हाला वाटतं आहे.'

'समजा; लग्न झाल्यावर नवऱ्याची इकडं बदली झाली तर काय कराल?'

'...तरीही आम्ही इकडं राहणार नाही.'

त्यांचा कल माझ्या लक्षात आला.

भोजन करून निवासावर परत यायला रात्रीचे बारा वाजले. अंथरुणावर पडलो तेव्हा मनात प्रश्नांचं मोहोळ उठलं.

...माझ्या मनातली परदेशस्थ मराठी माणसं ती ही नव्हती. मनात होती ती अटकेपार पराक्रमाचे झेंडे लावण्यासाठी महाराष्ट्रातून बाहेर पडलेली, मुलूखगिरी करू इच्छिणारी, आपल्या कर्तृत्वानं मराठी बाणा जगाला दाखवू इच्छिणारी माणसं... पण त्यात एखाद्या व्यक्तीच्या उत्तुंग कर्तृत्वाचा एखादा अपवाद सोडला तर बाकीची सगळी प्रामुख्यानं छोट्यामोठ्या नोकऱ्या पत्करलेली, पोटार्थी होऊन

सुखाची भाकरी शोधत लंडनमध्ये आलेली दिसली.

हे वास्तव स्वीकारायला माझं मराठी मन तयार होईना. तरी ते वास्तव मला न जुमानता अस्तित्वात होतं. महाराष्ट्रात आणि भारतात तुडुंब भरून अस्ताव्यस्त झालेली, नको नको इतकी किड्यामुंग्यांसारखी वाढलेली प्रचंड लोकसंख्या आणि देशाची अविकसित अवस्था ही प्रमुख कारणं या देशांतराच्या बुडाशी दिसली.

महाराष्ट्रातल्या खेड्यापाड्यात उपाशी मरणारी माणसं नाइलाजाच्या ज्या भावनेनं केवळ जगण्यासाठी शहरात येतात आणि मिळेल त्या चतकोर-अर्ध्या भाजीभाकरीवर सुख मानतात, तशी ही सुशिक्षित अनिवासी मराठी माणसं सर्वसाधारणपणे वाटली. अर्थात त्यांची सुखं वेगळी होती. ती सुशिक्षित असल्यामुळं सुख म्हणजे काय, व्यवस्थित मानवी भौतिक जीवन कसं असू शकतं, याची कल्पना शिक्षणामुळं त्यांना आलेली होती.

...गुणी माणसाच्या गुणवत्तेला आपल्या अविकसित देशात कधीच न्याय मिळणार नाही, म्हणून विकसित देशांत आपण गेलं पाहिजे. तिथं निर्वासित झालो, अल्पसंख्य झालो, त्याचे तोटे भोगावे लागले, मातृभूमी, मातृभाषा आणि स्व-संस्कृती गमवावी लागली तरी भौतिक पातळीवरच्या वैयक्तिक सुखाचे दिवस तरी नीटपणे अनुभवायला मिळतील या भावनेनं कळत नकळत ती या परदेशात आलेली दिसली.

...खेड्यातून शहरात तसं अविकसित भूमीतून विकसित देशात अशीच ही प्रक्रिया वाटली. या प्रक्रियेतून निर्माण होणारे गुंतागुंतीचे अनेक प्रश्न होते. या प्रश्नांना महाराष्ट्रात अजूनही कुणी हात घातला नव्हता. कुणाचं या प्रश्नाकडं लक्ष नव्हतं. शेकडो अंतर्गत प्रश्नांच्या तुलनेत ते इतके तातडीचे आहेत असं महाराष्ट्राला वाटत नसावं.

...रात्रीचा एक वाजून गेला होता. मानसिक थकवा आला होता. आता हतबलता आल्यासारखं वाटू लागलं.

...लंडनमधल्या या मराठी माणसांना त्यांच्या गरीब हीरकमहोत्सवासाठी शरद पवार यांनी महाराष्ट्र सरकारची मदत गेल्या वर्षी मिळवून दिली ते योग्यच केलं असं आता वाटलं.

...मुकाटपणे दुसऱ्या दिवसाची वाट बघत पडून राहिलो... पुण्याला जाण्याची ओढ लागली होती. ही ओढ घराची नव्हती. मातृभूमीची होती. तिथल्या मराठी माणसांची होती.

◆

परदेशाटन : डायरीतील नोंदी

फ्रान्स

पाचसहा दिवस लंडनमध्ये राहून २३ ऑक्टोबर १९९२ ला लंडनहून फ्रान्सला जायला निघालो. मीनाताई, अनिल मेहता, सौ. अंजली मेहता, मधू अभ्यंकर आणि मी असे पाच जण मिळून सकाळी आठ वाजताच बाहेर पडलो. गाडीमध्ये मीनाताईंची ड्रायव्हर सीटची जागा ठरलेली. पुढील बैठकीवर त्यांच्या शेजारी मधू अभ्यंकर. हे दोघंही लंडनमध्ये अनेक वर्षं राहिलेले. युरोपियन समाजाशी दोघंही परिचित होते. आम्ही तिघं आरामात पाठीमागं बसलेलो. कोणताही मानसिक दाब किंवा ताण नसल्यामुळं मुक्तपणे इकडंतिकडं पाहत, निसर्गाचा आस्वाद घेत प्रवासाला सुरुवात झाली.

डोव्हर या इंग्लंडच्या टोकाच्या गावी पोचल्यावर गाडीसह बोटीत बसलो. तासभर समुद्रप्रवासाचा आनंद घेतला. फ्रान्सच्या भूमीत जाऊन पोचलो. पुढं पॅरिसच्या दिशेनं पाचएक तासांचा प्रवास झाला.

फ्रान्समध्ये रस्त्याच्या दोन्ही बाजूंना शेतं विशेष प्रमाणात दिसू लागली. त्यावरची पिकं ओळखीची वाटू लागली. मक्याची शेतं मी चटकन ओळखली. छोटी छोटी खेडी नजरेला पडू लागली. मला महाराष्ट्रातल्या टुमदार खेड्यांची, शेतांची, पिकांची आठवण तीव्रतेनं होऊ लागली. फ्रान्सची भूमीही महाराष्ट्रीय भूमीला निसर्गाच्या बाबतीत जवळची वाटू लागली. कोल्हापुराहून किंवा बेळगावहून कोकणात प्रवास करावा आणि आसपासची कौलारू घरांची खेडी नजरेसमोरून सरकत जावीत तसं वाटू लागलं. पॅरिसही लंडनच्या तुलनेत जवळचं वाटू लागलं. मी पाहिलेलं लंडन हे अतिशय सुबद्ध, नीटनेटकं, अतिस्वच्छ, सार्वजनिक नियमांचं काटेकोर पालन करणारं, रस्त्यांची आखणी भूमिति-तत्त्वानुसार असणारं, आपलं ऐतिहासिक आणि साम्राज्यवादी वैभव काळावर मात करून मिरवणारं वाटत होतं. पॅरिसमध्ये फिरताना मात्र तिथं वावरणारी माणसं मोकळीढाकळी वाटली. लंडनमधली

चौकोनी गंभीर चेहऱ्यांची वाटत. लंडनमध्ये रस्त्यावर कागदाचा कपटा, कचरा सापडत नसे. पॅरिसमध्ये तो मिळू शकत असे. आपल्या पुण्या-मुंबईत मिळतो तसा. लंडनमध्ये गाडी चालवताना हॉर्न वाजवणं कमीपणाचं मानलं जातं. इतक्या गाड्या असूनही हॉर्न काढून ठेवल्यासारख्या मुक्यानंच त्या जात असत. पॅरिसमध्ये हॉर्न वाजत असत. फ्रेंच माणसं खेळकर, खिलाडू, काहीशी खट्याळही वाटली. लंडन अवाढव्य वाटलं तर पॅरिस विस्तीर्ण नाजूक सुंदर वाटलं.

मात्र पॅरिसमध्ये गाड्या, वाहनं रस्त्यावरून जाताना डाव्या बाजूंनी जाण्याऐवजी उजव्या बाजूंनी जात होती. त्यामुळं मला सारखं चुकल्यासारखं वाटत होतं. मी हा फ्रान्समधील सार्वजनिक नियम जाणीवपूर्वक लक्षात ठेवत होतो; तरी आमची गाडी वळताना उजवीकडं जाताना मला सारखं नियम मोडला जातोय असंच वाटत होतं.

फ्रान्स-इंग्लंडचं वैर आणि स्पर्धा जगप्रसिद्ध आहे. फ्रान्स आपला स्वतंत्र ऐतिहासिक, सांस्कृतिक, राष्ट्रीय वारसा कायम टिकवू पाहत असेल. इंग्लंडपेक्षा आपलं वेगळेपण टिकवण्याचा प्रयत्न करीत असेल. त्याचं बाकीचं वेगळेपण त्यानं अवश्य टिकवावं पण उजव्या बाजूनं गाडी हाकण्याचा तेवढा हट्ट सोडून द्यावा, असं मला पुन:पुन्हा वाटू लागलं.

एका क्षणी मी मीनाताईंना विचारलं, "अहो, डावं-उजवं काय प्रकरण आहे?"

"पूर्वीचे राजेरजवाडे, सरदार, दरबारी मानकरी घोड्यावरून जाताना त्यांचा उजवा हात मोकळा असे. डावा हात घोड्याचा लगाम धरण्यात गुंतलेला असे. उजव्या हातानं तलवार चालवणं त्यांना सोपं जावं म्हणून डाव्या बाजूंनी जाण्याची प्रथा पडली असं सांगतात." त्यांनी उजव्या बाजूनं गाडी चालवत मला ही डाव्या बाजूची प्रथा सांगितली.

या प्रथेपेक्षा मला तिच्यातील सोय महत्त्वाची वाटली. सर्वसाधारणपणे माणसं डावखुरी नसतात. त्यांचा उजवा हातच जास्त सक्रिय असतो. डाव्या बाजूनं आपण वाहन चालवताना आपला उजवा हात चटकन मोकळा करता येणं, जाण्या-येण्याच्या, वळणाच्या, थांबण्याच्या खुणा त्या हातानं चटकन करता येणं शक्य असतं. त्यामुळं ही डाव्या बाजूची प्रथा सर्वसामान्य डावखुऱ्या नसलेल्या मानवी स्वभावाला अंगवळणी पडायला सोईची आणि सुलभही असते... म्हणून एवढ्यासाठी तरी डावखुऱ्या वृत्तीच्या फ्रान्सनं उजव्या बाजूचा हट्ट सोडावा, असं राहून राहून वाटू लागलं.

पॅरिसला जाऊन पोचलो त्याच दिवशी रात्री आठच्या सुमाराला फ्रान्समधील प्रसिद्ध आयफेल टॉवर पाहिला. उंचच उंच लोखंडी मनोरा. खाली-वर जाणाऱ्या त्याच्या यांत्रिक पाळण्यातून वरवर जाताना चारी बाजूंनी पसरलेलं शहर आणि निसर्ग दिसत होता. अगदी टोकावर गेल्यावर निरनिराळ्या रंगाच्या प्रकाशबिंदूंची

रत्नं-माणकं शहराच्या अंगाखांद्यावर झगमगताना दिसू लागली... रात्रीच्या प्रवासात कात्रजच्या किंवा दिवेघाटातून दिसणाऱ्या पुण्याची आठवण झाली. कोणतंही आधुनिक शहर रात्री उंचावरून जसं दिसतं तसाच तो अनुभव होता. फक्त हा मनोरा निसर्गनिर्मित नव्हता. आधुनिक मानवानं उभा केलेला होता. प्राचीन काळातही कुतुबमिनार, डोंगरी किल्ल्यांचे बुरूज मानवानं उभे केलेले आहेतच... असं असलं तरी चारी बाजूंनी उघड्या असलेल्या प्रचंड यांत्रिक पाळण्यामधून वर वर उंचच उंच आपसूक जातानाची जाणीव अपूर्व होती. भोवताली पसरलेल्या शहराची दृष्टिक्षेपात येणारी कक्षा गतिमान होऊन रुंदावताना येणारा अनुभव कायमचा लक्षात राहून गेला.

दुसरे दिवशी दिवसभर पॅरिसमधून शहराचा अनुभव घेत फिरलो. 'लुव्ह्र' वस्तुसंग्रहालय पाहिलं. हे ठिकाण म्हणजे एके काळच्या फ्रान्सच्या राजाचा राहता राजवाडा. एक वास्तू म्हणूनही हा राजवाडा प्रेक्षणीय आहे. वास्तूची भव्यता ही चीज काय असू शकते हे हा राजवाडा पाहताना अनुभवाला येतं. या राजवाड्याच्या अंगाखांद्यावर पुतळ्यांची खैरात आहे. राजघराण्यातील स्त्री-पुरुषांचे 'बायबल'मधील संतांचे, पोपचे, ग्रीक-लॅटिन साहित्यातील व्यक्तींचे अनेक पुतळे दारांवर, भिंतींवर, खांबांवर, बाल्कनीत कायमचे एकजीव करून बसवलेले आहेत. ते इतके जिवंत आणि देखणे आहेत की इतिहास, पुराण आणि साहित्य यांतील जिवंत स्त्री-पुरुषांनी हा राजवाडा गजबजला आहे असंच वाटायला लागतं... तो वाडा ज्या राजानं जेव्हा बांधला असेल तेव्हा तो आणि त्याचा सबंध परिवार तिथं प्रत्यक्षात वावरत असणारच. त्या परिवारातील प्रत्येकाला आपण कुणाचे, धार्मिक, सांस्कृतिक, वाङ्मयीन वारसदार आहोत, कुणाचे पुत्र, पणतू वा नात, नातू आहोत याची पदोपदी प्रत्यक्ष जाणीव व्हावी आणि त्याच्या रक्तात चैतन्य सळसळावं म्हणून तर ही पुतळ्यांची स्थापना केली नसेल?

...अप्रतिम पुतळे आणि एकापेक्षा एक अद्वितीय चित्रं इथल्या पुतळ्यांच्या संग्रहालयात आणि चित्रसंग्रहालयात आहेत. इथं जाणं म्हणजे एका वेगळ्या पातळीवरच्या कला-कलावंतविश्वात जाणं. डोळे भरून ते पाहताना तिथंच रेंगाळण्याची मनाची भूक काही शमत नाही. शरीरांच्या रेखीव अवयवांतील जिवंत बारकावे आणि मानवी वर्तनातील व चेहऱ्यावरील विविध आविर्भाव आणि भावतरंग प्रत्यक्षातील दुनियेपेक्षा त्या पुतळ्यांच्या आणि चित्रांच्या दुनियेतच जास्त कळत गेले... कलासौंदर्यानं गजबजलेल्या त्या स्वर्गाचं वर्णन करता येणं मला अशक्य. आधी पुष्कळच बडबडणारा मी हळूहळू मुका होत गेलो.

नंतर नोत्रदाम चर्च पाहिलं. 'लुव्ह्र'सारखंच हे चर्चही प्रचंड आणि देखणं आहे. तिथल्या 'पापाचा पाढा' वाचण्याच्या खोल्या पाहिल्या. एक पाठमोरी व्यक्ती

आपल्या पापांची कबुली देतानाही मी पाहिली. ख्रिस्ताच्या करुण जीवनावरचे अनेक भिंतीपुतळे पाहिले. त्याच्या जीवनातील अनेक घटना-प्रसंग तिथं विशिष्ट पद्धतीनं रंगीत काचांनीही चितारलेले पाहिले.

एका टेकडीवर दुसरंही एक चर्च पाहिलं. त्याचं नाव 'साक्रे कर' चर्च. ही टेकडी पाहताना मला पुण्यातील 'पर्वती'ची आठवण झाली. दोन्हीही उंची समान वाटली आणि चर्चचं नाव ऐकून मराठी साहित्यिक दिनकर साक्रीकर यांचीही आठवण झाली. दोन शब्दातील केवळ ध्वनिसाम्य.

या चर्चजवळच उघड्यावर बसण्याची सोय असलेली रेस्तराँ आहेत. तिथं पूर्वी अनेक चित्रकार बसत. त्यांच्यांतूनच फ्रान्सचे मोठे चित्रकार जन्मले. 'नोत्रदाम' चर्चच्या प्रांगणातही असेच तरुण, उमेदवार चित्रकार बसलेले होते. अनिल मेहता आणि मधू अभ्यंकर यांनी आपली वॉटर-कलर 'पोर्ट्रेट्स' या चित्रकारांकडून रेखाटून घेतली. तोवर मी आणि मीनाताईंनी आतील चित्रांचा भरपूर आस्वाद घेतला.

तिसरे दिवशी सकाळी पॅरिस सोडलं आणि व्हॅर्सायला गेलो. तिथं व्हॅर्सायचा पॅलेस पाहिला. पहिल्या महायुद्धाच्या काळात झालेला 'व्हॅर्सायचा तह' प्रसिद्ध आहे. त्या भूमीत पाऊल ठेवताना त्याची आठवण चाळवली. लहानपणी दुसऱ्या महायुद्धाच्या काळात भोगलेली महागाई आठवली. या काळातले डुकराला घालावयाचे मके आणि 'सातू' नावाचे गवताच्या बियांसारखे बेचव असलेले गहू खाऊन आमच्या गावाला लागलेली हगवण आठवली. त्या परदेशातील वैभवातही अंगावर एक शहारा येऊन गेला.

मध्ययुगातील प्रसिद्ध 'चौदावा लुई' यानं हा राजवाडा बांधला. राजवाडा किती विस्तीर्ण आणि प्रचंड असू शकतो याची कल्पना आली. त्याचं एकेक दालन किती विशाल. एकेका बंगल्याचा ऐवज वाटलं! इथंही अनेक रेखीव पुतळे, अनेक भव्य पेंटिंग्ज पाहिली. नेपोलिअनच्या राज्याभिषेकाचं देखणं चित्र 'लुव्ह्र' संग्रहालयातील चित्राप्रमाणंच इथंही आहे.

माझ्या विशेष लक्षात राहिला तो व्हॅर्सायमधील बागेतला सूर्यरथाचा देखावा दाखवणारा सुंदर पुतळा. समुद्रातून उगवणाऱ्या सूर्याची कल्पना त्यात आहे. पाण्यातून धावणाऱ्या रथाचे सात घोडे इतके जिवंत आणि प्रत्येकाचा आविष्कार इतका वेगळा आहे की आता हा रथ क्षणभरातच पाण्याच्या बाहेर पाणी घुसळत येऊन दत्त होईल असं वाटतं.

हिंदूंची सूर्यदेवता दिव्य-देखणी आहे, तर युरोपवासीयांची आक्रमक, वीरपुरुषांची वाटली. दोन संस्कृतींतील हा फरक मनात खूप काही सुचवून गेला.

फ्रेंचांनी तेराव्या शतकापासूनच वास्तू, चित्र, शिल्प या कलांचं पालनपोषण केलं, असं सांगण्यात आलं. साहित्य-कला-संस्कृतीचा हा वारसा फ्रान्सनं कदाचित

इटलीकडूनही घेतला असेल. आता विसावं शतक संपत आलं. सातशे वर्षांच्या दीर्घ परंपरेमुळं या कलांचा विकास आणि विलास आजही फ्रान्समध्ये नाना रूपात आविष्कृत होताना जाणवला. फ्रेंचांनी जगाला सौंदर्याचं उत्तुंग आणि स्वर्गीय दान दिलं. दुसऱ्या महायुद्धात जर्मनीनं पॅरिस आणि तिथली सुंदर कला नष्ट करू नये म्हणून अस्मिता सोडून फ्रान्स जर्मनीला शरण गेलं. सौंदर्योपासना आणि कलाविष्कार हा त्यांच्या जीवनाचा आत्मा आहे याचा पडताळा या शरणागतीत आला. जगाला दिलेल्या या शाश्वत सौंदर्यमंत्रासाठी जगानं फ्रान्सचं कायमचं कृतज्ञ असलं पाहिजे.

व्हॅर्साय बघून आम्ही पुढं स्वित्झर्लंडला जाण्यासाठी निघालो. फ्रान्सच्या भूमीतून जाताना 'मोटार-वे'च्या आसपास पुन्हा खेडी दिसू लागली. गावाकडच्या आठवणी पुन्हा होऊ लागल्या. फ्रान्सच्या खेड्यांच्या प्रदेशात आणि भारतीय खेड्यांच्या प्रदेशात एक फरक सतत जाणवत होता. फ्रान्समध्ये मोठमोठी कुरणं बंदिस्त करून त्यात घोडे, गाई, बैल, मेंढ्या ही जनावरं मोकळीच सोडलेली होती. त्यांचे कळपच्या कळप गवती रानात मुक्तपणे चरत होते. ही कुरणं खूपच मोठी. पश्चिम महाराष्ट्राच्या ग्रामीण विभागातही माझ्या लहानपणी नदीच्या काठाकाठांनी पसरलेली कुरणं होती. त्यांवर जनावरं चरत. काही कुरणं गवतासाठी राखून ठेवलेली असत पण लोकसंख्या वाढत गेली, औती जनावरांची शेती कमी झाली, यंत्रप्रधान शेती आली, ऊस उत्पादन वाढवण्याकडं कल निर्माण झाला. या सर्वांचा परिणाम कुरणं नष्ट करून शेती करण्यात झाला. गावांची गवती रानं कमी होऊन मराठी गावं वेगळं रूप धारण करू लागली. फ्रान्समध्ये मात्र पीकपाण्याची शेती करण्यापेक्षा 'डेअरी फार्म आणि ब्रीडिंग फार्म' यांची शेती विशेष दिसत होती. याचं मुख्य कारण युरोपीय माणूस प्रामुख्यानं दुधदुभत्यांचे पदार्थ खाणारा आणि मांसाहारी आहे. तो घोडा, गाय, बैल, मेंढ्या, डुक्कर यांचं मांस खातो. यामुळं या जनावरांची संख्या सतत वाढवत ठेवावी लागते. त्यांचं पोषण चांगलं व्हावं लागतं. त्यासाठी त्यांनी मोठमोठी कुरणं बंदिस्त करून तिथं ही जनावरं मुक्तपणे सोडलेली आहेत. ही जनावरं आपली आपण पोसत राहतात. माणसं पिकांची शेती करण्याऐवजी जनावरांनाच खात राहतात. त्यांचा हा खास 'पोटाचा' व्यवसाय दिसतो. अधूनमधून सतत पाऊस असल्यानं कुरणांना तो अनुकूल ठरतो. कुरणांना काही वेगळं खतपाणी द्यावं लागत नाही. अलीकडं फ्रेंच माणूस शाकाहारी होत चालला आहे. तो जगातील अन्नधान्य मागवून ते खाऊ लागला आहे. स्वित्झर्लंडच्या दिशेनं जाताना थोड्या वेळातच बेभान पाऊस सुरू झाला. ऐन संध्याकाळी काळ्याकुट्ट ढगांच्या गर्दीमुळं अंधारून आलं. धो धो मुसळधार सांडू लागली. समोरचं अंधूक दिसत होतं. अंधाऱ्या वातावरणातून गाडी चालली होती. मनोमनी मी काळजीत होतो. रस्त्यावर ओढा वाहावा तसं पाणी वाहत होतं. मला काळजी की असल्या

पावसात रस्त्यात एखादा खड्डाबिड्डा पाण्यानं भरला असला तर गाडीचं काय होईल.

दीडएक तास असा भरपावसात प्रवास झाला. साडेसात तासांचा प्रवास झाला; एकही खड्डा नाही हे काही माझ्या ग्रामीण मराठी मनाला पटलं नाही. 'रस्ता म्हटल्यावर खड्डा हा असणारच' हा भारतीय रस्ते बांधणाऱ्या कंत्राटदारांचा सिद्धान्त चुकीचा मानणं मला पटेनासं झालं.

रात्री साडेअकरा वाजता स्विट्झर्लंडमधील 'मॉन्त्रे' या गावी येऊन पोचलो. या गावी मीनाताईंचं घर होतं.

खाण्यासाठी बरोबर काही घेतलं होतं ते खाल्लं. रात्री दीड वाजेपर्यंत मनसोक्त गप्पा झाल्या. प्रचंड पावसातून सुखरूप घरी आल्याचा आनंद सर्वांच्या चेहऱ्यावर तरळत होता.

मनावर पॅरिसमधील चित्रं, शिल्पं आणि पुतळे यांचा असर होताच. त्यावर गप्पा मारता मारता एक विरोधाभास जाणवला. त्यासंबंधी मीनाताईंना विचारलं : 'पॅरिस-व्हॅर्सायमध्ये जी जुन्या व्यक्तींची पेंटिंग्ज आहेत त्यांत स्त्री-पुरुषांच्या अंगावर भरपूर कपडे दिसतात; पण एंजल्स वगैरेचे कलात्मक पुतळे मात्र नग्न असतात. त्यांच्या अंगावर कपडाच दिसत नाही. - हे जरा गमतीचं वाटत नाही का?''

''दोन्हींचंही समर्थन देता येण्यासारखं आहे. थंडीचा प्रदेश असल्यामुळं पूर्वीपासूनच इथल्या माणसांच्या अंगांवर लोकरीचे भरपूर कपडे असतात. चित्र वास्तवदर्शी होण्यासाठीही ते असणं जरुरीचं असतं.''

''शिवाय चित्रकलेत रंगांचा, त्यांच्या छायाप्रकाशांचा, शेड्सचा आविष्कार करायला कपडे उपकारक ठरतात. अनेक रंगांनी साधलेली रूपं हे चित्रकलेचं मुळी ध्येयच असतं.'' मी त्यांच्या बोलण्याला पुस्ती जोडली.

पुढं बोलत राहिलो, ''पण हेच पोशाखाचं तत्त्व पुतळ्यांना ते का लावत नाहीत? कारण ते नग्न असले तरी शरीरशास्त्रदृष्ट्या वास्तवच असतात. शिवाय कपड्यांचा अंगावरील उंच-सखलपणा, त्यांची दुमड, सुरळी, सुरकुती इत्यादी शिल्पकलेत दाखवायला आव्हानात्मक असतं. राजे, सरदार, ऐतिहासिक स्त्रिया यांचे पुतळे नाही तर तसेच असतात.''

''...पुतळ्यांच्या बाबतीत दुसरा एक विचार आहेच. जशी चित्रकलेतही नग्नतावादी चित्रकला असते, तसंच पुतळेही नग्न असू शकतात. त्यांच्या अंगांवरचा पोशाख तात्कालिक मानला जातो. मूळ नग्न मानवी शरीर, त्याचं सौष्ठव, त्याचं सौंदर्य नग्नतेमध्ये दाखवण्याचं ध्येय शिल्पकारांचं असतं.''

रात्रीचा दीड वाजून गेला होता. थंडी जाणवू लागली होती. गप्पा मारून आम्ही आपापल्या उबदार अंथरुणाकडं गेलो... तरीही मन चित्र-शिल्प यांच्या तुलनेत दंगच होतं. नकळत भरकटत होतं. नग्नतावादी चित्रकला, शिल्पकला काहीही

स्पष्टीकरण देत असली तरी तिच्या आस्वादात लैंगिक भाव स्पष्ट-अस्पष्ट स्वरूपात जागृत होतच असतो. ही चित्रं आणि शिल्पं निरखून पाहण्यात शुद्ध कलास्वादापेक्षा या लैंगिक भावाचे शमन-उद्दीपन कमी-अधिक प्रमाणात असतंच... शुद्ध कलाभावनेनं या कलाकृती अनुभवणं मानवी मनाला कठीण जातं. हे हेरूनच की काय काही सामान्य कलावंत अशा प्रकारच्या कलानिर्मितीला हात घालत असावेत. त्यांना ते हुकमी प्रसिद्धीचं साधन वाटत असावं.

पाहिलेली सगळी चित्रं-शिल्पं मिटल्या डोळ्यांसमोर येत होती नि जात होती. माणसाच्या स्थिति-गतींचे अंतर्बाह्य चैतन्य गोठवून ठेवणारी ही प्रभावी माध्यमं. या कला म्हणजे समृद्ध मानवी मनाची खोलवर आणि तरल रंगीत ओळख करून देणाऱ्या अद्भुत रंगी गुहाच जणू!

स्विट्झर्लंड

स्विट्झर्लंडमधील पहिली सकाळ. झोप संपवून साडेआठ वाजता हॉलमध्ये आलो. निवांत मोकळ्या हॉलला विस्तीर्ण खिडक्या. जणू सगळी भिंतच सुरेख पारदर्शी काचांची केलेली. एका डोंगराच्या कुशीत असलेल्या इमारतीत हा फ्लॅट. ही इमारत नैसर्गिक सौंदर्य अनुभवण्याच्या दृष्टीनं एका मोक्याच्या जागी देवदूतासारखी उभी. तिच्यात आठव्या मजल्याच्या उंचीवर मी उभा. त्या विशाल खिडक्यांतून सहज बाहेर पाहिलं तर समोर एक मोठं सरोवर पसरलेलं.

सकाळच्या स्वच्छ हवेत सगळं दृश्य दिसणारं. सरोवराच्या पलीकडं फ्रान्सची भूमी आणि अलीकडं स्विट्झर्लंडची सौंदर्यसंपन्न भूमी. ही भूमी डोंगररांगांची. या रांगा भूगोल-प्रसिद्ध आल्पूस पर्वताच्या. काही रांगा फ्रान्समध्ये तर काही स्विस देशात शरीरातल्या रक्तवाहिन्यांसारख्या पसरलेल्या. त्या निसर्गपुत्राला ना देश, ना देशसीमा माहीत. त्याच्या कुशीत पहुडलेली फ्रान्सची काही खेडी मला स्विट्झर्लंडमधून दिसणारी.

उंच डोंगररांगांवर कुठं कुठं नुकतंच बर्फ पडून गेलेलं. त्यामुळं फ्रान्समधील दूरची पर्वतशिखरं स्वर्गीय वाटणारी. पर्वताच्या रेषा स्पष्ट कोरल्यागत दिसणाऱ्या. शिखरांचे निळे रंग, त्यांच्यावरील झाडांचे हिरवट करडे रंग, वर आकाशातील दोन चुकार ढगांचे कबरे, काळपट रंग. पडलेलं पांढरंशुभ्र बर्फ सकाळ-सूर्याच्या उन्हात चमकताना डोळे हरवणारे. निर्मनुष्य नैसर्गिक शांतता भरून राहिलेली. विविध रंगांची अबोल भव्य उधळण. ढग, झाडं, सूर्यकिरण यांच्या हळुवार मुक्या हालचाली. सगळं विलक्षण दैवी वाटणारं वातावरण. नि:शब्दतेचं साम्राज्य. हजारो मैल दूर येऊन, एवढी एवढीशी चिमुकली उंची घेऊन, एवढ्या एवढ्या दोन डोळ्यांनी ही स्वर्गीय भूमी अनुभवणारा मी.

कितीतरी वेळ एका जागी पुतळ्यासारखा मुकाट उभा होतो. हे दृश्य पाहायलासुद्धा

कोणाला उठवू नये, आपल्या हालचालींनी, शब्दांनी या स्वर्गीय दुर्मीळ दृश्याला चाहूल लागेल आणि ते अमानवी तरल दृश्य अंतर्धान पावेल, विरून जाईल असं वाटू लागलं. दिवसाचं सार्थक झालं.

२७ ऑक्टोबरला स्वित्झर्लंडचं प्रसिद्ध शहर जिनिव्हा पाहिलं. भारतीय काळ्या पैशांशी संबंध असलेल्या स्विस बँका जिनिव्हामध्ये आहेत असं सांगितलं जातं. त्या दुरूनच पाहिल्या. तेथील निवांत निळी सरोवरं पाहिली पण लक्षात राहिल्या त्या दोन गोष्टी. मुक्त घोड्याचं उधळणारं शरीर आणि त्याला पकडू पाहणारा तरुण मुलगा. दोघंही मुक्त जीव. एके ठिकाणी रस्त्याच्या कडेला मोठ्या झाडाचा वीस फूट उंचीचा सरळसोट बुंधा तसाच उभा. वरचं झाड तोडून टाकलेलं. या बुंध्यात एकत्र गतिमान असलेल्या तीन पुरुषांचे एकत्र रेखीव पुतळे कोरलेले. त्यांना पॉलिश केलेलं. कल्पना मोठी विलक्षण होती.

माझ्या लक्षात राहिलं ते इंटरलाखन (Inter-laken) हे गाव. दोन सरोवरांच्या मध्ये वसलेलं हे गाव आहे. या सरोवरांच्या भोवतीनं तुटलेल्या कड्यांसारखे उंचच उंच दिसणारे डोंगर. एकामागोमाग एक असलेल्या या डोंगरांच्या रांगा. दूरच दूर क्षितिजापर्यंत पसरत गेलेल्या. जवळचे डोंगर स्पष्ट. त्यांच्या मागं मागं असलेले हळूहळू अस्पष्ट अस्पष्ट होत निळ्या आभाळात विलीन झाल्यासारखे वाटत होते. या रांगांवर बर्फ पडलेलं. एवढ्या जवळून बर्फाचे अनेक डोंगर पहिल्यांदाच बघत होतो. मन चकित होत होतं. डोंगरावर बर्फ पडणं म्हणजे पृथ्वीच्या सुंदर अवयवांवर देवदूतांचा स्वर्गीय शुभ्र हात फिरणं.

या गावात हॉटेल मेट्रोपोल आहे. त्याच्या १४ व्या मजल्यावरून निसर्गाचं अतिशय सुंदर आणि भव्य दृश्य दिसतं. तिथं आम्ही जाऊन बसलो. इंटरलाखनला निसर्गाचा खास वरदहस्त होता. हे गाव भोवतालच्या ज्या डोंगरांच्या कुशीत वसलं आहे ते डोंगर मात्र उग्र अभौतिक वाटत होते. मानवी सहवासातले वाटत नव्हते. हे डोंगर कड्यासारखे एकदम उभे सुळके होते. त्यांची शिखरं आकाशात उंच घुसलेली. त्या शिखरांवर बर्फांचे सुंदर शुभ्र गालिचे. ही शिखरं देवांची खास लाडकी वाटत होती. आपल्या स्वर्गीय वैभवात मग्न, सुस्त होऊन पहुडलेली. पृथ्वीवरची असूनही पृथ्वीवरच्या गलबल्याशी त्यांचा काही संबंध नव्हता. शांत, ऋषितुल्य आकाशाच्या, ढगांच्या, सूर्यप्रकाशाच्या प्रथम श्रेणीच्या मेघडंबरीत स्वत:च्या श्रीमंतीत दंग होऊन आरामात बसली होती. त्यांची मैत्री सूर्यप्रकाश, आकाश, पाऊस यांच्याशी खास असावीसं वाटलं.

हे गाव आणि त्याचा हा दैवी खजिना पाहिल्यावर त्यानंतर दुसरं काहीच पाहू नये; गप्प डोळे मिटून पडावं अशी भावना झाली.

२९ ऑक्टोबरची सकाळ.

हवा एकदम स्वच्छ पडलेली. मॉन्त्रंवरचं आकाश एकदम स्वच्छ. चहा घेता घेता सर्वांनी मिळून मीनाताईंच्या घरामागच्या पर्वतावर पुन्हा एकदा जाऊन उंचावर पडलेल्या बर्फाचा अनुभव घेण्याचा प्रयत्न करून पाहायचं ठरवलं. पहिला प्रयत्न आल्याच्या दुसऱ्या दिवशी अर्ध्यातूनच सोडून द्यावा लागला होता, म्हणून आताचा प्रयत्न निकरानं करायचा असं ठरवलं.

हा पर्वतही भरपूर उंच. त्याच्या बऱ्याचशा उंचीपर्यंत एक गाडी कशीबशी जाऊ शकेल अशी एक अतिशय चिंचोळी वाट वळणावळणानं डोंगर तोडून तयार केलेली. तिच्यावरून आम्ही गाडीनं चाललो.

रस्त्यावरचं बर्फ यंत्राच्या साहाय्यानं कुणीतरी दोन्ही बाजूंना सारलं होतं. कुणाचीच गाडी वरपर्यंत गेली नसावी इतका तो रस्ता कोरा होता. रस्त्यावर एकही माणूस नाही. कुणाची चाहूलही येत नव्हती. सगळं निर्मनुष्य आणि ओसाडीसारखं वाटणारं. आम्ही वरवर चाललो. वरवर जाऊ लागलो तसं झाडांवर खूपच बर्फ पडलेलं. मीनाताई समोर बघून गाडी चालवीत होत्या. मागच्या आसनावर बसून माझे डोळे मात्र सारखे आजूबाजूला भिरभिरत होते. एका वळणावरून तर दृश्य फारच सुंदर दिसत होतं. सगळ्यांनाच तिथं क्षणभर थांबावं असं वाटलं.

आम्ही गाडी थांबवून उतरलो. उंच वळणावरून चारएक फर्लांगावर दिसणाऱ्या समोरच्या डोंगरावर झाडं नव्हती. पांढऱ्या शुभ्र बर्फानं तो न्हालेला. त्यावर स्वच्छ सूर्यप्रकाश पडलेला. समोरचा उतार सोडून पुढं लांबवर आणखी एक डोंगर बर्फानं न्हाऊन पांढराशुभ्र झालेला. आसपासच्या झाडांवरही नुकतंच बर्फ पडून गेलेलं. त्यामुळं त्यांच्या फांद्या, पानं सुट्या सुट्या बर्फाच्याच असल्यासारख्या वाटत होत्या. हिरवी झाडं चक्क पांढरी झालेली. हिम फांद्या-पानांवर काठोकाठ चिकटून राहिलेलं. चकाकत्या सूर्यात वाटेवर ताजे ताजे पडणारे हिमतुषार साखर सांडल्यागत दिसत होते. त्यांचं एकजीव होऊन बर्फ तयार व्हायला अजून वेळ लागणार होता. ती गारेगार देखणी साखर मी हातात घेऊन कुरवाळली. तिचा साखरी लाडू बनवण्याचा प्रयत्न केला. एकदम ओंजळीत घेऊन लहान मुलानं माती उधळावी तसं उधळलं. पायांनी ढकललं. पहिल्यांदाच हा अनुभव घेत होतो. समोरच्या उतारावर ताजं ताजं हिम पिंजलेल्या कापसाच्या ढिगासारखं दिसलं. त्याच्यावर उड्या मारत लोळावं असं वाटू लागलं.

माझा चाललेला पोरखेळ बघून अनिल मेहता गमतीनं म्हणाले, ''काय ग्रामीण लेखक, कसं काय वाटतंय इथं आल्यावर?''

''लई झॅक,'' असं उद्गारलो आणि गप्प बसलो.

इकडंतिकडं पाहता पाहता माझ्यातला नकळत डिवचला गेलेला ग्रामीण लेखक खट्याळपणे मनोमन जागा झाला. मनातल्या मनातच आपल्या गावरान

नजरेनं ते दृश्य बघू लागला. मनातल्या मनात गावरान शैलीत प्रवासवर्णन लिहू लागला. ...सगळ्या डोंगरांना पांढराधोट चुना फासला होता. चुना फासणारा इसम चुकारतट्टू वाटत होता. कारण चुना फासतान त्याचे भरपूर शिंतोडे झाडांवर, जमिनीवर पडले होते. चिटपाखरू म्हटलं तर कुठं दिसत नव्हतं. ढोरंगुरं गोठ्याच्या उबीला बसून रवंथ करत होती. माणसं चुलीपुढं जाळाच्या उबीला बसलेली. तरीबी घोंगड्याची खोळ अंगावरनं उतरावी असं वाटत नव्हतं. थंडीचा कडाकाच माणसाला बाहीर पडू देत नव्हता. बाहीर रानारानात दूध उतू गेल्यागत बर्फ पडलेलं.

देवा परमेश्वरानं उगीच सगळ्या मुलखातनं बर्फ पसरून वाया घालवलं. तिकडं आमच्या देशात दुष्काळामुळं पाण्याचा थेंब जीव गेला तरी तोंडात घालायला मिळत नाही आणि इकडं टनावारी पाण्याचं बर्फ वाया चाललंय. या युरोपातल्या लोकांना लांब पल्ल्याची नजर अशी नाहीच. निदान आमच्या देशात त्यांनी बर्फाच्या तरी बोटी भरभरून पाठवाव्यात. दुष्काळी भागात त्या खोकी भरभरून वाटल्या तरी माणसांना घोटघोटभर गारेगार पाणी मिळंल. पण ही वाट्टेल त्याचा व्यापार करणारी माणसं बर्फसुद्धा फुकट पाठवून देणार नाहीत. इ. इ...

वर जाण्याच्या हेतूनं आम्ही पुन्हा गाडीत बसलो.

बरेच वर गेल्यावर दिसू लागलं की, बर्फ रस्त्यावरही भरपूर साठलेलं आहे. त्यामुळं गाडी पुढं नेणं कठीण जाऊ लागलं. तिची चाकं बर्फावरून घसरू लागली. काहीही प्रयत्न केला तरी गाडी चढावर जाणं अशक्य होऊन बसलं.

पण आता पुढं जाता येत नसलं तरी गाडी मागंही वळवता येईना. रस्ता अतिशय चिंचोळा होता. मग तशीच गाडी हळूहळू फर्लांगभर रिव्हर्समध्ये खाली आणली. तिथं वळवता येईल असं वाटलं. म्हणून सगळ्यांनीच गाडीबाहेर पडून गाडी वळवण्याच्या जागेचा अंदाज घेतला आणि पायांनी, हातांनी बर्फ बाजूला सारलं.

अतिशय हळुवारपणे गाडी वळवण्यासाठी रस्त्याच्या अगदी किनाऱ्यापर्यंत गाडी मागं घेतली. आता ती केसभर जरी मागं गेली असती तर सरळ प्रचंड उतारावरून खाली घसरत दरीत गेली असती अशी अवस्था होती. मी मनातल्या मनात धास्तावून गेलो होतो. गाडीची लांबी भरपूर. त्यामुळं अधिकच भीती वाटत होती. पण मीनाताईंनी ती हळूहळू वळवली. पुन:पुन्हा गाडी मागंपुढं करत ही कसरत करावी लागली. शेवटी तरीही गाडी वळताना तिची पुढची चाकं डोंगराच्या तोडलेल्या भागाला एकदम घासून कशीबशी वळली नि आम्हा सर्वांचे जीव गाडीच्या भांड्यात शिरले. आम्ही परतलो.

तोही बेत सोडून देऊन मॉन्त्रंपासून पाच-सहा किलोमीटरवर असलेल्या 'व्हवे' नावाच्या एका छोट्या गावी सहज गाडीनं फिरून यायचं ठरलं. तिथं चार्ली

चाप्लिनचा पुतळा होता.

हा पुतळा काही खास नव्हता. युरोपात पुतळ्यांची जी शैली आणि परंपरा आहे तिच्यात तो बसणारा वाटला नाही. माणसाच्या उंचीइतकाच हा पुतळा आहे. एका सरोवराकाठी सरळ जमिनीवर बसवलेला. त्याची वाकलेली काठी, ढगळ पँट, हिटलरी मिश्या, लांब लांब बूट हे त्याचं वैशिष्ट्य त्यात सांभाळलं गेलेलं. चार्ली १९५३ पासून स्विट्झर्लंडमधील जिनिव्हा इथं राहायला आला होता. बरोबर चौथी पत्नी आणि सहा मुलं होती. त्या वेळी त्याचं वय ६४ वर्षांचं होतं.

या गावी तो आयुष्याच्या शेवटी राहायला आला होता असं सांगितलं जातं. त्यानं तीन वेळा घटस्फोट घेतले आणि चार वेळा निरनिराळ्या स्त्रियांशी लग्नं केली. त्यानं अनेक तरुण स्त्रियांना नादी लावून त्यांचे संसार उद्‌ध्वस्त केल्याच्या कथा इथं ऐकायला मिळतात.

कोल्हापुरास मी कॉलेजला असताना चार्ली चाप्लिनचा आलेला एकही सिनेमा सोडत नसे. माझा अतिशय आवडता असा तो विनोदी नट होता. कुणीतरी त्याचं नाव जरी उच्चारलं तरी मला हसू येत असे. त्याच्यासंबंधी बोलतानाही नेहमी मला हसूच येई. अतिशय गरिबीत स्वत:च्या प्रज्ञा-प्रयत्नांनी धडपड करून यशस्वी झालेला विलक्षण गुणी विनोदी नट. अतिशय वादळी आणि चढ-उतारांचं भौतिक जीवन जगला. प्रत्येक देदीप्यमान दिव्याच्या दुसऱ्या अंगाला असा अंधार पसरलेला जाणवतो. चार्ली चाप्लिनचं जीवनही त्याला अपवाद नाही. लंडनमध्ये जन्मला, अमेरिकेत कर्तृत्व-यशाची शिखरं गाठली आणि शेवटी मात्र मन:स्वास्थ्यासाठी स्विट्झर्लंडमध्ये येऊन राहिला. मला हा त्याचा पुतळा एकटा-एकाकी वाटला. त्याच्याभोवती कोणत्याही फुलझाडाची, सजावटीची साथसंगत नाही. नुसता उभा राहिलेला एकटा पुतळा.

३१ ऑक्टोबरला सकाळी मॉन्त्रेंहून 'झरमॅट'ला जायला निघालो. निघालो त्या वेळी हवा धुकट, धुरकट वाटत होती. पण झरमॅटला जाईपर्यंत ती स्वच्छ झाली.

गाडी पायथ्याला उभी करून ट्रेनने झरमॅटला गेलो. तिथून केबल-कारनं पहिला प्रदीर्घ टप्पा ओलांडला. तिथून पुढचा आणखी टप्पा मोठ्या केबल-कारनं आम्ही ओलांडला.

तिथून मॅटर्हॉर्न (Matterhorn) हे शिखर डोळ्यात भरू लागलं. स्विट्झर्लंडमधील हे सर्वांत उंच शिखर आकाशात घुसलं होतं. नागानं फणा काढावा तसं दिसत होतं. बारा हजार फूट उंचीवरून आम्ही हे शिखर अनुभवत होतो. इतक्या उंचीवर आम्ही होतो, इतक्या उंचीवरची सृष्टी आम्ही पाहत होतो, इतक्या उंचीवर हे बर्फ पडलेलं होतं की आम्ही पृथ्वीवर नाहीच, एक वेगळीच शुभ्र धवल सृष्टी भोवती पसरली आहे. तिचा रंग स्वर्गासारखाच पांढराशुभ्र आहे, असा अनुभव येत होता.

एवढ्या उंचीवर हे लोखंडी दोर कसे बांधले असतील, एवढ्या उंचावर 'रोपवे'चं स्टेशन बांधण्याचं अवजड लोखंडी सामान कसं आणलं असेल, एवढ्या अवजड जागेवर हे कसं बांधलं असेल, असे प्रश्न मनात आगंतुकपणे येत होते.

पुष्कळ उंचीपर्यंत छोट्या छोट्या उत्तम घरांची मॉडेल्स बसवल्यासारखी दिसत होती. ही छोटी घरं (शॅले) प्रवाशांना भाड्यानं देतात असं सांगण्यात आलं.

या उंच टप्प्यावर आम्ही पोचलो. तेव्हा बर्फावरून स्कीइंग करणारे तरुण, तरुणी, स्त्री-पुरुष, त्यांची शिकाऊ मुलं आपापलं साहित्य घेऊन वरती मॅटहॉर्नच्या दिशेनं जाऊ लागली. त्या उंच शिखरावरून पार खाली घसरत येऊ लागली. हवाबंद उबदार पोशाख, दोन्ही हातांत दोन काठ्या. त्यांच्या एका बाजूला भाल्यासारखी निमुळती टोकं, ती खोलवर जाऊ नयेत म्हणून त्या टोकांच्या मागं बसवलेल्या छोट्या छोट्या वर्तुळाकार चकत्या, पायात पाच-सहा फूट लांबीचे स्की घातलेले आणि ही सरावलेली मंडळी दन्नाट आणि भन्नाटपणे पार खाली वेगात घसरत येत होती.

या टप्प्यावर एक हॉटेल होतं. तिथपर्यंत ही मंडळी येत. त्यांच्या या बर्फमय घसरगुंडीची वेडीवाकडी वळणं वेगानं आणि चातुर्यानं पार करताना बघून डोळ्यात कौतुक साठत असलं तरी अंगावर काटा उभा राहत होता. अनुभव साहसी तरी सुंदर वाटत होता. तरी काही नवखे तरुण म्हाताऱ्यांसारखे काठी टेकत टेकत सावकाश येतानाही दिसत होते. पण त्या तरुणांना वेगाचा आनंद घेण्यात मजा वाटत होती.

त्या वातावरणात मनं उत्साहित होत होती. पण काहीच करता येत नव्हतं. एकाएकी मीनाताईंचा उत्साह दुणावला. लगेच अभ्यंकरांचाही दुणावला. त्यांनी बर्फाचे गोळे करून एकमेकांवर फेकाफेकी सुरू केली. मलाही अनपेक्षितपणे काही लाडू खावे लागले. मी काहीसा घाबरलो. आधीच कायमची सर्दी असलेला मी प्राणी. त्यात पुन्हा प्रचंड थंडी, भरभरणारा वारा, अंगावर स्वेटर्स, ओव्हरकोट वगैरे असूनही शरीर गारठत चाललं होतं. त्यात हे बर्फाचे गारेगार लाडू अंगावर येऊन पडू लागले. मी आपला दूर पळून गेलो. त्यांचा खेळ तिकडं सुरू झाला.

थोड्याच वेळात आम्हा सगळ्यांचेच हातपाय गारठून गेले. खेळणाऱ्यांच्या बोटांची लाकडं झाली. कितीही हात एकमेकांवर घासले तरी त्यांची हुडहुडी काही जाईना. मला उगीच वाटू लागलं की कदाचित आपल्या हातापायांतील रक्तही गोठून जाईल. बारा हजार फुटांवरच्या बर्फाळ गारठ्याचा मला कधीच अनुभव नव्हता. तेवढ्या उंचीवर राहणं आता अशक्य वाटू लागलं. थोड्या वेळानं माझ्याही बोटांत कळा येऊ लागल्या. म्हणून खालच्या टप्प्यावर हॉटेलच्या दिशेनं निघालो. काहीतरी गरम गरम खावं-प्यावं असं तीव्रतेनं वाटू लागलं.

हॉटेलमधून मॅटहॉर्न शिखर फारच छान दिसत होतं. कुणीतरी दैवी पुरुष खूप

उंचावर जाऊन एकटाच पाठमोरा बसला आहे, असा भास होत होता. वरून स्कीइंग करत खाली आलेले तरुण हॉटेलात काहीतरी गरम गरम खातपीत होते आणि पुन्हा उंचावर जात होते. ऊन स्वच्छ होतं. कारण ढगांचा मुलूख आमच्या कितीतरी खाली राहिला होता. त्यांच्यापेक्षा वरच्या उन्हाकडं डोळे रोखून पाहणं अशक्य होतं. त्या चकाकणाऱ्या बर्फाकडं पाहिलं की डोळे दिपून जात होते. म्हणून लोक काळे चश्मे वापरून त्या चकाकत्या रूपेरी दुनियेचा आनंद घेत होते.

...उंच उंच दऱ्याखोऱ्यांतून प्रवास करत इथपर्यंत आलो होतो. या प्रवासात अतिखोल दऱ्यांचा जीवघेणा अनुभव घेतला होता. स्विट्झर्लंडचे डोंगर खास युरोपीय वाटत होते. हा देश दऱ्याखोऱ्यांचा, बर्फाचा दिसला. सगळी वस्ती दऱ्यांत आणि अवघड डोंगरांच्या कुशीत घरं-गावं करून राहणारी वाटली. शेतीही तशीच केलेली. त्याच रस्त्याने रात्री सातच्या सुमारास परत फिरलो.

१ नोव्हेंबरला आम्ही जर्मनीला जायला निघालो. पण जर्मनीत प्रवेश करण्यापूर्वी स्विट्झर्लंडमधील 'शॉफ हाडझन' या गावचा 'ऱ्हाईन' नदीवरचा धबधबा पाहिला. त्याच्या भोवताली पायी पायी फिरलो. हा धबधबा काही एकदम खूप उंचावरून खाली कोसळणारा नाही. पण तिथं प्रवाही पाण्याचा स्वत:शीच चाललेला एक क्रीडाविहार पाहायला मिळाला. उंचावरून उडी मारणारं साहसी धीट पाणी, खाली कोसळताना कायाकल्प झालेलं पांढरंशुभ्र पाणी, खालच्या पाण्यात वरून येऊन मिसळताना लाटांच्या वलयांची खळी पडणारं हसरं पाणी, पुढं वाहणारं उसळतं पाणी, सपाटीत शांत झालेलं हिरवट प्रौढ पाणी, पुढं झाडाझुडपांतून शांतपणे वाट काढणारं, वेलींना अंगाखांद्यावर घेणारं वत्सल पाणी, पाण्याची अशी विविध रूपं पाहायला मिळाली. पायी पायी भोवतीनं फिरल्यामुळं हा पाण्यासारखा निर्मळ आनंद, अनुभव घेता आला. प्रसन्न मनानं पुढच्या प्रवासाला गाडी निघाली.

स्विट्झर्लंडची भूमी हळूहळू मागं पडू लागली. पाच-सहा दिवस या भूमीत राहिलो. इथली शहरं, गावं, निसर्ग, माणसं पाहिली. रस्त्यावर माणसं कमी आणि गाड्याच जास्त दिसल्या. अति थंड हवा, भणाणता वारा, वाट्टेल तसा लागणारा पाऊस, वाट्टेल तेव्हा पालटणारं लहरी हवामान, बेताची लोकसंख्या, समृद्धी जास्त. या सर्वांचा परिणाम गाड्या घेण्यात झालेला असावा. ती एक प्रत्येक घराला गरजेची बाब होऊन बसली असावी.

थंडीच्या दिवसांत गाडीत हीटिंग ठेवायचं आणि उन्हाळ्याच्या दिवसांत एअरकंडिशनरनं हवा थंड ठेवायची. यामुळं थंडी, वारा, पाऊस यांपासून संरक्षण होत होतं. लोकसंख्या कमी असल्यानं यंत्रांकडूनच बहुतेक कामं करून घेतली जात होती. रोडवर कामं सुरू असतील तर सिग्नल द्यायला यंत्रमानवालाच रस्त्यात उभं केलं जात होतं.

गाड्या जास्त असल्यानं प्रचंड रुंदीचे आणि लांबीचे रस्ते आहेत. रस्त्याच्या मध्यावर रेलिंग टाकून बंद केल्यानं आडवे काहीच येत नाही किंवा कुठंही मध्येच गाडी कुणी वळवीत नाही आणि दिशा बदलत नाही. सगळे रस्ते एक मार्गी आणि तीन तीन पदरी (लेन्स) असलेले आहेत. मध्ये चुकूनही काही येत नसल्यानं अतिवेगानं गाड्या नेता येतात. रस्त्यात सूचना देणारे, गावांचे मार्ग दाखवणारे, पुढं येणाऱ्या गावांची माहिती देणारे एवढे बोर्डस् आहेत की माणूस आणि गाडी चुकणं अशक्य. पण बेसावधपणे, गाडीच्या अतिवेगामुळं, अनवधानानं जरी एकदा का वाट चुकली तर मूळ वाटेवर येण्यास गाडीला खूपच त्रास पडतो व मोठा पल्ला पडतो.

एक गाडी अचानक थांबली तर मागच्या गाड्या थडाथड तिच्यावर येऊन आदळतात आणि अनेक गाड्यांना अपघात होतो.

गावं शांत शांत वाटली. थंडी, वारा, पाऊस यामुळं उघड्यावर उगीच हिंडणं अशक्य. म्हणून घरात, दुकानात, बाजारात, सार्वजनिक संस्थांत बंदिस्तपणा सर्वत्र आहे. सर्वत्र काचा वापरून घरं, वास्तू बाहेरची हवा, वारा, पाऊस यांच्यापासून सुरक्षित केलेली आहेत. उघड्यावर कोणताही धंदा, व्यापार, उद्योग चालत नाही. गाड्यांवर भाजी-खेळणी इत्यादींची भारतीय पद्धतीची विक्री नाही. ग्राहकानं बंदिस्त दुकानात जाऊन स्वत:च वस्तू निवडून घ्यायची, ती काउंटरवर ठेवायची. तिची ठरावीक किंमत असेल ती द्यायची आणि वस्तू घेऊन जायचं. पाहिलेल्या युरोपीय राष्ट्रांत सर्वत्र हीच पद्धती दिसून आली.

बर्फाच्या, डोंगरांच्या समृद्ध निसर्गाच्या सुंदर, स्विट्झर्लंडला मी मनोमन नमस्कार केला. त्या वेळी आमची गाडी इतिहास-प्रसिद्ध जर्मन भूमीत प्रवेश करत होती.

जर्मनी

जर्मनीतल्या मोटारी रस्त्यावरून जाताना मला भारतीय मुक्त रस्त्यांची विरोधानं आठवण होत होती. भारतीय रस्त्यांवरील प्रसिद्ध खड्डे, अपुरं डांबर, सतत कामं चाललेली, बैलगाड्यांचे अडथळे, भररस्त्यावर मध्येच ट्रकवाल्यांनी मोडक्या ट्रकसाठी वर्कशॉप उघडलेली, आडवी जाणारी गुरं-माणसं टप्प्याटप्प्यावर भीषण अपघात, असा काही प्रकार मात्र या जर्मनीतील रस्त्यावर दिसला नाही. उलट ते निर्मनुष्य, गुळगुळीत आणि भक्कम होते, देखणे दिसत होते.

जर्मनीतील 'बाडनबाडन'ला येताना डोंगरांचा प्रदेश ओलांडत एका डोंगरावरून वळणं घेत घेत इतके खोल खोल दरीत गेलो की वाटू लागलं आता आपणाला बाहेरच जाता येणार नाही. आपणाला दरीच्या तळातच मुक्काम करावा लागेल. कारण समोरचे डोंगर उभे-आडवे, तिरके एकमेकांना भिडले होते आणि त्यांनी

पाताळापर्यंत खोल दरी निर्माण केलेली होती.

पण थोड्याच वेळात दरीतील तळात वेडावाकडा प्रवास केल्यावर समोरचा डोंगर अति चिंचोळेपणानं संपूर्ण तोडलेला दिसला. त्यातून आमची गाडी सांदरीतून मुंगी बाहेर पडावी तशी पार पडली. बाडनबाडनला पोचायला रात्रीचे सात वाजले.

या शहराजवळच ब्लॅक फॉरेस्ट आहे. ते पाहायला गेलो. डोंगराच्या पायथ्याला गाडी उभी करून त्या जंगलात आम्ही गेलो. मी आत आत उंचावर जाऊन आलो. सूचिपर्णी वृक्षांचं घनदाट जंगल. त्यात हिंडलो. पशु-पक्ष्यांची किंवा माणसांची वर्दळ नसलेली कुंवार भूमी. वर घनदाट वाटेल तशी पसरलेली उंच झाडं. खाली पालापाचोळा, त्यातच पसरलेली शेवाळ वनस्पती, त्यातच वाढणारी सूचिपर्णींची रोपं, पडलेली कोरडी फळं. जमीन धरून उगवलेलं मऊमऊ भुईसपाट गवत. सगळ्यांना कोणत्याही पावलांनी स्पर्श न केलेला. त्यामुळं मूळ नैसर्गिक स्वरूपात असलेला तो भूमितळ एकदम शांत शांत आत्ममग्न वाटत होता. कितीतरी दिवसांत जंगलातून फिरलो नाही याची जाणीव झाली. इथं फिरल्याची आठवण म्हणून चार-पाच सूचिपर्णी फळं खांद्यावरच्या शबनम बॅगेत ठेवून दिली. जगली तर जगली; आपल्या घराभोवती लावू; म्हणून हळुवारपणे मुळासकट उपटून दोन सूचिपर्णींची रोपंही घेतली.

दुपारी साडेतीन-चारच्या सुमाराला ममलसी (Mummle See) हे एका निवांतात, गावापासून तीनएक किलोमीटर अंतरावर असलेलं तळं पाहायला गेलो. थंडी भरपूर होती. बर्फानं तळं गोठत चाललं होतं. कोल्हापूरच्या रंकाळ्यासारखं पण थोडा लहान आकार असलेलं हे तळं झाडाझुडपांच्या गर्दीत होतं. त्यांच्या भोवतीनं पायवाट. तिच्यावरून एकट्यानंच चक्कर मारली. पाण्यावर वाळू फेकली. ती पाण्यावर तयार होत चाललेल्या बर्फाच्या पातळ थरावरून उडत उडत गेली. पाण्याच्या पृष्ठावर या बर्फामुळं लाट-लहर यांचा मागमूसही नव्हता. पाणी मृत झाल्यासारखं स्थिर अचल आणि कळाहीन वाटत होतं. एका निवांत, स्थिर उदासीनतेचा अनुभव घेऊन परतलो. निर्मनुष्य रस्ता या उदासीत भरच घालत होता... निसर्गाची किती ही विविध रूपं. जगण्याच्या मानवी धबडग्यात ती कधी पाहताच येत नाहीत.

रात्री हायडलबर्गला येऊन झोपलो. सकाळी सगळं आवरून महाल-किल्ला पाहायला गेलो. हायडलबर्गच्या या किल्ल्याच्या भोवती खोल खंदक होता. एका बाजूनं नदीच्या काठावर आणि दुसऱ्या बाजूनं डोंगराच्या कुशीत हा किल्ला बांधलेला. जुन्या गावापासून दूर होता. प्रवेशद्वार भक्कम. आत गेल्यावर दोन्ही बाजूंना पहारेकऱ्यांसाठी ओसऱ्या. आतील राजवाडा भव्य. त्याच्या भिंतींवर पुतळे. राजवाडा फिरून पाहिला. त्याच्यावरून जवळचं खेडं, बाजूची नदी दिसत होती.

तिच्या पलीकडंही उंच डोंगर दिसत होता. डोंगराच्या उतारावर शेती केलेली. कोकणातलं एखादं निसर्गरम्य दृश्य पाहावं तसं वाटलं.

हा किल्ला काहीसा शाबूत होता. आतला अर्धवट पडलेला राजवाडाही जतन केलेला. किल्ला पाहताना गावाकडचा भुईकोट किल्ला आठवला. किल्ल्याची एकूण रचना महाराष्ट्रात आणि इथं जर्मनीत एकसारखीच दिसली. खंदक, बुरूज, आतील महाल, पहारेकऱ्यांच्या ओसऱ्या, प्रवेशद्वार यात कमालीचं साम्य आढळलं. मात्र आपल्या पश्चिम महाराष्ट्रातील किल्ले उद्‌ध्वस्त केले गेले आहेत. इथले किल्ले जतन करून ठेवलेले आहेत.

किल्ल्याला लागूनच मोकळ्या मैदानावर हिरवळ तयार केली होती. या हिरवळीच्या एक टोकाला हत्तीखान्यासारखी दिसणारी इमारत. हिरवळीवरच एका बाजूला आर्किमिडीजचा नावीन्यपूर्ण पुतळा. या संशोधक-शास्त्रज्ञाला स्नान करताना एका शास्त्रीय सूत्राचा उत्स्फूर्त शोध लागला. त्या शोधाच्या भरात तो नागवाच स्नानगृहातून बाहेर आला आणि 'युरेका युरेका' असे आनंदानं बेभान होऊन त्यानं उद्‌गार काढले. त्याच्या अत्यानंदाचा हा क्षण पकडण्याचा प्रयत्न या पुतळ्यात केलेला आहे. स्नानासाठी टबात आडवा पडलेला आर्किमिडीज दोन्ही हात उंचावून 'युरेका'चे उद्‌गार काढतो आहे, असा त्या पुतळ्याचा आविर्भाव आहे. चेहऱ्यावर आनंदाचा उत्कट भाव दिसतो. उसळी मारणारं शरीर दिसतं... तो पुतळा पाहून मला खूप आनंद झाला... साहित्यिक आणि शास्त्रज्ञ किती वेडे असतात. निर्मितीच्या क्षणात दोघांनाही जगाचं भान राहत नाही.

किल्ला पाहून झाल्यावर जुनं हायडलबर्ग गाव पाहून घेतलं. तिथल्या भागात हायडलबर्ग युनिव्हर्सिटीचं ग्रंथालय आहे. अभ्यासिका, विद्यार्थ्यांचा हॉल, संशोधन-कक्ष एका जर्मन विद्यार्थिनीनं आम्हाला फिरून दाखवलं. साधी, सरळ, अभ्यासू आणि सात्त्विक वृत्तीची मुलगी. ती कोणतीही अपेक्षा न ठेवता दाखवण्याचं काम करून चटकन निघून गेली.

त्यानंतर आम्ही तिथून चार-पाच किलोमीटर अंतरावर असलेली हायडलबर्ग युनिव्हर्सिटी पाहायला गेलो. १९६७-६८ साली या युनिव्हर्सिटीचे एक संशोधक डॉ. गुंथर सोन्थायमर भेटण्यासाठी आमच्या घरी आले होते. धनगर समाजाचं दैवत असलेल्या 'बिरुबा'वर ते संशोधन करत होते. त्याच्या धनगरी ओव्या आणि गाणी त्यांनी प्रत्यक्ष गावी, माझ्या गल्लीत जाऊन मिळवली होती. माझ्या ग्रामीण कथाही त्यांनी उत्सुकतेपोटी वाचल्या होत्या. विहिरीवरच्या माझ्या एका कवितेचा आणि एका कथेचा अनुवाद त्यांनी जर्मनमध्ये केलेला होता. त्याचा हेतू संशोधनाशी संबंधित होता. नंतर ते एकदा-दोनदा माझ्याकडं येऊन गप्पा मारून गेले होते. मनात हा धागा धरून मी ती युनिव्हर्सिटी बघायला चाललो होतो. पण डॉ.

सोन्थायमर त्या वेळी अस्तित्वात नव्हते, ते निवर्तले होते.

युनिव्हर्सिटीच्या परिसरात हिंडून आम्ही तिथल्या मराठी विभागात गेलो. तर डॉ. ॲना फेल्डहाउस अनपेक्षितपणे भेटल्या. त्यांना माझं नाव सांगितलं. तर त्यांनी अगदी मराठमोळ्या स्त्रीला आश्चर्य वाटल्यानंतर 'अगोऽऽ बाई!' हा सहज उद्गार निघतो, तसा आणि तोच उद्गार काढला. संशोधन कार्यासाठी त्यांनी माझ्या काही मराठी कथा वाचल्या होत्या.

त्यांचे काही संदर्भ त्यांनी आपल्या संशोधनात दिले होते. त्या एकदा-दोनदा महाराष्ट्रात पुण्यालाही आल्या होत्या पण त्यांची माझी कधी भेट झाली नव्हती. ती आता होण्याचा योग होता. साउथ एशियाचा अभ्यास करणारे इतरही अभ्यासक, संशोधक भेटले. नंतर तासभर गप्पा झाल्या. त्यांनी विभागीय ग्रंथालयातील मराठीची पुस्तकं दाखवली. माझे कथासंग्रह त्यात पाहून मला आश्चर्य वाटलं. मराठी साहित्यातील निरनिराळ्या जीवनांगांचा कुठल्या एका टोकाची माणसं कुठं अभ्यास करीत आहेत ही! कागलसारख्या ग्रामीण पंचक्रोशीत कुठली तरी एक घटना घडते काय, तिच्यावर मी कथा लिहितो काय आणि युरोपमधील वीरराष्ट्र जर्मनीसारख्या भूमीतील एका प्रसिद्ध युनिव्हर्सिटीमध्ये कथेचा सामाजिक, सांस्कृतिकदृष्ट्या अभ्यास होतो काय; सारंच आश्चर्यकारक!

हायडलबर्ग युनिव्हर्सिटीचा परिसर मुंबई विद्यापीठाच्या परिसरासारखा वाटला. मराठीशी सांस्कृतिक नातं जोडणारी जर्मनीतील प्रसिद्ध आणि जुनी युनिव्हर्सिटी पाहायला मिळाली याचा आनंद झाला. या देशानं भारतीय संस्कृतीशी दृढ नातं पूर्वीपासून जोडलं आहे. म्हणून त्याच्याविषयी आपुलकी वाटली.

हायडलबर्गहून दुपारी साडेतीनच्या सुमाराला निघालो आणि सायंकाळचे सहा वाजेपर्यंत 'कलोन' (कोलन- Coln) या गावी येऊन पोचलो.

गाव तसं साधं आहे; पण तिथलं एक चर्च आणि 'कोलन-वॉटर' प्रसिद्ध आहे. हे चर्च पाचसहाशे वर्षं बांधलं जात होतं असं सांगितलं जातं.

चर्च खूप उंच आणि भव्य आहे. युरोपात फिरताना चर्चेस बरीच बघत होतो. आपल्याकडील हिंदूंची देवळं जशी बारीकसारीक फरक आणि तपशील सोडले तर एका शैलीतील वाटतात तशीच एक शैली ख्रिस्ताच्या चर्चेसची, त्यांच्या बांधकामाची आणि ख्रिस्ताच्या प्रसंगचित्रांची असलेली जाणवते. गंमत म्हणजे आपल्याकडं ग्रामीण विभागात जशा शाळा देवळात भरतात, तशीच तिथं काही जर्मन मुलं त्या चर्चमध्ये नाटकाची तालीम घेत होती.

आठवण म्हणून तिथल्या कोलन वॉटरच्या काही बाटल्या खरेदी करून आम्ही ते गाव सोडलं.

हॉलंड

एका दुपारी आम्ही जर्मनीहून हॉलंडला निघालो. ॲम्स्टरडॅमला सायंकाळी जाऊन पोचलो. हे शहर कालव्यांचं आहे. त्यामुळं आम्ही छोट्या बोटीनं कालव्यातून तास-दीड तास प्रवास केला. जाता जाता ॲन फ्रँकनं जिथं आश्रय घेतला ते घर पाहिलं. ही बारा-तेरा वर्षांची ज्यू मुलगी महायुद्धाच्या काळात इथंच पोटमाळ्यावर लपून बसलेली होती. कारण जर्मन राष्ट्रातील सैनिक दिसेल त्या ज्यू लोकांची कत्तल करत होते किंवा गॅस चेंबरमध्ये या लोकांना घालून सामुदायिकरीत्या ठार मारत होते. घाबरून लपून बसलेल्या काळातच ॲन फ्रँक हिनं पोटमाळ्यावरच आपल्या नाट्यपूर्ण अनुभवांची डायरी लिहिली. आज ती डायरी जगभर प्रसिद्ध आहे. एका कोवळ्या मुलीचं ते अमर साहित्य आहे.

ॲन फ्रँकचं आश्रयस्थान झालेलं ते घर ज्यू लोकांनी तसंच सांभाळून ठेवलं आहे. ते जाता जाता पाहताना ॲन फ्रँकच्या आठवणींनी मन व्याकूळ झालं.

या शहरातील दोन गोष्टी कायमच्या लक्षात राहिल्या. 'नाइटवॉच' हे चित्रसंग्रहालयातलं प्रसिद्ध पेंटिंग. हे चित्र प्रसिद्ध चित्रकार 'रेंब्राँट' याचं आहे. त्यांची इतरही पेंटिंग्ज पाहिली; पण 'नाइटवॉच'ला तोंड नाही.

हे चित्र पाहताना मला लहानपणीची एक आठवण तीव्रतेनं झाली. त्या वेळी मी बारा-तेरा वर्षांचा असेन. आमच्या गावात चोऱ्या फार होत होत्या. म्हणून चारपाच, चारपाच जणांचा एक घोळका करून रात्रभर त्या घोळक्यानं त्या त्या भागात गस्त घालायची असा ठराव त्या भागातल्या लोकांनी केला. एके दिवशी आमच्या घराची पाळी आली. पण वडिलांना मळ्यात राखणीला जावं लागायचं. तिथं मोठा आटाला पडलेला. प्रथम त्याची राखण होणं आवश्यक. म्हणून वडिलांनी त्या घोळक्याची समजूत घालून रात्रभर गस्त घालायला मलाच पाठवलं. गावात वीज आलेली नव्हती. सगळीकडं अंधारगुडूप. तिकटीवरचा मुनशीपालटीच्या खांबावरचा कंदील तेवढा जळणारा. त्या कंदिलाच्या उजेडात आमची गस्त चाललेली. मध्यरात्रीच्या सुमाराला तीन तगडे लोक चूपचाप येताना आम्हाला दिसले. आम्ही मी धरून चार जण होतो. त्यात मी असून नसल्यासारखा. फरशीवर चूपचाप बसलो होतो. भोवतीनं अंधार. अशा वेळी तिघं जण समोरून कानडी भाषेत काहीतरी बोलत गेले. आमची पाचावर धारण बसली. या तिघांना हटकायचं की नाही, त्यांचा चोरून पाठलाग करायचा काय, यांनी कुठंतरी चोरी करून ऐवज बरोबर चालवला आहे काय, हे कानडी लोक म्हणजे बहुधा महाराष्ट्राच्या सीमेलगतच्या कानडी मुलखातनं आलेले बेरड असतील काय, आरडाओरडा करून गाव उठवून यांना पकडावं काय असे नाना प्रकारचे प्रश्न आणि चर्चा त्या वेळी चालली होती. मी उत्सुकतेनं, काहीसा भिऊन, काहीसा निर्ढावून, काहीसा चिंतित होऊन ती चर्चा

ऐकत होतो. माझ्या बरोबरच्या त्या तिघांची अवस्थाही काहीशी माझ्यासारखीच होती.

'नाइटवॉच'मधला नाट्यपूर्ण प्रसंग काहीसा याच प्रकारात बसणारा पण वरच्या पातळीवरचा आहे. चित्रातील प्रत्येकाची कसोटी पाहणारा. प्रौढ व्यक्तींचा दहा-पंधरा जणांचा तो एक घोळका आहे. अणीबाणीचा प्रसंग. अंधारात काहीतरी हालचाली होत असतानाची चाहूल येते. त्या हलत्या सावल्यांकडं पाहताना मनात येणारे सगळ्यांचे भाव त्यांच्या शरीरांवर, चेहऱ्यांवर, डोळ्यांत, हातांच्या हालचालींत उमटणारे आहेत. राग, चीड, संताप, भय, चिंता, सूड, संधी, आत्मसंरक्षण, आक्रमण, पलायन, अचानक हल्ला, तोंड कसं द्यायचं याचा गतिमान विचार इत्यादी भाव या प्रौढ व्यक्तींच्या अंगोपांगावर उमटले आहेत. विशेषत: त्यांच्या चेहऱ्यांवरील अणुरेणूवर उमटले आहेत. प्रत्येकाच्या चेहऱ्यावरचा भाव वेगळा आहे. त्या वेगळेपणातून एकूण त्या समूहमनात काय खळबळ चालली असावी याची कल्पना येते. एखाद्या जिकिरीच्या, निकराच्या प्रसंगी समूहात कशा परस्पर संवादी, विरोधी, भिन्न मानसिक आणि शारीरिक हालचाली सुरू असतात त्याचं ते प्रत्ययकारी पेंटिंग आहे. चित्रकारानं फार मोठं आव्हान स्वीकारलं आहे आणि ते त्यानं पेललंही आहे. मानवी मनाचं त्याचं ज्ञान पक्क आहे. समूहमनाची कल्पना त्याला स्पष्ट आहे. या सर्वांचा पडताळा या चित्रातून येतो. संकट किंवा प्रसंग नेमका काय आहे, हे चित्रात दाखवलेलं नसलं तरी तो चित्रात दाखवलेल्या व्यक्तींच्या विविध भावाविष्कारामुळं निकराचा, जीवनमरणाचा प्रश्न उपस्थित करणारा अति गंभीर प्रसंग आहे हे जाणवतं. भाव इतके वेधक आणि प्रत्ययकारी आहेत की क्षणभर आपणही त्या घोळक्यात सामील झाल्याचा आभास होतो. इतके आपण त्या व्यक्तींशी आपलं प्रेक्षकपण विसरून एकरूप होतो. त्यांचे होतो.

...रेंब्रॉंटला मनोमन अभिवादन करून मी त्या चित्रासमोरून पुढे सरकलो. आता काहीच पाहू नये, मुक्कामावर जाऊन डोळे मिटून फक्त पडून राहावं, आपण खूप खूप थकलोय असं वाटू लागलं. चित्रकारानं किंवा कोणत्याही कलावंतानं आपला जीव ओतून, प्रतिभेचं सर्वस्व ओतून, आजवर झालेल्या कलात्मक जाणिवांचं सर्वस्व समर्पण करून जर कलाकृती निर्माण केली तर ती रसिकालाही जीवघेणा सौंदर्यानुभव प्रदान करू शकते, याचा पडताळा त्या क्षणांनी मला दिला.

दुपारी स्वतंत्र चित्रसंग्रहालय असलेल्या व्हिन्सेंट व्हॅन गॉव्ह (Vincent Van Gogh)च्या चित्राचा अनुभव घेताना मला चित्रांपेक्षा चित्रकाराच्या व्यक्तिमत्त्वाचा एक वेगळाच अस्वस्थ करणारा अनुभव आला. एक चित्रकार म्हणून त्याचं जीवन रसिकाला व्याकूळ करून टाकणारं आहे. काही गुणी कलावंत अनेक उत्तम कलागुण जवळ असूनही व्यावहारिक जीवनाच्या धबडग्यात अपयशी ठरतात.

उत्कट संवेदनशील स्वभाव, मन:पूर्वक सरळपणे जगण्याची प्रकृती, प्रतिकूल आर्थिक आणि सामाजिक परिस्थिती असं जमून आलं की मन हैराण आणि अर्धमेलं होऊन जातं. त्याचा परिणाम कलानिर्मितीवरही अनुकूल-प्रतिकूल स्वरूपात होतो.

व्हिन्सेंट व्हॅन गॉव्ह हा ग्रामीण विभागात आणि दाट दारिद्र्यात वाढलेला चित्रकार. त्याच्या चित्रांवर या दोहोंचाही कलानुभवातील आशयाच्या अंगानं प्रभाव पडलेला दिसतो. पॅरिसमधील अनेक पेंटिंग्ज ही श्रीमंत स्त्री-पुरुष, त्यांच्या अंगावरील अलंकार, कपड्यांचा सुकाळ, त्यांच्या पार्श्वभूमीवर असलेल्या मोठमोठ्या राजेशाही खिडक्या, दिवाणखाने, हॉलचे खांब, मखमली उंची कापडाचे पडदे, वापरलेले ठळक मोहक, आकर्षक रंग, मोठमोठे कॅनव्हास, त्यांच्या किमती नक्षीदार चौकटी, भोवतालची श्रीमंत दालने पाहताना रसिक मनावर होणारा परिणाम काहीसा दिपवून टाकणारा, 'ऑ' करायला लावणारा असतो. त्यात माझा शुद्ध कलात्मक अनुभव काहीसा गुदमरल्यासारखा झाला होता. मी त्या सर्वांगीण वैभवामुळं प्रभावित झालो की निखळ कलात्मक अनुभवानं प्रभावित झालो, हे काही काळ कळेनासं झालं होतं. व्हिन्सेंट व्हॅन गॉव्हची साध्या पण स्वच्छ आणि पुरेसा पैसा असलेल्या हॉलमधील अस्सल कलात्मक चित्रं पाहताना मला त्या पॅरिसमधील अनुभवाचा नीट उलगडा झाला.

व्हॅन गॉव्हच्या चित्रांचे विषय साधे आहेत. ग्रामीण भागातील साधी, सरळपणे जगणारी सामान्य माणसं त्यानं रेखाटलेली आहेत. त्यांच्या भोवतालच्या वातावरणाचा, विशिष्ट स्थिति-गतीचा तो पार्श्वभूमीसाठी कलात्मक उपयोग सहजपणे करून घेताना दिसतो. माणसं आहेत तशी रंगवण्याकडं त्याचा कल आहे. त्यासाठी तो जे वापरतो ते मंद प्रकृतीचे रंग (डल कलर्स) आहेत.

वस्तुत: चित्रासाठी वापरायचं साधन म्हणूनच चित्रकलेत रंगांचं स्थान असतं. त्या साधनाच्या आधारानं चित्रकलेत व्यक्त करायचा अनुभव हा साध्य असतो. पण रंग हे साधन स्वत:च मानवी डोळ्यांना स्वतंत्रपणे मोहवीत असतं, आकृष्ट करून घेत असतं. नुसते निरनिराळे रंग-तुषार जरी एकत्र असतील तरी किंवा नुसत्या एखाद्या भडक रंगाचा ओघळ किंवा वेडावाकडा आकार जरी असला तरी तो मानवी नजर आकृष्ट करून घेतो. वस्तुस्थिती अशी असल्यामुळं एरवीच्या कित्येक चित्रांत सुंदर रंगांची उधळणच आपलं लक्ष खिळवून ठेवते, आपल्याला गुंग करते. दुबळे कलावंत चित्रकार याचा फायदा घेतल्याशिवाय सोडत नाहीत. व्यापारी कलावंत याचा पुरेपूर फायदा उठवतात. व्हॅन गॉव्ह हा या कोटीतील कलावंत नव्हता. रंगांना त्यानं माध्यम किंवा साधन म्हणून जागच्या जागी ठेवलं होतं. म्हणूनच की काय या गुणी कलावंताची चित्रं या अर्थप्रधान आणि भडक प्रकृतीचं आकर्षण असलेल्या जगात त्याच्या हयातीत (एकही) खपली नाहीत. ही वस्तुस्थिती आहे.

व्हॅन गॉव्हने घेतलेले कॅनव्हास मोठे नाहीत. त्याची चित्रं एका व्यक्तीला दोन्ही हातात सहज धरता येतील एवढ्या लांबी-रुंदीची आहेत. त्याच्या कुंचल्याचे स्ट्रोक्स सुटे सुटे गतिमान पद्धतीनं वापरणं हे त्याचं खास शैली-वैशिष्ट्य आहे. आणखी पुष्कळच वैशिष्ट्यं आहेत पण त्याचं हे वैशिष्ट्य वेगळेपणानं उठून दिसतं. पारंपरिक चित्रशैलींना त्याच्या वैशिष्ट्यामुळं काटशह बसला आहे. ही त्याची अशी, खास शैली आहे. त्याच्या प्रतिभेची मौलिकता ती सूचित करते. सत्ताविसाव्या वर्षी त्यानं चित्रकलेस प्रारंभ केला. तोपर्यंत तो एका व्यावसायिक कलाकाराच्या दुकानी नोकर म्हणून काम करत होता. त्याचं कोणत्याही कलाविद्यालयात शिक्षण झालं नाही. त्यानं स्वत:चं शिक्षण स्वत:च करून घेतलं. त्यामुळंच की काय त्याला स्वत:ची चित्रशैली सापडली असावी.

त्यानं स्वत:च स्वत:ची व्यक्तिचित्रं काढलेली आहेत. त्यांतील पाच-सहा चित्रं तर तिथंच होती. त्यांतील त्याचे डोळे बोलके आहेत. जगाविषयी अविश्वास दाखवणारे आहेत. ही व्यक्तिचित्रं तिथं एका विशिष्ट क्रमानं लावली आहेत. त्यातून त्याच्या वाढत्या वयाची जाणीव होते. त्याचबरोबर त्याच्या चेहऱ्यावरची वेडाची झाकही वाढत गेलेली दिसते. शेवटच्या अवस्थेतील स्व-व्यक्तिचित्र जगाला तुच्छ लेखणाऱ्या, अविश्वास दाखवणाऱ्या दाहक अनुभवातून साकारलेलं दिसतं. ते पाहताना मनाला कुणीतरी तप्त लोखंडाच्या डागण्या देत आहे अशा वेदना होतात. 'स्वत: चित्र काढतानाचं' स्वत:च रेखाटलेलं, स्व-व्यक्तिचित्र विशेष लक्ष वेधून घेतं. त्या वेळचे त्याचे डोळे प्रसन्न आहेत. स्वत:च्या कलाविश्वात रमलेल्या मनाचा आनंद त्या डोळ्यांतून व्यक्त होतो. त्या विश्वाविषयीचा आत्मविश्वासही त्या चेहऱ्यावर ओसंडताना दिसतो... कोणताही कलावंत स्वत:च्या विश्वात राजाच असतो.

शेतातील पिकं पूर्णपणे सुगीला आलेली आहेत असं त्याचं एक 'सुगीचं (हार्वेस्ट) चित्र' आणि 'पेरणीचंही' एक चित्र आपणाला माणसांच्या जगातून निसर्ग, रानं, पिकं यांच्या स्वाभाविक जगात घेऊन जातं. आपल्या सात्त्विक प्रांजळ वृत्ती जाग्या करणारी ही चित्रं आहेत.

निसर्गाच्या सान्निध्यातील त्याचं आणखी एक चित्र मन उदास करून टाकणारं आहे. भोवताली प्रसन्न निसर्ग विस्तीर्ण स्वरूपात पसरला आहे आणि त्यांच्या सान्निध्यात त्याची स्वत:ची छोटीशी मूर्ती दिसते आहे असं ते चित्र आहे. व्यवहारी जगाच्या संघर्षाच्या जगण्यात आपण पराभूत होतो. घोर निराश होतो. अशा वेळी भोवतालचा समृद्ध, सुंदर निसर्गही आपणाला प्रसन्न करू शकत नाही, आपली घोर निराशा घालवू शकत नाही, असं जणू त्याला त्या चित्रातून सहजपणे सुचवायचं असावं. त्याच्या निसर्ग-चित्रांतील झाडांची व्यक्तिमत्त्वं दुभंगल्यासारखी वाटतात.

आरंभीच्या काळातील त्याची चित्रं सामान्य माणसाचं दारिद्र्य रेखाटणारी वाटली. 'बटाटे खाणारं घर' हे चित्र त्याचा संस्मरणीय नमुना आहे. 'सूर्यफुलं' हे त्याचं चित्रही जगप्रसिद्ध आहे.

व्हॅन गॉव्हच्या भावानं त्याचा चरितार्थ चालवला, त्याला तो नेमानं पैसे पाठवत असे. 'तुझं अमुक एक चित्र विकलं गेलं त्याचे हे पैसे'; असं खोटंच सांगून त्याच्या कलावंत मनाचा अहंकार दुखावणार नाही याची तो दक्षता घेत असे, असं मला सांगितलं गेलं. व्हॅन गॉव्हचा चित्रकार मित्र गोगँ याच्याशी त्याचं भांडण झाल्यावर पश्चात्तापाच्या भरात त्यानं आपला कान कापून घेतला होता असंही सांगितलं. त्या आपल्या मित्राची 'रिकामी खुर्ची' त्यानं रेखाटलेली आहे. त्याच्या मैत्रीच्या पार्श्वभूमीवर ती रिकामी पडलेली खुर्ची मन व्याकूळ करते. या दोन गोष्टींवरून त्याच्या संवेदनशील आणि भावनाशील मनाची कल्पना येते.

व्हॅन गॉव्हची चित्रं आणि चरित्र एकमेकांत प्रविष्ट झालेली, मिसळलेली आहेत. त्या दोहोंचा एकत्र परिणाम होऊन एका गुणी कलावंताची सरळ शोकात्म जीवाची करुण कहाणी माझ्या मनात आकाराला आली. कला एक व्रत आहे, तिची एकनिष्ठेनं उपासना करायची असते, प्रतिभेचं वरदान हे दैवी असतं, त्याला जगाच्या बाजारात पोटासाठी, भोग-उपभोगासाठी बसवायचं नसतं, असं कळत किंवा नकळत मानणाऱ्या कलावंताची ती भौतिक जीवनातील शोकांतिका होती. पण कोण जाणे व्हॅन गॉव्ह आपल्या कलाजीवनात जो स्वर्गीय आनंद घेत असेल त्याची तुलना भौतिक जीवनातील सुखांशी करताना त्याला ती सुखं क्षुद्र आणि अतिसामान्यही वाटत असतील.

समृद्ध शेतीचा, सुंदर फुलांचा, भरपूर दुधाचा, बहुतेक मैदानी मुलूख असलेला हा देश ६ नोव्हेंबर ९२ ला आम्ही सोडला. 'हुक ऑफ हॉलंड'वरून साडेआठ तासांचा बोटीचा प्रवास करून इंग्लंडच्या किनाऱ्याला 'हॅरीच' या गावी लागलो.

इंग्लंड

१७ ते २२ ऑक्टोबर आणि ७ ते १० नोव्हेंबर असे एकूण दहा दिवस लंडनमध्ये होतो. या काळात पायी चालत, कारमधून, स्थानिक बसमधून आणि ट्यूब-ट्रेननं फिरून शहर पाहिलं. हे शहर पाहत असताना कधी मेहता पतिपत्नी आणि मी असे तिघंच पायीपायी फिरत असू. कधी मधू अभ्यंकर बरोबर असत, तर कधी मीनाताई बरोबर असत. या दहा दिवसांत पुष्कळ काही पाहिलं.

पाहताना मनात एक गमतीची गोष्ट सतत घडत होती. जणू मी मीनाताईंनी लिहिलेल्या 'माझं लंडन' या पुस्तकाचा पडताळाच प्रत्यक्ष फिरून घेत होतो. १८ ऑक्टोबरला या पुस्तकाच्या दुसऱ्या आवृत्तीचा लंडनमध्ये प्रकाशन समारंभ असल्यामुळं आणि मला त्याच्यावर बोलायचं असल्यामुळं ते पुस्तक मी त्यातला इतिहास

सोडून दोनदा वाचून काढलं होतं. माझ्या मनावर त्याचे ठसे ताजे ताजे होते. त्यामुळं कोणतंही ठिकाण पाहताना मीनाताईंनी केलेल्या लेखनाची आठवण होई. जणू ते लेखनच मी प्रत्यक्षात वाचतो आहे असं वाटे. परिणामी लंडन पाहताना माझ्या मनावर 'माझ्या निरीक्षणाचे वेगळे' असे ठसे उमटेनासे झाले. पण पाहण्याचा आनंद मात्र मिळत गेला. एखादं पुस्तक आपण काही कारणानं जीव लावून किंवा कसून वाचलं की आपण कसे 'पुस्तकी' होतो याचा एक लक्षात राहणारा अनुभव त्या वेळी आला.

तरीही काही ठिकाणं लक्षात राहिली. ऑक्सफर्ड युनिव्हर्सिटी, केंब्रिज युनिव्हर्सिटी आणि शेक्सपिअरचं जन्मगाव स्ट्रॅटफर्ड अपॉन एव्हन ही तीन नावं मी कॉलेजकुमार असल्यापासून ऐकत होतो. शेक्सपिअरचं 'मॅक्बेथ' हे नाटक आम्हाला अभ्यासाला होतं. त्या निमित्तानं त्याच्या प्रसिद्ध पाच शोकांतिका वाचल्या होत्या. त्याच्या पात्रांची स्वगतं, मनोगतं आणि वर्तनं वाचताना ती पात्रं तपशीलवार ओळखीची झाली होती. त्यांचे स्वभाव परिचयाचे झाले होते. या पात्रांचं विश्व निर्माण करणारा शेक्सपिअर मनात दरारा, आदर निर्माण करत होता. त्याच्या स्वत:च्या रेखाचित्राकडं बघत पुस्तकातून जाता-येता नजर थांबत होती. वर्गातील मित्रांशी शेक्सपिअरविषयी बोलताना त्याचा आम्ही एकेरी उल्लेख करून तिसऱ्या एखाद्या मित्राविषयी तो हजर नसताना जशी उलटसुलट चर्चा करावी तशी करत असू. इंग्रजी रोमँटिक कविता तर आवडीचा साहित्यप्रकार होता. ही कविता लिहिणारे अनेक प्रसिद्ध इंग्रजी कवी या दोन्हीपैकी एका युनिव्हर्सिटीत शिकलेले असायचेच. आमच्या कोल्हापूरच्या गोखले कॉलेजचे प्राचार्य बॅरिस्टर बाळासाहेब खर्डेकर तर केंब्रिज युनिव्हर्सिटीचेच पदवीधर होते. त्यांचं व्यक्तिमत्त्व सुसंस्कृत, आकर्षक आणि विद्वत्तापूर्ण होतं. जणू ते त्यांनी आपल्या प्रसिद्ध स्मोकिंग पाइपसह केंब्रिजमधूनच आपल्याबरोबर भारतात आणलं आहे असं वाटे.

१९ व्या शतकातील आधुनिक मराठी वाङ्मयाच्या इतिहासाचा अभ्यास करताना त्या वाङ्मयावर पाश्चात्त्य वाङ्मयाचा प्रभाव कसा पडला आहे; हे स्पष्ट करताना बहुधा सर्वच इतिहासकारांनी ज्या पाश्चात्त्य कवींचा, टीकाकारांचा, कादंबरीकारांचा, निबंधकारांचा, समीक्षकांचा उल्लेख केलेला असे ते बहुतेक इंग्लंडमधील असत. त्यात पुन्हा या दोन युनिव्हर्सिटींमध्येच त्यांचं बहुतेक शिक्षण झालेलं असे. माझ्या लहानपणी भारतीय पातळीवर जे काँग्रेसचे थोर थोर पुढारी होते ते महात्मा गांधींसह सगळे 'बॅरिस्टर' असत. त्यांची कायद्याच्या पदवीची परीक्षा बहुधा याच युनिव्हर्सिटींची असे. नंतर लंडनमध्ये ते बॅरिस्टर होत असत.

असा हा आधुनिक ज्ञानाचा मराठी वारसा आम्ही याच इंग्लंडमधील प्रसिद्ध युनिव्हर्सिटींमधून घेतलेला होता. जणू आम्ही सर्व आधुनिक साहित्यिक या

युनिव्हर्सिटींचेच परात्पर पदवीधर विद्यार्थी होतो, इतके आम्ही त्यात बुचकळून निघालो होतो. आजोळचा उल्लेख करावा तसे आमचे मोठमोठे मराठी साहित्यिक या युनिव्हर्सिटींचा उल्लेख अभिमानानं आपल्या समीक्षा-लेखांतून, ग्रंथांतून, व्याख्यानांतून करत.

या दोन्ही युनिव्हर्सिटी पाहण्यासाठी आम्ही जेव्हा गेलो तेव्हा अशा विचारांनी माझ्या मनात गर्दी केलेली होती. पण प्रत्यक्षात ऑक्सफर्डला जाऊन पोचलो तेव्हा युनिव्हर्सिटी गेटवरच आम्हाला अडवण्यात आलं. तिथल्या वॉचमननं आम्हाला 'युनिव्हर्सिटीत असं जाता येणार नाही. विद्यार्थ्यांचे वर्ग सुरू झाले आहेत, ऑफिस, अध्यापन हे सुरू झालं आहे. अशा वेळी कामांशिवाय आणि अगोदर अपॉइंटमेंट घेऊन तसं पत्र असल्याशिवाय कुणालाच आत जाऊ दिलं जात नाही' म्हणून सांगितलं.

मधू अभ्यंकरांच्या ओळखीनं लंडनमधील एका बँकेत आम्ही असाच प्रवेश मिळवण्याचा प्रयत्न केला होता. मधू अभ्यंकर तर बँक-सेवेतून नुकतेच निवृत्त झाले होते. त्यांनाही वॉचमननं कशीबशी पाच मिनिटांत जाऊन परत येण्याची परवानगी दिली. आम्हाला आतच सोडलं नाही. कारण कामाशिवाय त्या ऑफिसात जायला कुणालाच परवानगी नव्हती. त्या वेळी 'वॉच'मन आणि 'ऑफिस' या दोन्ही शब्दांचा मूळ इंग्रजीतील खरा अर्थ मला प्रथम कळला. ऑक्सफर्ड आणि इंग्लिश माणूस या दोघांविषयी मनोमन आदर वाटला. शेवटी ही युनिव्हर्सिटी आतून पाहायला मिळालीच नाही.

केंब्रिज युनिव्हर्सिटी मात्र आतून-बाहेरून पाहता आली. तेथील किंग्ज कॉलेज, ट्रिनिटी कॉलेज, ट्रिनिटी हॉल, सेंट जॉन्स कॉलेजची वसतिगृहं पाहायला मिळाली. तेथील किंग्ज कॉलेजचं चर्च प्रचंड आहे. चर्चमधील अवाढव्य जुना पियानो तसाच आहे. थोडा वेळ चर्चमध्ये प्रार्थनेसाठीही बसलो. तिथल्या विद्यार्थ्यांचे डायनिंग हॉल पाहिले. इमारती जुन्या पण त्यांची काळजी घेतलेली दिसली. त्या जशा आहेत तशा प्रयत्नपूर्वक जोपासल्या होत्या.

ट्रिनिटी कॉलेजमध्येही गेलो. तिथलंही चर्च पाहिलं. आधुनिक युगातही शिक्षणसंस्थेत चर्चचं अस्तित्व त्यांनी अपरिहार्य मानलेलं आहे असं दिसलं. तिथं धर्माचा आणि शिक्षणाचा प्रत्यक्ष संबंध नसेल. पण चर्चच्या अस्तित्वामुळं तिथल्या वातावरणात उदात्तता, नैतिकता, माणुसकी निश्चितपणे पसरायला मदत होत असणार. शिक्षणाचं पावित्र्य त्यामुळं वाढत असणार.

ट्रिनिटी कॉलेजच्या परिसरातील एका भव्य हॉलमध्ये टेनिसन, मेकॉले, न्यूटन, बेकन इत्यादींचे खास बसवलेले पुतळे पाहायला मिळाले. वर्डस्वर्थ कवीही तिथंच होऊन गेला. अनेक मोठ्या व्यक्ती इथं होऊन गेल्या. त्यांची यादी खूप मोठी

आहे. ज्यांनी ब्रिटनची आणि आधुनिक जगाची संस्कृती आणि साहित्य घडविण्यास मदत केली; त्या विभूती इथल्या माझ्या पायांखालच्या पावन भूमीवर वावरल्या. निदान माझ्या पायांना त्यांची पायधूळ लागत आहे. मला त्याचा शब्दांत सांगता येणार नाही इतका आनंद झाला. आधुनिक मराठी साहित्याच्या आद्यपीठ पंढरीला आपण आलो आहोत असं पदोपदी वाटत गेलं.

तिथं वावरताना पंढरपूरची आठवण नकळत होण्याचं दुसरंही कारण होतं. मुळात केंब्रिज गाव हे जुनं आहे. तिथल्या छोट्या गल्ल्या, विटांसारख्या वाटणाऱ्या छोट्या छोट्या तासीव दगडांना रुतवून तयार केलेले जुन्या पद्धतीचे दगडी रस्ते बघून मला पंढरपुरातील गल्ली, बोळांची आठवण झाली.

ही कॉलेजेस कॅम नदीवर वसलेली आहेत. ही नदी फार छोटी आहे. तिच्यावरून पलीकडं जायला प्रत्येक कॉलेजनं छोटा छोटा पूल बांधला आहे. त्या पुलांवरून पलीकडं गेल्यावर त्या त्या कॉलेजचं हिरवंगार ग्राउंड लागतं. त्यावरून मुलं जा-ये करताना दिसत होती. हे पूल चिंचोळ्या रस्त्यासारखे, पॅसेज असावा तसे केलेले होते. 'कॅम' नदीवर जिथं 'ब्रिज' बांधला आहे ते गाव म्हणजे 'केंब्रिज असा त्याचा मूळ अर्थ आहे. आपल्याकडं जसं 'ओढ्यावरचं आंबेगाव' आपण म्हणतो तसाच हा प्रकार आहे.

या युनिव्हर्सिटीच्या प्रांगणात मनमुरादपणे पायीपायी हिंडलो. एका रांगेतील इथली रेखीव, प्रमाणबद्ध कॉलेजेस आणि त्यांच्या पुढची हिरवीगार लॉन्स पाहताना मन सुखावून गेलं. स्ट्रॅटफर्ड अपॉन एव्हन या शेक्सपिअरच्या जन्मगावी जाऊन आलो होतो. तिथंही ते जुन्या वळणाचं सुंदर शांत गाव अनुभवताना असाच आनंद झाला. एव्हन नदीच्या काठावर हे नीटनेटकं गाव वसलं आहे. नदीच्या काठावर पक्षी, बदकं मोकळेपणानं वावरताना दिसली. इथल्या पक्ष्यांना उगीच कुणी मारहाण करत नाही. ते त्या संपूर्ण गावानं अभय दिलेले पक्षी वाटतात. डौलत इकडंतिकडं वावरत असतात. काही खायला टाकलं तर घोळक्यानं खाऊन पुन्हा इकडंतिकडं वावरतात. इथल्या माणसांनी आपल्या जीवनात बारीकसारीक जो नैसर्गिक आनंद मिळतो तो जाणीवपूर्वक जतन करून ठेवलेला दिसतो. वाटेल तशी निसर्गाची तोडफोड केलेली नाही. घरं, दुकानं, वास्तू, रस्ते सुबक कशी राहतील, वसकन अंगावर आल्यासारखी न वाटता डोळ्यांना प्रसन्नता, स्वाभाविकपणा, कशी देतील यांची दक्षता घेतलेली आहे. कुठंही अधाशीपणा, वखवख, मचमच दिसत नाही. स्वातंत्र्यपूर्व काळातील मराठी खेडी अशी स्थिर, शांत वृत्तीची वाटत होती. ते गाव पाहताना मला माझ्या लहानपणीची खेडी तीव्रतेनं आठवली.

त्या आठवणीमुळं निवांत नदीच्या काठावर सहज एक चक्कर मारली. प्रसन्न वाटलं. नदीच्या त्या काठावर शेक्सपिअरीयन दोन थिएटर्स आहेत. ग्लोब आणि

स्वॉन ही त्यांची नावं. त्यातील छोटं लाकडी थिएटर पाहायला मिळालं. त्याची काही किरकोळ दुरुस्ती चालली होती. माझ्या कल्पनेतील शेक्सपिअरीयन थिएटरपेक्षा ते कितीतरी लहान होतं. एखाद्या मोठ्या गोल हॉलसारखं वाटलं. फार फार तर त्यात पाचशेच्या आसपास माणसं दाटीवाटीनं बसतील एवढी त्याची कुवत दिसली. हे थिएटर जुनं असलं तरी नीटनेटकं होतं. ते आतून पाहायला मिळालं. प्रेक्षक कसे बसतात किंवा उभे राहतात, नाटक कुठं चालतं याची माहिती खात्री करून घेण्यासाठी विचारली.

त्यानंतर शेक्सपिअरचं जन्मघर पाहायला गेलो. किती लहान खेड्यात हा माणूस जन्मला. कुठल्या विचित्र स्थितीत बालपण गेलं आणि नंतर लिहिता लिहिता किती मोठा नाटककार झाला!

त्याच्या घराच्या आतून-बाहेरून पोटभर फिरून घेतलं. त्याची लेखनाची खोली, झोपण्याची खोली, स्वयंपाकघर आतून पाहताना फार समाधान होत होतं. घराच्या छपराचे जुने झालेले लाकडी बर्गे तसेच ठेवण्यासाठी त्यांना लोखंडी पट्ट्या मारून आधार दिल्याचं जाणवलं. त्यानं केलेल्या मृत्युपत्रावरची त्याची अस्सल सही पाहता आली.

स्वयंपाकघरातच लहान मुलाला चालायला शिकवण्याचा, एका छोट्या खुंटाभोवती गोल गोल फिरणारा पांगुळगाडा पाहताना गंमत वाटली... या पांगुळगाड्याला धरून शेक्सपिअर चालला असेल काय?

...एवढ्याशा या खेड्यात एवढा प्रतिभावंत कसा जन्मला असेल? लंडनला नंतर जाऊन राजाश्रयानं त्यानं गाढा अभ्यास केला असेल. पण नाटककार म्हणून प्रथम तो या खेड्यातच चमकला. आपल्याकडच्या देहूच्या तुकाराम महाराजाचं असंच आहे! माणसातले दैवी चमत्कार असे युगायुगातून कधीतरी आणि कुठंतरी जन्माला येत असतात. त्यांनी केवळ एका छोट्या जन्मात प्रतिभाबलानं जे लिहून ठेवलं ते केवळ अभ्यासायला पुढच्या काळात अनेक पिढ्यांचे अनेक जन्मही अपुरे पडतात.

या देशाच्या लोकांनी या ऐतिहासिक वास्तू किती जीवाच्या आकांताने जपून ठेवलेल्या आहेत. बारीकशी जरी पडझड झाली तरी तिची डागडुजी करून ती जशीच्या तशी सांभाळण्याचा प्रयत्न करतात. त्यामुळं पुढच्या पिढ्यांत ऐतिहासिक वारसा जिवंत व्हायला आपोआप मदत होते. आमच्या पुण्यातील जुने वाडे, वास्तू त्यांचे वंशज बिल्डरला केवळ जमिनीच्या मापाने विकून म्हणजे रद्दीत कचरामोलाने विकून त्यावर ऐतखाऊ भोगी जीवन जगतात. आपण परंपराही मोडीत विकतो. भांडवल करतो. परिणामी हजारो मैलांवरून मूठभर ब्रिटिश येतात आणि स्वत:च्या मुलखापेक्षा शतपटीनं विस्तृत असलेल्या, शतपटीनं लोकसंख्या असलेल्या,

एकेकाळच्या सुवर्णभूमीवर एक-दोन नव्हे दीडदीडशे वर्षं साम्राज्यसत्ता गाजवतात. ही सत्ता नुसती भूमीवर नसते. ती साहित्यावरही असते, संस्कृतीवरही असते, आपल्या भाषांवरही आणि मनामनावरही आरूढ असते.

...शेक्सपिअरच्या इंग्रजी भाषेचं, युरोपच्या विज्ञान-शोधांचं साम्राज्य अजूनही आपल्या गुलाम मनांवर नांदतच आहे. आता ते पुरेसं आत्मसातही आम्ही केलं आहे. त्यामुळं त्याचंही काही वाटत नाही आणि आपल्या परंपरा नष्ट होताना त्यांचंही काही वाटत नाही.

९ आणि १० नोव्हेंबर हे लंडनमधले शेवटचे दोन दिवस मेहता पति-पत्नी शॉपिंगमध्ये गुंतले होते. मी लंडनमध्ये भटकायला गेलो. इंग्लंडचं पार्लमेंट सभागृह आणि त्याच्या परिसरातील पुतळे पाहिले. वेस्टमिन्स्टर ॲबेमध्ये राजवंशाची पुरलेली पेटीबंद प्रेतं आणि त्यांचे झोपलेले पुतळे पाहिले. ब्रिटिश राजवंशांचं मूळ लाकडी सिंहासन आणि त्याच्या खाली स्कॉटलंडचं राज्य जिंकून त्या वंशाचा सिंहासनासारखाच वापरावयाचा 'स्टोन ऑफ स्कोन' हा बसवलेला दगडही पाहिला. मोठी गंमत वाटली. पहिल्या चार्ल्सचा पुतळा पाहिला. ट्रफाल्गर चौकातील सर्वोच्च स्थानावर असलेला, एक हात तुटलेल्या ॲडमिरल नेल्सनचा पुतळा, भोवतालचे प्रचंड चार सिंह, कारंजं इत्यादी पाहत 'नॅशनल गॅलरी'मध्ये गेलो. तिथंही रेंब्राँटची काही चित्रं पाहायला मिळाली.

याच ठिकाणी एका चित्रकाराचं (त्याचं नाव विसरलो) एका विलक्षण प्रसंगावरचं चित्र पाहायला मिळालं. ब्रिटिश राजवंशाच्या इतिहासातला हा प्रसंग आहे. नऊ दिवस राज्यावर बसलेल्या सोळा वर्षं वयाच्या एका कोवळ्या, निष्पाप राणीच्या शिरच्छेदाच्या वेळचा हा प्रसंग आहे. हा प्रसंग विलक्षण प्रतिभा-शक्तीनं रंगवला आहे. काहीही अपराध नसलेली निष्पाप राणी केवळ वडीलधाऱ्या राजकारणी सासऱ्याच्या नातेवाइकांच्या सक्तीमुळं राजसिंहासनावर बसलेली. तिचा राजकारणी सासरा तिथं उपस्थित आहे. असहायतेनं त्या प्रसंगाला साक्षी असलेली राणीची दासी तिथं आहे. दुसरीही अनावर कंठ दाटून आलेली नातेवाईक स्त्री शेजारी आहे. शिरच्छेदाची तीक्ष्ण धारदार कुऱ्हाड हातात घेऊन अतिशय थंडपणे वधकरी उभा आहे. शिरच्छेदापूर्वी चाललेली पूर्वतयारी तो शांतपणे बघतो आहे. थोड्याच वेळानंतर येणाऱ्या निर्णायक क्षणाची आणि होणाऱ्या हुकमाची तो छेदशिळेजवळ उभा राहून प्रतीक्षा करतो आहे. शिरच्छेद नीटपणे आणि एकाच जोरकस घावात करता यावा म्हणून राणीच्या गळ्यातला हार सेवाभावी दासीनं नुकताच उतरवून बाजूला ठेवून दिला आहे. इतिहासातील राणीला आपला शिरच्छेद करणार आहेत याची पूर्वकल्पना होती. पण चित्रातील तिचा चेहरा निरागस आहे. जणू तिला वाटत आहे की कसला तरी एक राजसंस्कार करण्यासाठीच हा सोहळा चालला आहे.

म्हणूनच आपले डोळे पट्टीनं बांधलेले आहेत असा निष्पाप चेहरा आहे. तिच्या शेजारी अति गंभीरपणे उभा असलेला राजपुरोहित जी काही प्रार्थना म्हणतो आहे ती ती शांतपणे ऐकते आहे. पुरोहितानं दिलेल्या धर्माज्ञेनुसार ती छेदशिळा आपली मान नीटपणे ठेवता यावी म्हणून हातांनी चाचपून पाहते आहे. नंतर ती तिथं आपली मान निर्धास्तपणे ठेवणार असा भाव रसिकाच्या मनात निर्माण करणारं ते प्रसंगचित्र. अनेक बारकावे त्यात अतिशय उत्तम रीतीनं रेखाटलेले आहेत. राजाज्ञेपुढं सगळेच असहाय झालेले आहेत. निष्पापता, व्याकूळता, असहायता, कारुण्य, क्रौर्य, निर्दयता, आज्ञाधारकता यांचे भावाविष्कार मोजून घ्यावेत इतके स्पष्ट पण अतिशय स्वाभाविकपणे तिथं व्यक्त झालेले आहेत. त्याचे परस्पर संबंध इतके नाट्यपूर्ण, प्रभावी, संवादी, विरोधी आहेत की त्यावर एक सुंदर नाट्यपूर्ण कादंबरी लिहिता येईल असं मला वाटलं.

'नाइटवॉच'च्या तोडीचं ते अप्रतिम प्रसंगचित्र माझ्या मनाचा ठाव घेऊन गेलं.

१० नोव्हेंबरच्या सकाळीही मी बाहेर पडलो. हॅम्टन कोर्टचा परिसर पाहिला. खाटिकाच्या एका सामान्य कुळात जन्मलेल्या पण कर्तृत्ववान असलेल्या पुरुषानं स्वपराक्रमावर चर्चमध्ये कार्डिनलचं उच्च पद मिळवलं. स्वत:च्या निवासासाठी राजवाडासदृश उत्तम निवास बांधला. नंतर तो त्याच्याच लोभी राजानं गिळंकृत केला. त्या कार्डिनलचं आणि लोभी राजाच्या कावेबाज वृत्तीचं कौतुक करत मी तो परिसर पाहिला. या राजवाड्याच्या पाठीमागची अतिशय रेखीव आणि सुबक हिरवळ, त्याच्यावरची समान आकाराची तेवढीच देखणी मांडणी असलेली छोटी झाडं, वाड्याच्या दुसऱ्या बाजूला असलेली बंदिस्त छोटी छोटी उद्यानं, पाण्याचा आकारबद्ध क्रीडाविलास, त्यावरील पांढरेशुभ्र राजहंस, एका बाजूला जरा अलिप्त होऊन स्वतंत्रपणे विहार करणारी राजहंसाची एक जोडी हे सगळं डोळे भरून पाहताना भान हरपत होतं.

तिथंच दुसरं एक आश्चर्य पाहायला मिळालं. इ.स. १७६८ मध्ये लावलेला एक द्राक्षवेल मी १९९२ सालात जिवंत स्वरूपात पाहत होतो. त्याला अजून द्राक्षं घोसच्या घोस येतात. त्याच्यासाठी थोडी भूमी राखून ठेवलेली आहे. त्या वेलाचा बुंधा साडेतीन-चार फुटाच्या व्यासाचा आहे. आंब्याच्या झाडाच्या बुंध्यासारखा दिसतो. त्या खोडाच्या जुनाटपणाच्या खुणा स्पष्ट दिसतात. मला तो वेल न वाटता द्राक्षवृक्षच वाटला. हा वेल दोनअडीचशे वर्षं कसा सांभाळला गेला असेल याचं आश्चर्य करत मी तिथून परतलो.

लंडनमधली ती शेवटची संध्याकाळ. मीनाताईंचे पती सुधाकर प्रभू यांनी लंडनमध्ये व्यवसायाचा एक भाग म्हणून नॅट-वेस्ट बँकेची सर्वांत उंच, सुरेख आणि अद्ययावत इमारत बांधली आहे. ती पाहिली. त्या मानवनिर्मित शिखरावर

आम्ही गेलो. तिथून सगळ्या लंडनचा महानगरीय देखावा पाहिला. त्या शेवटच्या दिवशीच्या संध्याकाळी लंडनचं शेवटचं समग्र दर्शन डोळे भरून घेतलं. मी तृप्तावलो.

सगळेच क्षणभर अबोल झालो.

प्रभुमंडळी महाराष्ट्रीय. एक मराठी माणूस आपल्या कर्तृत्वानं लंडनमध्ये सर्वोच्च इमारत बांधण्याचं ज्ञान आत्मसात करतो आणि ती बांधून दाखवू शकतो याचा मनस्वी अभिमान वाटला. त्यांना दुवा देत आणि भारतात अशी माणसं कधी निर्माण होतील, याचा सचिंत होऊन विचार करत आम्ही त्या शिखर-समाधीवरून खाली उतरलो.

लंडनमधला आज शेवटचा दिवस होता. दोनएक हजार वर्षांपासून विस्तारत, वाढत असलेलं हे अवाढव्य शहर केवळ दहा दिवसांत मला काय पाहता येणार? फार थोडं पाहता आलं. तरीही इथला वेगळ्या धुंद रंगाचा निसर्ग, इथला नीटनेटकेपणा, आखीव-रेखीव रस्ते, त्यांना वेगवेगळे नंबर, शिस्तप्रिय माणसं, सतत माणसांच्या रांगा. अध्येमध्ये घुसणं नाही. यंत्रांचा बारीकसारीक गोष्टीपासून तो मोठमोठ्या उद्योगापर्यंत सतत वापर. त्याची सतत मदत. त्यामुळं माणसाला ढोरकष्ट नाहीत की अतिरिक्त शरीरश्रम नाहीत. माणसं सामाजिक, सार्वजनिक शिस्त मोठ्या प्रेमानं पाळणारी. त्यामुळं सर्वत्र सार्वजनिक नीटनेटकेपणा, स्वच्छता. घरांची अंतर्बाह्य मांडणी अतिशय पद्धतशीर. परंपरांना राष्ट्राची धनसंपदा मानणं. त्यांचा अभिमान ठेवणं. तरीही नव्याचा वापर करणं आणि परंपरांचा कालोचित विकास साधणं. माणसांचा विश्वास स्वत:च्या श्रमावर दिसतो. कमी माणसांत जास्त उद्योग करण्याची वृत्ती. ट्यूब-ट्रेनची तिकिटं काढल्याशिवाय, ती दाखवल्याशिवाय बाहेर जायला पर्याय नाही. सर्वत्र पार्किंगसाठी पैसे मोजावे लागतात. कुठंही दडपून गाडी उभी करता येत नाही. केली तरी शिक्षा भोगावी लागते. सतत किंवा अधूनमधून पाऊस, हिम, शिंतोडे असल्यामुळं धूळ नाही. त्यामुळं निसर्ग स्वच्छ, रस्ते स्वच्छ, हवा स्वच्छ.

युरोपमध्ये खूप काही पाहता आलं, तरी त्याहून कितीतरी पाहायचं राहून गेलं. त्यासाठी तिथं कायमचंच वास्तव्य केलं पाहिजे. मी जे पाहिलं ते अगदी वरवरचं होतं. मला त्याचा नीट इतिहास-भूगोल काहीच माहीत नव्हता. मी संदर्भहीनतेनं पाहत होतो. समोर दृश्यवस्तू आणि तिला संवेदणारे माझे डोळे एवढाच संबंध परस्परांत होता. त्या वस्तूंनी, दृश्यांनी, ठिकाणांनी, माणसांनी, निसर्गानं, भूमीनं माझ्या मनात भावकल्लोळ उठवले. उठलेल्या कल्लोळात मनमुराद अवगाहन करत राहणं एवढंच ध्येय मी ठेवलं. हे ध्येय माझ्या संवेदनसुखाचं होतं. त्यापलीकडं त्याला कोणतंही साहित्यिक, सामाजिक, राजकीय, आर्थिक, सांस्कृतिक मूल्य

नव्हतं. केवळ पाहणं एवढंच मी साध्य ठेवलं होतं. ते साध्य मला साधता आलं. युरोपीय मानवानं निर्माण केलेली युरोपमधली संपन्न मानवी संपत्ती आणि पुनर्रचना पाहता आली. आणि तेथील मानवानंच भारतात निर्माण केलेली विपन्न दैन्य-दशा हेही मानसिक पातळीवर विरोधानं माझ्या अनुभवाला आलं. माणूस काय करू शकतो आणि माणूस कोणत्या अध:स्थितीला जाऊन पोचू शकतो, हे दोन्ही युरोपात आणि भारतात पाहता आल्यामुळं मी मानसिकदृष्ट्या अंतिमत: श्रीमंतच झालो. परदेशाटनाच्या या विरोधी पार्श्वभूमीवर मायदेशी गेल्यावर भारताची दैन्यदशा बघून, नादान राजकारण्यांनी उद्ध्वस्त आणि भ्रष्ट केलेली स्थिति-गती बघून मला रडू कोसळेल की काय असं शोकाकुल मनाला वाटू लागलं.

◆

मी माझ्या मार्गाने...

नोव्हेंबर ९२ च्या दुसऱ्या आठवड्यात युरोपच्या प्रवासाहून परत आलो आणि तुंबलेली कामं संपवण्याच्या उद्योगाला वेगानं लागलो. १ जानेवारी ९२ पासूनच पुणे विद्यापीठातील मराठी विभागप्रमुखाची जबाबदारी माझ्यावर येऊन पडली होती. त्यामुळं कामांची संख्या भरपूर वाढलेली. असल्या कामांचा अनुभव १९९२ पूर्वी मला नव्हता. त्या काळात विभागाची कामं मी करत असे. पण माझ्याकडं सोपवलेली कामं प्रामुख्यानं व्याख्यानं, परिसंवाद घेणं, आयोजित करणं, प्रश्नपत्रिका काढणं, पेपर्स तपासणं, मुलांच्या तोंडी-लेखी परीक्षा घेणं, विद्यार्थ्यांचं रेकॉर्ड ठेवणं यांसारखी अध्ययन-अध्यापनाचा आनुषंगिक भाग असलेली होती. मराठी विभागांतर्गत, तिथल्या तिथंच राहून ती कामं करत असे. पण विभागप्रमुखपदाची कामं त्या कक्षेत बाहेरची होती. विद्यापीठाच्या अनेक विभागांशी त्यांचा संबंध असे. या कामांच्या पाठीमागं कटकटी फार असत. ती वेळ खात असत. निरनिराळ्या खाते-विभागातील रजिस्ट्रार आणि त्यांचे कर्मचारी ती वेळेवर करतीलच असं नसे. त्यामुळं मन:पूर्वकतेनं, सचोटीनं वागणाऱ्या काटेकोर वेळ सांभाळण्याकडं कल असलेल्या माझ्या मनाला त्यांचा त्रास होत असे. मनावर सतत नाना प्रकारचे ताण असत. कागदी घोडं सारखं नाचवावं लागे. तोंडी सांगून उपयोग होत नसे. कामं रेंगाळत ठेवण्याची खोड अंगवळणी पडलेल्या कर्मचाऱ्यांशी कसं बोलावं त्यांना कसं वागवावं कळत नसे. सगळं सहन करावं लागे.

या पार्श्वभूमीवर युरोपचा प्रवास सुखदायी ठरला. जगाविषयी थोडंबहुत प्रत्यक्ष ज्ञान झालं. विकसित देशांचं स्वरूप आणि समाज कसे असू शकतात याची चुणूक पाहायला मिळाली. माझ्या देशाशी त्यांची तुलना करता येऊ लागली. माझा देश, माझा समाज विकासाच्या कोणत्या टप्प्यावर उभे आहेत, अजून आपल्याला किती वाटचाल करायची आहे हे तुलनात्मक निष्कर्षामुळं स्पष्ट झालं. युरोपचा वेगळा निसर्ग, वेगळे देश, वेगवेगळे मानवी समाज पाहिल्याचा आनंद झाला.

परत आल्यावर महिनाभरात ही आनंद-धुंदी ओसरली. मन पुन्हा इथल्या जुन्या शैक्षणिक, सामाजिक, राजकीय संदर्भांशी जोडलं गेलं. महाराष्ट्रातील आणि एकूणच देशातील राजकीय स्थिती मन अस्वस्थ करून टाकत होती. सगळी वर्तमानपत्रं उघडली नि बातम्या वाचल्या की डोक्यात कीड पडल्यासारखं होई. १९९१ पासून हे जास्त होत होतं. साम्यवादी सोविएट संघाचं १९९१ साली विघटन झालं त्यामुळं अमेरिका-रशिया यांच्यातील जीवघेणी स्पर्धा संपुष्टात आली. ही स्पर्धा संपुष्टात आल्यावर मी मनातल्या मनात हदरून गेलो. मुख्यत: आपल्या देशाला सोविएट संघाचा मानसिक आधार फार मोठा होता. नेहरूंचा समाजवाद या संघाच्या मानसिक आधारावर भारतात पुष्ट होत होता. नेहरूंनंतर लवकरच समाजवादाचं दिवाळं निघालं, राजकारणात प्रचंड भ्रष्टाचार वाढला. सरकारी उद्योगधंदे आर्थिक नुकसानीत येत होते. हे सगळं जरी खरं असलं तरी भारत सरकारनं समाजवाद स्वीकारला होता तो प्रामुख्यानं बहुसंख्य भारतीय गरीब जनतेच्या कल्याणासाठी. त्यामुळं गरीब माणसाला, आपल्याला या देशात भवितव्य आहे, असं भाबडेपणानं का असेना पण वाटत होतं. आता सोविएट संघच विघटित झाला. भांडवलशाहीवादी अमेरिका निरंकुश झाली. ती तशी झाल्यामुळं ती आता जगातल्या विकसनशील देशांमध्ये हळूहळू पाय पसरू लागणार. मग आपल्या देशात पुन्हा नव्या स्वरूपात भांडवलशाही येणार. पुन्हा खाजगीकरण, मुक्त अर्थव्यवस्था येणार. गरिबांना कोणतंही संरक्षण मिळणार नाही. म्हणजे पुन्हा त्यांचं नाना प्रकारांनी शोषण सुरू होणार. हे सर्व गरीब लोक प्रामुख्यानं कृषिजीवनाचा गाभा असलेल्या खेड्यात आहेत. अडाणी आहेत. खेडी छोटी छोटी असल्यानं असंघटित आहेत. त्यांची एकत्र एकसंध विराट ताकद निर्माणच होऊ शकत नाही, त्यामुळं पुन्हा ग्रामीण विभागाचं सर्वांगीण शोषण सुरू होणार, अशी भीती विचारविश्वात रमत राहणाऱ्या माझ्या मनात निर्माण होऊ लागली. १९९२ पासूनच केंद्रीय अर्थमंत्री नवी आर्थिक मांडणी करू लागले होते, त्यांनी मुक्त अर्थव्यवस्थेकडं वाटचाल सुरू केली होती. सरकार आता आपले उद्योगधंदे हळूहळू संपुष्टात आणू लागलं होतं. खाजगी उद्योगधंद्यांना प्रोत्साहन देण्यासाठी सहज लायसन्स देण्याचं धोरण आखत होतं. तेव्हाच ही समाजवादी पावलं पराभूत होऊन नव्या भांडवलशाहीकडं चालली आहेत याची मला जाणीव झाली. १९९१ साली रुपयाचं 'अवमूल्यन' झालं तेव्हाच जागतिक पातळीवर भारताचं आर्थिक दिवाळं निघालंय हे लक्षात आलं. या घटना पाहून आणि वाचून मन उदास होत होतं. काहीच करता येत नव्हतं.

पंजाबात अतिरेक्यांनी रेल्वेत घुसून १९९१ साली एकशेदहा निरपराध माणसांची गोळ्या घालून कत्तल केली. १९९२ मध्ये बाबरी मशीद पाडून एका पक्षानं अयोध्येत रामाचं मंदिर बांधण्याचं कार्य सुरू केलं. सामान्य लोकांच्या भाबड्या

भक्तीचा, श्रद्धेचा फायदा राजकारणासाठी उठवण्याचा हा उघड उघड प्रयत्न होता. याचा परिणाम होऊन १९९३ च्या मार्चमध्ये मुंबईत बारा ठिकाणी एकदम बारा बॉंबस्फोट दाऊद इब्राहिमच्या हस्तक मेमन बंधूंनी केले. त्यात निरपराध दोनशे ते तीनशे माणसं नाहक बळी गेली. दोष कुणाचा आणि शिक्षा कुणाला? राजकारणाचा अंतिम बळी या देशातला सामान्य माणूसच ठरत होता. असहाय, अज्ञानी, श्रमकरी, अर्धपोटी सामान्य भारतीय माणूस.

निरपराध सामान्य माणसांची कत्तल नुसते अतिरेकीच करत नव्हते, व्यापारी आणि त्यांना सामील झालेले निरनिराळे शासकीय अधिकारी, राजकारणी हेही त्यांचं नाना प्रकारांनी रक्त-शोषण करत होते. आर्थिक क्षेत्रात प्रचंड भ्रष्टाचार सुरू झाला होता. यातूनच १९९२ साली हर्षद मेहतांचा जन्म झाला. मुंबईच्या मेट्रॉपॉलिटन बॅंकेचे दिवाळं जाहीर केलं होतं. त्या अगोदर 'बॅंक ऑफ कराड'चंही दिवाळं असंच जाहीर केलं. सामान्य माणसांचा बॅंकांवरचा विश्वास उडू लागला. नंतरच्या दोन-तीन वर्षांत, पप्पू कलानी प्रकरण, हवाला प्रकरण, माजी केंद्रीय मंत्री सुखराम यांचं 'कोटी कोटी' प्रकरण हे याचेच नमुने होते. अनेक राजकारणी, आमदार, खासदार, मंत्री त्यात गुंतले होते. त्यातच शासनातील नोकरशाहीही गुंतलेली होती. तिचीही अनेक प्रकरणं बाहेर पडत होती. गो. रा. खैरनारसारखा एक नि:स्पृह पुरुष असली पण स्थानिक प्रकरणं एकाकीपणे, दहशतवादाला न जुमानता, राजकीय सत्तेला न जुमानता जिवाची बाजी लावून उघडकीस आणत होता. अण्णा हजारे असे शासनातील भ्रष्टाचार पाहून उपोषणाला बसत होते. कारण भ्रष्टाचार हा कॅन्सरसारखा वाढतच होता.

पक्षापक्षांत तर मारामाऱ्या जुंपल्याच होत्या पण प्रत्येक राजकीय पक्षात सत्ता, अधिकार, 'तू की मी' यासाठी प्रचंड अंतर्गत लाथाळ्याही सुरू झालेल्या होत्या. त्यातूनच नवे पक्ष जन्माला येत होते. राजकारणी लोक एकमेकांचे पुढारी-प्रतिस्पर्धी यांना गोळ्या घालून ठार करत होते.

१९९५ मध्ये कॉंग्रेसचं महाराष्ट्रावरील राज्य गेलं. कॉंग्रेस पक्षाला हे आपलं राज्य वाटत नव्हतं, ते केवळ शरद पवारांचं राज्य वाटत होतं. त्यामुळं विदर्भ मराठवाडा, कोकण इथल्या भल्याभल्या कॉंग्रेस नेत्यांना शरद पवारांची सत्ता गेल्याचा आनंद झाला होता. अशी महात्मा गांधी, नेहरू यांच्या कॉंग्रेसची अवस्था होती. क्षुल्लक, वैयक्तिक स्वार्थापोटी पक्षांतरं भराभर होत होती. देशाचं नेतृत्व करणाऱ्या राजकीय पक्षांची अशी अवस्था झाली होती. हे पक्ष कोणतीही अनुकूल-प्रतिकूल परिस्थिती असली तरी देशाचं कल्याण कसं काय करू शकणार? असा दीनवाणं करून सोडणारा प्रश्न मला पडत होता.

१९९० ते ९५ च्या पाचएक वर्षांत मराठी समाजाच्या ठिकऱ्या उडाल्या

होत्या. समाजातील विविध समाजगट, विविध जाती-जमाती, विविध राजकीय, सामाजिक संघटना, जातीय संघटना, धार्मिक संघटना, विविध समूह, दहशतवादी टोळ्या, कामगार संघटना, साहित्यिक संघटना, विविध साहित्यप्रेरणा सतत एकमेकांच्या उरावर बसताना दिसत होत्या. मतामतांचा प्रचंड गोंधळ निर्माण झाला होता. याचा फायदा राजकारण्यांपासून ते अध्यात्मवाद्यांपर्यंत सर्व संधिसाधू घेत होते.

हे एकत्र कसे होणार? चिरफळ्या झालेला हा समाज एकत्र झाल्याशिवाय समाजात परिवर्तनाचं बळ कसं येणार?

आपापले स्वार्थ, आपापले संकुचित प्रश्न, समस्या बाजूला ठेवून सर्व समाज एकत्र आला पाहिजे. तो एकजीव झाल्याशिवाय व्यापक परिवर्तन अशक्य. त्यासाठी सर्व भारतीय (आणि पर्यायानं मराठी) समाजाचे समान प्रश्न कोणते आहेत हे शोधलं पाहिजे. त्या मूलभूत प्रश्नांवर प्रथम सर्वांनी आपले स्वार्थ सोडून त्यागपूर्वक एकत्र आलं पाहिजे. त्याशिवाय महा-परिवर्तन अशक्य. हे जोपर्यंत होत नाही तोपर्यंत अमेरिका, परके देश, आपल्या देशातील अतिरेकी, व्यापारी, राजकारणी, पुढाऱ्यांच्या पोशाखातील सरंजामदार, वतनदार, इनामदार, नोकरशहा यांचं सतत फावणार. ते सुखराम, हर्षद मेहता, पप्पू कलानी यांना जन्माला घालणार. गुंडांच्या टोळ्या जन्माला येणार. त्याही शोषण करणार.

बरं झालं या काळात साने गुरुजी जन्माला आले नाहीत. नाही तर त्यांना पदोपदी आत्महत्या करावी लागली असती. गांधीजी नाहीत, नाही तर त्यांनी सत्याग्रह, उपोषण करून वारंवार प्राण गमावले असते. जयप्रकाशजी असते तर त्यांना कळलं असतं की आपली अवस्था महाभारत लिहिणाऱ्या व्यासासारखी झाली आहे. दोन्ही हात उभारून, आक्रोश करून सांगतो आहे की सन्मार्ग कोणता पण कुणीही ऐकत नाहीत. अधोगतीनं सुसाट धावताहेत. या देशावर हजारो वर्षं परकीय सत्ताच का राज्य करत होत्या, याचं मर्न या देशवासींना अजूनही कसं कळत नाही?

या सर्व घोर निराशा आणणाऱ्या परिस्थितीमुळं मी शून्यासारखा अर्थविहीन, चिन्नभिन्न होऊन बसत होतो. काय करावं सुचत नव्हतं. आपण काही करण्याइतके कुणी नाही, कुणी आपलं ऐकणार नाही, एक वळवळणारा जीव, एक शिक्षक, एक मराठी साहित्यिक या पलीकडं आपणाला काय किंमत आहे असं वाटत होतं.

दिवस चालले होते. माझ्या या मन:स्थितीचा परिणाम हळूहळू माझ्या व्याख्यानांवर नकळत होऊ लागला. १२/४/९२ रोजी पुण्यात एक ऐतिहासिक महत्त्वाची सभा झाली. 'सामाजिक समरसता मंचा'तर्फे ती आयोजित केली होती. एका पुस्तकाचं प्रकाशन राष्ट्रीय स्वयंसेवक संघाचे सरसंघचालक माननीय बाळासाहेब देवरस

यांच्या हस्ते होतं. तेच प्रमुख पाहुणे होते. मला या कार्यक्रमाचं अध्यक्षपद दिलं होतं. वास्तविक माझी ती योग्यता नव्हती. हा मंचही प्रामुख्यानं राष्ट्रीय स्वयंसेवक संघाचा होता. माझे विचार पारंपरिक संघाच्या विरोधात जाण्याची शक्यता होती. ती मी कार्यक्रम ठरवण्यासाठी येणाऱ्या कार्यकर्त्यांजवळ अगोदरच बोलून दाखवली होती.

ते म्हणाले, ''विरोधात जाऊ देत. ते ऐकण्याची आणि त्यावर विचार करण्याची संधी आम्हाला मिळेल. तुम्ही मोकळेपणानं बोला.''

मला त्यांच्या उदारबुद्धीचं आणि विचारनिष्ठेचं कौतुक वाटलं. माझे विचार मांडण्यासाठी मलाही धीर आला.

फुले-आंबेडकर स्मृति-जन्मशताब्दी साजरी करण्याच्या उद्देशानं हा समारंभ मुख्यतः आयोजित केला होता. बाळासाहेब देवरस मध्यंतरीच्या काळात आजारी असल्यामुळं पुण्यात दोनअडीच वर्षं येऊ शकले नव्हते. टिळक स्मारक मंदिराच्या पटांगणात ही सभा आयोजित केलेली होती. त्यामुळं संघात आणि तत्सम पक्षोपक्षांत असलेली मोठमोठी मंडळी या सभेला पुढच्या रांगेत उपस्थित होती. खासदार अण्णा जोशी, दत्तोपंत ठेंगडी, डॉ. वि. रा. करंदीकर, माझे मित्र दा. सी. देसाई, डॉ. प्रा. धडफळे, टिळक स्मारक मंदिराचे व्यवस्थापक श्री. मेहेंदळे आणि श्री. पु. गोखले इत्यादी परिचित मोठ्या व्यक्ती समोरच दिसत होत्या. सभेला प्रचंड गर्दी होती ती प्रामुख्यानं ज्ञानोपासक ब्राह्मण वर्गातील स्त्री-पुरुषांची... पुण्यातील विद्वत्तेचा अर्क तिथं जमल्याचं चित्र माझ्या नजरेस आलं.

या एकत्र जमलेल्या विद्वान ब्रह्मवृन्दास काही मोकळेपणानं सांगावं, त्यांना अंतर्मुख होण्यास प्रवृत्त करावं, म्हणून मी ही संधी घेण्याचं ठरवलं.

''मूलतः फुले-आंबेडकर हिंदूच होते. हिंदुत्वाच्या विरोधात त्यांना जायचं नव्हतं. तसं जायचं असतं तर त्यांनी मुस्लीम किंवा ख्रिश्चन धर्म स्वीकारला असता. पण हिंदू धर्माचाच एक भाग असलेला बौद्ध धर्म, डॉ. आंबेडकरांनी स्वीकारला.'' असे उद्‌गार बाळासाहेब देवरसांनी काढले.

मी जे विचार मांडले त्याचं सार असं होतं : ''आज जरूर आहे ती 'समरसते'ची नसून एकात्मतेची. त्यासाठी जातींना गौण आणि तुच्छ लेखून त्यांना मूठमाती देऊन आपण सर्व भारतीयांनी भारतीय पातळीवर एक झालं पाहिजे. हिंदू धर्मातील खालच्या समाजातील, जनजातींची दुःखं, उपेक्षा, त्यांच्यावर होणारे अनेक प्रकारचे धार्मिक, जातीय, आर्थिक, सामाजिक, सांस्कृतिक अन्याय आपण ब्राह्मणत्व आणि श्रेष्ठत्व यांची गतानुगतिक समजूत सोडून देऊन समजून घेतले पाहिजेत. हिंदू धर्मानं आणि धर्म ज्यांच्या हाती होता त्यांनी या जनजातींना कळत वा नकळत दुःखंच जास्त दिलेली आहेत. ब्राह्मण वर्गाला या धर्माचे भरपूर फायदे मिळाले

आहेत, म्हणून तो वर्ग या धर्माचा कृतज्ञ आहे, हे मी समजू शकतो. पण ज्यांच्या वाट्याला सुखापेक्षा दुःखंच जास्त या धर्मानं आणि धर्मपालनकर्त्या वर्गानं दिली त्या सामान्य जनांनी या धर्माविषयी कृतज्ञ कसं राहायचं, हा मानसशास्त्रीय प्रश्न आहे. हजारो वर्षांची ज्ञानपरंपरा ज्या वर्गाला प्राप्त झाली आहे, त्यांनी हा प्रश्न नीटपणे समजून घेतला तर आपला समाज एकात्म, एकजीव होण्यास मदत होईल असं वाटतं. आपला हिंदू धर्म कुणा एका प्रेषितानं स्थापन केलेला नाही. हिंदू हा धर्म नसून तो एक समाजधारणा करणारा सांस्कृतिक प्रवाह आहे. किंबहुना तो धर्म स्थिर स्वरूपाचा नसून प्रवाही स्वरूपाचा, अनेक वर्षं विकसनशील असलेला आहे. अनेक ऋषीमुनी यांनी त्यात शेकडो वर्षं भर टाकत त्याचा विकास साधला आहे. वेद, उपनिषदं, श्रुती-स्मृती, दर्शनं, पुराणं, गीता इत्यादी ग्रंथांमधून हिंदू धर्माचा विकास, त्याच्या तत्त्वज्ञानाचा, हिंदुसंस्कृतीचा प्रवाहीपणा सतत दिसतो आहे.

सहाव्या-सातव्या शतकात हा धर्म परचक्रामुळं आतून बंद झाला. त्याला कर्मकांडाचं, तुंबलेपणाचं, उपचार प्राधान्याचं स्वरूप आलं. आता आपण स्वतंत्र झालो आहोत. नव्या आधुनिक जगाची आव्हानं भारतानं स्वीकारणं आता अपरिहार्य आहे. आधुनिक युगात भारतीय समाज आणि त्याची संस्कृती टिकवायची असेल तर प्रथम हिंदू धर्म पुन्हा प्रवाही केला पाहिजे. कालोचित त्यात बदल झाले पाहिजेत. श्रेष्ठ-कनिष्ठता, पुनर्जन्माच्या कल्पना, वर्ण, जातिकल्पना, अधिकाराच्या कल्पना कालबाह्य झाल्या आहेत. त्या काढून टाकून हा धर्म कालसुसंगत आणि आधुनिक करण्यासाठी त्यात विविध स्वरूपाची नवी तत्त्वं समाविष्ट केली पाहिजेत. तर भारतीय मुस्लीम, ख्रिश्चन यांना पूर्णपणे भारतीय संस्कृतीशी एकजीव होण्याच्या वाटा आपण उपलब्ध करून देऊ. तरच जगात भारतीय समाज आणि भारतीय संस्कृती यांना तगून राहता येईल, जिवंत राहता येईल.

आज आपल्या हिंदू समाजाच्या अनेक प्रकारे ठिकऱ्या उडालेल्या दिसतात. हिंदू धर्माची नवी मांडणी केल्याशिवाय हा समाज एकजीव होऊ शकणार नाही. ग्रामीण भागात ८०-८५ टक्के भारतीय माणूस राहतो. त्याचा उद्धार करण्याची, त्याची दुःखं, अडचणी समजून घेऊन त्या सोडवण्याची नितांत गरज आहे. नुसते ग्रंथ लिहून, व्याख्यानं देऊन हे प्रश्न सुटणार नाहीत. त्याबरोबरच हिंदू धर्मपंडित, शंकराचार्य यांनी या गोष्टींचा गंभीरपणे विचार केला पाहिजे.''

माझे हे विचार बाळासाहेब देवरस यांनी जाहीरपणे आपल्या भाषणात मान्य केले. वर्तमानपत्रातून त्यांना सारांश रूपात प्रसिद्धीही मिळाली. पुढं संधी मिळेल तेव्हा मी हे विचार जागोजागी मांडत राहिलो. मला हे माहीत होतं की आपल्या हिंदू धर्माला कितीही मर्यादा असल्या, तो कालबाह्य झालेला असला तरी जगाच्या पाठीवर कोणत्याही देशाला आणि कोणत्याही मानवी समाजाला कोणत्या तरी एका

धर्माची गरज ही असतेच. अशा वेळी आपला धर्म परिवर्तनशील ठेवणं, कालानुरूप त्यात सुधारणा करून घेणं एवढंच आपल्या हातात असतं.

भारताच्या बदलत्या आर्थिक धोरणाचा परिणाम महाराष्ट्राच्या ग्रामीण भागावरही व्यापक पातळीवर होणार होता. पण याची थोडीही कल्पना मराठी ग्रामीण राजकारण्यांना नसावी. कारण एकाच्याही भाषणात, व्याख्यानात किंवा मुलाखतीत याचा कुठं उल्लेख १९९१ नंतर आलेला दिसत नाही. बहुतेक ग्रामीण पुढाऱ्यांची मनोवृत्ती सरंजामशाहीची होती. तिला बाह्य आवरण फक्त लोकशाहीचं होतं. त्याचं ग्रंथ-वाचन, अभ्यास काहीच नसल्यामुळं काहीही वैचारिक बैठक नव्हती. वर्तमानपत्रांपलीकडं ते काहीही वाचत नव्हते. त्यांचे विचार तात्कालिक स्वार्थापलीकडं जात नव्हते. गांधीवाद, समाजवाद जाणणारी पहिली पिढी १९८० च्या आसपास संपुष्टात आली होती. नंतरच्या राजकीय पिढीला यातील काहीही माहीत नव्हतं. ही बहुतेक बागायतदारांची लाडावलेली, काहीशी धन-सत्तेचा लोभ चढलेली, उर्मट वृत्तीनं वागणारी, मनानं हुकूमशाही स्वभावाची, दादागिरी करणारी, तरुण पिढी होती. उदात्त ध्येयांचा तिला कोणताही स्पर्श नव्हता. मराठ्याच्या इतिहासातील प्रसिद्ध अंतर्गत कलहच ही पिढी आपापसात करत होती. प्रत्येकाला मुख्यमंत्री होण्याची स्वप्नं पडत होती. त्यातून संकुचित राजकारण, मारामाऱ्या, पक्षीय अंतर्गत कलह यांना ऊत आलेला होता. या भरात ग्रामीण जनतेच्या विकास-उद्धाराकडं कुणाचंही लक्ष नव्हतं. ज्याचं त्याचं आपल्याला कोणती सत्ता मिळवायची आहे याकडं लक्ष होतं.

मिळेल तिथून अवैध, अनैतिक पैसा आणि संपत्ती ओढण्याची भ्रष्टाचारी प्रवृत्ती राजरोसपणे वाढली होती. त्यामुळं ग्रामीण विभागातील शिक्षणक्षेत्र, शेती, उद्योगांचं क्षेत्र, सामाजिक क्षेत्र, सहकाराचं क्षेत्र आतून-बाहेरून किडून मूळ हेतूंच्या दृष्टीनं निकामी झालं होतं.

एका भ्रष्ट संस्कृतीचा जन्म झाला होता. कायदे, नियम, संकेत मोडणारी, लाचखाऊ वृत्तीची, तात्पुरती मलमपट्टी करणारी, शब्दबाजीचं दारूकाम करणारी नकली संस्कृती जन्माला आली होती. जुनी ग्रामीण संस्कृती हळूहळू १९९० पर्यंत पूर्णपणे मोडून पडली होती. तिच्या तोडीस तोड नवी ग्रामीण संस्कृती उभी राहू शकली नव्हती. महात्मा फुल्यांचा पराभव झाला होता. खेड्यात सगळं आलं, बहुजन समाजातील माणसं सत्तेवर आली पण त्यांनी आपलाच समाज पोखरून खाल्ला. त्यालाच कंगाल, बेवारस करून फक्त सत्तेचा आणि संपत्तीचा स्वार्थ साधला. त्यामुळं एका बाजूला खेड्यात नवा श्रीमंत, राजकारणी, बागायतदार पण शोषक वर्ग तयार झाला आणि खेड्यातील सामान्य माणूस अधिकाधिक दरिद्री, नाडला गेलेला, अधिकाधिक असहाय झाला.

या सामान्य माणसाच्या घरातून निर्माण होणारी जी नव-सुशिक्षितांची तरुण पिढी आहे तिला या ढासळत्या परिस्थितीतून बाहेर पडण्याची वाट स्वत:च शोधावी लागणार आहे. आजवर जे ग्रामीण तरुण शिकून नोकऱ्या करत आहेत, शहरात जाऊन स्थिर झाले आहेत त्यांनी वैयक्तिक संसारच सुखाचे करण्याची आपली वैयक्तिक हिताची दृष्टी बाजूला ठेवून काही कर्तव्यंही पार पाडली पाहिजेत. ज्या खेड्यातून आपण आलो तिथं आपलं एक घर आहे, आपले नातेवाईक आहेत, मित्र-परिवार आहे. तिथली घरातील, नात्यातील, गावातील सामान्य माणसं आपलीच आहेत, या दृष्टीनं विचार करून त्यांना शिक्षणासाठी, विकासासाठी, माणसांत येण्यासाठी मदत करण्याची, हातभार लावण्याची गरज आहे. या कारणांसाठी थोडं तरी आर्थिक साहाय्य पाठवण्याची जाणीव त्यांनी ठेवली पाहिजे.

शिकत असलेल्या पिढीनं केवळ कुणाकडं तरी नोकरी करता येईल अशा प्रकारचं निरुपयोगी शिक्षण आता घेऊ नये. स्वतंत्रपणे काही उद्योगधंदा करता येईल, त्याची वाढ करता येईल, सुधारित पद्धतीची शेती करता येईल, तिच्याशी जोडून तसेच उद्योग करता येतील किंवा नव्या समाजरचनेला उपयुक्त ठरतील असे नवे नवे उद्योग काढता येतील असंच शिक्षण घ्यावं. हेच शिक्षण त्यांना इथून पुढं तारणार आहे. त्यातून त्यांना स्वावलंबनाची शक्ती मिळणार आहे हे ओळखावं. आपलं कुणीतरी कल्याण करील, ही परावलंबी, दुबळी वृत्ती सोडून द्यावी. राजकारणी माणसांच्या संघटनेत काहीतरी मिळेल म्हणून शिरू नये. त्यातून फक्त लाचारी, दीनवाणेपणा मिळतो. दुसऱ्याला दटावून, दम देऊन लुबाडण्याचं, नागवण्याचं शिक्षण मिळतं. हे स्वावलंबन नव्हे. कधी आपण रसातळाला जाऊ याची खात्री या राजकारणात नसते.

म्हणून स्वत:चे छोटे छोटे उद्योग सुरू करावेत. लहर लागेल, मनाला वाटलं म्हणून एखादा उद्योग आगंतुकपणे करण्यानं नुकसानच होण्याची शक्यता असते. उद्योगाच्या निर्मितीचं एक शास्त्र आहे, त्या शास्त्रात सर्वांगीण औद्योगिक दृष्टी कशी असावी याचा अभ्यास असतो. म्हणून औद्योगिक शिक्षण घेऊनच उद्योग करावेत. खेड्यात शेकडो प्रकारचे उद्योग करता येतील, अशी आजची स्थिती आहे. त्या स्थितीकडं, परिस्थितीकडं डोळसपणे फक्त पाहता आलं पाहिजे, त्याची गरज आहे.

यातूनच तरुण पिढीनं आपल्या मित्रांच्या आधारे नव्या सामाजिक, औद्योगिक छोट्या छोट्या संघटना उभ्या केल्या पाहिजेत. या संघटनांच्या आधारे एकमेकांना मदत करत, एकमेकांची मदत घेत उद्योग-यंत्रणा उभी केली पाहिजे. आज अशा सहकारी नव्हे, तर सहजीवनवादी औद्योगिक संघटनांची खेड्यात खरी गरज आहे.

यातूनच शिक्षणसंस्थांनीही धडा घेऊन नव्या पिढीला अनुकूल असे, भोवतालच्या

भौगोलिक परिस्थितीचा, पिकांच्या दृष्टीने शेतीचा अभ्यास करून तिला अनुकूल असे छोटे छोटे उद्योगधंदे शिकवणारे कोर्सेस आपल्या संस्थेत काढले पाहिजेत. तरच या शिक्षणसंस्था आसपासच्या ग्रामीण परिसराचा खऱ्या अर्थाने विकास करू शकतील. नुसती आर्ट्स, सायन्स, कॉमर्स कॉलेजेस आता उपयोगाची नाहीत. ती निकामी होत चालली आहेत. बाहेरगावी जाण्याचा खर्च परवडत नाही म्हणून तिथं खेड्यातील सामान्य समाजातील विद्यार्थी कालबाह्य झालेलं शिक्षण नाइलाजानं घेतात आणि सुशिक्षित बेकारात त्यांची भर पडते. ही मोल नसलेली भर टाकण्यास या निकामी झालेल्या शिक्षणसंस्थाच मदत करत असतात हे ग्रामीण शिक्षणसंस्थांनी लक्षात घ्यावं.

यासाठी केवळ कृषी विद्यापीठे स्थापन करून भागणार नाही. ग्रामीण समाजाची सर्वांगीण परिस्थिती लक्षात घेऊन ग्रामीण विद्यापीठांची स्थापना केली पाहिजे. प्रदेशनिहाय उद्योगधंद्यांची अनुकूलता अभ्यासून त्या त्या प्रदेशात तिथल्या गरजेनुसार धंदेशिक्षणाचे कोर्सेस, संशोधन त्यांनी करण्याची गरज आहे. त्याशिवाय ही विद्यापीठं, तिथलं शिक्षण आणि ग्रामीण समाज खऱ्या अर्थानं आधुनिक होणार नाही. याच विद्यापीठांतून नैतिक, जबाबदार जीवनाचे धडे दिले पाहिजेत. नवं, आधुनिक मन घडवलं पाहिजे. त्यासाठी नवे अभ्यासक्रम तयार केले पाहिजेत. केवळ एखादा नीतीचा पाठ क्रमिक पुस्तकात घालून भागणार नाही. भ्रष्टाचारामुळं मोठमोठे पुढारी, राजकारणी हे कसे देशोधडीला लागतात, त्यांचे खून कसे होतात याची उदाहरणं १९९० ते ९६ या काळात देशात भरपूर घडलेली आहेत. हे वाढतच जाणार आहे. वेळीच याला आवर घालण्यासाठी शिक्षणरचनेत नीतिमत्ता वाढवण्याच्या दृष्टीनं मूलभूत बदल केले पाहिजेत.

खेड्यात लोकसंख्येचा, त्यातून निर्माण होणाऱ्या बेकारीचा, उपासमारीचा भीषण प्रश्न आहेच. खरे तर हा प्रश्न भारतीय पातळीवरचा आहे. या बाबतीत चीनचं अनुकरण करून कडकपणे तो सोडवला पाहिजे. हा प्रश्न सोडवण्याची धमक आणि कुवत कोणत्याही पक्षाजवळ किंवा त्यातून निर्माण होणाऱ्या कोणत्याही भारतीय शासनाजवळ नाही, अशीच आजवरची वस्तुस्थिती आहे. सामान्य भाबड्या भारतीय जनतेला केवळ भाषणबाजीनं खूश करण्यात आणि मते मिळवून सत्ता मिळवण्यापलीकडं कोणताही विचार या पक्षांजवळ नसल्याचं गेल्या पन्नास वर्षांत पुन:पुन्हा सिद्ध झालं आहे. म्हणून सुशिक्षित पिढीनं हा प्रश्न सामाजिक, सांस्कृतिक हिताचा मानून स्वयंबुद्धीनं सोडवला पाहिजे. मुक्त अर्थव्यवस्थेला, उद्योगधंद्यांच्या खाजगीकरणाला प्रेरणा देण्याच्या बदलत्या दृष्टिकोनामुळं शासनाच्या हातात इथून पुढं फार मोठ्या समाजपरिवर्तनाच्या सत्ता राहतील असं वाटत नाही. म्हणून इथून पुढं शासनावर सर्वस्वी अवलंबून राहण्याचे दिवस आता संपले, आता आपणच

आपला विकास करून घ्यायचा आहे, आपणच आपले उद्योग निर्माण करायचे आहेत, आपणच आपल्या नोकऱ्या निर्माण करायच्या आहेत हे लक्षात ठेवूनच इथून पुढं ग्रामीण तरुण पिढीनं जीवनाची नवी गणितं मांडावीत. राखीव जागांच्या नोकऱ्यांचे दिवसही येत्या पाच-दहा वर्षांत संपणार आहेत. कारण सरकारच्या हातातच फार थोड्या नोकऱ्या राहणार आहेत. कॉम्प्युटरचा प्रभाव वाढणार आहे.

—अशा आशयाचे विचार ग्रामीण तरुण पिढीसमोर मी १९९२ ते १९९६ च्या काळात संधी मिळेल तेव्हा मांडू लागलो.

१९९२ ते ९६ च्या काळात ग्रामीण विभागातून आणि शहरी विभागातून अनेक व्याख्यानं वेळोवेळी, निरनिराळ्या प्रसंगांच्या निमित्तानं दिली. अनेक ग्रामीण साहित्य-संमेलनांना उपस्थित राहिलो, अखिल भारतीय पातळीवरची ग्रामीण विभागातील साहित्य संमेलनंही जवळून अनुभवली. प्रसंगं तिथंही बोलत राहिलो. ग्रामीण साहित्य चळवळीच्या दुसऱ्या टप्प्याचा हा भाग होता. त्याचा विस्तार करत राहिलो.

या विस्तारपर्वात अनेकांचं ग्रामीण साहित्य, त्यावरील समीक्षा यांना विपुल प्रमाणात प्रसिद्धी मिळत होती. त्यामध्ये कालाशी आणि बदलत्या समाजाशी सुसंगत असा नवा आशय ओतण्याची गरज वाटत होती. ग्रामीण साहित्यिकांच्या अनुभवात समृद्धता, सखोलता, व्यामिश्रता आणणं आणि अभिव्यक्तीला रूपसंपन्नता, कलात्मकता, गोळीबंदपणा प्राप्त करून देणं याची विशेष गरज वाटत होती. तसंच वेळोवेळी समाजस्थिती, कालगती, देशस्थिती बदलत जाईल त्याप्रमाणं तिच्यावर त्या त्या संदर्भानिशी स्वतंत्रपणे मूलगामी भाष्य करणं, तिच्यातून मार्ग काढणं, ग्रामीण समाज सतत सजग, जागृत कसा राहील, निरनिराळ्या समाजक्षेत्रात तो संघटित, स्वयंसिद्ध कसा होईल, त्याच्यात प्राप्त परिस्थितीत सुधारणा कशा होतील याचा तरुण सुशिक्षित ग्रामीण पिढीनं ध्यास घेणं, त्या दिशेनं तिनं प्रवृत्त होणं, हे चळवळीचं दुसरं पर्व आम्ही मानत होतो. त्याचा एक भाग म्हणून मी व्याख्यानं देत होतो आणि संमेलनांना उपस्थित राहून शक्य तिथं मार्गदर्शन करत होतो.

मनाची वैचारिक स्थिती अधिकाधिक विस्तारत चालली होती. एकूणच भारतीय राजकारणातील घटना, राजकीय धोरण, आर्थिक धोरण, त्याचे समाजावर होणारे संभाव्य परिणाम इत्यादींविषयी मनात कळत नकळत चिंतन चालत होतं. या प्रकाशात सारा महाराष्ट्रीय समाज, त्यात घडणाऱ्या राजकीय, सामाजिक, सांस्कृतिक, साहित्यक्षेत्रीय घटना यांचंही चिंतन चालत होतं. त्यातून चिंता निर्माण होत होती. मराठी साहित्याच्या क्षेत्रात खूपच पसरटपणा, उथळपणा येतो आहे, परिवर्तनवादी साहित्य चळवळींतही आवर्त निर्माण झालं आहे, जुन्या-नव्या साहित्य-संस्थाही ध्येयवाद विसरून गतानुगतिक झाल्या आहेत. मनोरंजनापलीकडं काही वाङ्मयीन

मूल्य असू शकतं, हे मानायला साहित्यिकांची तरुण पिढी फारशी उत्सुक नाही, संमेलनाचे होणारे अध्यक्षही गौरवशाली भाषणांपलीकडं काही देऊ शकत नाहीत, ग्रामीण विभागात संमेलनासाठी जो प्रचंड पैसा गोळा केला जातो व त्याचा खर्च होतो यातून खरोखरच हाती काही लागत नाही. मग ही संमेलनं कशासाठी घेतली जातात? यांसारखे प्रश्न आणि स्वैर मुक्त विचार मनात भरकटत होते.

या सर्वांचा परस्पर संबंध शोधावा, एकूणच मराठी समाजाच्या विद्यमान स्थिती-गतीला एक वैचारिक प्रदक्षिणा घालावी, समाजाची सद्य:स्थिती कोणती आहे हे विस्तारानं सांगून ती मराठी साहित्यात प्रतिबिंबित होण्याची कशी आवश्यकता आहे, हे पटवून द्यावं, निदान मराठी साहित्य-निर्मितीचं रुतलेलं गाडं गतिमान करण्यासाठी उगीच तळमळणाऱ्या मनाला थोडी तरी शांती मिळवून द्यावी म्हणून पुन्हा एकदा १९९५ च्या जानेवारीमध्ये परभणी इथं होणाऱ्या अखिल भारतीय मराठी साहित्य संमेलनाच्या अध्यक्षपदाच्या निवडणुकीसाठी १९९४ मध्ये उभा राहिलो. माझे मित्र डॉ. गं. ना. जोगळेकर आणि मी मतदारांना भेटण्यासाठी महाराष्ट्रात कुठं कुठं भटकलो. डॉ. वासुदेव मुलाटे यांनाही बरोबर घेऊन मराठवाड्यात फिरलो. भूमिका स्पष्ट केली पण निवडून आलो नाही. वेगळं वारं वाहत होतं. शेवटी मनाशी निर्णय केला की, साहित्याच्या सन्मान्य व्यासपीठावरूनच सगळं काही सांगितलं पाहिजे असं नाही. पुरेसा अभ्यास करून लेखरूपानं, ग्रंथरूपानंही मी ते सांगू शकतो. छोटी छोटी साहित्यिक, सांस्कृतिक व्यासपीठं उपलब्ध होतच होती. त्यावरूनही मूळ विचारव्यूहाचे छोटे मोठे भाग व्याख्यानरूपांनी मांडत होतो.

आपल्या परीनं आपण करत राहावं हेच योग्य असतं, शेवटी एवढंच आपल्या हातात असतं असं वाटून काही करत होतो!

◆

काचवेल

१९९५ च्या ऑगस्टमध्ये कागलहून पुण्याला परत आल्यावर महिनाभरानंतर एक स्वप्न पडलं.

...सगळ्या बाजूंनी पसरलेलं वाळवंट. त्या वाळवंटात दुरून दिसणारी गढी. तिच्याभोवती मोठ्या रुंद भिंतींचा तसाच ओसाड, भगदाडं पडलेला तट. आत तीन-चार मजले होतील इतकी उंच हवेली. एकही झाडझुडूप नसलेलं. एकुलती एक गढी. प्रदीर्घ भूतकाळाच्या ओघात गढीच्या आसपासचं छोटं खेडं वाळूच्या समुद्रात अनेक वर्षांच्या वाऱ्या-वादळाच्या माऱ्यांनी झिजून झिजून सपाट होऊन बुडून गेलेलं... सगळं भग्न.

मला उत्स्फूर्तपणे मागचं सर्व काही आठवत चाललं... समोरची गढी ही आमच्या पूर्वजांची वास्तू. अनेक जन्मांपूर्वीचा माझा एक जन्म. त्या जन्मात काही वर्षं मी या हवेलीत काढलेली. चालू जन्मात शक्य होईल तसा मी या वास्तूत येत राहिलेलो. पोटपाणी, शिक्षण, प्रपंच, नोकरी यासाठी निरनिराळ्या गावी माझं वास्तव्य. तरीही एकदा तरी मी इथं येऊन जाई. हवेलीच्या आतून सावकाशपणे जुनाट भिंतींना, तिच्यावरच्या ओळखीच्या खुणांना स्पर्श करत, हळुवार पावलांनी हवेलीभर हिंडे... कोपरा नि कोपरा माझ्या ओळखीचा. पूर्वेच्या दिशेला दूरवर डोळे लावून माझ्या दुर्मीळ भेटीची वाट पाहत ही हवेली उभी असे. आयुष्यात वेळोवेळीच्या अनेक कारणांनी व्याकूळ झालो की या गावी, या दिशेनं माझी एकाकी पावलं पडत.

असाच आताही आलो होतो. आयुष्याची बरीच आवराआवर झाली होती. फिरून एकदा गढी पाहून घ्यावी असं वाटत होतं. पुन्हा पाहता येईल की नाही भरवसा नव्हता. म्हणून तिच्या दिशेनं रखडत रखडत चाललो होतो.

पाय थकल्याची जाणीव होत होती... थकले होते की पायांखालची वाळू साथ देत नव्हती? ती पायांखालून सारखी घसरत होती. पाय रेटताना ती मागं सरके

आणि पाऊल अपेक्षेपेक्षा खूपच जवळ पडे. शक्ती वाया जाई... जणू तिथल्या तिथंच चालतो आहे. गढी काही जवळ येत नाही, असं वाटे... अजून बरंच अंतर चालायचं आहे. पोटऱ्या भरून आल्यासारख्या होत आहेत. कोवळ्या सकाळची वेळ असूनही थकल्यासारखं होत आहे. सूर्य वर आल्यावर या वाळवंटात आपलं कसं होणार? जड झालेल्या पावलांना दोन्ही हातांनी उचलून ठेवावं असं वाटतं आहे. गढी आता अर्धा फर्लांग राहिलेली आहे. हवेलीच्या उंच टोकाकडं मी पाहतो आहे. तिथं चार-पाच काळीभोर माणसं टिकाव, फावडी, पहारा घेऊन हवेलीच्या भिंतीचे चिरे ढिले करून खाली ढकलून देत आहेत. दगड, माती, धुरळा यांच्यासह भिंती खाली कोलमडत, कोसळत आहेत... हे काय! ही कोण माणसं भिंती पाडताहेत?

मी दोन्ही हात वर करून त्यांना जोरानं ओरडून म्हणालो, ''थांबाऽऽ त्या भिंती पाडू नकाऽऽ.''

माझी पावलं वेग पकडण्याचा प्रयत्न करू लागली. दोन-तीन हाका मारल्यावर त्या लोकांनी माझ्याकडं लक्ष दिलं. तिथूनच त्यांनी 'जवळ येऊ नका, परत जा.' अशा खुणा केल्या आणि ते भिंती पाडण्याच्या कामाला लागले.

दोन्ही हातांनी 'थांबा थांबा' करत मी धावत जाण्याचा प्रयत्न केला... ते लोक हत्यारं तशीच हातात धरून बघत उभे राहिले.

धडपडत मी कसाबसा वरती गेलो.

काळेभोर चार-पाच पुरुष होते. माझ्याकडं प्रश्नार्थक नजरेनं बघू लागले.

''हे काय चालवलंय तुम्ही?'' मी.

''गढी सपाट करायचं काम सुरू हाये, सायेब.''

''कोण तुम्ही?''

''आम्ही या गढीचे राखणदार.''

''ते झालं. पण गढी का पाडायला लागलाय?''

''सरकारनी तसा हुकूम दिलाय.''

''कोण सरकार?''

''अहो, तुमच्या-आमच्यावर राज्य करणारं सरकार.''

''पण असा हुकूम का दिला?''

''आता, का?... जुनाट झालंय. अधनंमधनं थोडं थोडं ढासळतंय. कुठलीबुटली माणसं वरचेवर बघायला येत्यात. 'धोका हाय, अंगावर एखादं भिताड ढासळंल' म्हणून सांगितलं तरी ऐकत न्हाईत. वरपर्यंत येत्यातच. तवा सरकारनं 'धोका नको' म्हणून भुईसपाट करायचा हुकूम दिलाय.''

''पण ही गढी काय सरकारच्या मालकीची नाही.''

"आता घ्या! समद्यावरच सरकारची मालकी असणार की हो." पहाडासारखा धिप्पाड असलेला एक जण हसत म्हणाला.

दुसऱ्यानं मला खाली जायला सांगितलं. त्यांनी हत्यारं सरसावली आणि ते कामाला लागले.

मी जोरानं ओरडलो. "पाडू नका. ही गढी आमच्या वाडवडिलांची आहे."

माझा आवाज दणदणला. ते लोक खो खो हसू लागले. मी जोरात ओरडू लागलो... "पाडू नकाऽऽ!"

स्मितानं हाक मारून जागं केलं.

"उठाऽ! पहाट झाली."

एरवी उठण्यासाठी स्मिता कधी मला हाक मारत नाही. माझा मी झोप संपल्यावर उठत असतो.. पण आता मला जाग आली. घामानं थबथबून गेलो होतो.

"मी ओरडलो काय गं?" स्मिताला विचारलं.

ती थोडीशी हसली. "हांऽ! स्वप्न पडलेलं दिसतंय."

मी तिच्याकडं बघत गप्पच बसलो... वेडीवाकडी स्वप्नं अधूनमधून पडतात. त्यात मी असा कित्येक वेळा ओरडतो. स्मिताला हे माहीत आहे. गेल्या सहा महिन्यांत हे दुसऱ्यांदा होत होतं... ११ सप्टेंबर १९९५ चा हा दिवस.

१९९४ डिसेंबरमध्ये कागलला गेलो होतो. मुक्कामात आप्पा म्हणाला, "यंदाच्या पावसाळ्यात घराचा सोपा लई गळला हुता. पाय ठेवायलाबी कोरडी जागा नव्हती. दुरुस्ती करून घ्यायला पाहिजे. न्हाई तर एखाद्या वक्ती येत्या पावसाळ्यात भिंतीत पाणी मुरून छप्पार खाली येईल असं वाटतंय."

कशाकशाची दुरुस्ती करायची ते बघितलं. या निमित्तानं सगळं घर आतनं बारकाईनं बघून झालं. मागच्या बाजूला घराचे वासे धुरकटून आणि मध्ये मध्ये पिचकून गेले होते. माळ्यावर चढलो आणि ते जवळून बघितलं तर त्यांच्या आळाचा काथ्या बोट लावलं तरी चुरा होऊन जात होता. सगळे वासे जागच्या जागी कुजून गेलेले. जिथं घळगा झाला होता तिथं वेळोवेळी तुळयांचा फायदा घेऊन ठेपे लावले होते- वरचं छप्पर कसं जागेवर राहिलं आहे, याचं आश्चर्य वाटलं.

विटा पक्क्या असल्या तरी बांधकाम मातीचं केलेलं असल्यानं दोन विटांच्या मधल्या जागा पावसाच्या पाण्याचा मारा लागून बाहेरून पोकळ झाल्या होत्या. वळचणी कधीच मोडून बेपत्ता होऊन गेल्या होत्या. बाहेरच्या भिंती वरच्या बाजूनं अर्धवट उघड्या पडलेल्या. त्यांच्यात पावसाचं पाणी मुरून खाली उतरत होतं.

"काय रे झालंय हे घराचं, आप्पा!" मला घोर लागला.

"यंदाच्या उन्हाळ्यात कायबी करून हे दुरुस्त केलं पाहिजे बघा."

"नुसतं दुरुस्त करून काय उपयोग? वरनं सगळंच उलगडायला पाहिजे.

सगळं वासं आणि अडसारं किडून घोळ झाल्यात. बांधलेला काथ्याबी जागच्या जागी चुरा हुतोय. कसं टिकणार हे? हे उलगडून नवं वासं, नव्या खापऱ्या, नवी अडसारं घालून सगळं छप्पर बदलून घेतलं पाहिजे. पांजरणाच्या पळकाट्या नव्या घातल्या पाहिजेत. बराच खर्च येणार याला.''

''ते बघा आता. मी आपलं तुमच्या नजरेला आणून दिलं.''

''मे म्हैन्यात ह्येचं काय तरी करू या. अजून चार म्हैने हाईत.''

आप्पानं मान हलवली.

मला एक नवा घोर लागून राहिला.

अस्वस्थ मनानं पुण्याला निघालो.

वडील वारल्यानंतरच्या सोळा-सतरा वर्षांत सगळी भावंडं आपापल्या मार्गी लागली होती. आईचंही निधन झाल्यामुळं आम्हा संसारी भावंडांना एकत्र गुंफणारी दोन्ही टोकं नाहीशी झाली होती.

दिवस जातील तसे सगळ्यांमध्ये हळूहळू अलगपणा येत चालला होता. जो तो आपापल्या संसारात रमू लागला होता. आई गेल्यानंतर बहिणी कमी येऊ लागल्या. भावाभावांच्या भेटी कमी होऊ लागल्या— हे हळूहळू असं होणारच, हेही मी समजून घेत होतो.

...सगळे बहीण-भाऊ अलग झालो तरी मूळ घराची डागडुजी ही केलीच पाहिजे. आपल्या सर्वांचा एकात्म भूतकाळ त्या सावलीत जगतो आहे. तो तसाच जगण्यासाठी घर उभंच असलं पाहिजे. कोसळता कामा नये... घर... घरपण... माझं घर... घरघर...!

पुण्यात आल्यावर सकाळी उठून मी उगीचच घरभर फिरलो. माझ्या घराच्या खिडक्यांना फळ्यांची दारं नाहीत; देखण्या काचा लावलेली दारं आहेत. ती दारं बंद केल्यावरही आत प्रकाश येतो. दारं बंद केल्यावर आत हवा येण्यासाठी म्हणून खोलीच्या दोन-दोन खिडकी-दारांना डासप्रतिबंधक जाळी मारून घेतली आहे. छताला कसलाही आवाज न करता स्वत:भोवती गिरक्या मारणारे पंखे आहेत. त्यांच्या वाऱ्यात उन्हाळ्यातही गाढ झोप लागते. स्वयंपाकघरात भांडी, धान्य, कपबश्या इत्यादी व्यवस्थित ठेवता यावं म्हणून सेल्फ, कपाटं, पोटमाळा इत्यादी आहेत. व्यवस्थित जेवता यावं म्हणून डायनिंग टेबल, त्यावर चमच्यांचं घर, फळं ठेवायची टोपली, तिच्यावर जाळी आहे. डायनिंग चेअर्स भोवतीनं एका रांगेत सेवेला तत्पर आहेत.

माझ्या अभ्यासिकेत लिहिण्याचं मोठं टेबल, पुस्तकांची पारदर्शक काचांची कपाटं, त्यांत भरपूर पुस्तकं, रॅक्स, शेजारी रेडिओ, टेपरेकॉर्डर, कॅसेटबॉक्स, टेलिफोन, कॉट, तीवर उबदार अंथरूण, सगळं तयार. मुलामुलींसाठीही अशीच

दुसऱ्या खोल्यांत व्यवस्था. शिवाय कोठीघर. दिवाण, तक्के, लोड यांच्यासह सजवलेला बैठकीचा हॉल, पडदे, दूरचित्रवाणी संच, बाथरूम... सगळं काही जिथल्या तिथं. बंगला गळू नये म्हणून कायमची व्यवस्था. ... हे घर आहे तर मी आहे!

...या घरासाठी झालेला खर्च माझ्या कुवतीबाहेरचा होता. पण घरातील सुखसोई या करून घेतल्याच पाहिजेत. त्याशिवाय घराला रूप येत नाही. त्यामुळं खर्च हा होतच राहिला.

...आणि गावाकडच्या घराचे, सत्तर-पंचाहत्तर वर्षांपूर्वीचे वेळूचे वासे, पळकाट्यांचे पांजरण, कुंभारी कौलांचं छप्पर आज कोसळतंय की उद्या कोसळतंय, अशा अवस्थेत तसंच सोडून आलोय... ते छप्पर त्या घराला सुखसोईसाठी नको आहे. केवळ ऊन, पाऊस, थंडी, वारा यांच्यापासून मुक्त असा निवारा मिळण्यासाठी हवं आहे. प्रपंचवस्तू, अंथरूण, पांघरूण आणि त्यातली माणसं यांना आडोसा मिळावा एवढीच त्यांची अपेक्षा. गावाकडचं घर माझ्याकडं केविलवाणेपणानं पाहत आहे असा भास होऊ लागला...

बरेच दिवस झाले तरी माझी अस्वस्थता जाईना. दरम्यानच्या काळात आप्पा सहपरिवार पुण्यास येऊन गेला. त्याला घराचं एकूण बजेट तयार करून मला कळवण्यास सांगितलं. लवकरच त्यानं तेही कळवलं.

ते मोठं झालं होतं. शिवाय त्यानं ज्या कामाचं बजेट तयार केलं होतं, ती कामं तशी वरवरचीच होती. माझ्या मनात घराचं सगळं छप्पर बदलावंसं होतं. त्यासाठी आणखी खर्च येणार होता. त्याचा अंदाज केल्यावर रक्कम भलतीच फुगली. जवळजवळ अर्धअधिक घर बांधण्याइतकी ती झाली.

सगळ्या दृष्टींनी मला एकट्याला ती रक्कम झेपणारी नव्हती. मी पाचसहा महिन्यांत निवृत्त होणार होतो. माझ्या मुलाचं शिक्षण अजून खूपच करायचं होतं. पण मनाची अस्वस्थता गप्प बसू देईना.

मी घरातल्या सगळ्यांजवळ हा विषय काढला. स्मितानं त्यातून एक मार्ग सुचवला. "सगळे भाऊ आता कर्ते आहेत. सगळ्यांनीच आपापली आर्थिक जबाबदारी उचलली पाहिजे. घर सर्वांचंच आहे."

मी आजवर एकटाच घरासाठी सर्व काही करत आलो होतो. कुणाही भावंडांकडं पैशाची मागणी केली नव्हती. म्हणून स्मिताचा विचार मला व्यवहारी वाटत असला तरी आचरायला अवघड वाटू लागला. मी तसाच कुचंबत राहिलो.

एका भावाचं विस्तृत पत्र आलं. त्याच्या मनात घराविषयी काही भलतंच चाललं असावं, अशी काळी शंका मनाला डंख मारून गेली.

दिवस चाललेच होते. मी कोंडल्यासारखा झालो होतो. अशा अवस्थेत

असतानाच १९९५ च्या फेब्रुवारीमध्ये एक चमत्कारिक प्रदीर्घ स्वप्न पडलं. मेच्या उन्हाळ्यात माझ्या हातून घर काही दुरुस्त झालेलं नाहीये. पुढं जुलैमध्ये धो धो पाऊस सुरू झाला आहे. सगळे जण जीव मुठीत घेऊन माजघरात बसले आहेत. पुढचा एक आणि मागचे दोन्ही असे तिन्ही जाबते कोसळून छप्पर सरळ खाली आलं आहे. तिन्ही जाबत्यांच्या भिंती वरच्या बाजूंनी उघड्या झाल्या आहेत. त्यांच्यातही पाणी मुरून मुरून त्यांचे ढपळे प्रथम हळूहळू पडताहेत, नंतर भिंती कोलमडत आहेत.

आठ दिवस असाच मुसळधार पाऊस. तिन्ही जाबत्यांत गुडघाभर पाणी. त्यात घरातली शेतीची लाकडी अवजारं तरंगणारी. महापूर आलेल्या नदीचं सगळीकडून पाणीच पाणी झाल्यामुळं काठावरील झाडावर वानरं जशी भोवतीनं घेरलेल्या पाण्याकडं बघत एकमेकाला बिलगून बसलेली असतात तशी माजघरात माणसं बसलेली. त्यात दौलतच्या लग्नात आलेली सगळी गणगोत मंडळीही आहेत. गावातलीही गणगोत मंडळी तिथंच आलेली आहेत. त्यांची घरं कधीच वाहून गेलेली आहेत... आणि आठव्या दिवशी उरलेलं माजघराचं छप्परही भूकंपात पिंपळाचा वृक्ष कोसळावा तसं कोलमडत, आवाज करत खाली खाली येऊ लागलं आहे. घरात सगळा हलकल्लोळ माजला आहे. तरीही त्या कोसळणाऱ्या छपराला सगळी जणं आपल्या हातांनी तोलून धरण्याचा प्रयत्न करताहेत. मध्यावर असलेला मी सगळ्यांना ओरडून 'नेटानं हुबं ऱ्हावा, हातांस्नी कढ आलं तरी हात ढिलं सोडू नका' म्हणून सांगतो आहे... तो दिवस तसाच पार पडला आहे.

नंतरच्या दिवशी पाऊस ओसरून ऊन पडलं आहे. कोसळलेल्या छपराच्या पोकळीखालनं आम्ही सगळे हळूहळू बाहेर पडू लागलो आहोत. मीही बाहेर पडलो आहे.

रस्त्यावर येऊन मी बघतो आहे. कोसळलेलं आमचं घर फार मोठं आहे, याची मला जाणीव होते आहे.

त्या बिनछपराच्या घरातच आमचे संसार पुन्हा सुरू झाले आहेत. हळूहळू आमच्या घराचं कोसळलेलं छप्पर आमच्याच घरातल्या अनेक बायका जळणासाठी वापरू लागल्या आहेत. त्याच्यावर अन्न शिजवून खाऊ लागल्या आहेत. एक भाऊ त्या छपराच्या वाशांचे बिंडे बांधून बाजारात विकायला नेतो आहे. आलेल्या पैशातून धान्य आणून पोटाला खातो आहे. गणगोत येताहेत आणि घराची पांढरी माती उकरून पाट्या भरून नेताहेत. कुणी भाजीव विटा नेतं आहे, तर कुणी पायाजवळच्या चौथऱ्याचे चिरेही नेऊ लागले आहेत. त्यांची नवी घरं बांधायला त्यांचा थोडा उपयोग होईल, असं त्यांना वाटतं आहे. हळूहळू त्या घराचं छप्पर, भिंती, विटा, दगड, माती... सगळं आठी वाटांनी गेलं आहे.

आम्ही त्या घरातनं आमचे संसार दुसरीकडं नेऊन कधी थाटले आहेत याचा पत्ता आम्हालाच नाही. आम्ही सगळे आपापले संसार सुखानं करीत आहोत.

सहज एकदा जुन्या घराची आठवण होते आहे. त्याचं काय झालं पाहून तरी येऊ म्हणून मी उन्हाळ्याच्या सुट्टीच्या दिवशी तिथं गेलो आहे. तिथं गावचे लोक त्या जागेचा आडोशाची हगणदारी म्हणून उप्योग करताहेत. मी अतिशय दु:खी मनानं ते दृश्य बघतो आहे. व्याकूळ, उदास होऊन ते बघत उभा राहतो आहे. माझ्याकडं निर्लज्जपणे बघत सगळे लोक खुशाल प्रातर्विधी करताहेत.

मी उभ्या उभ्याच एका वडीलधाऱ्याला म्हणालो, "म्हातारबा, तुमचे केस वरून खालूनही पिकलेले दिसताहेत. आमच्या घराच्या जागेतच भिंतीच्या आडोशाला परसाकडं बसताना तुम्हाला लाज नाही वाटत?"

"त्यात कसली लाज आली? न्हाई तरी आता या भिंताडांचा दुसरा काय उपयोग हाय? तुम्ही हितं कुणीच ऱ्हात न्हाईसा. मग गाव उपयोग करून घेतंय तर काय बिघडलं?"

म्हातारबा असं म्हणाल्यावर विधीला बसलेले सगळे खो खो हसू लागले. मी त्यांच्यावर खच्चून ओरडलो. दोन शिव्या हासडून म्हणालो, "आता बऱ्या बोलानं उठता का देऊ तुम्हास्नी तुमच्याच घाणीत ढकलून?" पुन्हा सगळे खो खो हसले.

मी पुन्हा मोठ्यानं ओरडलो.

स्मितानं मला हलवून जागं केलं... जागा होऊन भानावर आलो.

तसाच अंथरुणावर पडून राहिलो.

उठून हळूच सगळ्या खिडक्या उघडल्या. खोलीत गार वारा आला नि मला बरं वाटलं.

काही झालं तरी येत्या उन्हाळ्यात गावाकडच्या घराला नवं छप्पर घातलंच पाहिजे, असा निर्णय घेऊन मी कूस बदलून झोपेसाठी पुन्हा डोळे मिटले.

हळूहळू काही गोष्टी मनाशी स्पष्ट होत गेल्या. स्वप्नात मोठं दिसणारं ते घर गावातल्याच आमच्या चुलत पणजोबाचं होतं. ते मुळात कसं होतं हे मलाही माहीत नव्हतं. छप्पर ढासळलेल्या अवस्थेतच ते मी बघितलेलं होतं. तिथं कुणीही राहत नव्हतं. घराचा प्रचंड आकार. तीन तीन फूट रुंदीच्या भिंती. पाठीमागच्या ओसाड जागेचा लोक सकाळच्या विधीसाठी उपयोग करत असत. दादाकडनं असं ऐकायला मिळत होतं की, 'त्या घरातल्या मूळ पुरुषाला चार मुलगे होते. ते चौघे भाऊ एकत्र राहत होते. त्यांना मुलं झाली. प्रत्येकाला तीन-चार मुलगे. तीही मोठी झाली आणि त्यांच्यात भाऊबंदकी सुरू झाली. मारामाऱ्या झाल्या. नंतर भाऊभाऊ अलग राहत होते. गावात त्यांनी वेगळी घरं थाटली. मूळ घराच्या वाटण्या कुणी आणि कशा करायच्या या भांडणातच ते घर पडलं होतं. शेवटी ढासळून गेलं. कुणीबुणी त्याची

दारं, चौकट्या, तुळया, कौलं, वासं पळवून नेलं.'

आमच्या घराचं असं होऊ नये असं वाटू लागलं... आजोबांनी ते आपल्या मुलाचा सुखी संसार बघण्यासाठी नवं बांधलं होतं. जुनं घर दोन खोल्यांचं होतं. वडिलांच्या दोन्ही बहिणी संसार अर्ध्यातच संपवून परत आल्या होत्या. मोठी विधवा होऊन चार वर्षांच्या मुलाला काखेत घेऊन परत आलेली. धाकटी जाचाला कंटाळून परत आलेली. वडिलांचं (म्हणजे दादाचं) लग्न झालेलं. दोन खोल्यांत अशी पाच-सात माणसं. त्यात नंतरच्या काळात धाकट्या आत्तीचं दुसरं लग्न करून दिलं, तरी थोरली आत्ती आपल्या मुलासह माहेरातच राहिलेली. दादाचा संसार वाढणार म्हणून हे नवं घर बांधलं.

आजी-आजोबा मरण पावल्यावर दादानं जुनं घर थोरल्या आत्तीला राहायला दिलं आणि नव्या घरात आपण राहू लागला.

हळूहळू दादाचा संसार वाढत चालला होता. आम्ही चार-पाच भावंडं जन्माला आलो होतो. १९४४-४५ साली दादानं पुन्हा याच घराची डागडुजी केली. थोडं उंच केलं. मधली एक भिंत घालून घेतली. कडीपाटाचा सांगाडा तयार केला. घर पुन्हा नवं वाटू लागलं. आईच्या स्वतंत्र संसाराचं स्वप्न त्यात आकाराला येऊ घातलं होतं.

बांधकामाच्या धबडग्यात पुढच्या सोप्याची भुई पार उखडली गेली. आईनं ती नवी करायचं ठरवलं. बांधकामाची पांढरी माती बरीच शिल्लक पडलेली. सगळी भुई उकरून काढून तिच्या पोटात तिनं पांढरी माती घातली. पंचवीस-तीस घागरी पाणी आणून सोप्यात ओतलं आणि पसरलेली पांढरी माती चांगली भिजवून आंबवून काढली. चार दिवस थोडं थोडं पाणी ओतून मातीचा कण नि कण आतबाहेर भिजवला. हळूहळू जमीन बडवण्यानं बडवून एका पातळीत आणली. एका पातळीत आणायला आणि चांगली टणक करायला पंधरा-वीस दिवस गेले. जमीन घोटल्यासारखी दिसू लागली. पोळपाटाच्या पाठीगत गुळगुळीत झाली... अतिशय देखणी. अजून सारवणाचा स्पर्श न झालेली कुंवार जमीन. मुरलेल्या ओलीमुळं पायांना गारगार वाटणारी.

आईचं वय पस्तिशीच्या आसपास. ऐन तरुणपण. तीन लेकी नि आम्ही दोघं गंड. अशी पोटाला पाच लेकरं. तिची मनोमन खात्री झाली की आता हे नवं माडीचं घर खास तिचं असणार आहे. ... या घरात फक्त आपल्या संसारवेलीचा विस्तार होणार आहे. आज ना उद्या कडीपाटाच्या फळ्या टाकल्यावर माडी तयार होणार. गल्लीत दत्तू सणगर-सावकाराच्या घरानंतर हेच तेवढं माडीचं घर. मान उंचावून गल्लीतल्या बैठ्या घरांच्या पंक्तीत ऐटीत बसलेलं...

...तालेवाराच्या तोडीचं

घर कुणाचं माडीचं?
साऱ्या गल्लीत शोभतं
जकात्याच्या गं ताराचं!

...आईनं असं काहीतरी जात्यावर म्हटल्याचं आठवतं. काही दिवस ती ही ओवी वरचेवर म्हणत असे.

तिनं ताज्या भुईवर काचवेल काढायचं ठरवलं. मळ्यात नाचणी भरपूर पिकलेली. गावात चार कासार होते. तिनं त्यांना शेरशेरभर नाचणी घालून काकणांच्या रंगीत काचांचं तुकडं सात-आठ ओंजळी आणलं. अगणित रंगांचे आणि बारक्या नक्षीचे शेकडो तुकडे. त्यांत काही पिचलेली पण अखंड असलेली देखणी, सोनेरी ठिपशांची काकणं.

रात्री दादा मळ्याकडं वस्तीला गेला. आम्ही सगळे मधल्या सोप्यात झोपलो. दोन चिमण्या आणि एका कंदिलाच्या उजेडात आई रात्रभर एकटीच वेल काढत सोप्यात बसलेली. किंचित ओलसर मवाटी असलेल्या भुईवर बडवण्याचा दबका आवाज अधूनमधून आमच्या झोपलेल्या कानांवर येणारा.

सकाळी उठून सोप्यात आलो. उजेडात मी जेव्हा बघितलं तेव्हा भुईच्या अंगाखांद्यावर रत्नं, हिरं, माणकं जडवल्यासारखी दिसत होती. सोप्याच्या मध्यावर रंगीत काचांच्या तुकड्यांचं एक झगमगतं वर्तुळ काढलेलं. त्या गोलातनं पाच दिशांनी एकाच वेलीचे पाच तागोरे पसरलेले. त्यांना अंतराअंतरावर हिरवी पानं. मधूनच लालेलाल आणि पिवळ्याधमक कळ्या. अनेक रंगांची गोलगोल फुलं. त्यांना निरनिराळ्या रंगांच्या पाकळ्या फुटलेल्या. काहींना सोनेरी छटा. प्रत्येक कळी-फुलाखाली दोन्ही बाजूंना दोन दोन वत्सल पानं. जणू त्यांना ओंजळीत धरून फुलण्यासाठी आधार देणारी. ...माउलीच्या मायेनं 'फुला बाळांनो फुला, तुम्हाला ओंजळीचा झुला' असं म्हणणारी. एक विलक्षण स्वर्गीय वेल सोप्याच्या मध्यावर विस्तारलेली. एकाच वेलीवर निरनिराळ्या आकारांच्या आणि रंगांच्या कळ्या. तशाच निरनिराळ्या रंगपाकळ्यांची फुलं.

...दोन दोन, तीन तीन काचा मांडून हळूहळू त्या बडवण्यानं बडवायच्या. जमिनीच्या मवाळ पाठीबरोबर एकजीव करायच्या. हात फिरवला तर त्यांचा फक्त पाठीबरोबर स्पर्श होईल अशा पद्धतीनं त्या रुतवायच्या. ...आईनं एका रात्रीत किमया केलेली.

मी ती किमया बघितली नि काहीतरी खोड काढायची म्हणून माझ्या बालबुद्धीनं काढली.

''असला कसला येल काढलास तू! अगं, एका येलावर एकसारख्या रंगाच्याच कळ्या, फुलं असत्यात. तू एक कळी लाल, तर दुसरी पिवळी, तिसरीचा रंग

जांभळा काढलास. असं काय धेडगुजरी केलंस तू हे? सगळं वाटुळं झालं. मला तरी इचारायचं न्हाई?'' ...मी शाळेला जाणारा शहाणा मुलगा असल्याची ऐट मिरवली.

आई हसली, ''आरं, रानची येल न्यारी नि मनची येल न्यारी. ही काय रानात उगवलेली येल न्हाई. मनातला येल-इस्तार हाय ह्यो. मनाच्या येलीवर मनाला वाटंल तसलीच फुलं-पानं येणार. मनाला वाटतील तसल्या रंगांच्याच कळ्या येणार. मनाच्या रानाची तऱ्हा न्यारी असती. ...माझ्या वंसाचा येल-इस्तार म्हणायचा ह्यो. ...तुम्ही लेकरं कुठं एकसारखी हाईसा?''

नंतर ती सगळं बोटांनी दाखवू लागली. ''तुम्ही पाच जणांचं हे पाच तागोरं पाची दिशांनी पसरल्यात. पर्तेक तागोऱ्याची येगळी फुलं, येगळ्या कळ्या. त्यो ज्येचा त्येचा येल-इस्तार न्यारा न्याराच असायचा...'' आई काहीतरी वेगळं आणि चांगलं सांगते आहे, तिच्या विचारी मनात ही वेल जन्माला आली आहे एवढं लक्षात आलं.

चार दिवस गेल्यावर जमीन आणखी कोरडी झाली. आईनं त्या चार दिवसांत म्हशींना हिरवा हिरवा चारा घालून खास हिरवं शेण पैदा केलं. बादलीत प्रमाणशीर हळद कालवून पिवळं पाणी तयार केलं. खरं तर तो पिवळा रंगच तयार झाला होता. त्या पिवळ्या पाण्यात शेण कालवून काला तयार केला. नवरीच्या अंगाला हळद लावावी अशा हळुवार हातांनी सोपा सारवून काढला. नेहमीच्या सारवणापेक्षा तिचं हे सारवणं वेगळं होतं. असा तीन दिवस तीन वेळा सोपा सारवला. सकाळी सारवण आणि रात्री पुन्हा बडवण्यानं हळूहळू जमीन बडवून काढणं.

खानदानी वाटावा असा पिवळट हिरवा दाट रंग सोप्याला मढवल्यासारखा दिसू लागला. जमीन वाळत जाईल तसा रंग अधिकाधिक उठावदार होत गेला. ...नुकतीच हळद लागलेल्या आणि हिरव्यागार साडीतल्या या नवथर भुईचं लग्न आईनं आपल्या संसारासंगं मनातल्या मनात लावलं.

सोप्याचं रूप बघून मी हरखून गेलो. कुबेराचं धन लवंडल्यासारखं झालं होतं. अंगचाच गालिचा सोप्याला प्राप्त झाला होता. सोप्यात बसणाऱ्या प्रत्येकाच्या बैठकीला त्यानं दिव्य रांगोळी काढलेली. बसल्या बसल्या माणसं जमिनीवरून हळुवार हात फिरवीत. त्यांना ती काचवेल मऊमऊ मलमल वाटे. डोळे थंडावून जात.

आईची ही दैवी लोककला मी त्या वेळी पहिल्यांदा बघत होतो. मला आज जाणवणारा लोकसंस्कृतीचा वारसा तिच्या कष्टाळू हातांना कधी अलगद लाभला होता, हे मला त्या वेळी माहीत नव्हतं. तिच्या काकणांसारख्या किणकिण्या बारीक उंच आवाजातल्या ओव्या तेवढ्या मला माहीत होत्या. पण तिच्या हातांनाही

चित्रदर्शी डोळे आहेत, हे मला त्या वेळी कळलं.

घर दुरुस्त केल्यानंतर जन्माला आलेली माझी सगळी भावंडं त्या वेलीवर रांगली. चिमुकल्या पायांनी दुडदुडली. त्यांच्या प्रत्येक पावलांना रंगीत कळ्या-फुलांची नक्षी लाभली. मी गोणपाटावर बसून अभ्यास केला. त्या गोणपाटालाही त्या वेलीचा कशिदा मिळाला.

पंधरा-सोळा वर्षं ही वेल तिथं पायघडीसारखी पहुडली. तिच्या साक्षीनं अनेक गोष्टी घडल्या. अनेकांची अनेक पावलं तिच्यावर ठसली. मूकपणे तिनं ती झेलली. त्यांचे ऋणानुबंध जागवले.

१९६२ साली घराची पुन्हा दुरुस्ती करण्याची वेळ आली. सोप्याच्या सावलीत सुतारकाम सुरू झालं. लाकूडफाटा दणादण पडू लागला. बरगे, तुळया तासल्या जाऊ लागल्या. ठोकाठोकी सुरू झाली. सोप्यात खड्डे पडू लागले. वेलीची पानं, फुलं, पाकळ्या प्रत्येक दणक्यानं उखडू लागली. ...दीड-दोन महिन्यांनी जेव्हा माडीला फळ्या बसवण्याचं, बरगे, तुळया बसवण्याचं, दारं-खिडक्या, जिना यांचं काम पूर्ण झालं तेव्हा संपूर्ण सोपा उखडला गेला होता. ...काचवेल दाही दिशांनी उद्ध्वस्त झाली.

नंतर पुन्हा सोप्याची जमीन केली. मात्र आईनं पुन्हा काचवेल सोप्यात काढली नाही. ते हात आता प्रपंचाची कोसळती घडी बसवण्यासाठी झिजत होते. भाकरी थापणं, शेणी थापणं, म्हसरांचा शेण-मूत भरून टाकणं एवढंच त्यांच्या नशिबी आलं होतं.

त्यानंतरही दहादहा वर्षांनी घराच्या दोन-तीन दुरुस्त्या झाल्या. दुरुस्त्यांचा सगळा पसारा आणि कामं प्रथम त्या सोप्यातच चालत.

आता करायची ही चौथी दुरुस्ती होती. सोप्याची भुई कितीतरी वेळा उखडली गेली. पण काचवेल पुन्हा कुणीच लावली नाही. ती तीस-पस्तीस वर्षांपूर्वी नष्ट होऊन गेली. ती लावणारे आईचे हातही अंतर्धान पावले.

माझ्या मनात मात्र काचवेल अजून नांदते आहे. सगळा इतिहास घडून काळाच्या अंधारात कायमचा गेला पण मनातली काचवेल मात्र ताजी टवटवीत आहे.

ते घर वेलीसारखं एकसंध होतं. आम्ही भावंडं त्यावरची कळ्या-फुलं होतो. त्या वास्तूच्या वाटण्या करणं ही कल्पनाच मला सहन होणारी नव्हती.

मी आप्पाला पत्र लिहिलं. 'तूर्त तू राहतोस त्या जाप्त्यांची डागडुजी कर. तुळईच्या आधारानं ठेपे दे. भिंतींबाहेर पावसाचं पाणी पडेल एवढी व्यवस्था कर. उरलेल्या घराचं काय करायचं ते नंतर बघू. वास्तविक शिवा त्या दोन खोल्यांत

राहतो. त्याला जरूर वाटेल तेव्हा त्यानंही डागडुजी करून घ्यायला हरकत नाही. आहे ती व्यवस्थाच चालू ठेव. पुढचं पुढं बघू या.'

आप्पाला पत्र लिहिल्यावर मला निर्धास्त वाटलं. त्यानंतर सहा महिने गेले आणि हे आता घराचंच दुसरं स्वप्न पडलं. ...या स्वप्नातलं घर किती प्रचंड होतं. आमच्या मूळ घराण्याची ती गढी होती.

...काळासारखे काळेभोर दिसणारे ते पाच महापुरुष.

आदिवास.

...पृथ्वीवर कुणाचा आदिवास होता?

माणसाअगोदर कोण होतं?

ती पंचमहाभूतं होती का?

का माझ्या घराण्याचे ते गढीतले पंचप्राण होते?

...का निसर्गाचे शाश्वत पंचमहाप्राण?

प्रकृतीनं दिलेली शरीरं, रूपं, आकार हे सर्व नष्ट झाल्यावरही चित् स्वरूपात असणारी पंचतत्त्वं होती ती?

...वर्षभरात मी गावी-परगावी भटकत असताना माझ्या मनात सारखे वास्तूविषयीचेच विचार येत होते. मनाला ते उदास करत होते. ...खरं तर उदासीची ही सुरुवात त्याच्याही पूर्वीपासूनची आहे.

...पुण्यातील साने गुरुजी पथावरला विजयानगर वसाहतीतला ना. सी. फडके यांचा 'दौलत' बंगला पाडताना पाहून ती प्रथम माझ्या मनात आली. रोज जाता-येता आपण तो बंगला पाहत होतो. ना. सी. फडके, कमलाताई फडके, त्यांची मुलं, त्यांचं एक झिपरं कुत्रं यांच्यासह तो बंगला आपण आतून अनुभवला होता. सर्वांशी गप्पा मारल्या होत्या. ...दारातल्या चौफाळ्यावर सायंकाळी सिगारेटची धूम्रवलयं सोडीत ऐटदार बसलेले आप्पासाहेब फडके आपण पुष्कळ वेळा पाहिले होते. त्या रस्त्याचं भूषण होता तो. फडक्यांचा बंगला ही आसपासच्या परिसरासाठी मोठी खूण होती. राहिला असता तर ऐतिहासिक वास्तू झाली असती. ...पण आप्पासाहेब, कमलाताई गेल्यावर तो पाडण्यात आला. त्याचं पडत जाणं मला असह्य होत होतं. ...आप्पासाहेब आणि कमलाताई यांनी तो कितीतरी स्वप्नं उराशी धरून बांधला असणार. ...कुणी पाडला हा बंगला?

...गेल्या वर्षी बैलगाड्यांच्या शर्यती पाहायला मी कागलला गेलो होतो. घुमटाच्या माळावर शर्यती बघायला चालत जात असताना किल्ल्याच्या वाटेवरून गेलो. ...बऱ्याच दिवसांत किल्ल्यात गेलो नाही, म्हणून आत जाण्याचा मोह झाला. आत जाऊन पाहिलं तर सारा किल्लाच भुईसपाट झालेला. किती प्रचंड

ओसाडी नांदत होती!

माझ्या लहानपणापासून मी हा किल्ला बघत आलो होतो. तिथं आतल्या मैदानात प्रत्येक वर्षी उरुसात कुस्त्या होत होत्या. तो आमच्या मळ्याच्या वाटेवर होता. त्यामुळं अधूनमधून सहजपणे आत जाऊन येत होतो. हिंडायला बरं वाटे. जुन्या आठवणी मनात आकार घेत. लढाई कुठं आणि कशी झाली असेल, याची आम्ही बालपणी कल्पना करत असू... 'शिवपुत्र राजाराम जेव्हा जिंजीला जाण्याच्या मार्गावर होता, तेव्हा त्याचा मुक्काम काही काळ या किल्ल्यात होता. मोगलांनी या किल्ल्यावर हल्ला केला होता. राजाराम तिथून निसटला. मागं किल्ला लढत ठेवलेला. त्यात कागलचे कित्येक सैनिक मारले गेले.' अशी कथा गावातली मोठी माणसं सांगत.

किल्ल्याचे चार मोठे बुरूज. त्यांना जोडणाऱ्या चार बारा बारा फूट रुंद आणि चाळीसभर फूट उंच असलेल्या अजस्र भिंती. आत वास्तूचे निरनिराळे अवशेष पडलेले. किल्ल्याचं सगळं बांधकाम पांढऱ्या माती-चिखलात केलेलं. त्याच्या भिंतीचे, बुरुजांचे मोठमोठे दगड लोक घरं बांधण्यासाठी नेत. पांढरी माती उकरून, टोकरून, घरांच्या आतील भिंती सारवण्यासाठी नेली जाई.

गेल्या उरुसात तिथं गेलो तर एकही बुरूज जागेवर नव्हता. एकही भिंत उभी नव्हती. गेल्या पंधरा-वीस वर्षांत किल्ल्याच्या आसपास प्रचंड बेघर-वसाहत वाढली होती. त्यांनी हे सगळं नेलेलं असणार. ...किल्ल्यात आता फक्त बारक्या दगडांचे ढिगारे, चरणारी गुरं, मेंढरं. डोळ्यांसमोर हे घडलं. किल्ला होत्याचा नव्हता झाला.

...घरं, घराणी, किल्ले, राज्यं कोसळत उद्ध्वस्त होत जातात. कालप्रवाह प्रचंड, निर्दय आणि कराल आहे. तिथं काही टिकू शकत नाही. मी घराचं छप्पर जुन्याचं नवं करून सावरलं, तरी घर जुनंच राहणार. त्याचा लाकूडफाटा, दगड-विटा, माती हळूहळू ढासळत राहणार. माझ्या हयातीच्या काळात फार तर ते राहील. पुढं कधीतरी चुलत घराण्याच्या घरासारखं ते ओसाड होऊही शकेल. ...घराणीही अशीच ढासळत जातात. विस्तारत सुटी सुटी होतात. मूळ पुरुष कालौघात ढासळतात. मग त्यांच्या वास्तू ढासळतात. विस्तारलेल्या कुळाला, नव्या पिढीला त्यांचा उपयोग नसतो. त्या गैरसोईच्या होतात. एवढे मोठाले किल्ले, राजे, राष्ट्रंही कालप्रवाहात आणि बदलत्या समाज-संस्कृतीत कालबाह्य होऊन नष्ट झाले. किल्ल्यांत राजवंश वाढायच्या ऐवजी गवत वाढतं आहे. सैन्य पोसायच्या ऐवजी गुरं पोसताहेत. हिंदवी राज्याची स्थापना करताना, नवे नवे डोंगरी किल्ले बांधताना शिवाजी महाराजांच्या स्वप्नातही आलं नसेल की तिथं तीनएकशे वर्षांतच ओसाडी निर्माण होणार आहे. त्यांची दगड-माती फक्त गोरगरिबांची घरं बांधायला

आणि भिंती सारवायला उपयोगी पडणार आहे.

...माझं घर असंच उद्ध्वस्त होणार.

पूर्वी मुलाबाळांनी, गुराढोरांनी भरलेलं घर आत्ताच मोकळं मोकळं झालंय. तिथं कोण ठामपणानं राहील याचा भरवसा नाही. काळानं ते आतून हळूहळू पोखरलेलं आहे. आता ते बाहेरून आडवं करण्याचा त्याचा विचार असावा. छप्पर ही सुरुवात.

तरीही काचवेलीचा सोपा असलेलं ते घर माझ्या मनात ताजं टवटवीत आहे. हृदयाची 'दौलत' असलेला ना. सी. फडके यांचा बंगला त्यांच्या शेवटच्या क्षणापर्यंत त्यांच्या मनात होताच. हिंदवी राज्य आणि त्याचे डोंगरी किल्ले मरणसमयी शिवछत्रपतींच्या मनात भक्कमपणे उभे होते.

शेवटी बाहेर बांधलेली घरं, किल्ले, गावं ही मानवी मनाच्या आतील संकल्पाच्या सावल्याच असतात, हे तरी नाकारून कसं चालेल?

आणि अगदी शेवटी शेवटी सृष्टीच्या दिव्य गाभ्याच्या आतील मूळ तत्त्वांच्या आपणही जडरूप सावल्याच आहोत, हेही विसरता येत नाही.

या क्षणी तरी माझा बंगला आणि ते काचवेलीचं घर माझ्या मनात ताजेपणानं उभं आहे. आई शेवटच्या रात्री सुखानं, कृतार्थतेनं झोपली. सकाळी उठलीच नाही. तिच्या मनात ते घर तसंच होतं. मीही आज रात्री ते घर मनात जागवत सुखानं, कृतार्थतेनं झोपणार आहे. उद्या काय होणार कुणाला माहीत आहे?

◆